आपल्या स्नेहीजनांना पुस्तके भेट द्या

ॲना आणि सयामचा राजा

रूढी-प्रथांच्या अंधारात चाचपडणाऱ्या समाजाला नवी दिशा
दाखवणाऱ्या एका शिक्षिकेची कहाणी

मूळ लेखिका
मार्गारेट लॅन्डन

अनुवाद
माणिक फाटक

मेहता पब्लिशिंग हाऊस

Please contact us at **Mehta Publishing House,** 1941, Madiwale Colony, Sadashiv Peth, Pune 411030.

✆ +91 020-24476924 / 24460313

Email : info@mehtapublishinghouse.com
production@mehtapublishinghouse.com
sales@mehtapublishinghouse.com

Website : www.mehtapublishinghouse.com

- *या पुस्तकातील लेखकाची मते, घटना, वर्णने ही त्या लेखकाची असून त्याच्याशी प्रकाशक सहमत असतीलच असे नाही.*

ANNA AND THE KING OF SIAM by MARGARET LANDON

Published by Arrangement with HarperCollins Publishers.

Translated into Marathi Language by Manik Phatak

ॲना आणि सयामचा राजा / अनुवादित कादंबरी

अनुवाद : माणिक फाटक
३८, सम्राटनगर, धुळे.

मराठी अनुवादकाचे हक्क, मेहता पब्लिशिंग हाऊस, पुणे.

प्रकाशक : सुनील अनिल मेहता, मेहता पब्लिशिंग हाऊस,
१९४१ सदाशिव पेठ, पुणे - ४११०३०.

मुद्रक : स्पेक्ट्रम ऑफसेट, डी-२/४, सत्यम इस्टेट,
सीडीएसएसच्या मागे, एरंडवणे, पुणे - ४११००४.

मुखपृष्ठ : चंद्रमोहन कुलकर्णी

प्रथमावृत्ती : सप्टेंबर, २०१३

किंमत : ₹ ३८०/-

ISBN 978-81-8498-494-1

संपादकाचे दोन शब्द

'ॲना ॲन्ड द किंग ऑफ सयाम' ही एक अतिशय लोकप्रिय अशी कलाकृती आहे. एखाद्या कादंबरीप्रमाणे अद्भुत आणि अतिशय चित्तवेधक असलेली ही रचना एका वेगळ्या काळातील आणि वेगळ्या जगाची म्हणजे जवळजवळ शंभर ते दीडशे वर्षांपूर्वीची आहे. राजा, राजकुमार, राजाच्या रखेल्या, त्यांची मुले, गुलाम या सगळ्यांची ही सत्यकथा हेलावून सोडणारी आहे. या पुस्तकाची लेखिका मार्गारेट लॅन्डन हिच्या म्हणण्यानुसार यातील ७५ टक्के कथानक सत्य घटनेवर आधारित असून, उर्वरित २५ टक्के काल्पनिक आहे.

१८६०मध्ये ॲना लिऑनओवेन्स ही एक तरुण, नाजूक, इंग्लिश विधवा स्त्री सयामचा राजा मॉंगकुत याच्याकडे दरबारात गव्हर्नेस म्हणून गेली. हा एक खरा राजा होता; पण अतिशय सच्चा, वेगळीच गुणवैशिष्ट्ये असलेला. थोड्या हुकूमशाही वृत्तीच्या अशा या राजाचे स्वातंत्र्य, लोकशाही आणि व्यक्तिगत हक्क यांच्याबद्दलही निश्चित ठाम विचार होते. या सर्व वातावरणात ॲना राजवाडा आणि जनानखान्यात एखाद्या प्रसन्न झुळकेप्रमाणे वावरत असे. अब्राहम लिंकन हा तिचा आदर्श होता. राजाच्या मर्जीतून उतरलेली एक राणीही तिची विद्यार्थिनी होती आणि 'अंकल टॉम्स केबिन' वाचून ती एवढी प्रभावित झाली की, तिने ॲनाच्या मदतीने पुढे त्याचा सयामी भाषेत अनुवाद केला आणि त्यापुढे जाऊन तिने स्वत:चे नाव बदलून, 'हॅरिएट बीचर स्टोवे सोन क्लिन' अशी सही करायला सुरुवात केली. इतकेच नव्हे तर ॲना सयाम सोडून इंग्लंडला जाण्यापूर्वी सोन क्लिनने आपल्या सर्व गुलामांना, अतिशय भावस्पर्शी आणि गंभीर अशा समारंभाने मुक्त केले.

राजाच्या अनेक राण्या आणि त्यांची सदुसष्ट मुले यांना शिकवण्याव्यतिरिक्त ॲना राजाचा इतर देशांशी चालणारा पत्रव्यवहार पाहत असे. त्याखेरीज राजाच्या वाढदिवसानिमित्त दिल्या जाणाऱ्या प्रसिद्ध मेजवान्या आणि त्यांची तयारी इत्यादी अनेक कामे तिने आपण होऊन स्वत:वर ओढवून घेतली होती. जनानखान्यातल्या अतिशय सुंदर अशा सहा मुली घेऊन त्यांना शिकवून 'लॉर्ड जॉन हे'चे जे शाही स्वागत ॲनाच्या देखरेखीखालच्या समारंभात केलेले आहे त्याचे ॲनाने केलेले वर्णन अतिशय सुंदर आणि मनोरंजक असे आहे. पण याहूनही अधिक म्हणजे भावी

राजा म्हणून सध्या हाताखाली शिक्षण घेणाऱ्या तरुण राजकुमाराच्या मनात आदर्शवाद आणि सदसद्विवेक बुद्धी रुजवणे, त्यानुसार योग्य ते विचार त्याच्या मनात पेरणे ही तिची सर्वांत महत्त्वाची कामगिरी होती. एके दिवशी तो तिला म्हणतो, "मेमचा, मी जर सयामचा राजा होईपर्यंत जगलो, तर मी स्वतंत्र, विमुक्त अशा सयामवर राज्य करीन. गुलामांच्या राष्ट्रावर नाही.' आणि त्याने केलेल्या या प्रतिज्ञेनुसार राजकुमार चूला लाँग कोर्ण सयाममधील गुलामगिरी नष्ट करतो. नवीन राजकीय आणि शैक्षणिक सुधारणा घडवून आणून सयामचा महान राजा ठरतो. त्यानंतर अनेक वर्षांनी म्हणजे १८९७मध्ये पुन्हा या विद्यार्थ्याची व शिक्षिकेची लंडनमध्ये भेट होते आणि सयाममधल्या आपल्या कार्याला आलेली अतिशय उत्तम फळे पाहण्याचे सुख तिला मिळते.

या पुस्तकाची लेखिका मार्गारेट लॅन्डन स्वत: ॲनाप्रमाणेच शिक्षिका म्हणून सयाममध्ये १० वर्षे राहिली होती. सयामी लोक आणि त्यांची मनोभूमिका तिला चांगल्या तऱ्हेने समजलेली होती. हे पुस्तक लिहिण्याची तिची मुख्य साधनसामग्री म्हणजे ॲना लिऑनओवेन्सने १८७०-७२ या काळात लिहिलेले आणि नंतर विस्मृतीत गेलेले दोन खंड. ते म्हणजे 'The English Governess in the Siamese Court' (सयामी दरबारात इंग्लिश गव्हर्नेस) आणि 'The Romance in Heram' (दुसरा जनानखान्यातली अद्भुतता). याखेरीज ८० वर्षांपूर्वीच्या राजवाड्याच्या भिंतींआड दडलेल्या अनेक हृदयंगम घटनांचा मागोवा घेण्यासाठी तिने जुन्या सयामी नोंदी, कागदपत्र इत्यादींचा फार कष्ट घेऊन अभ्यास केला. योगायोगाने किंवा मार्गारेटच्या सुदैवाने म्हणा, ॲनाची नात मिसेस लॅन्डनला कॅनडात भेटली आणि तिने तिच्याजवळ असलेली तिच्या आजीची पत्रे आणि इतर साहित्य मिसेस लॅन्डनच्या स्वाधीन केले.

काही अंशी संक्षिप्त केलेल्या या पुस्तकात 'ॲना ॲन्ड द किंग ऑफ सयाम' यामध्ये ॲनाचे राजाबरोबर झालेले झगडे, वाद तसेच पुन्हा झालेल्या तडजोडी तसेच येथील जनानखान्यातील स्त्रियांचे तणावपूर्ण जीवन, दु:खदायक घटना आणि विनोद अशा विविध गोष्टींचे आशयाला धक्का न लागू देता दर्शन घडवण्याचा फार काळजीपूर्वक प्रयत्न करण्यात आलेला आहे.

– एल्सी वेल

अनुवादकाचे मनोगत

'ॲना ॲन्ड द किंग ऑफ सयाम' हे पुस्तक मी जेव्हा वाचायला सुरुवात केली, तेव्हा आपण काहीतरी अद्भुत वाचत आहोत, असे मला वाटले. इतक्या जुन्या काळातल्या म्हणजे जवळजवळ दीडशे वर्षांपूर्वीच्या कालखंडातल्या या हकिकतीने मला वेगळ्याच विश्वात गेल्याचा अनुभव झाला. ॲना लिऑनओवेन्सची संस्कृती पाश्चात्त्य, सुधारलेली आणि स्त्रियांना बरोबरीचे स्थान देणारी, तर दुसरी सयाम देशाची अतिशय बुरसटलेली, जनानखान्यांची, गुलामांची आणि त्या प्रथांमध्येच धन्यता मानणारी. अशा या देशात ॲनाला जुळवून घेणे फार जड जात होते. पण स्वत:च्या अडचणीच्या स्थितीने तिला तेथे आणले गेले होते, स्वत: त्रास सोसून इतरांचे कष्ट दूर करण्याच्या मनाच्या वृत्तीला, ऊर्मीला परिस्थिती थांबवू शकत नव्हती. ॲनाच्या या उदार अंत:करणाचा, स्वत:वरचा अन्याय सोसून, दुसऱ्यांवर होणारे अन्याय दूर करण्याची खटपट करण्याच्या तिच्या वृत्तीचा, ज्ञानाचा केवळ राजा आणि राजपुत्रांवरच प्रभाव पडला असे नाही, तर तेथील जनताही ॲनाच्या पश्चात तिचा अतिशय आदर, सन्मान करत होती, तिची ऋणाईत राहू इच्छित होती. हे सर्व वाचताना मला अतिशय विलक्षण वाटले. ॲनाच्या शिकवणीच्या प्रभावामुळेच सयाममधील काही अतिशय वाईट चालीरीतींना कायमची तिलांजली मिळाली, ही गोष्ट जगातल्या सर्व शिक्षकांचा सन्मान करणारी गोष्ट आहे. तसेच व्यक्तीच्या मनातल्या संपूर्ण जगाबद्दलच्या कारुण्यभावनेचा हा विजय आहे, असे मला वाटते.

दुसरी मला अतिशय स्पष्टपणे जाणवलेली गोष्ट म्हणजे सयामी (आताच्या थायलंडच्या) संस्कृतीवर असलेला प्राचीन भारतीय संस्कृतीचा आणि संस्कृत भाषेचा प्रभाव. मी स्वत: संस्कृतची प्राध्यापिका असल्याने ठायी-ठायी विखुरलेले; परंतु त्यांना अपभ्रष्ट रूप आलेले संस्कृत शब्द मला आढळून आले. उदा. सयामच्या राजाचे नाव – 'मॉंगकुत'. हे नाव 'मान्यकृत' या संस्कृत शब्दाशी जवळीक आणि साधर्म्य दाखवते. भाषेच्या सुलभीकरणाच्या नियमानुसार, 'मान्यकृत'चे 'मॉंगकुत' हे रूप होणे सहज शक्य आहे. तसेच राजपुत्राचे नाव 'चूला लॉंग कोर्ण'. चूला – चूडा म्हणजे शेंडी. आपल्या भारतीय भाषांमध्ये ही 'ळ'चा 'ड' किंवा 'ड'चा 'ळ' होतो. जळगावकडले अनेक लोक 'जळगाव'ऐवजी 'जडगाव' असे म्हणतात.

तसेच ‘मनू’ची मुलगी ‘इळा’ किंवा ‘इडा’ म्हटली जाते. ‘ळ’चा ‘ल’ तर होतोच होतो. त्यामुळे ज्याची चूडा (शेंडी) कानापर्यंत लांब आहे, तो ‘चूला लाँग कोर्ण’ किंवा ‘चूडा लंब कर्ण’. तसेच सयाम ब्रह्मदेशातून वाहणाऱ्या ‘इरावाडी’ या उच्चाराच्या नदीला आपण ‘इरावती’ म्हणून ओळखतो. या पुस्तकातून आपल्याला सयामी संस्कृतीचे दर्शन होते. त्यांच्या राम, कृष्ण या देवता आहेत. या देवतांचे ‘गोवर्धन’सारखे उत्सव आणि इतर अनेक उत्सव आपल्या उत्सवांप्रमाणेच होतात. आपल्या संस्कृतीतील ‘दशावतारां’ची कल्पनापण त्यांच्या धार्मिक ग्रंथामध्ये आहे.

या स्पष्टपणे दिसून येणाऱ्या साधर्म्याचे कारण म्हणजे, फार पूर्वीच्या काळात तेथे वैदिक धर्माचे प्राबल्य होते. त्यानंतर बौद्ध धर्माच्या उदय आणि प्रसारानंतर हा धर्म सर्व ईशान्य आणि आग्नेय आशियात म्हणजे चीन, जपान, ब्रह्मदेश, थायलंड, इंडोनेशिया, लंका इ. अनेक देशांत पसरला. जनतेचा धर्म बौद्धच होता. त्यामुळे राजपुत्र चूला लाँग कोर्णाच्या यौवराज्याभिषेकासाठी बौद्ध भिक्षू आणि वैदिक ब्राह्मणही आलेले होत. आपल्याकडे ज्याप्रमाणे अभिषेक ‘गंगेच यमुने चैव...’ म्हणून केला जातो त्याप्रमाणेच राजपुत्राला अनेक भारतीय आणि सयामी नद्यांच्या जलाने अभिषेक केला गेला होता, हे आपल्याला वाचल्यावर कळते.

दोन विभिन्न देशातल्या या दोन भिन्न संस्कृतीतील अशी ही अनेक साम्यस्थळे आपल्याला या पुस्तकात आढळतात.

याखेरीज आणखी प्रकर्षाने आढळणारे आणखी एक साम्य म्हणजे भाषेतील शब्दांचे. सयामी भाषा भारतीय भाषांहून वेगळी असणारच आहे, पण तिच्यातील शब्दसंपदेवर, व्यक्तींच्या नावांवर संस्कृत भाषेचा प्रभाव स्पष्टपणे दिसून येतो. वर म्हटल्याप्रमाणे ज्या-ज्या ठिकाणी बौद्ध धर्माचा प्रसार झाला, त्या-त्या देशांत म्हणजे इंडोनेशिया, लंका, बाली बेटे इ. ठिकाणी बौद्ध धर्मापूर्वी हिंदू धर्माचा प्रसार झालेला होता. त्यामुळे तेथील देवता, संस्कृती यांवर हिंदू धर्माची छाप होती आणि नावेही भारतीय नावांप्रमाणेच होती. आजही इंडोनेशियाच्या अध्यक्षांच्या मुलीचे नाव पद्मावली किंवा फातिमावती (तेथे आज मुस्लीम धर्म असल्यामुळे) असे आहे. देवदेवतांच्या, व्यक्तींच्या मूळ संस्कृत नावांची रूपे पुढे बदलली, पण त्यातून मूळचे नाव आपल्याला ओळखता येते. उदा. नोरोडम हे नरोत्तम या शब्दाचे बदललेले रूप आहे, हे आपल्याला कळते. तसेच सुकार्णो – सुकर्ण, सुहार्तो – सुहर्ता, जोग जाकर्ता – योग्य कर्ता इत्यादी. जोग जाकर्तामध्ये ‘य’चा ‘ज’ झालेला आहे, जो बदल आपल्या येथील भाषांमध्येही पाहायला मिळतो. यमुना – जमुना, योगी – जोगी, करण्यायोग्य – करण्याजोगा इ.

अशा तऱ्हेची जी सयामी नावे आहेत, ती मूळची नावे कोणती असतील,याची कल्पना करून त्याची सूची पुढे दिली आहे.

सयामी नावे	**हिंदू नावे**
माँगकुत	मान्यकृत
चूला लाँग कोर्ण	चूडा लंब कर्ण
त्रय फूम लोक विनिचय	त्रय भूम लोक विनिश्चय
अयुथिया	अयोध्या
अमरीन्द्र विनिचय	अमरीन्द्र विनिश्चय (इंद्राचे प्रेक्षागृह)
दूसित महाप्रासात	दूषित महाप्रासाद
नाग हम	हम - हर्म्य (स्त्रियांची रहाण्याची जागा) (राणीवसा)
मान्दा	माता
चक्री राजा	चक्रवर्ती राजा
सोमदत्त फ्रा परमेन्द्र महामाँगकुत	सोमदत्त परा परमेन्द्र महामान्यकृत
सेनाबोदी	सेनापती
इरावाडी	इरावती
चन्थरा	चंद्रा
चन्थरा मंथन	मंथनातून (समुद्र मंथनातून) बाहेर आलेला चंद्र (अमृतप्राप्तीसाठी देव आणि दानवांनी केलेले समुद्रमंथन)
वित्सनु-नत-वित्सनु	विष्णुनत (विष्णुपुढे नत झालेला)
फ्रा अराहन	परा अर्हत् (अर्हत् – बुद्ध) श्रेष्ठ बुद्ध त्याच्या पदाशी

वाट राजप्रदित सहित महा सयाम राम – (सयाममध्ये राजाला राम म्हणतात.)
वाट राज प्रदिप्त महासयाम राम (महासयामचा राजा)

सोकन	जावळासारखा समारंभ
कंबोडियाचा राजा नोरोडम	राजा नरोत्तम

सयामी स्त्रियांची ओढणी घेण्याची पद्धत ही भारतीय बायकांच्या साडीचा पदर घेण्याच्या पद्धतीसारखी – डाव्या खांद्यावरून पदर मागे टाकून उजव्या खांद्यावरून पुढे घेणे अशी आहे.

– माणिक फाटक

अनुक्रमणिका

बँकॉक, १८६२

'चो फ्या' ही सयामी बोट त्या काळातली अत्याधुनिक बोट होती. ती सिंगापूर आणि बँकॉक यांच्या दरम्यान ये-जा करत असे. आता तिने चो फ्या नदीच्या मुखाशी असलेल्या वाळूच्या दांड्यापलीकडे नांगर टाकला होता. सर्कसचे खेळ करून दाखवणारा एक गट बोटीवर होता. सयामच्या राजाने त्यांना राजघराण्यातील लोकांसमोर खेळ करून दाखवण्यासाठी बोलावले होते. लोखंडी कठड्यावरून वाकून बघत ते या नव्या प्रदेशाचे दर्शन घेण्याचा प्रयत्न करत होते.

या रांगड्या आणि गावंढळपणे हसणाऱ्या लोकांपासून थोड्या दूर अंतरावर एक इंग्लिश स्त्री कठड्यावर रेलून उभी होती. उंच कॉलरचा आणि मनगटापर्यंत लांब बाह्यांचा जांभळट रंगाच्या मलमलचा फ्रॉक तिच्या अंगावर होता. ती शिडशिडीत आणि डौलदार बांध्याची दिसत होती. वाऱ्याच्या हलक्या झुळकेबरोबर तिचा पूर्ण लांबीचा स्कर्ट हेलकावत होता. गडद तपकिरी कुरळ्या केसांच्या महिरपीने तिच्या चेहऱ्यावर गोडवा आणला होता, मात्र त्यावर तिचं वाजवीपेक्षा जास्त लांब असलेलं नाक जास्तच उठून दिसत होतं. क्षितिजावर जी रेषा दिसत होती, तिच्यावर तिचे डोळे खिळले होते. तिचा न्यू फाउंडलँड कुत्रा तिच्याशेजारी शांतपणे उभा होता.

व्यवस्थित कपडे केलेला एक सहा वर्षांचा मुलगा डेकवर तिच्याशेजारी येऊन उभा राहिला. त्याच्या मागोमाग एक हिंदुस्थानी स्त्री येऊन उभी राहिली. मुलाचे केस तपकिरी व कुरळे होते. त्याचे तपकिरी डोळे उत्सुकतेने चमकत होते.

"मम्मा, मम्मा, आपण पोचलो का इथे?" अतिशय हर्षोल्हसित होत त्याने ओरडून विचारले. ती त्याच्याकडे वळून हसली अन् म्हणाली, "हो, लुई. आपण पोचलो. थोड्या वेळानं आपण बँकॉकमध्ये असू. बरोबर आहे ना, कॅप्टन ऑर्टन?" तिने तिच्या मुलाच्या मागे येऊन उभ्या राहिलेल्या अत्यंत टापटीप गणवेशातील तांबूस वर्णाच्या तरुणाला विचारले.

"भरती आली की आपण वाळूच्या दांड्यावरून पुढे जाऊ आणि आज रात्री तुम्ही जमिनीवर झोपाल," कॅप्टन तिला म्हणाला.

ही बातमी सांगायला लुई ओरडत धावत सर्कसमधल्या लोकांकडे गेला आणि

त्याचा इमानी कुत्रापण त्याच्यामागे गेला. ''बीबी त्याच्याबरोबर राहा,'' त्या स्त्रीने मलायन भाषेत तिच्या नोकराणीला सांगितले.

''बीबी आणि बेसी तुम्हा दोघांची खूप काळजी घेतात, नाही का?'' कॅप्टनने तिला विचारले.

''हो, ते फारच विश्वासू आहेत. माझ्या लग्नाअगोदरपासून बीबी आणि मुन्शी माझ्याबरोबरच आहेत. बीबी म्हातारी आहे; पण वेळ आली तर ती प्राणपणानं आमचं रक्षण करेल.''

कॅप्टन ऑर्टन क्षणभर काही न बोलता उभा राहिला. वाऱ्याच्या झुळकेने पुन्हा तिचे कुरळे केस हलले. ''मिसेस लिऑनओवेन्स, तुम्ही करताय ते काम पुरुषाचं आहे,'' तो हलक्या स्वरात म्हणाला. तिचे तांबूस कान जेमतेम त्याच्या खांद्यापर्यंत पोचत होते.

''एक मोलकरीण, एक कुत्री आणि एक वयस्क पर्शियन विद्वान, एवढं पुरेसं नाही. तुम्ही तिथे जाणं मला योग्य वाटत नाही. काही बायकांच्या बाबतीत ते चालू शकेल, पण तुमच्या बाबतीत ते नक्कीच योग्य नाही. माणसं तिकडे जातात आणि पुन्हा कधीही परत येत नाहीत.'' आर्जवी स्वरात बोलताना त्याचा तांबूस वर्ण आणखीच गडद झाला.

''हे सगळं मी बोलतोय, त्याबद्दल मला माफ करा, पण तिथलं वातावरण कसं असेल, याची तुम्हाला कल्पनापण करता येणार नाही.''

''पण तुम्ही हे विसरताय की वयाच्या पंधराव्या वर्षापासून मी इकडे पूर्वेत राहिलेय.''

''हो, पण ब्रिटिश वसाहतीत; जिथे तुमच्या संरक्षणासाठी ब्रिटिश सैनिक असतात. हे सयाम आहे.''

त्या स्त्रीने खालचा ओठ चावला; पण कॅप्टनकडे न बघता ती म्हणाली.

''पण आता मी परत जाऊ शकत नाही, मी माझा शब्द दिलाय.''

''तुम्ही परत जाणार नाही?''

''मी जाऊच शकत नाही.''

कॅप्टन पुन्हा थांबला, जरासा घुटमळला आणि त्याने त्याचे बोलणे पुढे रेटले.

''एक करा, मि. कॉबची आठवण ठेवा. ते सभ्यही आहेत आणि श्रीमंतही.''

तिचा चेहरा आणखी लाल झाला. ती काहीच न बोलल्यामुळे स्वत:चे बोलणे हलक्या; पण आग्रही आवाजात रेटत तो पुढे म्हणाला, ''आणि मीही आहे. कदाचित मी खूप प्रतिष्ठित नसेन आणि श्रीमंत तर नाहीच.''

हे बोलणे ऐकून ती त्याच्याकडे वळली. तिचे गडद तपकिरी डोळे अश्रूंनी भरून आले होते.

''कॅप्टन, तुम्ही स्वत:वर इतका अन्याय करू नका. माझ्या दृष्टीनं तुम्ही एक अतिशय सभ्य दयाळू सद्गृहस्थ आहात. ज्याच्यामुळेच माझा हा प्रवास सुसह्य झालाय. पण कृपा करून मला समजून घ्या. माझ्यासाठी फक्त एकच पुरुष अस्तित्वात होता – लिऑन आणि आता तो गेलाय. त्या जागी दुसरं कोणीही येणार नाही.''

ती लांबवर पाण्याकडे बघत होती. पण तिच्या नजरेत कशाचीही नोंद झाल्याचे भाव नव्हते.

''मिसेस लिऑनओवेन्स, अशा तऱ्हेनं स्वत:ला दडपून टाकण्याचं तुमचं वय नाही, तुम्ही अजून फार तरुण आहात.'' बोलताना त्याचा स्वर विनवणीचा होता. ''माझ्यावर विश्वास ठेवा, फक्त लुई, ॲव्हिस आणि तुम्ही. तुम्हा तिघांची काळजी घ्यायची माझी इच्छा आहे.''

''पण मी तुम्हाला तेवढंसुद्धा समाधान देऊ शकणार नाही. का ते मला माहीत नाही, पण माझ्याजवळ द्यायला काही उरलंच नाहीये.''

तिने नजर उचलून त्याच्याकडे पाहिले. दोघांची नजर एकमेकांवर खिळून राहिली. त्याने क्षणभर तिच्या डोळ्यात खोलवर पाहिले आणि वळून चालू लागला. जवळजवळ अर्ध्या डेकपर्यंत तो गेला आणि पुन्हा परतून आला.

''दर महिन्यास मी या बंदरावर येत असतो. तुम्हाला जर माझी काही मदत लागली, तर मी आणि माझी बोट तुमच्या सेवेला हजर असेल.'' एवढे बोलून उत्तरासाठी न थांबता तो निघून गेला.

■

वेल्स ते भारत

वेल्समधील कार्नरव्हॉन या ठिकाणी ५ नोव्हेंबर १८३४ रोजी तिचा जन्म झाला होता. थॉमस मॅक्सवेल क्रॉफर्ड पतिपत्नींच्या ॲना हॅरिएट या मुलीला ओळखणारे आता तेथे कोणीही नव्हते. पण तेथून अर्ध्या जगाइतक्या लांब असलेल्या, आशियातल्या एका सुंदर शहरात अजूनही तिची आठवण काढली जाते.

अरुंद रस्त्यांचे स्वच्छ गाव असलेले कार्नरव्हॉन, आयुष्याची सुरुवात करण्यासाठी फारच सुरेख जागा होती. मोठ्या रस्त्यांना छोट्या अरुंद गल्ल्या मिळत होत्या. पण सगळे रस्ते अतिशय स्वच्छ होते. समुद्रावरून वाहणारा ताजा वारा आणि त्या विशाल समुद्रावर क्षितिजावरून उगवणारी आणि क्षितिजापार नाहीशी होणारी जहाजे; उन्हाळ्यातल्या संध्याकाळी शहराच्या उत्तरेकडल्या चौपाटीवर हिंडणे आणि एजलसी हिल्सच्या मागे ढगांच्या रंगीबेरंगी स्वप्नभूमीत सूर्य मावळताना पाहणे फार सुखकारक असायचे.

गौरवशाली भूतकाळाची आठवण करून देणाऱ्या अनेक गोष्टी त्या भागात पसरलेल्या होत्या. छावण्यांचे अवशेष, गढ्या, किल्ले, क्रॉमलेक्स (cromlechs-पुराणैतिहासिक काळातील वर्तुळाकार दगडी रचना), मठ यांतून त्या खुणा दिसत होत्या. पूर्वी सतत होणाऱ्या हल्ल्यांपुढे ब्रिटनने अखेर या भागात माघार घेतली होती. वेल्सच्या या भागात रोमनांनी जरी खूप मोठा तोफखाना ठेवलेला असला तरी येथे या वेल्सभूमीवर त्यांना पूर्ण वर्चस्व कधीच स्थापन करता आले नव्हते. वेल्स लोकांची स्वातंत्र्याची भूक ते मारू शकले नव्हते आणि त्यानंतरची अनेक शतके इंग्लिश लोकही हे काम करू शकले नाहीत. या एल्फ आणि मर्लिनच्या भूमीत घालवलेल्या बालपणाची एक आठवण ॲना हॅरिएट क्रॉफर्ड अजूनही विसरली नव्हती. वनपऱ्या आणि जंगलातील आत्म्यांच्या नावाने ती झाडांना पत्रे अडकवून ठेवत असे आणि त्यांना छान-छान उत्तरे येत असत. या सगळ्यातून स्वातंत्र्याबद्दल अत्युत्कट प्रेम, गाढ धर्मश्रद्धा, धैर्य आणि अभिमानाची भावना हे सर्व ज्या तऱ्हेने ॲनाच्या मनात जोपासत राहिले त्यात काही नवल नव्हते आणि त्या मूल्यांनीही तिला कधी सोडले नाही.

ती फक्त सहा वर्षांची असताना तिचे आईवडील भारतात निघून गेले. भारतात स्वातंत्र्ययुद्धाला तोंड फुटल्यामुळे कॅप्टन क्रॉफर्ड आणि त्यांच्या रेजिमेंटला भारतात बोलावण्यात आले होते. त्यांचे एक नातेवाईक मुलींसाठी शाळा चालवत होते. त्यांच्याकडे सहा वर्षांच्या छोट्या ॲनाला त्यांनी ठेवले. परंतु काही महिन्यांतच म्हणजे ॲनाची सात वर्षे पूर्ण व्हायच्या आतच, एके दिवशी मिसेस वॉलपोलने तिला आपल्या उबदार बाहूंत घेतले आणि तिच्या वडिलांच्या मृत्यूची बातमी तिला हळुवारपणे सांगितली. मायदेशापासून हजारो मैल दूर देशात, राणीसाठी लढताना तिच्या वडिलांनी देह ठेवला होता.

१८४९ साली भारतातील सर्वांत छान आणि थंड नोव्हेंबर महिन्यात मुंबई बंदरात एक जहाज थडकले. पंधरा वर्षांची ॲना ही त्यातली एक प्रवासी होती. शाळेतून नुकतीच बाहेर पडलेली, ताजी, कोवळी ॲना आपल्या आईला भेटायला अतिशय उत्सुक होती. तिच्या आईने पुन्हा लग्न केले होते.

पहाटेच्या धुक्यातून सूर्य हळूहळू बाहेर पडत होता. ही मुलगी उत्सुकतेने आणि आश्चर्याने आपल्या केबिनच्या खिडकीतून बाहेर पाहत होती. ती लहान चणीची; पण देखणी अन् नाजूक मुलगी होती. तिचे डोळे आणि केसही तपकिरी होते. तिच्या कुरळ्या लाटालाटांच्या केसांचा मधोमध भांग पाडलेला होता.

बोट जशी धक्क्याला लागली तसे ॲनाचे डोळे अधीरपणे आईला शोधू लागले. इतक्या वर्षांनंतर आपण आपल्या आईला ओळखू शकू की नाही, या कल्पनेने ती मनातून थोडीफार घाबरलेली दिसत होती, पण तिची आई थोडे वाढलेले वय आणि फिकटपणा वगळता होती तशीच होती. बोटीच्या धक्क्यावरून त्या घोडागाडीत बसल्या आणि निघाल्या. ॲना गाडीच्या खिडकीतून बाहेर डोकावून प्रत्येक नवे अद्‌भुत दृश्य नजरेत साठवत होती. काही आठवडे मुंबईत त्यांच्या ओळखीच्या मित्रांकडे राहून मग पुढे पुण्याला जाऊ, असे तिच्या आईने तिला सांगितले. तिचे सावत्र वडील पुण्याला पी.डब्ल्यू.डी. खात्यात मोठ्या हुद्द्यावर होते. पुण्यात काही महत्त्वाची सरकारी बांधकामे चालू होती. त्यांच्यावर देखरेख करण्यासाठी त्यांना पुण्यातच राहावे लागणार होते. पण या दरम्यान मुंबई जितकी पाहून घेता येईल तितकी पाहून घ्यायची, असे तिच्या आईने ठरवले होते.

या वास्तव्यात, कार्नरव्हॉनच्या साध्या आयुष्यातून इकडे आलेल्या या तरुण इंग्लिश मुलीवर एका घटनेने फार मोठा परिणाम केला. एका श्रीमंत विधवेने दिलेल्या डिनर पार्टीला त्या गेल्या होत्या.

आलेल्या पाहुण्यांनी ॲना हॅरिएटचे फारसे लक्ष वेधून घेतले नव्हते, पण राणीच्या सेवेत जे भारतीय नोकर होते, त्यांनी तिचे लक्ष वेधून घेतले. जेवणाच्या वेळी ते इतक्या हलक्या पावलांनी इकडेतिकडे वावरत होते की, त्यांच्या पावलांचा

आवाजही येत नव्हता. पाहुण्यांना ते वाढत होते, मद्य देत होते, प्लेट्स ठेवत होते, उचलत होते, पण कशाचाही अजिबात आवाज होत नव्हता. सगळ्या कामात परिपूर्णता आणि सहजता होती. अतिशय नियोजनबद्ध पद्धतीने ते काम करत होते. जे नोकर त्या वेळी टेबलांजवळ नव्हते, ते आपली पाळी येईपर्यंत दरवाजाशी किंवा खांबांजवळ हाताची घडी घालून शांतपणे वाट बघत उभे होते. त्यांचे चमकणारे डोळे सोडले, तर ते ब्राँझचे पुतळे तर नाहीत ना अशीच शंका यावी.

जेवणाच्या वेळचा मुख्य विषय ब्रिटिश साम्राज्यविस्तार हाच होता. ॲना त्या शब्दांच्या समुद्रात तरंगत होती. ती फक्त ऐकत होती, बोलत काहीच नव्हती. ती गप्प होती याचे कुणालाच काही विशेष वाटले नाही, कारण तिच्याकडून तेच अपेक्षित होते. पण ती बाह्यात्कारी जरी शांत वाटत असली तरी तिच्या डोक्यात वादळ घोंघावत होते. ब्रिटिश अधिकाऱ्यांचे चेहरे मद्यामुळे लाल झालेले होते. ब्रिटिशांनी भारतावर प्रस्थापित केलेल्या वर्चस्वाबद्दल ते अभिमानाने बोलत होते, आणि तिला नवल वाटत होते. ब्रिटिश मोहिमा, धोरण आणि विजय यांच्याबद्दल बोलताना ते भारतीयांचा अतिशय तिरस्काराने उल्लेख करत होते. इथल्या एकेकाला त्याची जागा दाखवून देण्याबद्दल त्यांच्या गप्पा चालू होत्या. 'त्यांची जागा?' हे ऐकताना ॲनाला मनातल्या मनात आश्चर्य तर वाटत होतेच; पण तिला फार अस्वस्थदेखील वाटत होते. 'त्यांच्याच देशात, त्यांची कोणती जागा असेल?' तिच्या मनात विचार येत होते. त्यांचे हसणे, फुशारक्या आणि वांशिकदृष्ट्या आपणच श्रेष्ठ आहोत ही त्यांच्या बोलण्यातून जाणवणारी उर्मट खात्रीची भावना या सर्व गोष्टींनी त्या वेल्समधल्या तरुण मुलीच्या मनावर एक कडवट ठसा उमटवला.

अचानक ते उत्तम जेवण, खिडकीतून पाझरणारे झऱ्याचे झुळझुळ संगीत, टेबलांभोवतालची रंगीबेरंगी वर्दळ यांबद्दल तिच्या मनात एक तिरस्काराची भावना उसळली. काळोखात उभे असलेले; काही अशुभ घडणार आहे, असे सूचित करणारे ते काळे लोक आणि टेबलाभोवती बसलेल्या गोऱ्या लोकांच्या चेहऱ्यावरचा प्रत्येक भाव, प्रत्येक हालचाल काळजीपूर्वक टिपत असलेले, यांत्रिकपणे हालचाल करणारे हे लोक मनात काय विचार करत असतील? त्यांच्या या प्राचीन भूमीवर कब्जा करणाऱ्या या गोऱ्या लोकांचा ते तिरस्कार, द्वेष करत असतील का? गप्प बसलेली काळी माणसेही खरी हाडामांसाची, भावना असलेली माणसे आहेत, असा विचार तिच्याशिवाय तिथला कोणताही माणूस करत नव्हता. सर्व पाहुण्यांच्या दृष्टीने ती सगळी दगडी किंवा लाकडी कळसूत्री बाहुल्या होत्या. जिवंत मनुष्य म्हणून त्यांच्या लेखी त्यांना काही अस्तित्वच नव्हते.

त्या दिवसापासून ती भारत आणि भारतातले इंग्रज यांच्याबद्दल जास्तच विचार करू लागली. तिच्या देशबांधवांचे या मातीशी काहीच नाते नव्हते. रंग, आकार या

सर्व गोष्टींत ते येथील गोष्टींहून वेगळे होते. तरीपण ते इथे कसे आत्मसंतुष्टपणे सत्ता प्रस्थापित करू पाहत आहेत, हे जसे तिला दिसू लागले, तसा तिचा सुरुवातीचा आनंद हळूहळू कमी व्हायला लागला.

याच दिवसांत तिचे स्वत:चे स्वतंत्र बौद्धिक विचार विकसित होऊ लागले. एक अस्पष्ट विचार तिच्या मनाला सतत अस्वस्थ करत होता आणि हळूहळू तो निश्चित आकार घेत होता – माणसाचा वंश, रंग काही असो किंवा तो स्त्री किंवा पुरुष कोणीही असो, त्याला काही हक्क निश्चितपणाने मिळालेले आहेत, जे नाहीसे करता येणार नाहीत आणि इतर माणसांना त्या हक्कांची पायमल्ली करण्याचा कोणताही अधिकार नाही. भारतात जो स्वातंत्र्यसंग्राम झाला, त्याच्या कित्येक वर्षांनंतर तिने 'आमच्या देशाला मिळालेले ते योग्य प्रत्युत्तर होते' या शब्दांत समर्थन केले होते. मुंबईत काही महिने घालवल्यानंतर ॲना आपल्या आईवडिलांबरोबर पुण्याला गेली. पुणे ही तेव्हाच्या एका मोठ्या भारतीय साम्राज्याची राजधानी होती.

मुंबईमधल्या तिच्या अगदी थोडक्या वास्तव्यात तिच्या दृष्टीने अतिशय महत्त्वाच्या अशा दोन गोष्टी घडल्या. पहिली आणि अतिशय महत्त्वाची गोष्ट म्हणजे मुंबईत भेटलेल्या एका तरुण ब्रिटिश ऑफिसरच्या ती प्रेमात पडली होती. तिच्या दृष्टीने त्याला अतिशय महत्त्वाचे स्थान प्राप्त झालेले होते. मेजर थॉमस लुई लिऑनओवेन्स हा कमिशनरच्या ऑफिसमधला एक अधिकारी होता. ॲना थोडी मोठी झाल्यावर त्यांनी लग्न करायचे, असे त्या दोघांनी निश्चित ठरवून टाकले होते.

दुसरी गोष्ट म्हणजे तिला तिचे सावत्र वडील अजिबात आवडले नव्हते. प्रवासाच्या पहिल्या दिवसापासून तिचा त्यांच्याबद्दलचा तिरस्कार वाढतच गेला. घरगुती बाबतीत ते कर्दनकाळ होते. मेजर लिऑनओवेन्सबरोबरची तिची मैत्री त्यांना मान्य होणे शक्य नव्हते, कारण नोकरीव्यतिरिक्त त्याच्या हातात इतर काहीच नव्हते. ॲनाच्या स्वतंत्र बाण्यामुळे तिची मेजरबरोबरची मैत्री गुप्त पत्रव्यवहाराद्वारे चालूच राहिली.

अखेरीस ॲनाच्या आईने तिचा हुकूमशहा प्रवृत्तीचा नवरा आणि स्वतंत्र बाण्याची स्वाभिमानी मुलगी यांच्यात समझोता घडवून आणला. रेव्हरंड जॉर्ज पर्सी बॅजर हे ईस्ट इंडिया कंपनीचे चॅपलेन होते. ते दोघे नवराबायको ॲनाच्या आईचे अतिशय जिवलग सुहृद होते. मि. बॅजर हे अरेबिक भाषेचे उत्तम जाणकार होते. त्या दोघा पतिपत्नींनी ॲनाला त्यांच्याबरोबर इजिप्त आणि पूर्वेकडील देशांच्या दौऱ्यावर यायचे निमंत्रण दिले. प्रवासाची अतिशय आवड असलेल्या ॲनासारख्या मुलीला हा अतिशय सुखद अन् अद्‌भुत अनुभव वाटला. त्याबरोबरच मि. बॅजरनी तिला शिकविण्याची जबाबदारीदेखील स्वीकारली. तिने त्यांच्याबरोबर अरबी भाषेचा अभ्यास सुरू केला. तिच्या पर्शियन भाषेच्या अभ्यासासाठी त्यांनी मुन्शी नावाचा एक शिक्षक

नेमला. मुन्शी आणि त्याची पत्नी मरियम बीबी हे पुढे फार वर्षे ॲनाबरोबर असणार होते.

मि. बॅजर यांच्याबरोबर काम करताना, त्यांनी सांगितल्याप्रमाणे टिपणे घेताना, त्यांनी काय पाहिले याचे स्पष्टीकरण त्यांच्याकडून ऐकताना ॲना हॅरिएटसमोर एक वेगळीच दुनिया उलगडली गेली. आजपर्यंत अशी दुनिया कुठे अस्तित्वात आहे, याची तिला कल्पनाही नव्हती. निरीक्षण कसे करावे, शब्दांनी न सुचवलेला अर्थ निरीक्षण व अनुभवातून कसा जाणून घ्यावा, घटनांचे विश्लेषण कसे करावे आणि गंभीर विषयाच्या अभ्यासातूनही आनंद कसा मिळवावा हे सर्व त्यांनी तिला शिकवले. त्या संवेदनक्षम मुलीच्या दृष्टीने हा अतिशय समृद्ध अनुभव होता. त्या वेळच्या शाळेत जे काही शिकवले जात होते, त्याहून खूपच समृद्ध. तिच्या या सगळ्या प्रवासात 'केवळ तिचाच' असलेल्या लिऑनला – मुंबईला ती सतत पत्रे लिहीत होती.

जवळजवळ एक वर्षानंतर ती जेव्हा पुण्याला परतली तेव्हा तिच्या मनाचा निश्चय झालेला होता.

१८५१मध्ये दोघेही गाजावाजा न करता विवाहबद्ध झाले. पुढे याबाबत आपल्या नातवंडांना ॲनाने लिहिले आहे, 'आमच्या या विवाहाला माझ्या सावत्र वडिलांनी असा काही विरोध केला की, तेव्हापासून आमचा एकमेकांशी सर्व पत्रव्यवहार थांबला.' सावत्र वडिलांच्या या प्रकाराने ती मनातून दुखावली होती. तिला आपल्या या सावत्र वडिलांबद्दल एवढा तिरस्कार वाटत होता की, तिने त्यांचे नाव कधीही आपल्या मुलांसमोर व नातवंडांसमोर घेतले नाही आणि त्यांना ते पुढे कधी कळलेही नाही.

तिचे नवे घर मलबार हिलवर होते. सगळ्या जगापासून अगदी दूर, एकटे. ही टेकडी मुंबई बेटाच्या दक्षिण टोकाला समुद्रात पुढे घुसलेली होती. तिचा माथा सुंदर घरांनी आच्छादलेला होता. त्यातली काही घरे तर राजवाड्यासारखी होती. तिच्या घरापासून अगदी जवळच नारळाची वने माथ्यापासून पायथ्यापर्यंत लाटांसारखी पसरलेली होती. हे एकाकी घर 'मॉर्गन्स फॉली' म्हणून ओळखले जात होते. या घराच्या मालकाचे काही कारणाने दिवाळे निघाले होते. तो दहा वर्षांपूर्वी दरिद्री अवस्थेत इंग्लंडला परतला होता. तेव्हापासून आतापर्यंत ते रिकामेच पडले होते. या घरात मेजर लिऑनओवेन्स आपल्या नववधूला घेऊन राहायला गेला.

या घराच्या मूळ मालकाला पक्ष्यांबद्दल फार प्रेम होते. म्हणून त्याने हे घर असे बांधले होते की, जेथे अनेक पक्ष्यांना निवास करता येईल. त्याची आठवण म्हणून या नवविवाहित जोडप्याने या घराला 'पक्षी निवास' (द ॲव्हिअरी) असे नाव दिले. घर दुमजली होते. खालचा मजला दगडी खांबांचा होता. त्यांच्याभोवती पर्शियन

गुलाब आणि बौद्ध शैलीतील कमळाच्या नक्षीची सुंदर मोकळी लोखंडी जाळी लावलेली होती. वरचा मजला उत्तम पॉलिश केलेल्या सागवानी लाकडांचा होता. चारही बाजूंनी नक्षीदार लाकडी जाळीची बाल्कनी होती. घराच्या पूर्व टोकाला एक मनोरा होता. या मनोऱ्यावरून विस्तीर्ण असा रम्य देखावा दिसत असे. मुंबई बेटावरून अन्य कुठल्याही ठिकाणावरून असा देखावा दिसणे शक्य नव्हते.

मनोऱ्यावरील खोली ही या तरुण जोडप्याची बसण्याची आवडती जागा होती. एक टेबल, बऱ्याच वेताच्या आणि इतर खुर्च्या, दोन सोफे, जमिनीवर एक पर्शियन गालिचा एवढेच सामान तिथे ठेवलेले होते. चिलटे आणि माश्या यांना रोखण्यासाठी प्रत्येक दरवाजा आणि खिडकीवर जाळी बसवलेली होती. त्याखेरीज कुठेही पडदे किंवा गालिचे नव्हते. खालची जमीन आणि भिंती यांना सौम्य रंग दिलेला होता.

या साध्यासुध्या घराची निगा राखण्यासाठी मात्र तेथे नोकरांची पलटण होती. पण त्यातला कोणीही स्वत:चे काम सोडून दुसरे एकही काम करत नसे. यांपैकी काही नोकरांची संख्या कमी करावी असे ॲनाला सारखे वाटायचे. पण ती जेव्हा असे काही सुचवायची तेव्हा हा दस्तूर आहे, रिवाज आहे, असे म्हणून ते सगळे मिळून तिची सूचना धुडकावून लावत आणि सगळ्याच्या सगळ्या जणांना कामावर ठेवायला तिला भाग पाडत.

मेजर लिऑनओवेन्सला कामानिमित्त खूप फिरायला लागायचे. त्यामुळे हे तरुण जोडपे भारतातील जवळजवळ सर्वच शहरे एकापाठोपाठ एक असे फिरून आले. परंतु जेव्हा निवांत असत तेव्हा ते मुंबईतीलच विविध ठिकाणे बघून त्यांचा अभ्यास करायचे. मुंबईत पाहण्यासारखे तर फार होते. त्याला काही अंत नव्हता. आयुष्य नुसते भरगच्च होते.

■

राजाचे पत्र

पहिल्या मुलाच्या वेळेला ॲनाचे दिवस भरत आले होते तेव्हा तिने पुण्याला आपल्या आईजवळ जावे, असे दोघांनी ठरवले. लिऑन तिला पोचवायला पुण्याला आला होता, परंतु अपत्य जन्माला येईपर्यंत तो तेथे थांबू शकला नाही.

पण जन्माला आल्यानंतर काही महिन्यांतच त्यांची 'छोटी पुसी' आणि तिच्यापाठोपाठ ॲनाची आईही हे जग सोडून गेली. या दोन धक्क्यांनी ॲना पूर्णपणे खचून गेली, तिने अंथरूण धरले. एक दिवस डॉक्टरांनी गंभीरपणे सांगितले की, तिला जर हवापालट झाला नाही तर तिची जगण्यावाचण्याची शक्यता कमी आहे. ॲना पांढरीफटक पडली होती. अशक्त तर इतकी झाली होती की, ती काही हालचाल न करता एकाच ठिकाणी पडून राहायची. लिऑनने रजेसाठी अर्ज केला होता, मात्र सरकारी फायली नेहमीप्रमाणेच अगदी संथपणे हलत होत्या. बऱ्याच महिन्यांनी लिऑनची रजा मंजूर झाली, मात्र त्या वेळेपर्यंत ॲनाची प्रकृती सुधारली होती.

'ॲलिनी' जहाजावरून ते इंग्लंडला निघाले. जहाजावरच्या बऱ्याच महिन्यांच्या प्रवासाने तिची प्रकृती आणखी सुधारेल असे त्यांना वाटत होते. पण 'केप ऑफ गुड होप'ला पोचण्यापूर्वीच त्यांची बोट एका खडकावर आपटून फुटली. दुसऱ्या एका जहाजाने त्यांना वाचवले. त्याच जहाजाने ते न्यू साउथ वेल्सला पोचले.

तिथपर्यंत ॲना आणि लिऑनला दुसरे अपत्य जन्माला येण्याची चाहूल लागली होती. ॲनाला अजून अशक्तपणा होताच, त्यामुळे त्यांनी अपत्य जन्माला येईपर्यंत ऑस्ट्रेलियात राहावे, असे ठरवले. काही दिवसांतच दुसरे अपत्य या जगात आले, परंतु ते काही तासांपुरतेच. हेही अपत्य गेल्यानंतर ॲना हताश, निराश होऊन पुन्हा मूळ स्थितीत गेली. तिची जगण्याचीही इच्छा संपून गेली. लिऑनने इंग्लंडला जाण्यासाठी लगेच पुढच्या बोटीचे तिकीट काढले. या सर्व प्रवासात तो तिची अतिशय प्रेमाने आणि अविश्रांत काळजी घेत होता. १८५३च्या अखेरीस ते पुन्हा इंग्लंडमध्ये स्थायिक झाले.

पुढे ते लंडनमध्ये तीन वर्षे राहिले. त्या दरम्यान त्यांना दोन मुले झाली. २५

ऑक्टोबर १८५४ला ॲव्हिस ॲनी क्रॉफर्ड कॉनिबीअरचा जन्म झाला. तिच्यानंतर बरोबर एक वर्षाने तिच्या दुसऱ्या मुलाचा लुई थॉमस गनिसचाही जन्म झाला. योग्य हवामानामुळे असेल किंवा अधिक चांगल्या वैद्यकीय मदतीमुळे असेल, पण ही दोन्ही मुले जोमाने वाढू लागली. ॲनाची तब्येत पुन्हा चांगलीच सुधारली अन् ती अधिकच सुंदर दिसू लागली. चेहऱ्यावर तेज चढले. रंग उजळला आणि तिच्या तपकिरी केसांची कुरळी वलये चेहऱ्याभोवती मोहकपणे डुलू लागली.

१८५६मध्ये लिऑनला सिंगापूरला हजर होण्याचे पत्र मिळाले. १८५७च्या उन्हाळ्यात ते सिंगापूरला असतानाच इकडे भारतात स्वातंत्र्यसंग्राम सुरू झाला. मेरठला युद्धाला तोंड फुटले. कलकत्त्याहून येणाऱ्या प्रत्येक वर्तमानपत्रात युद्धाच्या निराशाजनक बातम्या असायच्या. लिऑनचे भारतातील अनेक वरिष्ठ अधिकारी या युद्धात मारले गेले. मरण पावलेल्यांच्या यादीत त्यांच्या अनेक परिचितांची, नातलगांची नावे होती. या दु:खाने ॲना व्याकूळ झाली होती, तरीपण एकच विचार वारंवार तिच्या मनात यायचा की, ब्रिटिशांनी जर बळजबरीने भारत तिथल्या लोकांकडून हिसकावून घेतला आहे, तर आता ब्रिटिशांना जी वागणूक मिळते आहे, त्याबद्दल त्यांना भारतीयांना दोष देता येणार नाही.

पण तो संग्राम दडपला गेला आणि व्हिक्टोरिया राणीचा जाहीरनामा जाहीर होऊन भारतीय राज्य राणीकडे सोपवले गेले. तोपर्यंत ॲनाने केवळ मित्र आणि नातेवाईकच गमावले होते असे नाही, तर संपत्तीही गमावली होती. भारतातील बँका एकापाठोपाठ एक दिवाळखोरीत निघत होत्या आणि ती कफल्लक झाली होती. लिऑनचा पगार फारसा नव्हता, परंतु आता त्या सर्वांना त्या उत्पन्नातच भागवावे लागणार होते.

एका वर्षातच तिच्या दुर्दैवाने तिच्यावर आणखी एक आघात केला. लिऑन आणि त्याच्या काही सहकारी मित्रांनी वाघाच्या शिकारीला जायचे ठरवले. उन्हाळ्याचे दिवस असल्यामुळे त्यांनी शिकारीला जाऊ नये म्हणून ॲना त्यांना विनवत होती. पण सगळी तयारी झालेली होती. लिऑन तिला चिडवत होता की, बहुतेक ती एक दिवस त्याचा पाळीव प्राणी बनवून त्याला घरात बसवून ठेवील. दुसऱ्या दिवशी संध्याकाळपर्यंत परत यायचे त्याने कबूल केले.

वाघाचा पाठलाग करत-करत ते सगळे जण खूप दूर गेले. सर्व आवरून निघेपर्यंत दुपार झाली. बायकोला दिलेला शब्द पाळायचा, तर लिऑनला दुपारच्या रखरखीत उन्हातून निघायला लागणार होते. इतरांनी त्याला संध्याकाळपर्यंत थांबण्याची विनंती केली; पण तो फक्त हसला. ज्यांना उन्हातान्हात हिंडायची सवय झाली आहे, त्यांना आणखी थोड्या जास्त उन्हाने काय होणार? तो दिलेल्या वेळी घरी पोचला खरा! पण घरात घुसताक्षणी बेशुद्ध होऊन तो बायकोच्या पायांशी कोसळला.

रात्रभर ती त्याच्याजवळ गुडघे टेकून बसून प्रार्थना करत होती. डॉक्टरांनी सगळे संपले आहे असे सांगितल्यावरही तिची प्रार्थना चालूच होती. सकाळ झाली पण लिऑनची काही हालचाल नव्हती. अखेरीस ते क्रूर सत्य तिला मान्य करावे लागलेच.

दु:खाच्या भाराखाली तिची सर्व विचारशक्ती लुप्त झाल्यासारखे तिला वाटत होते. 'हे आता फार झालं, अति झालं,' ती स्वत:शी पुटपुटायची. वडील गेले, आई गेली, स्वत:ची दोन मुले, मित्र, नातेवाईक, संपत्ती आणि आता नवरा! सगळे सगळे गेले. जर जगणे इतके वाईट असेल, तर जगायचे तरी कशासाठी? इंग्लंडमधले कार्नरव्हॉनचे घरदार, पैसाअडका यातले सगळे काही तिच्या सावत्र वडिलांनी काबीज केले होते. तिच्याजवळ आता काहीच उरले नव्हते.

नाही, पण हे बरोबर नव्हते. तिच्याजवळ पाच वर्षांची ॲव्हिस आणि चार वर्षांचा लुई हे दोघे जण होते. अतिशय काळजी घेणारी आणि विश्वासू अशी मरियम बीबी आणि मुन्शी होते. या दोघांनी तिच्या दु:खाने भ्रमिष्ट झालेल्या या दिवसांत तिची फार काळजी घेतली. पण दु:खभाराने ती जर दगावली किंवा वेडी झाली तर मुलांची काळजी कोण घेईल? लिऑनच्या मुलांसाठी तरी तिने स्वत:ला संभाळणे गरजेचे होते.

आपल्याला पैसा मिळवण्यासाठी धडपड करावी लागेल, अशी तिने कल्पनाही केली नव्हती. सुदैवाने तिला चांगले शिक्षण मिळाले होते. त्यामुळे इतर स्नेह्यांच्या आग्रहावरून तिने अधिकाऱ्यांच्या मुलांसाठी शाळा सुरू केली. तिच्यात कुठलाही उत्साह उरला नव्हता, तरीदेखील तिने आपले आयुष्य पुन्हा मूळपदावर आणण्याचा प्रयत्न सुरू केला.

प्रत्येक जण तिच्याशी सहानुभूतिदर्शक वागत असे. फ्रान्सिस डी. कॉब हे अमेरिकन गृहस्थ तिचे शेजारी होते. ते बोस्टनहून आले होते. त्यांचे एक फुफ्फुस क्षयामुळे निकामी झाले होते आणि डॉक्टरांच्या सांगण्यावरून हवापालट करण्यासाठी ते सिंगापूरला आले होते. अन् विशेष म्हणजे त्यांची प्रकृती आश्चर्यकारकरीत्या सुधारली होती. सिंगापूरमधल्याच एका वयस्कर व्यक्तीच्या भागीदारीत ते एक्स्पोर्टचा व्यवसाय करीत होते. लिऑन हयात असतानाही त्यांची या तरुण जोडप्याबरोबर मैत्री होती. त्यांनी त्या दोघांना इमर्सनच्या निबंधांची एक प्रत वाचायला दिली होती. लिऑनच्या मृत्यूनंतर अनेक दिवस ॲनाला त्यांचाच खूप आधार वाटत असे. अनेकदा संध्याकाळी ते तिच्याकडे गप्पा मारायला येत. तिच्याकडे येताना ते अमेरिकेहून आलेले एखादे नवे पुस्तक घेऊन येत. त्यामुळेच तिची लाँगफेलो, व्हिटिअर, हॅथॉर्न आणि हॅरिएट बीचर यांच्या साहित्याशी ओळख झाली होती. अनेकदा ते विल्यम लॉइड गॅरिसन आणि अमेरिकेतील गुलामगिरीविरुद्धच्या वाढत्या

लोकभावनेबद्दल बोलत असत. त्यांनी तिला अब्राहम लिंकनबद्दल सांगितले. इलिनॉइसमधल्या या ओढलेल्या चेहऱ्याच्या, पण विलक्षण माणसाबद्दल त्यांच्या मनात अपार श्रद्धा होती आणि त्यामुळे ॲनापण तिच्या नकळत गुलामगिरी नष्ट झालीच पाहिजे या विचारांची होत गेली.

तिचा दिवसभरातला बराचसा वेळ शाळा आणि मुलांचा संभाळ यात खर्च होत असे. मात्र लिऑनच्या मृत्यूला एक वर्ष झाले तरी अंत:करणाच्या गाभ्यात दु:ख ठसठसत असायचेच. दु:खाची धार वरकरणी बोथट झालेली दिसत असली तरी ती जे काही बोले, जे काही करत असे त्याच्या तळाशी दु:खभावनाच रुजलेली असायची. दिवसेंदिवस मुलांच्या भवितव्याचा विचार तिच्या मनाला अधिकच व्यापत चालला होता. दोन्ही मुलांचे स्वभाव दोन टोकांचे होते. ॲव्हिस मृदू व प्रेमळ स्वभावाची होती, तर लुई एखाद्या सूर्यकिरणासारखा किंवा पाऱ्यासारखा चंचल होता.

तिची सगळ्यांत मोठी काळजी आर्थिक विवंचना ही होती. कारण शाळा चालवूनही आर्थिकदृष्ट्या काही फायदा किंवा उत्पन्न मिळतच नव्हते. तिथले ब्रिटिश अधिकारी आनंदाने त्यांची मुले तिच्या शाळेत घालायचे, मात्र अनेकदा ते फी द्यायला सहजपणे विसरून जायचे. त्यामुळे कुटुंब-खर्च भागवण्यासाठी काय करावे, हा विचार तिच्या मनाला सतावू लागला.

या बाबतीत तिने काही करण्यापूर्वीच तिच्या या शाळेने सिंगापूरच्या सयामी वकिलातीचे लक्ष वेधून घेतले होते. कारण या वकिलातीला त्यांच्या सयामच्या राजाकडून राजघराण्यातील मुलांसाठी इंग्लिश गव्हर्नेस शोधण्याची आज्ञा मिळाली होती. काही प्रारंभिक बोलणी झाल्यानंतर ॲनाला खुद्द सयामच्या राजाने स्वत: लिहिलेले पत्र मिळाले –

इंग्लिश इरा, १८६२ – २६ फेब्रुवारी
ग्रँड रॉयल पॅलेस – बँकॉक

प्रति,
मिसेस ए.एच. लिऑनओवेन्स

मॅडम, आमच्या राजघराण्यातल्या मुलांना शिकवण्यास आपण अनुमती दर्शविल्यामुळे आम्हाला विशेष संतोष होत आहे. तुमच्या पद्धतीचे शिक्षण आम्हाला आणि आमच्या मुलांना (ज्यांना इंग्लिश लोक 'अंधार भूमीचे रहिवासी' म्हणतात अशांना) देत असताना, तुम्ही त्यांना इंग्रजी भाषा,

विज्ञान, साहित्य यांचा उत्तम परिचय करून द्याल, पण त्याचा उपयोग त्यांना खिश्चन बनवण्यासाठी करणार नाही, अशी अपेक्षा आहे. कारण हे सर्व जण बौद्ध धर्माचे अनुयायी आहेत आणि त्यांनाही खिश्चनांप्रमाणेच सत्य आणि शाश्वत मूल्ये यांची चांगल्या प्रकारे जाणीव आहे. ते नव्या धर्माचे ज्ञान मिळवण्याऐवजी इंग्रजी साहित्य आणि भाषा यांचे ज्ञान मिळवण्यासाठी इच्छुक आहेत.

आम्हाला आणि आमच्या मुलांना नवे ज्ञान देण्यासाठी आमच्या राजवाड्यात येण्याचे निमंत्रण आम्ही आपणास देत आहोत. 'चो फ्या' या सयामी बोटीबरोबर आपण इथे याल अशी आमची अपेक्षा आहे.

या बाबतीत आम्ही श्री. विल्यम ॲडमसन यांना लिहिलेलेच आहे. तसेच सिंगापूरच्या वकिलातीलाही तुम्ही इथे येण्यासाठी तुमच्या व आमच्या दृष्टीने योग्य ती तजवीज करावी, म्हणून लिहिले आहे.

यावर आपण निश्चित विश्वास ठेवावा.

आपला विश्वासू,
एस. एस. पी. पी. महा मॉंगकुत

■

नव्या भूमीवरची पहिली रात्र

दुपारच्या पहिल्या प्रहरी 'चो फ्या' जहाजाने अतिशय संथपणे; परंतु पूर्णतः सुरक्षित असा प्रवास सुरू झाला. डेकवर टेबले लावलेली होती. प्रवासी तेथे बसून गप्पा मारत जेवत होते. दोन्ही बाजूंच्या सतेज हिरव्यागार काठांमधून नदीचे तांबूस करडे पाणी वळणे घेत-घेत वाहत होते. माकडे या फांद्यांवरून त्या फांद्यांवर उड्या मारत होती. हिरव्या झाडोऱ्यातून मध्येच पाखरे उडत होती, किलबिलत होती.

अर्ध्या तासाच्या प्रवासानंतर एका छोट्या दरिद्री दिसणाऱ्या शहराजवळ जहाजाने पुन्हा नांगर टाकला आणि जहाजाचा कॅप्टन खाली उतरून तिथल्या नगराध्यक्षाला आणि जकात अधिकाऱ्याला अहवाल द्यायला गेला.

जेव्हा 'चो फ्या' जहाजाने पुन्हा पुढचा प्रवास सुरू केला तेव्हा ही इंग्लिश स्त्री आणि तिचा मुलगा कठड्याला टेकून उभे होते. जहाज जसजसे शहराजवळ यायला लागले तसतशी माडाच्या झावळ्यांनी शाकारलेली अधिकाधिक घरे दिसू लागली. तसेच मोठमोठ्या इमारतींची पिरॅमिडसारख्या पॅगोडांची शिखरेही दुरून दिसू लागली. जेव्हा इंग्लिश धाटणीच्या घराचे पहिले छप्पर त्यांच्या नजरेला पडले, तोपर्यंत सूर्य जवळजवळ मावळलेला होता. थोड्या वेळाने दोन घरांच्या शेजारी दाट पालवीच्या झाडांमध्ये उभे असलेले चॅपेलही (ख्रिस्ती देवालय) दिसले. पांढऱ्याशुभ्र चॅपेलच्या खिडक्या हिरव्या होत्या. ते निश्चितपणे अमेरिकन मिशनऱ्यांचे आवार होते. चॅपेलच्या वरती झाडे डुलत होती. एकूण देखावा एखाद्या टुमदार घरासारखा मनाला शांती देणारा होता. ते दृश्य त्या इंग्लिश स्त्रीला फार भावले. समोरून झगमगती रात्र, अंधार आणि ज्या ठिकाणी ती निघाली होती, त्या नव्या भूमीचे गूढ पुढे पुढे येत होते. एक अनाकलनीय भय तिच्या मनात दाटून आले. आपण आपल्या सिंगापूरमधल्या मित्रमंडळींचे मत ऐकायला हवे होते, असे तिला क्षणभर वाटून गेले.

पुढचा अर्धा तास जहाज अंधारात पुढे जात राहिले. पुढच्या बाजूला काही लढाऊ जहाजांचे सांगाडे सडत पडले होते. या लढाऊ जहाजांच्या सांगाड्यांजवळ त्याने नांगर टाकला. नदीच्या थोडे पुढे ॲनाला एक अंधूकशी लांबलचक पांढरी भिंत दिसत होती आणि तिच्यावरून राजवाड्याच्या छपरांचे मजल्यावर मजले दिसत

होते. ते पाहताना तिचे मन विचारात गुंतले होते. आता तीही येथे पोचली होती आणि समोर तो राजवाडा – जिथे तिचे काम सुरू होणार होते, ते आज रात्री तिला तेथे येऊ देतील का? ब्रिटिश दूतावासामधील कोणी तिला आज भेटेल का?

सर्कशीतले लोक निघाले होते. सामान खाली उतरवले जात होते. पण अजूनही सयामी सरकार किंवा ब्रिटिश दूतावास यांच्यापैकी कुणाकडूनच ॲनाला उतरवून घ्यायला कोणी आले नव्हते. तिला आता भ्यायल्यासारखे, एकाकी आणि निराशाजनक वाटू लागले आणि अचानक वाढत्या अंधारातून तिला एक सुंदर लांब नाव बोटीकडे येताना दिसली. ती ड्रॅगनप्रमाणे कोरलेली होती. डेकवर एक छोटीशी मुलामा दिलेली केबिन होती आणि तिच्या गालिच्यावर उशीच्या साहाय्याने रेललेला एक सयामी अधिकारी दिसत होता.

ती लांबलचक नाव जहाजाजवळ लागली तशी तो अधिकारी डुलत्या 'चो फ्या'वर चढला. त्याच्या चेहऱ्यावर बेफिकिरीचा भाव होता. एक लांबलचक लाल रेशमी कपडा त्याने कमरेभोवती लुंगीसारखा गुंडाळला होता. पण तो घोट्याच्या वर होता. या व्यतिरिक्त त्याच्या अंगावर कोणताही कपडा नव्हता. मशालीच्या उजेडात त्याचे तपकिरी रंगाचे शरीर चमकत होते. त्याच्या पाठोपाठ दहा-बारा नोकरही डेकवर चढले आणि कोपरे, गुडघे पोटाशी घेऊन बेडकांसारखे तेथे पसरले. जहाजावरचे इतर आशियाई लोकही सूचना दिल्यासारखे तसेच तेथे पसरले. फक्त ही इंग्लिश स्त्री, तिची हिंदुस्थानी आया आणि दाढीवाला पारशी मुन्शी हे एवढेच जण उभे होते. घाबरलेला मुन्शी इतरांबद्दल तुच्छभाव असलेल्या त्या लुंगीवाल्या माणसाकडे बघून काहीतरी प्रार्थना पुटपुटायला लागला आणि प्रत्येक कडव्याच्या शेवटी 'परमेश्वरा हे काय चाललं आहे?' असे म्हणत होता.

ॲना शांतपणे तेथे उभी राहून वाट पाहत होती. तो अधिकारीही तितक्याच शांतपणे वाट पाहत उभा होता. मागच्या अंधारातून कॅप्टन ऑर्टन पुढे आला.

"मिसेस लिऑनओवेन्स, मी 'हिज एक्सलन्सी चो फ्या श्री सुरीयवाँग' सयाम राज्याचे पंतप्रधान यांच्याशी आपली ओळख करून देतो. युअर एक्सलन्सी, या मिसेस लिऑनओवेन्स."

ॲनानेही किंचित शिष्टपणानेच मान वाकवून त्यांना अभिवादन केले. मशालींच्या प्रकाशात पंतप्रधानांचा ठाम, रेखीव चेहरा झळकत होता. जरी त्यांचे अर्धे शरीर उघडे होते, तरी त्यांच्या शरीरावर दर्जा दाखवणारी एकही खूण वा पदक नव्हते, तरी ॲनाला ताबडतोब हे जाणवले की, राजघराण्याशी संबंधित असणारी व्यक्ती आपोआप दुसऱ्याच्या मनात आदर, दरारा निर्माण करतेच.

त्याने एका सेवकाला खूण केली. एखादे कुत्रे आपल्या रागावलेल्या मालकाजवळ ज्याप्रमाणे दबकत जाते, त्याप्रमाणे तो गुडघ्यावर सरकत पुढे आला. पंतप्रधान

काही अनाकलनीय शब्द भराभर बोलले, तसा तो मनुष्य ॲनाकडे बघून तिच्याशी इंग्रजीत बोलू लागला.

"राजघराण्यातल्या मुलांना शिकवण्यासाठी आलेल्या त्या तुम्हीच का?"

ॲना किंचित मान तुकवून म्हणाली, "हो, ती मीच!"

"तुमची कोणी मित्रमंडळी बँकॉकमध्ये आहेत का?"

"नाही, मी बँकॉकमध्ये कुणालाच ओळखत नाही."

त्यानंतर सयामी भाषेत भराभर शब्दांची काही देवाणघेवाण झाली. ॲनाला हे माहीत नव्हते की, तिचे अतिशय बारकाइने निरीक्षण करणाऱ्या त्या काळ्याभोर अहंकारी डोळ्यांच्या माणसाला ती काय म्हणते आहे, ते व्यवस्थित समजत आहे की नाही, पण त्याच्या चेहऱ्यावर उद्धटपणाखेरीज कोणताच भाव नव्हता. दुभाष्याने तिला पुन्हा विचारले,

"तुम्ही आता काय कराल? रात्री कुठे झोपाल?"

तिच्या चेहऱ्यावरच्या रेषा आवेगाने हलल्या, "मला माहीत नाही." अगदी निश्चयपूर्वक आवाज स्थिर ठेवून तिने उत्तर दिले. "मी तर इथे नवखी आहे. पण महाराजांच्या पत्रावरून माझी अशी कल्पना झाली होती की, मी इथे पोचल्याबरोबर माझी लगेच राहण्याची व्यवस्था होईल आणि आम्ही अमुक वेळेस इथे पोचू, असेही त्यांना कळवले होते."

तो दुभाष्या आणि त्याचा मालक दोघेही बेमुर्वतखोरपणे तिचे निरीक्षण करत होते. मग प्रधान काहीतरी बोलले, त्याचे दुभाष्याने लगेच भाषांतर करून सांगितले, "महाराज काही प्रत्येक गोष्ट लक्षात ठेवतील असे नाही. तुम्हाला जिथे योग्य वाटेल, तिथे तुम्ही जा." हे सांगताना त्याचा स्वर अगदी कोरडा, भावनाशून्य होता.

प्रधान परत फिरून बोटीवरून खाली उतरायला लागले. त्यांचे नोकर आणि गुलामदेखील त्यांच्या पाठोपाठ चालू लागले. ड्रॅगनच्या आकाराची नाव मशालींच्या हलत्या उजेडात काही काळ चमकत नंतर वल्ह्यांसकट दिसेनाशी झाली.

स्वागताच्या या असंवेदनशील पद्धतीमुळे सुन्न होऊन ॲना तेथेच उभी होती. "मी काय म्हणत होतो, ते तुम्हाला आता समजलं का?" कॅप्टन ऑर्टनने विचारले. "या अशा माणसांकडून तुम्ही कोणत्या सहानुभूतीची अपेक्षा करणार?"

ॲना काहीच बोलू शकली नाही. "तुम्हाला इथे थांबायचं असेल तर थांबा, पण आम्ही रात्रभर सामान उतरवणार. कदाचित बोटीवरची चिनी माणसं आणि तो धूर यांनी तुम्हाला नकोसं होईल," कॅप्टन तिला जिव्हाळ्याच्या स्वरात म्हणाले.

"आभारी आहे मी तुमची," ती खोल आवाजात म्हणाली.

कॅप्टन वळून चालू लागले आणि पुन्हा माघारी आले

"आणि मी तुम्हाला दुसरं जे काही सांगितलं, ते आहेच!"

ब्लँकेट, उश्या वगैरे आणून लुईसाठी डेकवर अंथरूण-पांघरूण तयार झाले. ॲना अंधारात आपल्या मुलाशेजारी बसून होती. ती आतून खूप घाबरलेली होती, पण ती ते कबूल करू शकत नव्हती. तिच्या स्वत:च्याच इच्छेमुळे ती आणि तिचा मुलगा या अवस्थेत सापडले होते. तिच्या स्नेह्यांपैकी कुणालाही तिचा हा निर्णय आवडलेला नव्हता. पण ती आणखी काय करू शकणार होती? फार तर फ्रान्सिस कॉब किंवा जॉर्ज ऑर्टन यांच्यापैकी कुणाशीतरी लग्न! 'लिऑन, लिऑन' तिचे शुष्क ओठ पुटपुटत होते. दु:खाने ती मनोमन व्याकूळ झाली होती. "नाही, मला हे शक्य नाही," हुंदक्यांनी तिचे शरीर गदगदत होते. ती रडू आवरू शकत नव्हती.

कॅप्टन डेकवर फेऱ्या घालत होता आणि हलक्या आवाजात शिव्याशाप देत होता. मध्येच तो त्या झोपलेल्या मुलाकडे आणि डोके खाली घालून बसलेल्या त्या स्त्रीकडे पाहत होता. तेवढ्यात जहाजाचा कर्णकर्कश भोंगा वाजला आणि इंजिनातून भक्कन धुराचा एक लोट चांदण्या झाकोळून टाकत बाहेर पडला. मजुरांचे बोलणे रात्रीच्या विचित्र कावकावीसारखे वाटत होते. असा एक तास गेला.

एक बोट 'चो फ्या'कडे आलेली दिसत होती. 'कॅप्टन ऑर्टन' अशी मोठ्या आनंदी आवाजातली हाक त्यांनी ऐकली. सुटकेचा नि:श्वास सोडून कॅप्टन पुढे गेला आणि भुऱ्या केसांचा हसरा, लालबुंद गोल चेहऱ्याचा एक इंग्लिश मनुष्य डेकवर उडी मारून पुढे आला.

"दूतावासातून तुम्ही काही निरोप आणलाय का?" कॅप्टनने विचारले.

"सर रॉबर्टकडून? नाही, ते उन्हाळ्यामुळे बाहेर गेलेले आहेत. तुम्हाला भेटावं म्हणून मी आलो."

पाच-दहा मिनिटांत पुढचे सगळे ठरवले गेले.

"बंदरप्रमुख (हार्बर मास्टर) कॅप्टन बुश यांना राजा मिसेस लिऑनओवेन्सबाबत काही निरोप पाठवेपर्यंत ते तिच्याकडे लक्ष देतील. त्यांच्याकडे एक जास्तीची खोली आहे. साधी आहे पण स्वच्छ आहे."

"हो, हो तुम्ही म्हणाल तसं... नक्कीच. मला आनंदच वाटतोय."

अर्धवट झोपेतला लुई, बीबी आणि मुन्शी, न्यू फाउंडलँड कुत्री – बेसी, पेट्या, ट्रंका आणि अखेरीस ॲना, सगळे जण एकदाचे कॅप्टन बुशबरोबर नावेत बसले. कॅप्टन ऑर्टनने हात हलवून निरोप दिला. धक्क्यावर सामान उतरवण्याचा जो प्रचंड कलकलाट चालला होता, त्यावर आवाज चढवून शुभेच्छांची देवाणघेवाण झाली. चार जण वल्ही मारत होते. ती छोटी नाव झपाट्याने अंधारात नदीतून पाणी कापत पुढे जाऊ लागली. 'चो फ्या'ची सौहार्दपूर्ण आणि ओळखीची बाजू मागे पडली.

वल्ही लयीत चालू होती. स्वप्नरम्य देखाव्यातून नाव पुढे सरकत होती. आजूबाजूला अतिशय उंच आणि भव्य अशी जहाजे, सुरेखपणे कोरलेल्या निमुळत्या

लांबलचक नावा आणि होड्या सतत इकडून तिकडे जा-ये करत होत्या. या सगळ्या हालचालींच्या तळाशी पाण्याचा कर्णमधुर वाटणारा चुळुक चुळुक आवाज येत होता, त्या आवाजाने ॲनाला फार बरे वाटत होते. तिच्या निराश मनावर तो आवाज एखाद्या साध्या औषधाने आराम पडावा असा सुखकर वाटत होता. जहाजाच्या चक्रांची गडगड नाही, घंटा-साखळ्यांची खडखड नाही, इंजिनाच्या कर्णकटू किंकाळ्या नाहीत. फक्त होते सुंदर होड्या आणि नदीचे संगीत.

"हं, आणखी एक गोष्ट..." नवा इंग्लिश मित्र तिला सांगायला लागला, "मॅडम, तुम्हाला माझ्याबरोबर नाटकाला यावं लागेल, कारण माझी बायको आणि मुलगे तिथे गेलेले आहेत आणि घराची किल्ली तिच्याजवळ आहे."

"नाटकाला?"

"हो, पण घाबरायचं काहीच कारण नाही, कारण हा काही थिएटरमधला खेळ नाहीय. एक फ्रेंच मनुष्य पंधरा दिवसांपूर्वी सिंगापूरहून आलाय. तो इथे फार चांगले खेळ करून दाखवतोय. इथे आम्हालाही करमणुकीचं काहीच साधन नसतं. त्यामुळे रोजचा कंटाळा घालवण्यासाठी हा शो इथे आलेला पाहून आम्हाला बरंच वाटलं. राजकुमार 'वाँगसा'च्या दहुराजवाड्याच्या मैदानावर हा खेळ आहे. मी तुमची त्याच्याशी अर्थात ओळख करून देईनच. तो राजाचा धाकटा भाऊ आहे, चांगला माणूस आहे."

तिने काहीच उत्तर दिले नाही. हे ऐकून तिला निश्चितच आनंद झालेला नव्हता. थोड्याच वेळापूर्वी राजघराण्याशी संबंधित एका सयामी व्यक्तीने तिचे मानसिक संतुलन पार बिघडवून टाकले होते.

त्या संथ पाण्यात आणखी काही वल्ही मारली गेली आणि नाव धक्क्याला लागली. लाकडी धक्क्याच्या दोन्ही बाजूला दिवे टांगलेले होते. कॅप्टन बुशने तिला चढण्यासाठी हात पुढे केला. लुईला खांद्यावर टाकून ती धडपडत वर चढली. तिथे चटईवर काहीतरी आकृती पसरलेली दिसत होती. त्या दिव्यांच्या मंद प्रकाशात ते अस्वल आहे की काय असे वाटून ती घाबरलीच होती. पण त्या ढिगाऱ्याजवळ पोचल्यावर तो विचित्र ढीग हलला आणि त्यातून एक गलेलठ्ठ मानवी हात पुढे आला.

"हिज हायनेस राजकुमार वाँगसा," कॅप्टन बुशने नेमक्या शब्दात त्या माणसाची ओळख करून दिली. सयामी भाषेतले ते विचित्र शब्द तो अगदी सहजपणे उच्चारत होता. "या मिसेस लिऑनओवेन्स, नव्या गव्हर्नेस, युअर हायनेस." एका मऊ हाताने ॲनाचा हात आपल्या हातात घेतला आणि त्या व्यक्तीचा तिचे स्वागत करणारा आवाजही काही वाईट नाहीये, असे ॲनाला जाणवले. जवळच कोणीतरी शांतपणे उभे होते. मशालींच्या हलत्या प्रकाशात तिला पुन्हा प्रधानाचा तोच

उपरोधिक हास्य असलेला चेहरा दिसला. ओठांच्या एका कोपऱ्यात पाइप होता आणि तिच्या भयभीत चेहऱ्याकडे पाहून त्याच्या मनाला वाटणारा सुप्त आनंद त्याच्या डोळे व चेहऱ्यावरून दिसत होता.

तिचे शब्द एकदम गोठून गेले आणि ती फारच अस्वस्थ झाली. कॅप्टन बुश एका अगदी अरुंद दारातून आत शिरला आणि त्याच्यापाठोपाठ तीपण घाईघाईने गेली. आजूबाजूच्या गर्दीचा उबदारपणा अंगाला जाणवत होता. स्टेजसमोर जरा उंचावर काही आसने मांडलेली होती. सन्मान्य, सभ्य वाटणारे बरेचसे चिनी लोक एका बाजूला बसलेले होते. ॲना आणि कॅप्टन बुश यांच्या बाजूला विदेशी स्त्री-पुरुष बसले होते. ते तिच्याकडे कुतूहलाने पाहत होते. दुसऱ्या एका बाजूला उभारलेल्या आसनांसमोर सोनेरी फुलांचे भरतकाम केलेले किनखाबाचे पडदे लावलेले होते. त्यावर काही सयामी स्त्रिया लोडांना टेकून बसल्या होत्या. त्यांचे हसणे, बडबड आणि हातवारे चालू होते. त्या स्त्रियांच्या आवतीभोवती त्यांची मुले होती. त्या मुलांच्या अंगावर रंगीबेरंगी रेशमी कपडे आणि सोन्याचे दागिने झळकत होते. त्यांचे हसणे-खिदळणे, एकमेकांना वाकुल्या दाखवणे चालूच होते. प्रत्येक कानाकोपऱ्यातून दाटीवाटीने बसलेल्या माणसांची डोकी दिसत होती. त्यातील प्रत्येकाच्या डोक्यावर कडक काळ्या ब्रशप्रमाणे मधोमध केसांचे झुबके होते.

स्टेजवर एक जादूगार आला. तो एक लहान चणीचा चलाख फ्रेंच गृहस्थ होता आणि तो स्वत:ची कला अतिशय सफाईदारपणे दाखवत होता. त्याची कला पाहून प्रेक्षक खूश झाले होते. त्यांची प्रशंसा करणारी कुजबुज ऐकू येत होती. मधूनच किनखाबाच्या पडद्याआडून चीत्कार ऐकू येत होते.

ॲना पहिल्या रांगेत बसली होती. लहानशा लुईला तिने जवळ घट्ट धरून ठेवले होते. त्याचे डोके तिच्या छातीवर टेकलेले होते. तो गाढ झोपला होता. शरीराने ती अतिशय थकली तर होतीच, पण मनानेही खचून गेली होती. ते नाटक पाहणे हे तिला तिच्या सहनशीलतेचा अंत पाहण्यासारखे वाटत होते. अखेरीस खेळ संपला. कॅप्टन बुश उठला. ॲना त्याच्या मागेच होती. त्या गोंधळाच्या वातावरणात तो बायकोला शोधू शकत नव्हता. ''पण ती निश्चितपणे आपल्या आधी घरी पोचली असेल,'' तो तिला म्हणाला.

ते होडीत चढत असताना त्यांच्याबरोबरच्या अनेक मशालींचा प्रकाश काळ्या, शांत पाण्यावर तरंगत होता. अर्ध्या तासाने ते एका छोट्या धक्क्याजवळ पोचले. एक थकलेला उदास घोळका खाली उतरला. अचानक एवढ्या सगळ्या पाहुण्यांना पाहून मिसेस बुश विचलित झाली नाही किंवा तिला फारसे आश्चर्य वाटल्याचेही दिसले नाही. तिने हसून त्यांचे स्वागत केले.

सहा मुलांच्या आईकडून अचानक चार पाहुण्यांचे मध्यरात्री स्वागत करण्याची

अपेक्षा करणे म्हणजे जरा जास्तच होते, हे ॲनाच्या लक्षात आले. ''अशा अवेळी तुम्ही आमचं स्वागत केलं हा तुमचा खरंच चांगुलपणा आहे,'' ॲना तिला मनापासून म्हणाली.

''नाही, त्यात विशेष काहीच नाही. उलट मला आनंदच झालाय,'' मिसेस बुश मोकळेपणाने म्हणाली. तिने आपले बाळ आयाच्या स्वाधीन केले आणि या सर्वांना घेऊन ती आत गेली. ॲना लुईला घेऊन तिच्याबरोबर एका खोलीत गेली. मिसेस बुशने दिवा लावला. खिडक्यांची तावदाने उघडली. खोलीत लोखंडी पलंगावर गादी घातलेली होती. तिच्यावर पांढरी स्वच्छ चादर, पांढरा स्वच्छ लोड आणि स्वच्छ मच्छरदाणी लावलेली होती. मग तिने मागच्या व्हरांड्यात मुन्शी आणि बीबीला चटया देऊन त्यांची व्यवस्था लावली. बेसीने दरवाजाजवळची जागा पकडली.

नावाड्याने ट्रंका आणि पेट्या वर आणल्या. ॲनाने रात्रीच्या सामानासाठी एक ट्रंक काढून घेतली. लुईचे कपडे बदलून त्याला पुन्हा झोपवले. तरीही त्याला जाग आली नाही. दिवसभराची दृश्ये एकत्र मिसळून तिच्या डोळ्यांसमोरून तरळत होती. तिचे ज्या तऱ्हेने स्वागत झाले होते, त्यामुळे तिचा होता-नव्हता तो सगळा उत्साह नाहीसा झाला होता. तिच्या मित्रमंडळींना ज्या शंका वाटत होत्या, त्या खऱ्या झाल्या होत्या. ती अस्वस्थपणे सारखी कूस बदलत होती. शेवटी ती उठली आणि खिडकीपाशी जाऊन बसली. बाहेर तारे दिसत होते. त्या अनोळखी जगात तीच एक ओळखीची गोष्ट होती. तिने आपल्या हातावर डोके टेकवले आणि मनात प्रार्थना म्हणायला सुरुवात करताच झोपेने तिला घेरले. ती जागी झाली तेव्हा खिडकीतून पहाट आत सरकत असल्याचे तिला जाणवले.

■

क्रालाहोम

ॲना सकाळी लवकर जागी झाली होती. आदल्या रात्रीच्या गिधाडांच्या टोळीसारख्या आठवणींनी तिला अधिकच उदास झाल्यासारखे झाले. तिची हालचाल ऐकून लुईपण जागा झाला. त्याच्या डोळ्यात उत्सुकता आणि नेमके प्रश्न होते. त्याचे हसणे लख्ख आणि आश्वासक होते. त्याच्या कोवळ्या सोनेरी तांबूस केसांत एकदम सूर्याचा एक किरण चमकून गेला.

''ममा, आपण इथे पोचलोपण! आणि राजवाडा कुठे आहे ममा? मला पाहायचाय तो! तो आपण आज पाहू शकू?''

तिने हसून त्याला खिडकीजवळ नेले.

''लुई, इथे गुडघे टेकून बस. आपण आता इथे या नवीन ठिकाणी आपली काळजी घेण्यासाठी आकाशातल्या देवाची प्रार्थना करू या.''

ते तयार होऊन बाहेर आले. मिसेस बुश त्यांना न्याहारीसाठी आत घेऊन गेली. टेबलक्लॉथ घातलेल्या टेबलावर फळे आणि चहा होता. ते सगळे जण खुर्चीत स्थानापन्न झाल्याबरोबर नोकरांनी गरमागरम भात आणि सूप आणले. गरम अन्न खायला फार बरे वाटत होते.

त्यांचे संपेपर्यंत कॅप्टन बुशपण आले. ''वा! वा! छान! कसे काय वाटतेय?'' त्यांनी उत्साहाने मनापासून विचारले. ''आजचा आता हा तुमचा दुसरा दिवस नाही का? कालच्यापेक्षा आज बरं वाटतंय की नाही? वाटणारच, वाटणारच! पण राजपुत्राने तुम्हाला चांगलंच घाबरवलं! नाही का?''

ॲना मलूलपणे हसली.

''खरं सांगायचं तर...'' कॅप्टन बुश ॲनाकडे वळून म्हणाले, ''राजपुत्र वाँगसा हा काही वाईट मनुष्य नाही. इथल्या सगळ्या परदेशीयांना तो आवडतो. अतिशय सुसंस्कृत, उदार स्वभावाचा म्हणून तो प्रसिद्ध आहे. काही दिवसांनी तुम्हाला तो अनुभव येईलच.''

''असेलही तसं...'' बोलताना ॲनाचा स्वर अनिश्चिततेचा होता. ''पण अंधारात तो मला अस्वलासारखा वाटला. पण मुख्य प्रश्न असा आहे की, मी आता पुढे

काय करायचं?"

"काय करायचं? काहीही करू नकोस." कॅप्टन बुश तिला म्हणाला. "हे सयाम आहे. इथे धावाधाव करून काहीही करायची जरूर नाही. तुला इथे आणण्यासाठी राजाने पैसा खर्च केलाय. योग्य वेळी तो तुला काय ते सांगेलच."

"पण राजाला तर मी कुठे आहे, हेपण माहीत नाही," तिने आक्षेप घेतला.

"अर्थातच, त्याला माहीत आहे. इथे घडणारी प्रत्येक गोष्ट त्याला माहीत असते. तुला प्रत्यक्ष राजाने भेटावे, उतरवून घ्यायला हवे, अशी तुझी निश्चित अपेक्षा नसेल, नाही का? योग्य वेळी क्रालाहोम तुला बोलावणे पाठवील."

"कोण? कोण मला बोलावणे पाठवेल?"

"क्रालाहोम. तू त्यांना ओळखतेसच. काल तुला जहाजावर भेटलेले इथले प्रधान. राज्यातील सर्वांत महत्त्वाचा मनुष्य. राज्यातील प्रत्येक जण त्यांना त्यांच्या अधिकारपदाच्या सयामी नावाने ओळखतो. तुझ्याबाबतचा निर्णय झाला की, ते तुला बोलावणे पाठवतीलच."

त्यांचे खाणे संपते न संपते तोच त्यांचे बोलणे खरे झाले. क्रालाहोमची नाव धक्क्याला लागली. दुभाष्याने तिला सांगितले की, तिने आपले सामानसुमान, नोकरांना वगैरे घेऊन ताबडतोब राजवाड्यात यायचे आहे.

"आता काही काळजी करू नकोस." कॅप्टनची बायको तिला खांद्यावर थोपटत म्हणाली, "सगळं काही व्यवस्थित होईल, फक्त थोडी वाट पाहा."

"तुम्ही माझ्यासाठी जे काही केलंत, त्याबद्दल मी आपली फार आभारी आहे," ॲना तिला म्हणाली.

"गुड बाय, देव तुमचं भलं करो," कॅप्टनने आपला गुबगुबीत लालबुंद हात हलवत निरोप दिला.

पंधरा मिनिटांतच क्रालाहोमची नौका नदी ओलांडून ओढ्याजवळ एका दगडी धक्क्याला लागली. सर्व जण जवळजवळ चालत होते. धक्का चढून ते एका फाटकाजवळ आले. फाटकातून आत शिरल्यावर मोकळे आवार होते. जमिनीवर मोठमोठे सपाट दगड घट्ट, व्यवस्थित बसवलेले होते. भीतिदायक दिसणारे मँडॅरिनचे दोन अश्वारूढ पुतळे प्रवेशद्वाराचे रक्षण करत होते. आणखी पुढे अंगावर चिलखते चढवलेल्या सैनिकांच्या दोन पुतळ्यांनी त्यांच्या मनात दहशत निर्माण केली. त्या पुतळ्यांजवळ दोन खरेखुरे रक्षक उभे होते. त्यांच्या अंगावर युरोपियन पेहराव होता. पण त्यांच्या पायात मात्र काहीही नव्हते.

डावीकडे मनोरंजनाच्या कार्यक्रमांसाठी बांधलेला मोठा मंडप होता आणि उजवीकडे क्रालाहोमचा राजवाडा. त्याचा दर्शनी भाग मोठा, अर्धवर्तुळाकृती होता.

हे सर्व पाहून ते सगळे जण अचंबित झाले होते. राजवाड्याच्या पायऱ्या चढून

ते वर आले. सगळीकडे गालिचे घातलेल्या त्या देखण्या बहुमजली भव्य महालांमधून ते सगळे जण दुभाष्याच्या पाठोपाठ पायाचा आवाज न करता चालत होते. खिडक्यांवर अतिशय श्रीमंती पडदे होते. छतांवर स्फटिकाची झुंबरे टांगलेली होती. विविध तऱ्हेच्या रंगीबेरंगी फुलांच्या सुवासाने सर्व दालने दरवळत होती. पण त्यामुळे ॲनाला थोडे गुदमरल्यासारखे व्हायला लागले. प्रत्येक भिंतीशी वेगवेगळी दुर्मीळ पुष्पपात्रे, रत्नजडित पेले, पेट्या, पुतळ्या अशा विविध तऱ्हेच्या पौर्वात्य आणि पाश्चिमात्य प्राचीन वस्तू ठेवलेल्या होत्या.

अखेरीस एका कैफियती मांडायच्या दालनासमोर दुभाष्या थांबला आणि त्याचबरोबर ही सारी वरातही थांबली. ॲनाच्या असे लक्षात आले की, कित्येक तरुण मुली छतापासून जमिनीपर्यंत टांगलेल्या मखमलीच्या पडद्यांआडून त्यांच्याकडे डोकावून पाहत होत्या. बाजूच्या खोलीत अनेक नोकर गुडघे वाकवून बसलेले होते.

अचानक पडदा बाजूला झाला आणि आदल्या रात्रीप्रमाणेच कमरेला फक्त लुंगीसारखे वस्त्र गुंडाळलेला क्रालाहोम त्यांच्यासमोर उभा असलेला त्यांना दिसला. ताबडतोब कुजबुज थांबली. अकारण भयाची एक लहर ॲनाच्या शरीरातून सरसरत गेली. तिने दातांवर दात घट्ट दाबले. ही व्यक्ती अतिशय सामर्थ्यवान दिसत होती आणि तो जे ठरवेल त्यानुसार तिचे भविष्य ठरणार होते. राजातर्फे तो निर्णय घेत होता, हे निश्चित कळत होते. तिला स्वत:ला सुस्पष्टपणे विचार करणेच अशक्य होऊन बसले. त्याच्या शरीराच्या वरच्या उघड्या भागाच्या दर्शनानेही ती अस्वस्थ झाली होती. इतकी वर्षे पूर्वेत काढल्यामुळे तिच्या अनुभवातून शरीरावर जाकीट न घालता स्त्रियांसमोर उघडे उभे राहणे हे त्यांच्याबद्दलचा अनादर दर्शवणारे असते, या अर्थाची तिच्या अंतर्मनाने जाणीव करून दिली. त्याचे तिच्यासमोर उघडे उभे राहणे हे ती आणि तिच्या कामाबद्दल त्याला वाटणारा अनादर दर्शवत होते. त्या एवढ्या मोठ्या दालनात एकही चेहरा मैत्री दर्शवणारा नव्हता. सगळ्या सयाममध्ये ज्याच्याकडे ती मदत मागू शकेल, असे कोणी नव्हते.

तिथून जोरात पळून जावे अशी जबरदस्त ऊर्मी तिच्या मनात निर्माण झाली. ती पळण्यासाठी वळली पण!... पण कुठे?

क्रालाहोमने शेकहँडसाठी तिच्यापुढे हात केला. "गुडमॉर्निंग सर," काळजीपूर्वक इंग्रजीत तो म्हणाला, "बसा सर."

त्याने पुढे केलेला हात तिने हातात घेतला. 'सर' या संबोधनावर तिला आपोआपच हसू आले. त्यातल्या विरोधाभासामुळे तिचे भय क्षणभर दूर झाले आणि पुन्हा मानसिक संतुलन परत आले.

"थँक यू." ती एका कोरीव नक्षीच्या लाकडी आसनावर ताठ बसली.

आपल्या अंगावरच्या अपुऱ्या कपड्यांमुळे ही इंग्लिश स्त्री संकोचली आहे,

याकडे त्या राजघराण्यातील पुरुषाचे लक्षही गेले नाही. खुशीने व उत्सुकतेने तिच्याकडे वळून तिच्या मुलाच्या डोक्यावर त्याने थोपटले आणि म्हणाला,

"बाळा, नाव काय तुझं?"

अशी विचारणा करताच लुई घाबरून ओरडला, "आई घरी चल, मला घरी जायचंय."

"लुई, गप्प हो. शांत बस. ही काही वागायची पद्धत नाही आणि राजकुमारांना तुझं नाव सांग." पण त्याला घाबरून तो जारजोराने रडू लागला. थोड्या वेळानंतर तो जेव्हा शांत झाला तेव्हा, ॲना बेडकावस्थेत बसलेल्या दुभाष्याला अस्वस्थपणे म्हणाली, "तुमच्या मालकांना माझ्यासाठी लवकर एखाद्या निवांत घराची किंवा जागेची व्यवस्था करण्याची विनंती राजाला करायला सांगाल का? माझं काम सुरू होण्यापूर्वी मला माझ्या सामानासुमानाची व्यवस्था लावता आली तर बरं होईल. राजवाड्याजवळ राहण्याची व्यवस्था करू, असं महाराजांनी मला कळवलं होतं. शाळेच्या आधी आणि शाळा संपल्यानंतर जिथे कुणाच्या वर्दळीचा त्रास होणार नाही, अशी जागा मला आवडेल."

जेव्हा तिची ही मागणी मोजक्या शब्दांत क्रालाहोमच्या कानावर घातली गेली, तेव्हा त्याच्या चेहऱ्यावर हसू उमटले आणि तिच्याकडे मिस्कील नजरेने बघत तो उभा राहिला. स्वातंत्र्याबद्दल तिच्या काही कल्पना आहेत, या विचारानेच त्याला गंमत वाटत होती. पण अचानक चेहऱ्यावरचे हसू जाऊन त्याच्या नजरेत चौकसपणा, धूर्तपणा, गोंधळ आणि आश्चर्य हे भाव दिसायला लागले. तिच्या चेहऱ्याचे, आकृतीचे बारकाईने निरीक्षण करून त्याने एकदम तिलाच प्रश्न केला, "तुझं लग्न झालेलं नाही?"

तिने किंचित मान लववून उत्तर दिले, "माझे पती वारले आहेत, महाराज."

"मग संध्याकाळी तुला कुठे जायचं असतं?"

"कुठे असं नेमकं काही नाही, महाराज," तिने दुखावून तुटक उत्तर दिले. "फक्त मला आणि माझ्या मुलाला थोडा खासगीपणा मिळावा आणि माझं काम संपल्यावर विश्रांती घ्यायला मला एकटेपणा मिळावा अशी माझी माफक अपेक्षा आहे."

"तुझे पती जाऊन किती वर्षं झाली?" त्याने पुन्हा विचारले. एकटेपणा हवा असण्यात तिचा काही वाईट हेतू तर नसेल, या शंकेने त्याने विचारले.

तिच्या चेहऱ्यावर एक रागाचा भाव सरकून गेला. त्या संतापाच्या झटक्याने मनात रेंगाळणारी भयाची भावना दडपली गेली. ती दुभाष्याकडे वळून त्याला म्हणाली, "तुझ्या महाराजांना सांग की, त्यांना माझ्या खासगी वैयक्तिक आयुष्याबाबत चौकशी करण्याचा काही अधिकार नाही. गव्हर्नेस म्हणून माझं जे काम असेल,

तेवढ्याच बाबतीत बोलण्याचा त्यांना अधिकार आहे. इतर गोष्टींबाबत मला काहीच चर्चा करायची नाहीय.''

जेव्हा दुभाष्याने हे भाषांतर करून सांगितले, तेव्हा ते ऐकताना क्रालाहोमच्या चेहऱ्यावर आश्चर्याचा भाव झळकला. मात्र आपण एवढे बेधडकपणे बोलायला नको होते असे ॲनाला वाटले. तरी त्यामुळे थोडा वेळ का होईना तिच्या मनाला एक कडवट समाधान लाभले होते. पौर्वात्य लोक संभाषणाची सुरुवात खासगी, वैयक्तिक प्रश्न विचारूनच करतात, ही गोष्ट ती रागाच्या भरात विसरून गेली होती. क्रालाहोमने खांदे उडवले. ''जशी तुझी मर्जी,'' तो म्हणाला.

त्याने पुन्हा फेऱ्या घालायला सुरुवात केली. पण तिच्या चेहऱ्यावरची नजर मात्र त्याने ढळू दिली नव्हती. जणूकाही ती जे काही लपवत होती, ते तो तिच्या चेहऱ्यावरून शोधून काढणार होता. अखेरीस मनाचे समाधान झाल्यावर त्याने आपल्या सेवकांना काहीतरी सांगितले. त्यातील पाच-सहा जण गालिच्यावर नजर खिळवून गुडघ्यावर रांगत पायऱ्यांपर्यंत गेले. त्यांनी खांदे आणि डोके झटकले, आणि आळोखेपिळोखे देत ते पटकन तेथून बाहेर पळाले. लुईपण घाबरून, बिचकून गेला आणि रडू लागला.

पुन्हा घशातल्या घशात काहीतरी तीक्ष्ण शब्द उच्चारले गेले आणि आणखी पाच-सहा आडवे असलेले गुलाम उठून बाहेर पळाले. क्रालाहोमच्या फेऱ्या चालूच होत्या. नजर त्या मायलेकांवर खिळलेली आणि सर्वदर्शी, सर्वज्ञानी बुद्धाच्या गूढ हास्याप्रमाणे चेहऱ्यावर गूढ हास्य. अशा रितीने ते जवळजवळ अर्धा तास बसले होते. अखेरीस लुईला हा ताण असह्य झाला आणि तो ॲनाचा स्कर्ट पकडून ओरडला, ''ममा, घरी चल, घरी चल. तू घरी का येत नाहीस?'' आणि हळू आवाजात, पण क्रालाहोमच्या कानापर्यंत पोचू शकेल अशा लहान आवाजात तो आईला म्हणाला, ''मला हा मनुष्य आवडत नाहीय.''

क्रालाहोम एकदम थांबला आणि आवाजात खोटा खुनशीपणा आणून म्हणाला, ''नाही, तुम्हाला जायला मिळणार नाही.''

त्या लहान मुलाला तो खिजवत होता. पण लुईने अतिशय भयभीत होऊन आईचा हात घट्ट पकडून तिच्या स्कर्टमध्ये तोंड लपवले. त्यामुळे त्याचा रडण्याचा आवाज दबला, पण थोड्या वेळाने पुन्हा त्याचे लक्ष क्रालाहोमकडे आकर्षित होऊन तो त्याच्याकडे भारल्यासारखा पाहायला लागला. पण लगेच शहारून त्याने तोंड लपवले. ॲनासुद्धा आपण जे काम हाती घेतले आहे, त्याच्या भीतिदायक कल्पनांमुळे मनोमन घाबरून गेलेली असली तरी बाह्यात्कारी अतिशय शांत दिसत होती. तिने त्याचे डोके थोपटत, काही तुटक-तुटक बोलत त्याला शांत केले.

मधल्या काळात प्रचंड वेळ निघून गेला आहे असे तिला वाटले. दुभाष्या पुन्हा

आला आणि दरवाजापासून सरपटत, एकेक कोपर पुढे सरकवत जवळ पोचून त्याने एखाद्या देवतेला नमन करावे त्याप्रमाणे स्वत:ला अगदी क:पदार्थ समजत धन्याला नमस्कार केला. दोघांत काही अनाकलनीय शब्दांची देवघेव झाली. क्रालाहोमने तिच्यासमोर किंचित मान वाकवली आणि वळून एका आरशामागे अदृश्य झाला. जे डोळे पडद्याआडून कुतूहलाने हे पाहत होते, ते पण अदृश्य झाले.

दुभाष्या उठून उभा राहिला आणि त्याने जांभई दिली. तसाच पुढे तोऱ्यात चालत जाऊन आरशासमोर उभे राहून स्वत:चे निरीक्षण करत त्याने आपले केस मूर्ख नखरेबाजपणे नीट केले. ते सगळे आटोपल्यावर तो ॲनासमोर येऊन उभा राहिला.

"हॅलो, गुडमॉर्निंग! काय? बरं आहे नं?" तिच्या चेहऱ्यावर नजर रोखून तो म्हणाला. "गुड मॉर्निंग," ती थंड स्वरात म्हणाली. "मला वाटलं की, तुम्ही नोकर आहात." तो दुखावल्यासारखा उभा राहिला. "मी क्रालाहोमचा दूधभाऊ आहे." त्याने लाल चावलेल्या नजरेने तिच्याकडे पाहिले आणि म्हणाला, "मला वाटतं की, तुम्ही माझ्याशी नीट वागलं पाहिजे."

ती उठून उभी राहिली. "तुम्ही जसे तुमच्या भावाचे पाय चाटता, तसे मी कोणत्याही माणसाला सांगत नाही आणि हे लक्षात ठेवा की, माझ्याशीही माझा योग्य मान ठेवूनच वागलं पाहिजे आणि तुम्ही माझ्याशी सलगी केलेली मला चालणार नाही."

"मी जे काय सांगेन, ते माझा भाऊ ऐकत असतो. चला, इकडून चला. तुमच्यासाठी राहण्याची जागा तयार झालेली आहे." त्याची नजर बोलताना खुनशी झाली होती.

लांबलचक सुंदर कॉरिडॉरमधून त्याच्यामागून ते सगळे जण चालू लागले. "माझे मित्र ते त्याचे मित्र; माझे शत्रू ते त्याचे शत्रू." लुच्चेपणाने हसत तो म्हणाला, "मी काही फार मागत नाही, पण मला वाटतं तुम्ही ते द्यालच."

पण ॲनाने त्याचे बोलणे ऐकून न ऐकल्यासारखे केले. ॲनाने पर्सकडे हातसुद्धा नेला नाही. त्यांच्यासाठी तयार केल्या गेलेल्या दोन विशाल दालनांकडे तो त्यांना घेऊन गेला. ती राजवाड्याच्या पश्चिम टोकाला होती. त्यांचे सामान, पेट्या, ट्रंका होडीतून काढून त्यांच्या आधीच तेथे पोचल्या होत्या आणि सगळे सामान भिंतीशी लावलेले होते. खोल्यांच्या दारासमोर शांत, मोकळे आवार होते. बहरलेल्या फळझाडांच्या सावल्या तेथे पसरलेल्या होत्या. त्यापुढे पुष्करणी होती, तिच्यात रंगीत मासे सोडलेले होते. त्यांच्यापाठोपाठ क्रालाहोमचा भाऊही आत शिरला. ॲना जशी दुसऱ्या खोलीत शिरली तसा तो तिला धक्का मारून पुढे घुसला आणि तिला चिकटून उभा राहिला. आतापर्यंत ताणलेली तिची सहनशक्ती त्याच्या

या उर्मट वर्तनामुळे पूर्ण संपली. तिने पाय आपटला. ओरडताना तिचा चेहरा लालबुंद झाला होता. खेकसून ती ओरडली, "नीच! चालता हो! नीच माणसा, इथून चालता हो आधी!"

दुसऱ्याच क्षणी त्या अर्ध्या उघड्या दरवाजात बसून त्याने अतिशय दीनवाणे होऊन तिचे पाय धरले. त्याच्या चेहऱ्यावर संताप, धूर्तपणा, उर्मटपणा या सगळ्या भावांची दाटी झाली होती. तिच्या शब्दांमुळे झालेला हा परिणाम ती आश्चर्याने स्तंभित होऊन पाहायला लागली. त्याने आपल्या भावाचे पाय जसे धरले होते, त्याच दीनवाणेपणे तिचे पाय धरले. "मेम, तुम्ही हे माझ्या भावाला सांगू नका. मी पुन्हा तुम्हाला त्रास देणार नाही, असं मी तुम्हाला वचन देतो. तुम्हीपण मला वचन द्या की, तुम्ही हे कुणाला सांगणार नाही म्हणून!"

याचा अर्थ तो दाखवत होता तशी सत्ता त्याच्या हातात नव्हती. त्याला लाच द्यायला आपण तयार झालो नाही, याबाबत ॲनाला बरे वाटले. स्वतःच्या मनातली त्याच्याबद्दलची किळस अजिबात न लपवता ती त्याला 'ठीक आहे' असे म्हणाली, पण पुढे तिने त्याला हेही सुनावले, "तू ताबडतोब इथून निघून जा." मनातला खदखदता राग अर्धवट लपवत मागे पाहत तो पसार झाला.

तो जातो न जातो तेवढ्यात क्रालाहोमच्या जनानखान्यातल्या बायकांचा मोठा जथा तेथे हजर झाला. ती दरवाजा बंद करायला विसरली. त्यामुळे तो संपूर्ण घोळका आत शिरला. त्यांची उत्सुकता अनावर झाली होती. पोपटांच्या कलकलाटाप्रमाणे सयामी भाषेत कलकलाट करत त्या तिला प्रेमाने आलिंगन द्यायला उत्सुक झाल्या होत्या. सगळ्याच जणी तरुण, नाजूक चणीच्या आणि खुद्द ॲनालाही फार आकर्षक वाटत होत्या. मात्र त्यांचे डोक्यावरचे आखूड केस आणि काळे दात तिला आवडत नव्हते.

त्यांच्यामध्ये एक कुरूप दिसणारी म्हातारी स्त्री अधिकाराच्या रुबाबात मोठ्याने बडबडत मध्ये हिंडत होती. आईच्या मांडीत लपू पाहणाऱ्या लुईकडे बघत ती ॲनाला परिचित असलेल्या मलायन भाषेत ओरडली, "मूलय, मूलय (सुंदर सुंदर)." ते परिचित शब्द ऐकून ॲनाला फार बरे वाटले. ती त्या स्त्रीकडे वळून म्हणाली, "पुन्हा मलायन भाषा ऐकायला खूप छान वाटतंय. पण सयामच्या राजवाड्यात मलायन स्त्री कशी काय आली बरं?"

"मी मूळची कडाची राहणारी आहे," ती सांगायला लागली. "साठ वर्षांपूर्वी मी आणि माझी बहीण शेतात काम करत होतो. अचानक सयामी हल्लेखोरांनी आम्हाला पकडलं. त्यांनी आम्हाला इथे बँकॉकला आणून गुलाम म्हणून विकलं. त्यांनी अशाच कितीतरी मलायी मुली पकडल्या होत्या. सुरुवातीला मी आईवडिलांची आठवण काढून खूप रडायचे. खूप वाईट दिवस होते ते, फारच वाईट! मी फार

दु:खी होते. नंतर मला आताचे माझे मालक – क्रालाहोम यांच्या वडिलांकडे आणलं गेलं. त्यांचं नाव सोमदत्त वंग थाई असं होतं. राजकुमारांनी मला पाहिले आणि मी त्यांची प्रिय पात्र बनले. या लुईसारखेच दोन देखणे मुलगे मी त्यांना दिले पण तेदेखील वारले.'' असे म्हणत तिने एका मळक्या रेशमी रुमालाने आपले डोळे पुसले. तिच्या भरून आलेल्या डोळ्यांसकट तिला पाहताना ॲनाला ती कमी कुरूप वाटली आणि तिच्याबद्दल तिच्या मनात अनुकंपा दाटून आली.

''आणि माझे मूळ मालकपण वारले आहेत. पाहा, त्यांनी मला ही सुंदर सोन्याची पानाची पेटी दिलीय.''

ॲनाने ते पानदान पाहून तिचे कौतुक केले. ''पण तुम्ही अजून गुलामच कशा काय आहात?'' तिने विचारले.

''मी आता म्हातारी आणि कुरूप झालेय. पुन्हा मला मूलबाळ काहीही नाही. म्हणूनच माझ्या दिवंगत मालकांच्या मुलाचा माझ्यावर विश्वास आहे. देव त्यांचं भलं करो. म्हणूनच त्यांच्या मर्जीतल्या ज्या स्त्रिया आहेत त्यांच्यावर नजर ठेवणं, रक्षण करणं हे काम माझ्यावर सोपवलेलं आहे. त्या माझ्या मालकाशिवाय इतर कुणाचाही विचार करणार नाहीत याकडे मला बघावं लागतं.''

या जनानखान्याच्या दुष्टचक्राच्या विचाराने ॲनाचे अंग शहारले. शारीरिक आणि मानसिक गुलामगिरी! दुसरे काय?

तरुण बायका मधमाश्यांसारख्या तिच्याभोवती गोळा झाल्या. त्या तिच्यावर प्रश्नांचा भडिमार करत होत्या आणि ती मलायन म्हातारी त्याचे भाषांतर करून सांगत होते.

''तुमचं वय काय?''

''तुम्हाला नवरा आहे का?''

''या मुलाखेरीज तुम्हाला आणखी मूल आहे का?''

''तुम्ही खूप श्रीमंत आहात का?''

''तुम्ही कोणत्या देशातून आला आहात?''

एक लबाड दिसणारी मुलगी अचानक पुढे वाकून काहीतरी म्हणाली आणि सगळ्या जणी हसू लागल्या. त्या म्हाताऱ्या मलायन स्त्रीने लगेच तिला भाषांतर करून सांगितले,

''ती म्हणतेय की, तुम्हाला आमच्या महाराजांची राणी व्हायला आवडेल का? म्हणजे मोठ्या महाराजांची नाही, आमच्या महाराजांची?''

हा भयानक प्रस्ताव ऐकून ॲनाची जशी काही वाचाच बंद झाली. या मूर्ख असभ्य मुलींना असे वाटले की काय, की ती राजाच्या जनानखान्यासाठी आलीय म्हणून? आणि झटक्यासरशी तिला सिंगापूरची एक आठवण झाली. सिंगापूरच्या

वकिलातीतली ती एक कायमची मागणी होती की – "चांगल्या घराण्यातली एक सुंदर स्त्री, जनानखान्यासाठी हवी आहे म्हणून." एकही शब्द न बोलता ॲना तेथून उठून आत निघून गेली.

पण त्या मुली कोणतीही दयामाया न दाखवता तिच्यामागे जात पुन्हा तोच अपमानकारक प्रश्न विचारत राहिल्या. त्या आक्रमणाने खरेतर तिचा राग अनावर होत होता. पण त्यांचा धोशा संपेना. उत्तर मिळाल्याखेरीज त्या तेथून हलणार नाहीत, हे तिला दिसत होते. सामान लावण्यासाठी बॅगा उघडल्या तर त्या तिची प्रत्येक गोष्ट संपत्तीसारखी समजून तिच्यावर झडप घालतील अशी भीती वाटून सामान उघडण्यासाठी मन धजावेना. शेवटी ती त्यांच्याकडे वळून हताशपणे, पण स्वरात अगदी ठामपणा ठेवत त्यांना म्हणाली, "मी जर तुम्हाला उत्तर दिलं तर शहाण्या मुलींसारख्या तुम्ही इथून जाल का? आणि काही वेळ मला एकटं राहू द्याल का?"

त्यांनी संमतिदर्शक माना हलवल्या आणि उत्सुकतेने तिच्याकडे पाहायला लागल्या. ती अगदी सावकाशपणे बोलत होती आणि ती दुभाषी स्त्री प्रत्येक वाक्याचे सयामी भाषेत रूपांतर करून सांगत होती. "तुमचे मालक क्रालाहोम आणि मोठे महाराज हे बौद्ध आहेत. माझ्यासारखी ख्रिश्चन स्त्री एकवेळ छळ सहन करेल. आयुष्यभर साखळदंडांनी जखडून राहणं पसंत करेल, पण जनानखान्यात प्रवेश करणार नाही."

त्या अविश्वास आणि आश्चर्याने स्तब्ध झाल्या. सरतेशेवटी एक आश्चर्याने ओरडली, "काहीतरीच काय? त्यांनी तुम्हाला रत्नांच्या अंगठ्या आणि पेट्या भरून रत्नांचे, सोन्याचे दागिने, वस्तू दिल्या, तरीपण येणार नाही?" त्या मलायी वृद्ध स्त्रीला ॲना दुखावली जाण्याची भीती वाटत होती. तरीपण ॲनाच्या कानात कुजबुजत तिने तो प्रश्न तिला सांगितला. ती मनापासून हसली अन् मग त्यांच्याकडे वळून संथपणे म्हणाली, "नाही. तरीपण नाही. मी फक्त राजघराण्यातल्या मुलांना शिकवण्यासाठी इथे आले आहे. जनानखान्यात प्रवेश मिळवण्यासाठी नाही. असं पाहा की, मी तुमच्यासारखी नाही. तुम्हाला फक्त खेळ खेळणं आणि आपल्या मालकांसाठी नृत्य, गायन करणं याखेरीज दुसरं काही काम नसतं. पण माझे यजमान वारल्यामुळे मुलांचा आणि आम्हा सर्वांचा उदरनिर्वाह चालवण्यासाठी मला काम करणं भाग आहे. माझं एक मूल माझ्यापासून दूर समुद्र प्रवासात आहे. माझी मुलगी इंग्लंडला शिकायला चाललीय, ती फक्त सात वर्षांची आहे आणि ती इतकी दूर जात असल्यामुळे मी फार दुःखी आहे."

तिला चिकटून असलेल्या त्या सगळ्यांच्या चेहऱ्यावर सहानुभूतीचा भाव दाटून आला आणि 'फुटो फुटो' (हे बुद्धा, बुद्धा) असे हळू आवाजात स्वतःशी

म्हणत त्या सगळ्या जणी अगदी शांतपणे तेथून निघून गेल्या. दरम्यान, जेमतेम मिनिटभर वेळ गेला असेल आणि लांबून पुन्हा त्यांच्या हसण्याबोलण्याचा आवाज तिला ऐकू यायला लागला. त्या राजवाड्याच्या व्हरांड्यातून परत जात होत्या.

■

क्रालाहोमचा कबिला

तिला भेटायला आलेल्या साऱ्या पाहुण्या गेल्यानंतर तिने सामानाच्या पेट्या उघडल्या. तिला राहायला दिलेली जागा युरोपीय पद्धतीने आणि आरामशीर वाटेल अशा रितीने सजवलेली होती. अचानक आदला दिवस आणि झोपेशिवाय घालवलेली रात्र यांच्या थकव्याने ॲनाला घेरले. सामान काय नंतरदेखील आवरता येईल अशा विचाराने ती उठून पलंगावर आडवी झाली. ती शांतता, त्या रुंद, भव्य खोल्या यांच्याबद्दल तिला फार कृतज्ञ वाटत होते. बघता-बघता तिला अगदी गाढ, शांत झोप लागली.

अचानक ती कशानेतरी जागी झाली. ती किती वेळ झोपली होती, हे तिला सांगता आले नसते, पण "मेम, मेम, मेमसाब, धावा धावा, सोडवा" अशा कर्णकटू किंकाळ्यांनी ती जागी झाली होती.

तो आवाज बीबीचा होता. घाबरून उठून ॲनाने पलंगावरून दरवाजाकडे धाव घेतली आणि त्याचक्षणी घाबरीघुबरी झालेली बीबी धावत आत आली. तिचा चेहरा भयाने काळवंडला होता.

"बीबी, बीबी शांत हो आधी. काय झालंय ते नीट सांग मला."

बीबी थरथरत होती. ती मटकन खाली बसली.

"मेमसाब, माझा नवरा, तुमचा विश्वासू मुन्शी, तुमचा गुरू त्या त्या जंगल्यांच्या हातात सापडलाय. मेमसाब, मेमसाब दया करा, त्याला वाचवा." तिच्या बोलण्याचे रूपांतर गळा काढून रडण्यात झाले.

"बीबी, बीबी रडू नकोस. जरा शांत हो आणि काय झालंय ते मला नीटपणे सांग. मला जर काही कळलंच नाही तर मी काय करू शकणार आहे?"

"मेमसाब, त्याचा काही वाईट हेतू नव्हता. त्याला काहीच माहीत नव्हतं. त्याला कसं माहीत असेल मेमसाब?"

"पण काय माहीत असायचं बीबी?"

तिने उमाळे कसेबसे थांबवले. "तिथे तो जनानखाना आहे, हे त्याला माहीत नव्हतं. भारतातल्या जनानखान्यासारख्या इथे भिंती नव्हत्या. मग त्याला कसं

कळेल? त्याचं नशीबच वाईट आहे. तो राजाच्या आवडत्या राण्यांच्या भागात गेला आणि तिथल्या भल्यादांडग्या दोन बायकांनी त्याला पकडून कोर्टात नेलं.''

ॲनाने जेमतेम तिची कॉलर आणि ड्रेस नीट केला आणि ती तडक चालू लागली. घटना फारच गंभीर होती. झोपेत विसकटलेले केस नीट करायलाही ती थांबली नाही. आया थरथरत तिला रस्ता दाखवायला पुढे आली. तिथल्या एका 'शाले'त कोर्ट भरत असे. तेथे दोघी जणी आल्या.

प्रेषिताचा सन्मान्य सेवक मुन्शी तेथे उभा होता. त्याचे हात मागे बांधलेले होते. तो सच्चा इस्लामी होता आणि आता शिरच्छेदाची वाट पाहत गुपचूप उभा होता. हे त्याचे कमनशीबच होते की, तो या काफिरांच्या, अश्रद्धांच्या भूमीत येऊन थडकला होता. म्हणून असे झाले? त्याने आपल्या मालकिणीकडे पाहिले. त्याच्या डोळ्यांत निराशा होती; पण ते फार शांत होते.

''मुन्शी, मुन्शी!'' ती एकदम भावनावेगाने म्हणाली, ''असं केविलवाणे बघू नका आणि काळजी करू नका. काहीतरी चूक झालीय. मी त्या दुभाष्याला शोधते आणि सगळं काही नीट करते.''

मुन्शी काहीच बोलला नाही. क्रालाहोमच्या दुभाष्या भावाला शोधायला ॲना धावत सुटली. पण तो कुठेच दिसेना. ती घाईघाईने पुन्हा 'शाले'कडे परत आली आणि तेथे तिला काही न्यायाधीश आल्याचे दिसले. न्यायाधीश म्हणजे जबरदस्त दबदबा असणारी व्यक्ती होती. ॲना अस्वस्थ, उतावीळ होऊन, खाणाखुणा करून त्यांना हे सांगण्याचा प्रयत्न करू लागली की, तिच्या नोकराच्या हातून अजाणतेपणे चूक झाली आहे, पण न्यायाधीशांना एकतर ती काय म्हणतेय, हे कळत नव्हते किंवा कळूनही घ्यायचे नव्हते. त्यांनी ज्या पद्धतीने वयस्कर मुन्शीची कानउघाडणी सुरू केली, ते शब्द जरी कळले नाहीत तरी तो स्वर सहज समजण्यासारखा होता. पण मुन्शीने अगदी निर्लिप्तपणे ते बोलणे ऐकून घेतले. त्याच्या मालकिणीने ज्या माणसांमध्ये राहण्याचा निश्चय केलेला होता, त्यांच्याकडून तो दयेची अपेक्षा करत नव्हता आणि त्यांना काही समजायची शक्यता आहे, असे त्याला वाटतही नव्हते.

दरवाजात, आवारात जे टोळभैरव होते, त्यांनी आपली झोप झटकली आणि 'शाले'च्या आवारातल्या या समूहाभोवती ते जमले. तेवढ्यात त्यांच्यामध्ये दुभाष्या आलेला तिला दिसला. ती त्याच्याकडे धावली. ''अरे, तुम्ही इथे आहात का? मी केव्हाची तुम्हाला शोधतेय. लवकर चला आणि न्यायाधीशांना सांगा की, माझा मुन्शी त्याला काही माहीत नसल्यामुळे जनानखान्यात शिरला. त्याचा काही दोष नाहीय.''

त्या तरुण माणसाने तिच्याकडे उर्मटपणाने पाहिले आणि खांदे उडवून बाजूला वळला. ''ते न्यायाधीशांचं काम आहे, मी त्यात ढवळाढवळ करू शकत नाही.

तुमच्या मूर्ख नोकराला शिक्षा व्हायलाच हवी.''

एक क्षणभर ॲनाच्या मनात हा विचार येऊन गेला की, या दुभाष्याचा चांगुलपणा मिळवायचा आपण प्रयत्न केला नाही, ते वाईट झाले की काय? तेवढ्यात न्यायाधीश नाटकीपणे थांबले आणि संथ आवाजात शिक्षा की काय, जे असेल ते जाहीर केले. एका गुलामाने एक लांब चाबूक आणला. दुसरा एक गुलाम पुढे झाला आणि त्याने एकदम मुन्शीच्या अंगावरचा सदरा पाठीमागून फाडून काढला. ॲनाच्या डोळ्यात एकदम अंगार पेटला. तिच्या थरथरण्याबरोबर तिच्या अंगावरचे कपडेही थरथरले. ती तडक न्यायाधीशांसमोर जाऊन उभी राहिली आणि त्यांच्या नजरेला नजर भिडवून त्यांना म्हणाली, ''त्या म्हाताऱ्या माणसाच्या अंगावर एकतरी फटका पडू दे, त्या बदल्यात तुम्हाला दसपट शिक्षा कशी भोगायला लागेल, ते मी पाहीन. याच क्षणी मी ब्रिटिश दूतावासामध्ये जाऊन हा सगळा प्रकार त्यांच्या कानावर घालते आहे. तेव्हा तुम्ही काय करता आहात, ते विचारपूर्वक करा.''

ती जरी हे सगळे इंग्रजीतून बोलत असली तरी न्यायाधीशांनाही 'ब्रिटिश दूतावास' या शब्दांचा जो कळायचा तो अर्थ कळला. फटके मारायला तयार झालेल्या त्या माणसाला त्यांनी थांबवले आणि दुभाष्याबरोबर सयामी भाषेत काहीतरी बोलायला लागले. त्यांचे बराच वेळ बोलणे चालू होते.

ॲना अस्वस्थपणे पाहत होती. न्यायाधीश काहीतरी विचारत होते आणि दुभाष्या काहीतरी समजावून सांगत होता. दोघांच्याही क्रूर चेहऱ्यावर धीर वाटेल असे काहीही दिसत नव्हते. अचानक ते दोघे आणि तिथले बाकी सर्व जण जमिनीवर आडवे झाले. 'शाले'त फक्त ती, मुन्शी आणि बीबी उभे होते आणि त्यांच्यामागे क्रालाहोम उभा होता.

क्रालाहोमने नजरेने सर्व परिस्थितीचा आढावा घेतला. नंतर शांतपणे एका गुलामाला खुणावून मुन्शीला सोडायला सांगितले. ॲनाला डोळ्यांच्या कोपऱ्यातून दिसले की, दुभाष्या गुडघे आणि कोपरांवर हळूहळू मागे सरकतोय आणि तो मागच्यामागे पसार होतोय. तसेच भावाच्या नजरेआडही होतोय. मुन्शीचे हात जसे मोकळे झाले, तसे त्याने डोक्यावरचे पागोटे काढून हातात घेतले आणि अतिशय अदबीने आणि आत्मसन्मानाच्या भावनेने पुढे जाऊन ते आपल्या रक्षणकर्त्याच्या पायाशी ठेवले. ''हे श्रेष्ठ राजाच्या वजिरा, देव तुम्हाला सुखशांती देवो,'' तो हिंदीत म्हणाला.

मुन्शीचे सौम्य, आदर वाटण्यासारखे रूप, छातीवर रुळणारी पांढरी शुभ्र दाढी हे सगळे पाहून क्रालाहोमच्या मनातल्या, त्याच्या हेतू आणि चारित्र्याबद्दलच्या उरल्यासुरल्या शंकापण नाहीशा झाल्या असतील.

“म्हातारबाबा, तू तुझ्या बायकोबरोबर तुझ्या घरी जाऊ शकतोस,” क्रालाहोम इंग्रजीत म्हणाला आणि ते सगळे जण तेथून निघून गेले.

या घटनेने मुन्शी मात्र विचलित झालेला दिसला नाही. पण ॲना मात्र अजूनही ती घटना आणि तिचे परिणाम यांच्या विचाराने चिंतित झालेली दिसत होती. ‘त्या हलकटाला आपलंसं करून घ्यायला हवं होतं की काय?’ तिच्या मनाला हा विचार सतावत होता. पण नाही. त्याला गोंजारून परिस्थितीत काही फारसा फरक पडला नसता. कारण तो धोकादायक आणि खुनशी आहे याची तिला खात्री वाटत होती. पुन्हा तिचा राग उफाळून चेहरा लाल झाला. तसे करण्याने त्याच्या अपेक्षा आणखी वाढल्या असत्या. त्याची जागा त्याला दाखवून देणे, हेच योग्य होते.

दुसऱ्या दिवशी सकाळी ॲनाचा दरवाजा वाजला. नुकतेच तिने बैठकीच्या खोलीचे दार बंद केले होते. दार उघडल्याबरोबर समोरच्या व्यक्तीला पाहून ती आश्चर्यचकित झाली. समोर एक युरेशियन व्यक्ती उभी होती. त्याने किंचित मान लववून आपली ओळख करून दिली. “मॅम, मी रॉबर्ट हंटर. हिज एक्सलन्सीचा इंग्लिश सेक्रेटरी. तुमच्या मदतीसाठी मी काही करू शकतो का?”

रॉबर्ट आल्यामुळे आता तिला दुभाष्या म्हणून क्रालाहोमच्या भावावर अवलंबून राहण्याची आवश्यकता नाही हे तिच्या लक्षात आले आणि तिला अगदी सुटल्यासारखे वाटले. “मि. हंटर, तुम्हाला भेटून मला फार आनंद झालाय.” ती त्याचे स्वागत करत म्हणाली. “बसा ना, पण सध्यातरी आता मला कशाची गरज नाहीय. गरज पडली तर मी तुम्हाला नक्कीच मदतीसाठी बोलवीन.”

त्याने गंभीरपणे मान तुकवली. “मी हार्बर ऑफिसर असल्यामुळे बऱ्याचदा दिवसा मला खूप वेळासाठी बाहेर जावं लागतं, पण माझी तुम्हाला मदत झाली तर मला बरं वाटेल. आता काही काम नसेल तर मी निघतो.”

“महाराजांकडून मला केव्हा बोलावणं येईल, याची तुम्हाला काही कल्पना आहे का?”

सेक्रेटरीचा चेहरा विचारी झाला. “तसं सांगणं कठीण आहे मॅडम. त्याला कित्येक दिवस किंवा कित्येक आठवडेही लागू शकतील. सध्या दोन महत्त्वाच्या समारंभांत महाराज गुंतलेले आहेत. तुम्ही आलात त्या दिवशी ते समारंभ सुरू झाले आणि एकवीस तारखेपर्यंत ते चालतील. त्यांच्या मोठ्या मुलीचा जावळ काढण्याचा समारंभ व्हायचा आहे, तसंच त्यांचा मोठा मुलगा – राजपुत्र चूला लाँग कोर्ण याला अधिकारपदाची वस्त्रं चढवायची आहेत. ते सगळं अगदी गुंतागुंतीचं आहे. राजपुत्राला त्याचं शाही नाव कोरलेलं सोन्याचं पदक भेट म्हणून दिले जाईल. मग त्याला अधिकारपद आणि हुद्दापण दिला जाईल.”

“म्हणजे त्याचा युवराज म्हणून अभिषेक होईल का?” ॲनाने विचारले. तिला

हे सगळे ऐकण्यात मजा वाटत होती.

"नाही. अगदी तसंच असं नाही. कारण त्याच्यावर काही काम सोपवलं जाणार नाही. पण त्याला चाळीस हजार सकदिना (मानधन) मिळायचा दर्जा मिळेल. मात्र ते नेमक्या शब्दात सांगता येणार नाही. पण असं पाहा की, सामान्य माणसाला फक्त सहा सकदिना मिळतात. म्हणजेच चाळीस हजार सकदिना मिळणं म्हणजे राज्यातल्या प्रत्येकाहून त्याला श्रेष्ठ स्थान मिळणं. म्हणजेच एका तऱ्हेनं त्याला युवराजपद मिळणं असाच त्याचा अर्थ होऊ शकतो."

"म्हणजेच त्याला राज्याचा संभाव्य वारस, असं म्हणता येईल, नाही का? तो माझा विद्यार्थी असेल?"

"मला वाटतं, असेल." मि. हंटरनी तिला जवळजवळ ग्वाही दिली. या बातमीने ती खूश झाली. सयामला यायचा तिचा निर्णय म्हणजे फक्त कामाच्या गरजेपोटी ठरलेला नसेल तर! त्यात नशिबाचा वाटा निश्चित असेल.

अमेरिकेतील गुलामगिरी नष्ट करण्याच्या चळवळीने तिच्या मनातली गुलामगिरीविषयीची सहानुभूतीची भावना जागृत झाली होती. जनानखान्यातील मुलांना शिकवायची संधी मिळणे म्हणजे तिला, तिच्या विद्यार्थ्यांमध्ये मानवी आत्म्याचे पावित्र्य राखण्याची भावना रुजवण्याची संधी मिळणे, असे होते. तसेच या कामामुळे एखाद्या समाजातील व्यक्तीने दुसऱ्या व्यक्तीवर मालकी हक्क दाखवणे म्हणजे ती मानवी मूल्यांची पायमल्ली आहे आणि तो त्या समाजाचा अतिशय वाईट दोष आहे, हे ठसवण्याची संधीही तिला मिळणार होती. तिच्या मनात ही इच्छा जागृत झाली की, जर भावी युवराज तिचा विद्यार्थी असेल तर तिच्या इच्छेनुसार ती त्याला थोडेतरी घडवू शकेल. तिने मि. हंटरना विचारले, "हे सर्व समारंभ संपल्यानंतर मला महाराजांकडून बोलावणं येईल का?" पण हे विचारताना तिच्या मनात वरील सर्व विचार येऊन गेले होते.

"ते सर्व सांगणं कठीण आहे." त्यांनी काळजीपूर्वक तिच्या शंकेला उत्तर देणे टाळले. "सध्या मि. अलेक्झांडर लॉडन सयामी सरकारबरोबरच्या नेदरलँड कराराच्या पूर्तीच्या संदर्भात इथे आलेले आहेत. त्यांच्या बऱ्याच बैठकी होतील. नंतर मग शाही खाना दिला जाईल. त्यानंतर एकोणतीस तारखेला नवं वर्ष सुरू होतंय. दर वर्षी या दिवशी नदीवर आणि राजवाड्याच्या पटांगणात आतषबाजीचा कार्यक्रम असतो. सर्व राजवाड्यांमधून करमणुकीचे कार्यक्रम, नृत्य-नाटकाचे प्रयोग चालू असतात. लोक जुगार खेळत असतात. त्यानंतर दुसरा उत्सव येतो, सोंक्रानचा. त्या वेळी चूला लाँग कोर्णच्या आईचा – राणीच्या दफनविधीचा जाहीर कार्यक्रम आहे. ती गेल्या सप्टेंबरमध्ये मरण पावली. हा कार्यक्रम एप्रिलमध्ये केव्हातरी होईल आणि एक-दोन आठवड्यांत संपेल. तुम्हाला तुमच्यासाठी बराच वेळ मिळणार आहे, असं समजा."

दरबारी अदबीने लवून त्याने पुन्हा तिला अभिवादन केले आणि तो गेला. त्यानंतर काही वेळाने नोकर एक कार्ड घेऊन आला. त्यावर नाव होते, मि. जॉर्ज ऑर्टन. त्यापाठोपाठ कॅप्टन ऑर्टन हसतमुखाने आत आले, या नव्या अद्भुत वातावरणात त्यांचा परिचित हसरा चेहरा पाहून ॲनाला खूप बरे वाटले. तिने प्रेमाने त्यांचे स्वागत केले.

"भरतीबरोबर आम्ही निघणार आहोत," त्यांनी खुलासा केला. "म्हणून मी हे विचारायला आलो की, तुम्हाला तुमच्या सिंगापूरच्या मित्रमंडळींसाठी काही पाठवायचं आहे का, म्हणून."

"कॅप्टन ऑर्टन, तुम्ही आठवण करून विचारले त्यामुळे किती बरं वाटलं. बसा ना. बीबीला बाजारात पाठवून काही फळं आणण्याइतका वेळ आहे का?" ते थोडा वेळ थांबू शकतील हे कळल्याबरोबर तिने बीबीला ताबडतोब बाजारात पाठवले.

ती येईपर्यंत ॲनाने ॲव्हिसला पत्र लिहायला घेतले.

पत्र लिहून सही करताना आणि ते बंद करत असताना तिचे डोळे अगदी भरून आले होते. पत्राबरोबरच तिने ॲव्हिस, मि. कॉक्स आणि सिंगापूरची मित्रमंडळी या सर्वांसाठी फळांची टोपली मि. ऑर्टनच्या स्वाधीन केली. शेकहँड करताना त्यांनी तिचा हात गरजेपेक्षा क्षणभर जास्त वेळ हातात धरला होता. "मग तुम्ही इथे राहायचं ठरवलं आहे तर!" त्यांनी विचारले.

"हो, ठरवलंय." पण उत्तर देताना तिचा स्वर क्षीण झाला होता.

"देव तुमचं भलं करो," असे म्हणून त्यांनी तिचा निरोप घेतला. सामान सोडणे आणि त्यानंतर ते व्यवस्थित लावणे हे सगळे तिला फार कष्टप्रद वाटत होते. त्या पत्र लिहिण्याने तिला मुलीची प्रकर्षाने आठवण यायला लागली. तिचापण समुद्रप्रवास आता सुरू होईल. तिचे छोटे-छोटे कोवळे हात जणू बेड्यांप्रमाणे पुन्हा गळ्यात पडले आहेत आणि "ममा, ममा, मी तुला जाऊ देणार नाही," असे ती म्हणते आहे, असा भास तिला व्हायला लागला. सिंगापूरहून 'चो फ्या'वर चढताना तिने गळ्याला मिठी मारून उद्गारलेले हे शब्द आठवून तिच्या डोळ्यांतून आपोआप अश्रू टपटपू लागले.

ती तशी किती वेळ बसली होती कोण जाणे? दरवाजा वाजल्याच्या आवाजाने ती तंद्रीतून सावरली. एका सयामी स्त्रीने आत प्रवेश केला. ती जवळजवळ चाळिशीची असावी. अंगाने जाडजूड, काळी आणि किंचित बेढब अवयव. नोकर-गुलामांचा मोठा ताफा तिच्याबरोबर होता. त्यावरून ती राजवाड्यातली कोणी मोठी आदरणीय व्यक्ती असावी, हे कळत होते. ती सुंदर तर नक्कीच नव्हती; पण त्या अगदी साधारण चेहऱ्यावरचा सौम्य भावच लक्ष वेधून घेणारा होता. तिने ॲनाचे

हात आपल्या हातात घेतले. ते हातही अतिशय मृदू होते. आदल्या दिवशीची दुभाषी स्त्री, तिचे बोलणे अॅनाला समजावून सांगत होती.

"मॅडम, या खुन यिंग फान. क्रालाहोमची मुख्य पत्नी. त्या तुमचं स्वागत करून विचारताहेत की, इथे तुम्हाला आणखी कशाची आवश्यकता आहे का?"

"विचारपूस केल्याबद्दल माझ्या वतीनं त्यांचे आभार मान आणि त्यांना इकडे येऊन बसायला सांग."

एका बसक्या सोफ्यावर खुन यिंग पाय वर घेऊन पालथी मांडी घालून बसली. तिची एक दासी गुडघे, कोपरांवर सरकत सोन्याचे पानदान घेऊन पुढे आली. त्या तबकात बऱ्याच छोट्या-छोट्या सोन्याच्या डब्या होत्या. तिने काळजीपूर्वक एक सुपारीचा तुकडा, एक विड्याचे पान आणि चिमूटभर तंबाखू बाहेर काढून नंतर ओठाच्या आतल्या बाजूला काहीतरी चोळून लावले. मग पानाला चुना लावला आणि सर्व गोष्टींचा विडा करून तोंडात घातला. चावून त्याचा लगदा होईपर्यंत ती काहीच बोलली नाही. त्यानंतर त्या दुभाषी स्त्रीच्या मार्फत तिने अॅनाला विचारले, "तुला इथे सगळं काही व्यवस्थित मिळालंय का?"

"प्लीज, त्यांना सांग की, मी इथे अगदी आरामात आहे आणि ही इतकी छान राहण्याची जागा मिळाल्याबद्दल आणि त्यांचे नोकर रोज माझ्यासाठी आणि माझ्या मुलासाठी उत्तम जेवण पाठवताहेत, त्याबद्दल मी त्यांची फार आभारी आहे."

जेवणाबद्दलची प्रशंसा ऐकून खुन यिंग सुखावलेली दिसली. "मॅडम, तुम्हाला किती मुलं आहेत?"

"दोन मुलं आहेत मला. एक मुलगा न् एक मुलगी. माझी मुलगी इंग्लंडला शिकायला जायला निघालीय, बोटीवरून."

हे ऐकून खुन यिंगचा चेहरा अधिकच कनवाळू झाला. "कठीण आहे हे, हे सगळंच! खरंच कठीण आहे."

"खुन यिंगला किती मुलं आहेत?" अॅनाने प्रतिप्रश्न केला.

"माझ्या मालकांना मुलं नाहीत," ती म्हणाली. मग त्या दुभाषी स्त्रीने हळहळत्या स्वरात खुलासा केला, "ती माझ्या मालकांची दुसरी बायको आहे. त्यांनी त्यांच्या पहिल्या बायकोशी काही संबंध ठेवलेला नाही. त्यांनी त्यांच्या पहिल्या बायकोला टाकून दिलंय. कारण त्यांची पक्की खात्री आहे की, तिचं जे मूल आहे, ते त्यांचं नाहीय. म्हणून त्यांनी त्या मुलाचं नाव 'असंभव' असं ठेवलं. पण माझ्या या चांगल्या मालकिणीनं त्या मुलाला इथे परत आणून वाढवलंय आणि त्याचं नाव 'सहिष्णुस्वामी' असं ठेवलंय. आता तो मुलगा एक महत्त्वाची व्यक्ती झालाय, तो त्याच्या वडिलांचा मदतनीस बनलाय. पण माझ्या महाराजांना हा एकच मुलगा आहे." तिने या कष्टप्रद स्थितीबद्दल मान हलवून अशा तऱ्हेने दुःख व्यक्त केले

की, जणूकाही ते पूर्वायुष्यातील पापांचे फळ असावे.

"मॅडम, त्यांना काहीतरी भेटवस्तू द्या," तिने सुचवले.

ॲनाने तिच्या शिवणकामाच्या बास्केटमधून छोटीशी, पण सुरेख कात्री बाहेर काढली. ती कात्री तिची फार आवडती होती. "लेडी फानना ही माझी छोटीशी भेट. तुमच्या उदार आदरातिथ्याचं कौतुक म्हणून मी देऊ इच्छित आहे. ती त्या घेतील का?"

लेडी फान ती कात्री पाहून अगदी मोहून गेली. कात्रीची एक बाजू करकोच्याच्या आकाराची आणि अतिशय नाजूक कलाकुसर केलेली होती.

"तुम्ही एकदा माझी बाग पाहिली पाहिजे," ती ॲनाला म्हणाली. "माझ्या बागेत खूप फुले आहेत. मला मुले नाहीत, पण त्यांची जागा या फुलांनी घेतलीय."

"राजवाड्यातल्या प्रत्येक खोलीत असलेली सुंदर फुलं मी पाहिलेली आहेत." खुन यिंग पुन्हा खूश होऊन हसली. "आणि आज रात्री काही मनोरंजनाचे कार्यक्रम आहेत. जर लेडी लिऑनओवेन्सना ते बघायला आवडणार असतील तर त्यांना घ्यायला मी दासींना पाठवीन." ती म्हणाली.

ॲनाने मान तुकवून रुकार दिला. नाहीतरी दुसरं करण्यासारखं काय होतं?

"रामायणातला कथाप्रसंग आहे आज. राम जेव्हा सीतेला शोधायला निघतो, तेव्हाचा."

"ओ हो! मग मला ते पाहायला यायला नक्कीच आवडेल. कारण मी भारतात खूपदा रामायण पाहिलंय. मला ते आता समजायला लागलं आहे आणि आवडायलाही लागलंय."

रात्री आठनंतर ॲनाला न्यायला दासी आली. ज्या महालात नाटक व्हायचं होते, तेथे तिने बऱ्याच लांबलचक कॉरिडॉर्समधून ॲनाला तिथपर्यंत नेले. त्या विशाल महालात एका बुटक्या दिवाणावर तिने तिला बसवले. महालात अंधूक प्रकाश होता. कडेला नाचत्या सावल्या दिसत होत्या. उंचावरच्या झुंबरातून पडणारा प्रकाश मंद होता. त्या मंद प्रकाशाला तिचे डोळे सरावल्यावर क्रालाहोम तिच्या नजरेला पडला. बायकांनी गच्च भरलेल्या महालात तो एकमेव पुरुष होता.

एखाद्या कोरीव शिसवी मूर्तीप्रमाणे तो मांडी घालून अगदी ताठ, स्तब्ध बसला होता. ज्या दिवाणावर तो बसला होता त्याच्यावर पर्शियन गालिचा घातलेला होता. त्यांच्या आवतीभोवती असलेल्या धूसर काळ्या रंगाच्या आकृत्यांमध्ये तो एखाद्या निसर्गसिद्ध राजाप्रमाणे दिसत होता. जवळजवळ एखाद्या रानटी माणसाप्रमाणे, पण देखणा. शरीरातले सळसळते चैतन्य दुरूनही जाणवत होते. जाड आणि आखूड मान, मोठे नाक, रुंद नाकपुड्या, भेदक आणि शोधक डोळे असे त्याचे व्यक्तिमत्त्व होते. दिवाणावर बाजूला खुन यिंग फान रेलली होती. तिच्याभोवती तिच्या कैक

दासी होत्या. ॲना आली तेव्हा ती ओठांना काहीतरी लावत होती. त्यामुळे तिने मान वळवून तिच्याकडे पाहिले नाही.

टांगलेल्या, चुण्याचुण्यांच्या भव्य पडद्याआडून बासरीतून उमटलेले कोमल सूर ऐकू आले आणि करमणुकीच्या कार्यक्रमाला सुरुवात झाली. पडद्याच्या दोन्ही बाजूंनी बारा मुली रंगमंचावर आल्या. त्यांच्या हातात सोन्या-चांदीचे पंखे होते. रंगमंचासमोर बसलेल्या समूहासमोर बसून त्या क्रालाहोम आणि त्याच्या राणीला वारा घालू लागल्या. मुलींचा दुसरा एक हसरा आणि उत्साही समूह आला आणि वाद्यांमागे बसला. तेथे तऱ्हेतऱ्हेची वाद्ये होती; ॲना त्यांची नावे आठवायला लागली. शिंग, बासरी, वीणा, सारंगी, पावा आणि कितीतरी. त्यांनी बासरीवरची सुरावट उचलली आणि लयबद्ध, मधुर संगीताच्या लहरीवर लहरी उठायला लागल्या.

महालाच्या मध्यभागी नर्तिका अवतरल्या. पिवळट, तपकिरी कांती असलेल्या त्या मुलींची लांबच्या लांब रांग होती. त्या मुली विशीच्या आसपासच्या होत्या. त्यांचा कमरेवरचा भाग उघडाच होता. त्यांच्या कमरेवरच्या पारदर्शक वस्त्रांवर सोन्याच्या साखळ्या होत्या. त्या निश्चितपणे कोरसमधल्या मुली होत्या. त्यांनी विनम्रपणे माना लववून हात जोडले. त्यांच्या लांब पापण्यांखालचे डोळे भित्रे, झुकलेले होते. सोनेरी जरीकाठाचे घागरे हे त्यांचे एकमेव वस्त्र होते. त्यांची अतितलम वस्त्रे उत्तम रेशमाची होती आणि त्यांचे दोन्ही पाय घागऱ्याने वेढलेले होते. बोटांच्या टोकांवर सहा-सहा इंची सोन्याची निमुळती नखे चढवलेली होती. पुराणातल्या दंतकथेतील एखाद्या पक्ष्याच्या त्या नख्या असाव्यात, असे वाटत होते.

आता आनंदी सुरावटीचे हलके-फुलके संगीत सुरू झाले. त्याच्या अनुषंगाने नर्तकींनी दोन रांगा केल्या. एका लयीत अगदी निर्दोष अशा हालचालींनी एकाच वेळी त्यांनी गुडघे टेकले, हात जोडले आणि जमिनीला डोके लावून क्रालाहोमला नमस्कार केला. त्याने त्यांच्याकडे अगदी निर्विकार नजरेने पाहिले. त्याच्या चेहऱ्यावर त्यांच्या देखण्या हालचालींना दाद देणारी वा प्रशंसेची अशी कोणतीच खूण नव्हती.

त्या नाचतच पडद्यामागे गेल्यावर नाटकातली मुख्य पात्रे अवतरली. राम आणि त्याचे अनुयायी रत्नजडित पोशाखात, वानरांचा राजा आणि त्याचे अनुयायी विद्रूप पोशाखात. युद्ध सुरू झाले. गाण्यातले शब्द ॲनाला समजू शकत नव्हते, पण तिला कथा माहीत असल्यामुळे काय चालले आहे, ते कळत होते. नर्तक आणि नटांच्या हालचाली फारच देखण्या आणि वेधक होत्या. प्रत्येक बोट किंवा पावलाची हालचाल ही ठरावीक पारंपरिक पद्धतीची अर्थपूर्ण अशी होती. राम-रावण युद्ध संपून रामाला सीता परत मिळाली अशा कथानकाचे हे नाटक संपेपर्यंतचे दोन तास ॲना अगदी समरसून ते पाहत होती.

अखेरच्या विजयी क्षणी गायकसमूह उठून उभा राहिला. गोल गोल वेगवान

आणि विविध प्रकारच्या कठीण गिरक्यांच्या आवर्तनांमधून त्यांनी घटनाक्रमाचे वर्णन केले. त्यांच्या पायांचे अंगठे एकाच क्षणी वाद्यांच्या ठेक्यावर ठेका देत होते. त्यांच्या उघड्या छातीवरील दागिन्यांवर तसेच इतर दागिन्यांवर, जरीकाठांवर पडणाऱ्या चमकत्या प्रकाशाचे परावर्तन होऊन सगळीकडे सौम्य किरणांची उधळण होत होती. जणू प्रकाशाचा पाऊस पडत होता. हातावर, दंडावर असलेली भरगच्च सोन्याची बाहुभूषणे आणि सोनेरी कपडे चमकत होते. त्यांचे नृत्य म्हणजे डौलदारपणा, अभिजात काव्य यांची अद्‌भुत जादू होती. जणू तो मूर्तिमंत काव्याचा आविष्कार होता. प्रत्येक पदन्यास हा प्रेमाचा आविष्कार होता. त्या कलेतून मनातली भावना प्रकट होत होती. त्यांचे नृत्य अधिकाधिक वेग घेत होते आणि संगीताचे संमोहन वाढतच होते.

संगीताचे सूर वाढत वाढत उच्च शिखराला जाऊन पोचले. परमोच्चबिंदूला पोचलेले ते संगीत मनाला बेहोश, धुंद करून टाकणारे होते. त्या समूहवादनाची अखेर जवळ आली आहे हे जणू ते सुचवत होते. नर्तकी नाजूकपणे पदन्यास करीत होत्या. हातांच्या आणि बोटांच्या अतिशय डौलदार; पण अविश्वसनीय अशा हालचाली करत होत्या. नृत्याच्या सरकत्या, वाहत्या वाटणाऱ्या हालचालींमधून मंद आवर्तने घेताना त्यांचे डोळे आनंदाने चमकत होते, ओठ विलग झाले होते.

काळ्याभोर पाषाणातून कोरून काढलेल्या मूर्तीप्रमाणे वाटणारा क्रालाहोम तेथे बसला होता आणि त्याच्या जणू उपासक असलेल्या वनदेवतांचे गाल लालबुंद झाले होते. उघड्या छात्या धपापत होत्या आणि हात पसरून त्या हालचाली करत होत्या. त्यांच्या हालचालींमधून भक्ती ओसंडत होती. पण क्रालाहोमच्या चेहऱ्यावर मात्र कुठल्याही विकाराची एकही रेषा उमटली नव्हती.

अखेरीस त्या सगळ्या जणी त्याच्या पायाशी येऊन बसल्या. त्या अव्हेरल्या गेलेल्या मुली जणू वासनेच्या वादळाने वाहून आणलेली ती पिवळट तपकिरी मानवी पाने होत्या. वादळानंतर अस्ताव्यस्त विखरून पडलेल्या पानांप्रमाणे त्या क्रालाहोमच्या पायाशी पडल्या होत्या. जणूकाही जिवंत कठपुतळ्या. त्यांची तरुण शरीरे जमिनीवर कंप पावत होती. त्यांच्या गप्प दैवतापुढे मान उचलून पाहण्याची त्यांची हिंमत नव्हती आणि क्रालाहोमच्या चेहऱ्यावर वासना आणि तिरस्कार असे दोन्हींचे संमिश्र भाव दिसत होते. त्याने जांभई दिली, यांत्रिकपणे उभा राहिला आणि शिणल्यासारखा चालू लागला.

सयाममधला हा तिचा तिसरा दिवस! खरेच फक्त तिसराच दिवस संपला होता का?

■

राजाबरोबरची पहिली मुलाखत

हवा हळूहळू खूप गरम व्हायला लागली होती. उन्हाळा आणि गरमीने गुदमरवून टाकणारे दिवस ॲना कसेबसे काढत होती आणि राजाची कधी भेट होईल याची अतिशय अस्वस्थ व अधीरपणाने वाट पाहत होती. पण तिला कधी राजाकडून बोलावणे आले नाही की तिच्यासाठी घर तयार असल्याचा निरोपही आला नाही.

रोज सकाळ-संध्याकाळ ती आणि लुई बागेत किंवा नदीकाठाच्या धक्क्यावर फिरायला जायचे. कधीकधी ॲना खुन यिंग फानच्या सुंदर घरी जायची. तिचे घर क्रालाहोमच्या राजवाड्यात स्त्रियांच्या विभागात होते. इथेसुद्धा, ठिपके असलेले मंद उजेडाचे दिवे होते. त्यामुळे महालाला, बैठकीला एक देखणा रुबाब येत होता. इथे परदेशी अशी कोणतीच वस्तू नव्हती. फर्निचर म्हणून गाद्या घातलेले दिवाण, बुटके संगमरवरी कोच, टेबल आणि थोड्या खुर्च्या होत्या. हे सगळे अगदी प्राचीन हस्तकलेच्या वस्तूंसारखे आणि नाजूक होते. इतके सुंदर फर्निचर ॲनाने कोणत्याच देशात पाहिले नव्हते. त्या सगळ्याचा एकत्रित परिणाम म्हणजे अतिशय सुखद गारवा, आराम आणि विश्रांती. मार्च महिन्यातील तळपत्या सूर्याची किरणे खिडक्यांच्या रेशमी पडद्यांआडून गुळगुळीत फरशीवर पडत असतानासुद्धा हा परिणाम होता.

या सुंदर, आकर्षक घराभोवती तशीच आकर्षक बाग बहरलेली होती. छोटी छोटी झाडे, झरे, पुष्करणी, पायवाटा, कोपरे आणि हिरवळ यांची कोण्या निष्णात कलाकाराने आकर्षक मांडणी केली होती. तेथूनच एक थंड सावलीचा रस्ता त्याहून मोठ्या बागेत जात असे. बाजूच्या हिरव्या किनारीला खिडक्यांची नक्षी होती. अत्यंत सुंदर फुलझाडांनी ती बाग बहरलेली होती.

"मी ज्यांच्यावर मनापासून प्रेम करते, ती ही माझी मुलं आहेत." बागेत फिरत असताना खुन यिंग ॲनाला म्हणाली आणि पुढे हलक्या स्वरात म्हणाली, "कारण तर तुला माहीत आहेच की, माझ्या मालकांना मूलबाळ काहीच नाहीय."

पण पाहुण्यांसाठी खर्च करायला खुन यिंगजवळ फारच थोडा वेळ असे. राजवाड्याच्या आत आणि बाहेर राजाचे बरेचसे नोकर, स्वयंपाकी वगैरे राहत

असत. शेकडो गुलामांकडून कामे करून घ्यायची असत. हे आतले छोटेसे शहर ही खुन यिंगची जबाबदारी होती.

दिवस जसजसे पुढे सरकत होते, तशी ॲनाला ती अधिकाधिक आवडायला लागली होती. त्यांच्या मालकिणीच्या शांतपणाबरोबरच सगळ्या राजवाड्याच्या हालचाली तालात होत असत. तिचा हा शांतपणाच तिचे इतरांपासून वेगळेपण दाखवीत असे. पण ती नवऱ्याच्या रखेल्यांच्या बाबतीत कायम आणि खात्रीने जो दयाळूपणा दाखवत असे, तो पाहून ॲना जास्तच प्रभावित झाली होती. त्या सगळ्या जणी तिच्या मुलीच असल्याप्रमाणे ती त्यांच्यात आनंदाने राहत असे. त्यांचा विश्वास तिने संपादन केलेला होता. त्यांच्या दु:खाच्या प्रसंगी ती त्यांचे सांत्वन करी आणि त्यांच्यासाठी, त्या सर्व जणींच्या धन्याची – क्रालाहोमची मनधरणी करी. क्रालाहोमही जरी कुणालाही बधणारा नसला आणि अगदी अलिप्त असला तरी त्याच्यावरही तिचा सावध; पण त्याला अनुकूल करून घेण्याइतका प्रभाव होता.

एके दिवशी दुपारी उशिरा ॲनाला अमेरिकन प्रेस्बिटेरियन मिशनचे तिथले प्रमुख मिस्टर आणि मिसेस मॅटूनकडून बोलावणे आले. त्यांची ताबडतोब मैत्री जुळली. तिच्या मनात एक प्रश्न कधीचा खदखदत होता, ती तो त्यांना विचारू शकली. दहा वर्षांपूर्वी मिसेस मॅटून आणि दोन मिशनरी स्त्रिया राजवाड्यात शिकवण्याचे काम करत होत्या, त्याबद्दल जाणून घेण्याची, तिच्या मनात फार उत्सुकता होती.

"राजवाड्यातल्या स्त्रियांना इंग्रजी शिकवण्यासाठी प्रत्यक्ष राजाकडून आम्हाला बोलावणं आलं होतं. असं पाहा, ते ज्या वर्षी राज्यावर बसले, म्हणजे १८५१ सालची गोष्ट आहे ही आणि मला जे आढळलं, ते तुम्हालाही दिसेल. आपण दहा मिनिटंही त्यांचं लक्ष टिकवून ठेवू शकत नाही आणि त्यांच्यातल्या अनेकांना कधी बुद्धीचा वापर करायचा असतो, हेच शिकवलेलं नाही. पण अनेकांजवळ जन्मजात श्रेष्ठ चारित्र्य असतं. त्यावर तुम्ही विसंबून राहू शकता."

"मला असं वाटतंय की, काही लहान राजपुत्रांनाही मला शिकवावं लागेल," ॲना म्हणाली.

"आम्ही पण ऐकलंय ते आणि तुम्हाला मिळालेली ती फार चांगली संधी असेल. कारण त्यांच्यापैकी एक जण राजा बनेल."

"क्रालाहोमकडल्या स्त्रियांनी तर माझ्या मनात राजाबद्दल भीतीच निर्माण केलीय. ते खरंच अस्थिर, चंचल स्वभावाचे आणि खुनशी आहेत का?"

मिसेस मॅटून काही क्षण घुटमळली, "हो, ते याहून काही वेगळे आहेत, अशी मी तुमची कल्पना करून देणं योग्य होणार नाही. पण ते अतिशय बुद्धिमान गृहस्थ

आहेत आणि त्यांच्या आधीच्या लोकांपेक्षा त्यांनी सयामसाठी खूप काही केलंय. आमच्यासारखे लोक जे त्यांना बऱ्याच वर्षांपासून ओळखत आहेत, त्यांच्या मनात राजाबद्दल कौतुक आहे. त्यांच्या कल्पना फार प्रगत आहेत, पण त्यांना कारस्थानीपणा, संशयीपणा आणि आळस या गोष्टींवर मात करावी लागेल. 'यंग सयामी पार्टी'चे ते अध्यक्ष आहेत आणि त्यांच्याबरोबर त्यांचा धाकटा भाऊ, त्याला ते दुसरा राजा म्हणतात तो आणि क्रालाहोम म्हणजे राजकुमार वाँगसा – त्याची अन् तुमची गाठ पडेल...''

''माझी अन् त्यांची भेट झालीय,'' ॲना मध्येच चटकन म्हणाली.

''हो? भेटला आहात तुम्ही? छान! आणखी इतर काही जणही तुम्हाला भेटतील, पण युरोपीय देशांबरोबर व्यापार, दळणवळण सुरू करायला ही बडी माणसं का घाबरताहेत, ते तुमच्या लक्षात येईलच आणि या महाराजांचे पाहा. त्यांचं एक पाऊल ते ज्या भूतकाळात वाढले आहेत तिथे आहे आणि दुसरं पाऊल आधुनिक संस्कृती अन् विज्ञानाच्या या काळात. त्यांच्या एका शरीरात दोन व्यक्तिमत्त्वं आहेत. एक पौर्वात्य अनिर्बंध सत्ता हाती असलेला राजा आणि दुसरा विज्ञानाचा अभ्यासक. त्यामुळे कोणत्या वेळी ते काय करतील, हे सांगता येणार नाही. पण त्यांना कधीही कमी लेखू नका. ते अतिशय बुद्धिमान आहेत. मी त्यांना जशी अतिशय क्रूर व्यक्ती म्हणून ओळखते, तसेच अगदी मृदू स्वभावाचे म्हणूनही!''

''असं पाहा,'' मि. मॅटून म्हणाले, ''जेव्हा या महाराजांचे वडील १८२४मध्ये वारले, तेव्हाच ते राज्यावर यायला हवे होते. पण तेव्हा त्यांचा मोठा दूधभाऊ फार सामर्थ्यवान होता. त्या वेळेस त्यानं सिंहासनावर ताबा मिळवला. राजकुमार माँगकुतनं भिंतीवरची अक्षरं पाहिली आणि बायको व दोन मुलं यांना सोडून तो धर्मोपदेशक बनला. पाली, संस्कृत आणि सयामी भाषेवर प्रभुत्व मिळवलेला हा विद्वान गृहस्थ पुढे सर्वश्रेष्ठ धर्मगुरू बनला. धर्मगुरू बनण्यामुळे राजवाड्यात जे स्वातंत्र्य त्यांना नव्हतं, ते आता मिळालं. मिशनरींच्या घरी पुस्तके वाचायला नेण्यासाठी, शंका विचारण्यासाठी ते नेहमी येत असत. ते उत्तम गणिती आहेत आणि हौशी ज्योतिर्विदसुद्धा.''

''मोठं प्रभावी, सामर्थ्यवान व्यक्तिमत्त्व दिसतंय,'' ॲना हसून म्हणाली.

''हो, आहे खरं. उदाहरण म्हणून सांगायचं झालं तर,'' मि. मॅटून सांगायला लागले. ''त्यांनी पहिला सयामी प्रेस स्थापन केला. मुख्य म्हणजे हे त्यांनी धर्मोपदेशक असताना केलं. त्यासाठी त्यांनी इंग्रजीसाठी दोन, एक सयामी आणि एक पाली अशी जुळाक्षरं (फॉन्ट्स) तयार करून घेतली. पाली भाषेसाठी त्यांनी 'अरीयक' नावाची वर्णमाला तयार केली. तिच्यात फक्त एक्केचाळीस वर्णाक्षरं आहेत. पूर्वी सयामी भाषेसाठी कंबोडियन वर्णचिन्हं वापरली जात. ती जवळजवळ एक हजार होती, पण आता या 'अरीयक'साठी फक्त एक्केचाळीस वर्णचिन्हं

आहेत. ते एक अगदी आश्चर्यकारक गृहस्थ आहेत. त्यांनी बौद्ध धर्मात सुधारणेची चळवळ सुरू केली व धर्मगुरू असताना त्यांनी संपूर्ण बौद्ध धर्माची पुनर्रचना केली.''

''तुम्ही राजवाड्यामध्ये इंग्रजी शिकवणं का सोडलं?''

''ती एक लांबलचक कहाणी आहे,'' मिसेस मॅटून म्हणाली. ''राजाबद्दल तुम्ही एक गोष्ट कायम ध्यानात ठेवली पाहिजे. टीकेच्या बाबतीत ते अगदी संवेदनशील आहेत. सिंगापूरच्या वर्तमानपत्रांची ते वर्गणी भरतात. वर्तमानपत्रात त्यांच्याबद्दल काही आहे का, हे बारकाईनं पाहत असतात आणि जर त्यांच्याबद्दल त्यांना न आवडणारं काही छापलेलं असेल तर त्यांना नेहमीप्रमाणे संतापाचा झटका येतो. काही वर्षांपूर्वी ते विविध युरोपीय देशांबरोबर ज्या वाटाघाटी करत असत, त्यावर टीका करणारा एक लेख आला होता. त्यामुळे त्यांनी ताबडतोब आम्हाला कुठलंही स्पष्टीकरण न देता, राजवाड्याची दारं कायमची बंद केली. नंतर आम्हाला कळलं की, बॅप्टिस्ट मिशनऱ्यांपैकी कुणीतरी एकानं तो बदनामी करणारा लेख लिहिलेला असावा, असं त्यांना वाटत होतं. खरंतर कुणीच ते काम केलेलं नव्हतं आणि आमच्यापैकी कोणीही तो लेख लिहिलेला नाही, हे त्यांना पटवून द्यायला आम्हाला एक वर्षाहून जास्त काळ लागला. नंतर बहुतेक त्यांची त्याबद्दल खात्री झाली, तरीपण तेव्हापासून ते सतत आमच्याबद्दल संशय बाळगत राहिले. मी तुम्हाला सांगितलंच आहे की, ते अतिशय बुद्धिमान गृहस्थ आहेत म्हणून! फक्त एवढीच गोष्ट की, त्यांच्याशी वागताना प्रत्येकाला अतिशय काळजीपूर्वक वागावं लागतं.''

अखेरीस नशिबाने तो दिवस उजाडला. ३ एप्रिलला ॲनाने अतिशय नीटनेटका पोशाख केला. फिकट जांभळ्या मलमलीच्या फ्रॉकवर तिने भारतातून आणलेली काळ्या लेसची शाल पांघरली. मि. हंटरनी अनेक वेळा क्रालाहोमबरोबर चर्चा केली होती. अखेरीस असे ठरले की, कॅप्टन जॉन बुशनी तिला दरबारात सादर करावे. उन्हाळ्याचे दिवस असल्यामुळे ब्रिटिश कौन्सल सर रॉबर्ट शॉमबर्गक बाहेरगावी गेलेले होते. त्यामुळे या कामासाठी कॅप्टन बुश हेच त्यांच्यानंतरची योग्य व्यक्ती होती. ते ब्रिटिश होते आणि तिथले बंदरप्रमुख होते. त्यांना 'लुआँग विसुत साखारादित' हा सयामी किताब मिळालेला होता. त्यामुळे त्यांना आठवड्याच्या मध्यात राजासमोर जी सगळ्यांची हजेरी लागे, तेथे हजेरी लावून मागण्या मांडण्याचा अधिकार मिळालेला होता. हे सगळे ठरेपर्यंत मार्च संपून एप्रिल उजाडला.

मऊ रेशमी पिंगट कुरळ्या केसांनी ॲनाच्या चेहऱ्याला शोभा आणली होती. त्यावर तिने स्वत:जवळची उत्तम टोपी घातली. हातावर लांब रेशमी काळे मोजे घातले. ठरल्या वेळेआधी एक तास ॲना तयार होऊन बसली होती. पण आयत्या वेळी एक अडचण उद्‌भवली. लुई घरी एकटा राहायला तयार नव्हता. मग त्यालाही

तिच्याबरोबर जाण्यासाठी तयार करावे लागले.

बरोबर पाच वाजता कॅप्टन बुश आले. पांढऱ्या डकच्या हायनेकच्या सूटमध्ये उष्णतेमुळे त्यांना धाप लागली होती. मात्र ते नेहमीप्रमाणेच हसरे आणि लालबुंद होते. एका नावेतून सगळे जण निघाले. कालव्यातून नदीत, नदीतून राजवाड्याकडे.

राजवाड्याजवळच्या धक्क्याजवळ सगळे खाली उतरले आणि छप्पर असलेल्या झुलत्या पुलावरून विटांच्या स्वच्छ रस्त्यावर आले. नदीकडून येणारा हा रस्ता दुसऱ्या एका अरुंद रस्त्यावर पोचत होता. या रस्त्याच्या दोन्ही बाजूला विटांच्या उंच भिंती बांधलेल्या होत्या. डावीकडली भिंत पांढरीशुभ्र होती आणि तिच्यावर अंतराअंतराने फटी ठेवलेल्या होत्या. ती राजवाड्याला सर्व बाजूंनी घेरत होती, तर उजवीकडील भिंत 'वाट बो'च्या चारी बाजूंना होती. कॅप्टन बुश त्यांना 'वाट बो' आणि विशेषकरून त्यातल्या दीडशे फूट लांब आणि चाळीस फूट उंचीच्या कुशीवर निजलेल्या प्रचंड अशा त्या बुद्धमूर्तीबद्दल माहिती देत होते. त्या मूर्तीवर सोन्याचा पत्रा चढवलेला होता.

ते 'बाट परा काइओ'जवळ – पाचूच्या बुद्धमूर्तीजवळ आले. सयाममधल्या अत्यंत देखण्या मंदिरातली ती मूर्ती अतिशय भव्य होती आणि राजाचे ते खासगी मंदिर होते. ते पाहून खूश होऊन ॲना थबकली. उंच अष्टकोनी खांब आकाशाकडे झेपावत होते. त्यांचे उंच निमुळते होत जाणारे मनोरे पाहून तिला बाल्बेकच्या सूर्यमंदिराची आठवण झाली. तसेच 'इफिसस' येथील गर्व वाटावे असे डायनाचे मंदिर आणि 'डेलियन अपोलो'चे प्रार्थना मंदिर, ही सगळी मंदिरे तिला हे मंदिर पाहून आठवायला लागली.

मंदिराच्या पलीकडून ते एका बांधीव प्रांगणात आले. राजवाड्याची अतिसुंदर छपरे आणि इतर मंदिरांचेही मजल्यावर मजले चमकत होते, झळकत होते. एका मधल्या रस्त्याने ते अमरिन्द पॅलेसजवळ आले. प्रवेशद्वाराजवळ ते आशाळभूतपणे थांबले, पण तेथे कोणी वाटाड्या किंवा आत घेऊन जाण्यासाठी एखादा नोकर असे कोणीच वाट पाहत थांबलेले नव्हते. त्यामुळे ते तसेच आत गेले. संगमरवरी पायऱ्यांच्या अगदी खालच्या पायरीशी ते पुन्हा घुटमळले.

त्या भव्य दिवाणखान्याच्या कमानदार सुंदर नक्षीकाम असलेल्या उंच खिडक्यांमधून आत येणारे संध्याकाळचे ऊन नम्रपणे वाकलेल्या; गुडघे, कोपरे टेकलेल्या सरदारांच्या मुकुटांवर आणि त्यांच्या भरगच्च सोन्याच्या जरीचे भरतकाम केलेल्या रंगीबेरंगी पोशाखांवर पडलेले होते. सगळ्यांच्या माना वाकलेल्या होत्या, पण नजरा दूरवरच्या सोनेरी सिंहासनाकडे होत्या. सिंहासनावर राजा बसलेला होता. तो मध्यम उंचीचा आणि अतिशयच सडपातळ होता. सोन्याच्या चमचमत्या जरीकामामुळे त्याचे कपडे सोन्याचेच आहेत, असे वाटत होते. तो सिंहासनावर मांडी घालून स्तब्धपणे

बसलेला होता. चमकत्या सिंहासनासकट तोही संपूर्णपणे सोन्यातून कोरून काढलेला आहे, असे वाटत होते.

या छोट्याशा समूहाने पायऱ्यांवर काही वेळ वाट पाहिली. त्यांच्याकडे कोणी यत्किंचितही लक्ष देत नाहीय, हे जेव्हा लक्षात आले तेव्हा ॲना कॅप्टन बुशला हळूच म्हणाली, ''कृपा करून आम्हाला राजासमोर सादर करा. लुई खूप थकलाय आणि त्याला भूकपण लागलीय.''

''थोडी वाट पाहायला हवी मॅडम,'' विचार करत कॅप्टन बुश म्हणाला. पण इतका वेळ झाला होता की, तिचीही सहनशक्ती संपुष्टात आली होती. तिने मानेला व केसांना एक झटका दिला आणि कॅप्टन बुशचा दंड धरला. दोघे पायऱ्या चढायला लागले. लुई तिच्या हाताला लटकून पाय ओढत, फरफटत येत होता. अशा तऱ्हेने त्यांच्या येण्याची कोणतीही पूर्वसूचना दिली न जाता, ते दरबारात दाखल झाले. दोन्ही बाजूला जाड गालिच्यांवर शेकडो दरबाऱ्यांची शरीरे बेडकाच्या अवस्थेत गप्प, हालचाल न करता पसरलेली होती. हे दृश्य पाहून या सगळ्यांच्या वरून लहान मुलासारख्या उड्या मारत जावे आणि ज्याच्या हातात तिचे नशीब आहे, त्या राजासमोर विजयी मुद्रेने उभे राहावे अशी एखाद्या लहान मुलासारखी तिला अनावर इच्छा झाली. हा राजासुद्धा एखाद्या बुद्धमूर्तीसारखा निर्विकार, अलिप्त चेहऱ्याने सिंहासनावर बसला होता.

ते दरवाजात उभे राहता क्षणी राजाचे त्यांच्याकडे लक्ष गेले. तो झटकन उडी मारून सिंहासनावरून खाली उतरला आणि तरातरा दरवाजाकडे येत, चिडक्या स्वरात जवळजवळ ओरडायलाच लागला – ''कोण? कोण? कोण?''

राजा जेव्हा त्यांच्याजवळ पोचला तेव्हा कॅप्टन बुशसुद्धा इतर दरबाऱ्यांसारखाच गुडघे-कोपरे टेकून बसला आणि त्याने ॲनाची ओळख करून दिली, ''महाराज, या नव्या गव्हर्नेस, मिसेस ॲना हॅरिएट लिऑनओवेन्स आणि हा त्यांचा मुलगा लुई.''

ॲनाने अगदी मनापासून आदरभाव व्यक्त केला आणि राजदरबाराच्या पद्धतीप्रमाणे जेवढे वाकणे तिला शक्य होते त्याप्रमाणे तिने गुडघे वाकवून बेडकाची अवस्था धारण करण्याचा प्रयत्न केला. या प्रकाराने तिने राजासमोर नम्र व्हावे, असे तिला सांगण्यात आले होते. 'निदान या, फरशीवर सरपटणाऱ्या प्राण्यांसारखी मी नाही,' ती मनाशी म्हणाली.

राजाने तिचा हात हातात घेऊन हलवला, तरीपण तो बराच वेळ धूर्तपणे, बारकाईने तिचे निरीक्षण करत होता. मात्र तो एकही शब्द बोलला नाही. तिच्या चेहऱ्यावर खिळलेल्या त्याच्या नजरेत आता पसंतीची पावती दिसत होती. तिचे निरीक्षण करत आता तो येरझारा मारायला लागला. तो अतिशय झपाट्याने चालत

होता आणि अगदी गणिती नेमकेपणाने त्याचे एकापुढे दुसरे पाऊल पडत होते, जशीकाही एखादी सूक्ष्म कवायत चालली आहे. त्याच्या पायात पुढच्या बाजूला वर वळलेले, रत्नजडित सोनेरी चढाव होते. तो चालत असताना त्यांचे तेज इकडेतिकडे पसरत होते.

कॅप्टन बुशने हळूच कुजबुजत ॲनाला सूचना केली, ''आता प्रश्नांची सरबत्ती सुरू होईल. तयार राहा मॅडम.''

राजाने अचानक एक लांब पाऊल टाकले आणि ॲनापासून बरोबर तीन फूट अंतरावर तो तिच्यासमोर येऊन उभा राहिला, त्याने हात लांब करून तिच्या नाकाकडे बोट केले.

''तुम्ही किती वर्षांच्या आहात?'' त्याने मोठ्या खणखणीत आवाजात विचारले.

हा आकस्मिक प्रश्न ऐकून ॲनाला आश्चर्याचा जबरदस्त धक्का बसला. राजाची अन् आपली मुलाखत कशी होईल, याचा सतत विचार करत असताना तिने या प्रश्नाची कधी अपेक्षाच केली नव्हती. महत्प्रयासाने तिने आपले हसू दाबले. पण त्याच वेळेस इतक्या शेकडो, गुडघे टेकलेल्या पुरुषांसमोर आपल्या खासगी बाबींबद्दल यांनी उलटतपासणी करावी, याबद्दल तिला राग-वैताग आला होता. कोणत्या गोष्टीला केव्हा महत्त्व द्यावे याबद्दलच्या तिच्या ठाम कल्पनांनुसार त्यांनी हा प्रश्न एकतर तिला नोकरीवर ठेवण्यापूर्वी विचारायला हवा होता किंवा ती एकटी असताना विचारायला हवा होता. पण राजाला एकदम दुखवावे, असे तिला वाटत नव्हते. तिच्या मनात क्षणभरात अनेक परस्परविरोधी विचार उफाळून आले अन् मग ती वरकरणी गंभीरपणे म्हणाली, ''दीडशे वर्षं महाराज!''

हात एकदम खाली आला. आश्चर्याने आणि गोंधळून त्याने पुन्हा मार्चिंग सुरू केले. पुढे-मागे, पुढे-मागे! अधिक जलद गतीने. त्याच्या बारीक काळ्या डोळ्यांनी तिचे अधिक बारीक निरीक्षण केले आणि मग एकदम अंतर्खूण पटून राजाचा चेहरा उजळला. तो खाकरला, हसला आणि पुन्हा खाकरला अन् मग पुन्हा दुसऱ्या हल्ल्यासाठी झपाट्याने पुढे आला. ''आणि तुमचा जन्म कोणत्या साली झाला?'' तिच्या चेहऱ्यावर पुन्हा आत्मसंतुलनाचा भाव झळकला आणि चेहरा गंभीर ठेवून संथ स्वरात तिने उत्तर दिले, ''माझा जन्म सतराशे बारा साली झालाय, महाराज.''

तिचे हे उत्तर ऐकून राजाच्या किंचित सुरकुत्या पडू लागलेल्या चेहऱ्यावरचा भाव अवर्णनीय विनोदी होता. कॅप्टन बुशला हसू न आवरल्यामुळे त्याच्या घशातून चित्रविचित्र आवाज निघत होते. मनमुराद हसण्यासाठी म्हणून तो एका स्तंभाआड सरकला. राजा पुन्हा काही अर्थपूर्ण रितीने खाकरला तशी ॲना काहीशी दचकली आणि त्याच्या प्रश्नांची उत्तरे देणे तिने ज्या धाष्ट्र्याने टाळले त्याबद्दल तो रागावला आहे की काय, असा प्रश्न तिला पडला. तेवढ्यात राजा त्याच्या जवळच्या

दरबाऱ्यांशी काहीतरी भरभर बोलला. त्याच्या बोलण्यावर ते सगळे जण त्यांच्या तोंडाखालच्या गालिच्यात तोंड खुपसून हसायला लागले. फक्त क्रालाहोम तिच्याकडे वळून तिचे निरीक्षण करायला लागला. त्याच्या कपाळ्यावर आठ्या पडलेल्या होत्या.

राजाने पुन्हा त्याच झपाट्याने पुढे-मागे येरझारा सुरू केल्या. पण येरझारा मारतानाही त्याचे ॲनाच्या चेहऱ्याचे बारीक निरीक्षण चालूच होते. जणूकाही तो चेहरा आणि त्याच्यावरचे भाव त्याला पाठ करायचे होते. नंतर मग तो एकदम थांबला आणि गरकन वळून तिच्यासमोर उभा राहिला. त्याने पटकन तिच्या अंगावर पुढचा प्रश्न फेकला. "तुझ्या लग्नाला किती वर्षं झाली?"

"खूप वर्षं, महाराज!" तिने पुन्हा नेमके उत्तर देणे टाळत सांगितले. आपण राजाकडून पराभूत होऊ नये, याची ती खबरदारी घेत होती. आपल्या खासगी जीवनातल्या साध्यासुध्या गोष्टी चर्चेचा विषय होऊ नयेत, ही तिची प्रामाणिक इच्छा होती, फक्त गव्हर्नेस म्हणून तिची पात्रता आणि गुणवत्ता सोडून! मात्र आता तिला या खेळात गंमत वाटायला लागली होती. ही लढाई तिला मुलांच्या लुटुपुटुच्या लढाईसारखी वाटायला लागली होती.

राजाने पुन्हा मोजून सहा पावले टाकली. थांबला, काही वेळ विचार केल्यावर पुन्हा तो वळला आणि हसत-हसत तिच्याकडे तरातरा येत, विजयी स्वरात त्याने तिला विचारले, "मग आता तुला नातवंडं किती आहेत? हा-हा-हा! किती! किती? हा-हा-हा!"

आणि प्रत्येक जण मनापासून हसायला लागला. राजा, ॲना, कॅप्टन बुश. आता कॅप्टन बुश खांबाच्या आडून पुढे आला होता. ज्या दरबाऱ्यांना हा विनोद कळण्याइतके इंग्रजी समजत होते, तेही सगळे जण हसायला लागले. राजाने बाजी मारली होती.

तिच्या खेळात तिच्यावर बाजी मारल्याच्या आनंदाच्या भरात राजाने ॲनाचा हात पकडला आणि दरबारात जमलेल्या, गुडघ्यांवर वाकून बसलेल्या सर्व दरबाऱ्यांच्या मधून वेगाने ओढत एका पडदा लावलेल्या दरवाजाजवळ तिला घेऊन गेला. लुईही तिचा स्कर्ट पकडून घाबरत; पण घाईघाईने त्यांच्यामागे धावत होता. अशी ही हास्यास्पद वरात पडद्यांनी झाकलेल्या अनेक पॅसेजेसमधून धावत होती. त्यात दोन्ही बाजूंना गुडघ्यांवर अंग आकसून बसलेले विचित्र पोशाखातील दुभाषी, तरुण स्त्रिया असे अनेक जण दिसत होते. सर्वांनी ओढण्यांनी आपले चेहरे झाकलेले होते. जणूकाही राजारूपी सूर्याचे तेज त्यांच्या मानवी दृष्टीला सहन होण्यासारखे नव्हते. ॲना आणि लुई यांना श्वासदेखील घेता येत नव्हता. अखेरीस राजा पडद्यांनी झाकलेल्या एका कोपऱ्यातल्या जागेपाशी थांबला. त्याने मखमली पडदा बाजूला केला.

तेथे जमिनीवर एक स्त्री गुडघे टेकून बसलेली होती. बाहेरच्या व्हरांड्यातल्या स्त्रियांप्रमाणेच तिने आपला चेहरा ओढणीने झाकून घेतला होता. ड्रेस्डेन पुतळीप्रमाणे तिची काया अगदी लहानशी; पण कातीव, कोरीव दिसत होती. तिच्या चेहऱ्यावर तिने जो चुणीदार रेशमी कपडा धरला होता तो राजाने दूर केला. तिच्या शरीरयष्टीप्रमाणेच तिचे रूप अतिशय नाजूक, सुकुमार आणि देखणे होते. खाली वाकून राजाने तिचा हात हातात घेतला आणि ॲनाचा जो हात त्याने धरला होता, त्या हातात दिला. तो तिच्या हातात अगदी हळुवारपणे विसावला, एखाद्या मृत पक्ष्याप्रमाणे.

"ही माझी पत्नी – लेडी तलप." राजाने ओळख करून दिली. "तिला इंग्रजी शिकण्याची इच्छा आहे. पूर्वी ती मिशनमधल्या स्त्रियांकडून इंग्रजी शिकलीय. तिचं सौंदर्य जसं सुखद आहे, तशी तिची बुद्धिमत्ताही. ती जर इंग्रजीची उत्तम जाणकार बनली तर ते आम्हाला खूप आवडेल. आमच्यासाठी म्हणून तू तिला शिकवावंस."

त्या स्त्रीच्या कोणत्यातरी गोष्टीने ॲनाचे मन पूर्णपणे जिंकून घेतले. तिचा प्रभावी मृदू भाव आणि वागण्याची पद्धत ॲनाला फार आवडली.

"महाराज, ते मलाही आवडेल," ती राजाला म्हणाली.

ॲनाचे हे उत्तर राजाने राणीला भाषांतर करून सांगताच ती मंदिरातल्या घंटा किणकिणाव्यात अशी मंजूळ, मधुर हसली. तिने ॲनाकडे असा काही आनंदाने ओथंबलेला, प्रेमभरित कटाक्ष टाकला की ॲना क्षणभर गोंधळलीच. इंग्रजी शिकण्याची इच्छा करणे म्हणजे खूप काही मागणे होते का? पण लेडी तलपला तसे वाटत होते, हे नक्कीच. राजाच्या या औदार्याने आणि त्याने आपली इच्छा मान्य केली आहे, या गोष्टीने ती इतकी उल्हसित होऊन भारावून गेली होती की, तिने त्याच्यासमोर लोटांगण घातले. तिच्या या कृतीने ॲनाचे मन करुणा आणि प्रेमाने भरून आले. एखाद्याला आपल्या अगदी साध्यासुध्या इच्छेसाठी या एखाद्या लहरी, सुरकुतलेल्या गवतातल्या टोळासारख्या राजावर अवलंबून राहावे लागते, हे किती तिरस्करणीय, उबग आणणारे आहे! त्याच्या चेहऱ्यावरच्या ताठर भावांकडे तिने नजरेच्या कोपऱ्यातून पाहिले आणि ती पुन्हा शहारली.

ती पुन्हा राजाच्या पाठोपाठ त्या सर्व कॉरिडॉर्समधून दरबारात आली. राजवाड्याच्या आतल्या भागातून डझनावारी मुले बाहेर आली होती. राजा त्यांच्याशी लाडाने, प्रेमाने बोलत होता, लुईने त्या मुलांचे लक्ष वेधून घेतले होते. त्या सगळ्यांनी त्याच्याभोवती गर्दी करत, बडबडत, हसत, ओरडत चारही बाजूंनी त्याच्यावर जणू हल्लाच केला. ते त्याला हात लावू पाहत होते तसा तो संकोचून मागे झाला. पण ते आणखी पुढे-पुढे, त्याच्या जवळजवळ सरकायला लागले. त्याचे कपडे, त्याचे केस, त्याचे शरीर, बूट आणि त्याचे विलक्षण पांढरेशुभ्र हात या सगळ्या गोष्टींना ते हात लावून पाहत होते. लुई या सर्व प्रकारांनी गारठून गेला होता. तो ॲनाकडे व्याकूळतेने,

अपेक्षेने पाहत होता, परंतु फक्त चालत राहण्याव्यतिरिक्त ती काहीच करू शकत नव्हती. मुलांचे ते वर्तन पाहून राजा खूश होऊन हसला.

दरबारगृहाजवळ पोचताच लुई त्यांच्या तावडीतून सुटला होता. राजा तिला अभिमानाने सांगायला लागला, "मला सदुसष्ट मुलं आहेत. तू त्यांना, तसंच माझ्या जितक्या बायकांना इंग्रजी शिकण्याची इच्छा असेल, त्या सगळ्यांना इंग्रजी शिकवायचं आणि माझा पत्रव्यवहारपण खूप असतो, त्यात मदत करायची." तिच्या आणखी जवळ वाकून पुढे तो म्हणाला, "तसंच मला फ्रेंच पत्रं लिहिण्यावाचण्यात खूप अडचण येते, कारण फ्रेंचांना फसवी भाषा वापरण्याची फार आवड आहे. ते काम तू हाती घेतलं पाहिजेस आणि त्यांचा चित्रविचित्र फसव्या गोष्टींचा अर्थ मला समजावून सांगितला पाहिजेस. तसंच दररोज मला परदेशातून बरीच पत्रं येत असतात ती मला सहजासहजी वाचता येत नाहीत. माझ्या वाचनासाठी ती स्वच्छ, स्पष्ट सुट्या अक्षरात लिहून काढायचीस."

आपल्या कामाचा एवढा विस्तार पाहून ॲना स्तंभित आणि अवाक झाली. पण त्याबद्दल पुढे कधीतरी बोलता येईल, असा विचार करून ती गप्प राहिली.

"मी तुला पुन्हा बोलावणं पाठवीन," असे म्हणून राजाने हात हलवून तिला निरोप दिला.

ॲनाने मान तुकवून निरोप घेतला. लुईनेही मान हलवून निरोप घ्यायचा प्रयत्न केला. ते कॅप्टन बुशबरोबर माघारी फिरले आणि बघता-बघता संध्याकाळच्या थंड हवेत बाहेर आले. ॲनाने एक दीर्घ श्वास घेतला. जरी ही पहिली मुलाखत विचित्र पद्धतीने झाली असली, तरी ती काही वाईट झाली नव्हती. राजाची एकूण वृत्ती कनवाळू दिसत होती. त्याच्याकडे विनोदबुद्धी तर निश्चितपणे होतीच, पण त्यांचा चौकसपणा दांडगा होता आणि तो केव्हा कसा वागेल याचा निश्चित भरवसा तर नव्हताच. त्याच्यात राजेशाही अहंकार तर होताच आणि महत्त्वाची गोष्ट म्हणजे गव्हर्नेसचे काम करता-करता त्यांची तिने खासगी सेक्रेटरी म्हणूनही काम करावे अशी अपेक्षा असेल तर एकूण काम करणे खूपच जिकिरीचे होणार होते.

ते राजवाड्याच्या फाटकातून बाहेर आले तरी कॅप्टन बुशला अजूनही हसू येतच होते. "त्यांनी तुम्हाला बरोबर पकडलं की नाही मॅडम?" हसत-हसत ते म्हणाले, "तुम्हाला किती नातवंडं, पतवंडं आहेत? वा! वा! झकास! प्रश्न छानच होता हे खरं! तरीपण त्यांनी तुम्हाला पुरतं नामोहरम केलं, असं म्हणता येईलच, असं नाही."

■

राजाच्या जनानखान्यात

१८ एप्रिलला राणी कॉन्सोर्टच्या दफनविधीचा समारंभ संपला. तरीही राजाकडून शाळा सुरू करण्याच्या संदर्भात ॲनाला काही बोलावणे आले नाही. पण तिने सयामी भाषेचा अभ्यास निश्चयाने सुरू केला होता. यासाठी मि. हंटरनी तिला एक शिक्षक शोधून दिला. हे अतिशय वृद्ध, थकलेले गृहस्थ पूर्वी धर्मोपदेशक होते, पण त्यांना इंग्रजी येत नव्हते. त्यामुळे ॲनाला समजण्यात कधीकधी ज्या अडचणी येत, त्या समजावून सांगण्यासाठी मि. हंटर तिच्याकडे थोडा वेळ येऊन बसत.

तिला हा अभ्यास आवडायला लागलाय, हे तिच्या लक्षात आले. तिला ती विचित्र मुळाक्षरे लिहिता यायला लागली, मग काही शब्दसुद्धा. तिच्या हे लक्षात आले की, तिचे संस्कृतचे ज्ञान यात फार उपयोगी ठरणार आहे. अनेक सयामी शब्द हे संस्कृत शब्दांशी मिळतेजुळते आहेत हेही तिच्या लक्षात आले.

जेव्हा जनानखान्यातल्या स्त्रिया तिला भेटायला यायच्या, तेव्हा तिने त्यांच्याबरोबर मोडक्यातोडक्या सयामीत संभाषण करायला सुरुवात केली. तिच्या खोलीतल्या वस्तूंची सयामी नावे त्या सांगायच्या आणि ती त्यांच्या पाठोपाठ त्यांचा उच्चार करायची. तिची स्मरणशक्ती फार चांगली होती. त्यामुळे लवकरच तिला वस्तूंची नावे, विशेषणे, क्रियापदे समजायला लागली. नेहमीच्या संभाषणात घाईगर्दीने उच्चारले गेलेले काही शब्दही तिला ओळखता यायला लागले. कधीकधी तिला पूर्ण वाक्यसुद्धा समजायला लागले होते. ते अतिशय कंटाळवाणे गरम दिवस, नवी भाषा शिकण्याच्या आकर्षणाने रंजक बनले होते. सयामी लोकांमध्ये राहून त्यांची ही भाषा शिकणे हिंदी किंवा मलायी भाषा शिकण्याहून सोपे आहे, हे तिच्या लक्षात आले, त्यामुळे तिला फार समाधान वाटत होते.

तिला असे वाटायला लागले होते की, राजाने तिला नोकरीवर ठेवले आहे हे बहुधा तो विसरून गेला असावा. मि. हंटर तिला म्हणाले होते की, राजा सध्या पेट्‌चाबुरीला जायला निघालाय. पेट्‌चाबुरी नदीवर दक्षिणेला हे ठिकाण आहे. तेथे पोचायला तीन दिवस लागतात आणि राजाचे ते फार आवडते ठिकाण आहे. तेथील कमी उंचीच्या डोंगरांमध्ये राजाने सगळ्यांपासून अलिप्तपणे राहता येईल असे एक

आलिशान निवासस्थान बांधलेले होते. आता गेली कित्येक वर्षे क्रालाहोमच्या देखरेखीखाली पाचशे गुलाम त्यात बदल करण्याचे काम करत होते. आता तो राजवाडा राजाला सादर करण्यासाठी तयार झाला होता. तेथे गेल्यानंतर सर्वांत महत्त्वाची करायची गोष्ट म्हणजे तिथल्या स्तूपात बुद्धाच्या हाडांच्या एका तुकड्याची स्थापना करणे ही होती. लोक म्हणत होते की, बुद्धाचा हा खरा अवशेष होता.

अजूनही हवेत फार उष्मा होता, पण आता कुठल्याही दिवशी मान्सून थडकला असता आणि तो कमी झाला असता. ॲनाला असे सारखे वाटायचे की, ज्या पूर्वेकडल्या तुरुंगासारख्या घरात ती राहत होती, ती जागा आणि तेथील आयुष्यसुद्धा असेच या हवेसारखे होते, कुंद आणि गुदमरून टाकणारे, गुंगवून टाकणारे. पण तिच्या स्वत:च्या घराचे वातावरण उत्साहपूर्ण असेल. अर्थात तिला जर तिचे स्वत:चे असे घर मिळाले तर!

पण तिच्या हातात काहीच नव्हते. राजा पेट्चाबुरीहून परत आला होता तरी अजून त्याने तिला बोलावणे पाठवले नव्हते. त्याने बोलावल्याशिवाय ती तेथे जाऊ शकत नव्हती. सिंगापूरला परत जाणे म्हणजे एक तऱ्हेने स्वत:चा पराभव मान्य करणे, हे तिच्याकडून होणारे नव्हते. पुन्हा लग्नाच्या कल्पनेने ती आकसून जात होती. निजण्यासाठी ती आडवी झाली की, या सगळ्या विचारांनी तिचे डोके भणाणून जात असे. कुठल्यातरी कामात स्वत:ला गुंतवून घेणे हे तिला फार आवश्यक झाले होते. पण तेथे करण्यासाठी काहीच नव्हते. आज सयाममध्ये पोचून तिला दोन महिने झाले होते, पण निष्क्रियतेमुळे तिचे मन पोखरल्यासारखे होत होते. तिचे काम सुरू झाले तर हे भलतेसलते विचार तरी बंद होतील, स्वत:चे घर असेल तर ती स्वत:ला त्यात गुंतवून घेऊ शकेल. जर आणि जर... जर.... शेवटी रात्र कशीबशी संपून पुन्हा दुसरा जड दिवस सुरू व्हायचा.

अखेरीस एक दिवस सकाळी मि. हंटर क्रालाहोमकडून निरोप घेऊन आले की, राजवाड्यातले काम सुरू करण्यासाठी ॲनाने तयार व्हावे.

''क्रालाहोमची बहीण लेडी पायम त्या वेळेला तुम्हाला घेऊन जाईल.'' त्यांनी खुलासा केला. ''ती त्यांच्या नावेतून तुम्हाला घेऊन जाईल.''

क्रालाहोमची बहीण एक विशाल मनाची स्त्री होती. तिच्या चेहऱ्यावर वात्सल्याचा भाव होता. आल्या-आल्या तिने ॲनाचे स्वागत केले, ''गुड मॉर्निंग सर.''

''गुड मॉर्निंग.'' ॲना म्हणाली.

''तुम्ही माझ्यासाठी इथपर्यंत आलात ही तुमची मेहरबानी आहे. निघायचं?''

पण लेडी पायम जवळकीने म्हणाली, ''गुड मॉर्निंग सर, गुड मॉर्निंग सर.''

बहुतेक याचा अर्थ 'हो' असा असावा असे समजून ॲनाने टोपी घातली आणि हातमोजे चढवले. लुईपण बरोबर यायचे म्हणत होता म्हणून बीबीने त्याला हॅट

घालून दिली. कित्येक दिवस वाट बघत ताटकळलेली पुस्तकं अखेरीस सोबत घेऊन ती निघाली. लेडी पायम संथ गतीने आपल्या नावेकडे जात होती. तिच्यापाठोपाठ तिच्या नेहमीच्या गुलाम मुलींची रांग होती. एकीच्या जवळ सोन्याची चहादाणी होती. ती भरतकाम केलेल्या सॅटिनच्या गादीवर ठेवलेली होती. दुसरीच्या हातात सोन्याचा ट्रे होता. त्यात नाजूकसे, चिनी मातीचे अतिशय सुंदर, बिनकानाचे; पण झाकलेले कप ठेवलेले होते. तिसरीजवळ सोन्याचे पानदान होते. अतिशय जड अन् सुरेख घडवलेले. त्यांच्यामागे दोघी जणी मोठमोठे पंखे घेऊन चालत होत्या. ही सगळी चिन्हे, ती राजघराण्यातली स्त्री आहे, हे दर्शवणारी होती आणि यातली एकही गोष्ट सोडता येत नव्हती.

सगळ्या जणी छपराच्या लांबलचक नावेत बसल्या. तेवढ्यात लेडी पायमचे लक्ष त्या पुस्तकांकडे गेले आणि तिने त्यातले एक स्वत:कडे घेतले. त्याची पाने उलटताना तिला इंग्रजी मुळाक्षरे दिसताच तिने एकदम आश्चर्याने व आनंदाने ॲनाकडे पाहिले आणि ती त्या-त्या अक्षरांवर बोट ठेवत त्यांचा उच्चार करायला लागली. ॲना अधूनमधून तिला मदत करत होती. तिला खूप बरे वाटतेय आणि आनंद झालाय, हे जाणवत होते, पण थोड्या वेळातच तिने अचानक पुस्तक बंद केले. आपला गुबगुबीत हात ॲनापुढे केला आणि म्हणाली, ''गुड मॉर्निंग सर.''

''गुड मॉर्निंग,'' ॲनाने प्रत्युत्तर केले अन् मग क्षणभराने म्हणाली, ''सर.'' नाव संथ गतीने प्रवाहाच्या वरच्या दिशेने चालली होती आणि पायम दर वेळी तिची आणि ॲनाची नजरानजर झाली की म्हणत होती, ''गुड मॉर्निंग सर.'' किमान डझनभर वेळा तरी तिने असे म्हटले असेल.

एका देखण्या शामियान्याजवळ त्यांची नाव येऊन पोचली. तो नदीवर झुकलेला होता आणि त्याच्या छपरांचे मजल्यावर मजले चढवलेले होते. या वाढीव बांधकामाचे बरेचसे भाग फार जुने, जीर्णशीर्ण आणि मोडकळीला आल्यासारखे दिसत होते. छपरे असलेल्या अनेक बांधीव रस्त्यांवरून त्या सगळ्या जणी एका अडसराशी येऊन पोचल्या. तेथे रखवालदार म्हणून उंच, पुरुषी स्त्रिया उभ्या होत्या. या स्त्रिया अतिशय तगड्या आणि इतरांहून उंच होत्या. पण त्यांचे केस मात्र इतर सयामींसारखेच आखूड कापलेले होते. त्यांनी घट्ट बसणारी, गळ्यापर्यंत लाल बटणे असलेली जाकिटे घातलेली होती. छातीवरून फुलीच्या आकाराचे पट्टे बांधलेले होते. कमरेखालची त्यांची चुणीदार विणलेली वस्त्रे पाहून ॲनाला स्कॉटिश लोकांच्या झग्यांची आठवण झाली. ही वयस्कर स्त्री निश्चितपणे त्यांच्या माहितीची होती. कारण त्यांनी ताबडतोब दरवाजे उघडले आणि चेहऱ्यासमोर हात धरून गुडघे टेकून खाली बसल्या. त्या आत जाईपर्यंत त्या तशाच बसलेल्या होत्या. उन्हातून जवळजवळ वीस मिनिटे चालल्यानंतर त्या उंच तटाच्या 'खंग नई'त (अंतर्गृहात) आल्या. भिंतीमुळे आतले

जग वेगळे, इतरांना मनाई करणारे आणि राजवाड्यापासूनसुद्धा स्वतंत्र असे होत होते. एक विचित्र लंबगोलाकार, झगझगीत पितळी दार आवाज न करता उघडले गेले. दाराची चौकटपण खूप नक्षीकाम केलेली होती. त्यातून त्या आतल्या आवारात 'खंग नई'त आल्या.

त्यांच्या डाव्या हाताला जुन्या वृक्षराजीमध्ये अनेक भव्य मंदिरे होती आणि उजव्या हाताला लांबलचक, मंद प्रकाशाची गॅलरी होती. लेडी पायम त्या सर्वांना एका उघड्या मंडपात घेऊन गेली. तेथील खालची जमीन संगमरवरी होती. इतका वेळ उन्हातून आल्यानंतर झाडांच्या सावल्या आणि 'शाले'मधला थंडावा फार सुखकारक वाटत होता.

कित्येक स्त्रिया मंडपाच्या आतबाहेर रमतगमत फिरत होत्या. आराम करत होत्या. ॲना आणि लेडी पायम यांना बघितल्यावर त्या स्वागताला उठून उभ्या राहिल्या. त्या श्रेष्ठ दर्जाच्या स्त्रिया दिसत होत्या. कारण लेडी पायमने त्यांच्यासमोर लोटांगण घातले. कदाचित त्या तिच्या बहिणी असतील. ॲनाला जे सांगितले गेले होते, त्यानुसार त्यांना जनानखान्यात श्रेष्ठ स्थान होते. औपचारिक रीतीरिवाज संपल्यानंतर सगळ्यांच्या प्रेमळ गप्पा सुरू झाल्या. मुले संगमरवरी फरशीवर आडवी पसरली होती. लहान मुले त्यांच्या दायांच्या खांद्यावर झोपली होती किंवा खेळत होती.

ताबडतोब अनेक गुलाम स्त्रिया चांदीची ताटे घेऊन तेथे हजर झाल्या. ताटांमधून तिला नवखे असलेले अनेक खाद्यप्रकार दिसत होते. ते सगळे फार आकर्षक, तोंडाला पाणी सुटेल असे दिसत होते. त्यांची चव चाखायला ॲनाला खूप आवडले असते, पण तेथे काटे-चमचे काहीच नव्हते आणि खाण्यासाठी ती इतरांप्रमाणे बोटांचा वापर करू शकत नव्हती. तिला आणि लुईला फक्त संत्र्यांवर समाधान मानायला लागले. तिचे खायला नाही म्हणणे हे उद्धटपणाचे आहे, असे वाटण्याची खूप शक्यता आहे, अशी भीती तिला वाटत होती आणि हे सगळे प्रकार तिच्या स्वागतासाठी बनवले असतील तर फारच! पण कोणी तिच्याकडे लक्षही दिले नाही. लेडी पायम आणि जनानखान्यातल्या इतर स्त्रिया तिच्याकडे लक्षही न देता, खात-पीत हसत गप्पा मारत होत्या.

थोड्या वेळाने लेडी तलप, जिने ॲनाला पहिल्या भेटीतच मोहवून टाकले होते, ती तेथे अवतरली. तिने क्रालाहोमच्या बहिणीला आदरपूर्वक नमस्कार केला. तिच्याशी मिनिटभर बोलली आणि त्यानंतर त्या थंड फरशीवर स्वत:चे सोन्याचे पानदान उशाला घेऊन आडवी झाली.

तिने ॲनाला नजरेने खूण केली. ही पद्धत तर इंग्लिश रीतीरिवाजांच्या अगदी विरुद्ध होती. ती हसल्यानंतर तिच्या चेहऱ्यावर असा काही गोडवा आला की, ती

एकदम इतरांपेक्षा आकर्षक दिसायला लागली. ॲना उठून तिच्याजवळ गेली. ॲना या अतिशय निवांतपणे पहुडलेल्या सुंदर स्त्रीजवळ बसली तेव्हा लेडी तलप विचित्र उच्चारात पण स्पष्ट इंग्रजीत म्हणाली,

"I am very glad to see you. It is long time I not see. Why you come so late?"

पण एवढे बोलल्यानंतरही तिला उत्तराची फारशी अपेक्षा दिसत नव्हती. ॲना तिच्याशी सोप्या, साध्या वाक्यात काही बोलली, पण काही कळले नाही अशा अर्थाने लेडी तलपने हसत मान हलवली. मग लहान मुलांशी बोलावे अशा सुट्यासुट्या शब्दांत, अगदी सावकाश ती लेडी तलपशी बोलायला लागली, पण त्याचाही काही उपयोग झाला नाही. ॲना फार निराश झाली आहे आणि तिच्याशी संभाषण करण्याच्या प्रयत्नात अपयश आल्याने ओशाळवाणी झाली आहे, हे जेव्हा लेडी तलपच्या लक्षात आले, तेव्हा ती हसली. तसेच एक क्षणभर टिकणारे अतिशय गोड हसू; आणि तिने गायला सुरुवात केली –

देअर इज अ हॅपी लँड – (तेथे एक आनंदभूमी आहे)
फार फार अ वे – (दूर दूर देशी)
व्हेअर सेन्ट्स इन ग्लोरी स्टँड – (जेथे श्रेष्ठ संतांचा निवास)
ब्राइट ब्राइट ॲज अ डे – (तेजोमय दिन-देशी)

आणि म्हणाली, "I think of you very often. In the beginning God created the heavens and the earth."

ॲना तिच्याकडे आश्चर्यचकित होऊन बघायला लागली. जर ती तिच्या इंग्रजीच्या ज्ञानाचे प्रदर्शन करत असेल तर तो प्रयत्न स्तुत्य होता, पण तो फारच तुटक-तुटक होता. लुई ॲनाच्या मांडीवर डोके ठेवून लोळत होता. तो या विचित्र स्त्रीकडे कुतूहलाने पाहत होता. ती खरंच इंग्रजीच बोलत होती का? का दुसरे काही? पुन्हा एकदा स्मशानशांतता पसरली. ॲनाला ती शांतता असह्य झाली. पण मैत्रीची भावना प्रकट करायला तिच्याजवळ कोणताच मार्ग नव्हता. इच्छा तर होती कारण तिचे स्वत:चे कार्य यशस्वी करायचे म्हटले तर तिला मैत्री करणेही आवश्यक होते. पण ॲनाच्या मनातल्या उलथापालथींची जाणीव नसल्यासारखी लेडी तलप मंडपाच्या छतावरील सोनेरी मुलामा दिलेल्या गुलाबांच्या कोरीव नक्षीकडे रिकामेपणाने बघत निवांतपणे पहुडली होती.

जवळपास अर्ध्या तासाने लेडी तलप उठून गुडघ्यावर बसली. तिने इकडेतिकडे काळजीपूर्वक पाहिले. लेडी पायम तिच्या मैत्रिणी, दासींसह हिंडत-हिंडत दूर गेली

होती. मुले इकडेतिकडे उन्हात हुंदडत होती. आसपास कोणीही नव्हते. ती चटकन उठून ॲनाच्या अगदी जवळ सरकली आणि तिच्या कानात इंग्रजीत कुजबुजली,

"Dear Mem Mattoon! I love you. I think of you. Your little boy dead- you come palace- you cry. I love you!"

एवढे बोलून ती पटकन बाजूला झाली आणि पुन्हा पानदानाचे उसे करून निजली. तिने आपले बोट ओठावर ठेवले, बाजूला काढले आणि पुन्हा गायला सुरुवात केली – देअर इज अ हॅपी लँड, फार फार अ वे.

ॲना आताही गप्प, पण एकदम सावध होऊन बसली. लेडी तलपच्या स्वरातील आणि कृतीतील अस्वस्थ हुरहूर, यालाही काहीतरी अर्थ होता. अचानक त्याचा अर्थ तिच्या लक्षात आला आणि तिचे मन एकदम द्रवून गेले. ही काहीतरी निरर्थक बडबड आहे, असे समजण्यात तिचा स्वतःचाच किती मूर्खपणा होता! ही लहान मुलासारखी निर्व्याज असलेली स्त्री, या उंच दगडी भिंतींच्या आड, इतरांना अटकाव असलेल्या या शहरात कोंडली गेली आहे. तिला बाहेरच्या जगात संदेश पाठवायचा आहे. तिला जिला संदेश पाठवायचा आहे, त्या दुसऱ्या स्त्रीचे मिसेस मॅटूनचे मूल गेलेले आहे. तिच्याबद्दल हिच्या मनात प्रेम, कळवळा आहे. आपली सहानुभूतीची भावना ती तिला कळवू इच्छितेय. मिसेस मॅटूनना ती हे कळवू इच्छितेय की, तिला अजून त्यांची आणि त्यांनी जे शिकवले त्याची आठवण येतेय. ज्या स्त्रीला ती मैत्रीण म्हणून गणत होती, तिला तिची प्रेमभावना आणि सांत्वना पाठवण्याचा हा किती अभिनव मार्ग तिने शोधून काढला होता! केवढी बुद्धिमत्ता आणि माणुसकी! ॲनाने हसून मान हलवली तशी लेडी तलपपण हसली. दोघींमध्ये हा एक करार झाला होता. पण ॲनाच्या दृष्टीने त्या गोष्टीला त्याहून जास्त महत्त्व होते. तिच्याबरोबर एखादा गुप्त निरोप देण्याइतका तिने ॲनावर विश्वास ठेवला आहे, हे पाहून ती भारावून गेली होती. याचा अर्थ असा की, ॲना हे राजाजवळही बोलणार नाही, याबद्दल तिला विश्वास वाटत होता. ही केवळ स्त्रियांची बाब होती आणि केवळ स्त्रीचे मनच ही गोष्ट समजू शकत होते. एका अमेरिकन स्त्रीला निरोप द्यायचे काम, एका युरोपियन स्त्रीवर सोपवण्याइतका विश्वास एका सयामी स्त्रीला वाटत होता. ॲनाने लेडी तलपकडे एका नव्या आदरभावाने पाहिले. या उंच भिंती आणि रूढी यांच्यात बंदिवान होऊन ती तेथे निजली होती. त्यांनी तिला राजाचे खेळणे बनवलेले होते. जिवंत. लाकडी खेळण्याहून थोडे वरच्या दर्जाचे. फरक एवढाच होता की, तिच्यावर मिसेस मॅटूनच्या चारित्र्याचा ठसा उमटलेला होता. ॲनाच्या डोळ्यासमोर स्वप्न तरळू लागले. युगानुयुगाच्या रूढींच्या बेड्यांनी जखडलेली अशी किती मने ती मुक्त करू शकेल?

सकाळ संपून दुपार झाली. मग दुपार सरून उन्हे उतरायला लागली. काही

स्त्रिया गेल्या, काही आल्या. मुले खेळतच होती. मंडपातल्या एका खांबाला टेकून ॲना विश्रांती घेत होती. तिला वाटत होते की, जुन्या परीकथांमध्ये वर्णन केलेल्या भ्रामक, मोहक जगात ती येऊन पडलीय.

पडद्यांनी झाकलेल्या गॅलरीतून आलेल्या बारीकशा आवाजाने ती जागी झाली. एक म्हातारी बाई सोन्याचे शामदान घेऊन आली होती. त्याच्या चार बाजूंवर चार पेटलेल्या मेणबत्त्या ठेवलेल्या होत्या. प्रकाश झाल्याबरोबर सर्व दृश्य अचानक अद्‌भुततेत बदलले. दुपारची सुस्ती नाहीशी झाली. लेडी तलप उठून उभी राहिली आणि झपाट्याने पळाली. इतर स्त्रिया आणि अनेक मुलांनी तिचे अनुकरण केले. तेथे फक्त क्रालाहोमची बहीण, तिच्या गुलाम सेविका, ॲना आणि लुई एवढेच उरले. लुई आईच्या मांडीवर अगदी आरामात झोपला होता.

या धावपळीचा आणि मेणबत्त्यांचा राजाशी काहीतरी संबंध असावा हा तर्क करणे सोपे होते. राजवाड्यातल्या जीवनातल्या रीतीभाती लक्षात यायला तिला फारसा वेळ लागला नाही. पेटत्या शामदानांचा अर्थ तिच्या लक्षात आला. 'बाट परा काइओ'च्या शाही मंदिरात राजाने पाठवायची ती आरती होती. राजातर्फे ही आरती तो झोपेतून जागा झाल्याझाल्या, नियमितपणे अन् ताबडतोब पाठवली जात असे. याचा अर्थ असा की, राजा तेथे दर्शनासाठी जाणार आहे.

अगदी थोड्या वेळातच अडखळती मिरवणूक हळूहळू शेजारून जायला लागली. शेकडो बायका आणि मुले. काही फिकुटलेल्या, उदासवाण्या. काही उजळ ऐन भरातल्या, आनंदी, बऱ्याचशा आपल्याच तंद्रीत. परिस्थितीच्या थपडा खाऊन टणक झालेल्या. सगळ्या जणी एकाच दिशेने शांतपणे चालल्या होत्या. कोणी बोलण्यासाठीही थांबत नव्हते. मागे वळून बघत नव्हते. त्या सगळ्यांमध्ये राणी तलपही होती. आता तिने गडद निळ्या रंगाचा रेशमी पोशाख घातलेला होता. तिच्या मोहक पिवळट, गुलाबी रंगावर तो फारच शोभून दिसत होता. ती ॲनाशी बोलण्यासाठी तर थांबली नाहीच, पण तिने ॲनाकडे एक कटाक्षही टाकला नाही. मात्र तिच्या तरुण, नितळ, कोमल चेहऱ्यावर एक प्रकारचा अस्वस्थ तत्परतेचा भाव होता. ती राजाची प्रिय पात्र होती, पण तिच्या पूर्वीही अनेक जणी त्याची प्रिय पात्रे होत्याच की!

मानसिक ताण जसा वाढायला लागला, तशी ॲना अस्वस्थ व्हायला लागली. हा गप्प-गप्पपणा, काळजीपूर्वक चाललेली धावपळ या सगळ्यांमुळे नकळत तिलाही भीतीची लागण झाली होती. राजासमोर आपण स्वत:च आपली राहण्याची स्वतंत्र व्यवस्था करण्याबाबत बोलायचे, हे ॲनाने निश्चित केले होते. त्याच्या पत्रात त्याने एक विटांच्या बांधकामाचे घर देणे कबूल केले होते. पण क्रालाहोमने पहिल्याच, कधीही विस्मरणात जाऊ न शकणाऱ्या त्या रात्री जे काही सांगितले

होते, 'महाराज सगळेच काही लक्षात ठेवू शकत नाहीत.' ते आठवून महाराजांना त्या गोष्टीची आठवण करून देणे आवश्यक आहे, असे तिला वाटायला लागले होते.

ती सिंगापूरला असताना राजाकडून तिला आलेली दोन्ही पत्रे तिने काढून घेतली आणि त्यांचे पुन्हा एकदा वाचन केले. वैयक्तिकरीत्या तिला आलेल्या पत्रांखेरीज तिच्याजवळ सिंगापूरमधल्या सयामी दूतावासाला राजाचे जे पत्र आले होते, त्याचीपण एक प्रत होती. ते पत्र अतिशय नेमके होते –

बँकॉक, २८ फेब्रु. १८६२

तुम्ही जिचे नाव आम्हाला कळवले होते, त्या स्त्रीच्या म्हणजे मिसेस लिऑनओवेन्सच्या संदर्भात हे पत्र आहे. जिची आम्ही शालेय शिक्षिका म्हणून नेमणूक करावी, अशी आपली इच्छा होती. तिचा अर्ज मागच्या वेळी आम्ही फेटाळला होता. कारण आम्हाला जो पगार योग्य वाटतो, त्याहून जास्त पगार ती मागत होती. तसेच राजवाड्यापासून दूर मिशनरी वस्तीत तिची राहण्याची इच्छा आहे, असे आम्ही ऐकले आहे. त्यांना तेथून आणणे आणि पोचवणे या दृष्टीने आम्हाला ही गोष्ट त्रासदायक आहे. तसेच ख्रिस्ती धर्माच्या मिशनऱ्यांमध्ये तिला आपले वास्तव्य सुखाचे वाटेल, पण आम्हाला अशी भीती वाटते की, शिक्षणाचे काम करत असताना पूर्वीचे अमेरिकन मिशनरी आणि त्यांच्या बायकांप्रमाणेच तीही आमच्या मुलांचे धर्मांतर करण्याचा जास्त प्रयत्न करेल. इंग्रजी भाषा आणि साहित्याचे ज्ञान कमी देईल. आमच्याच खर्चाने, ज्यांना ब्रिटिश लोक 'अंधारभूमीचे रहिवासी' असे म्हणतात, हे सर्व आम्हाला सहन करावे लागेल. आम्हाला ख्रिश्चन धर्माची शिकवण देणारे शिक्षक नको आहेत, कारण ते इथे भरपूर आहेत.

जर लेडी लिऑनओवेन्स दरमहा शंभर डॉलर इतका पगार स्वीकारायला तयार असतील आणि राजवाड्यात किंवा त्याच्या जवळपास राहायला तयार असतील आणि आमच्या मुलांना ख्रिश्चन म्हणून धर्मांतरित करण्याचा प्रयत्न न करता, त्यांना फक्त इंग्रजी साहित्य आणि भाषेचेच ज्ञान देण्याचे वचन देत असतील, तर तुमचे त्यांच्याबद्दल जे चांगले मत आहे, त्याला मान देऊन त्यांना आमच्या शाळेच्या शिक्षिका म्हणून नियुक्त करण्यात आम्हाला आनंद वाटेल.

या स्त्रीचा अर्ज ज्यांनी तुमच्याकडे प्रथम दिला, त्या मि. विलियम ॲडमसन आणि त्यांच्या पत्नी यांनाही मी लिहिले आहे आणि कळवले आहे की, त्या (लेडी लिऑनओवेन्स) इथे येण्यापूर्वी त्यांच्याशी व्यवस्थित बोलणी करून घ्यावीत. तसेच या अटी मोडणार नाहीत अशा तऱ्हेने त्यांची कोणतीही चांगली व्यवस्था करण्याचे अधिकार मी त्यांना देत आहे.

त्या इथे आल्यानंतर राजवाड्याजवळ राहण्यासाठी एक पक्के घर त्यांना देण्याची व्यवस्था आम्ही करू. तिथे त्या पती किंवा नोकर यांच्यासमवेत मोकळेपणाने राहू शकतील. ते घर मोफत असेल. त्यांच्या पगारातून त्याचे भाडे कापले जाणार नाही. हा पगार सुरुवातीला १०० डॉलर असेल. त्यानंतर त्यांच्या अपेक्षित कामापेक्षा त्या जास्त काम करत आहेत, त्यांचे विद्यार्थी वाढत आहेत किंवा त्यांनी भाषेच्या शिक्षणात फार चांगले प्रावीण्यही लवकर मिळवले आहे, हे दिसल्यावर मी कदाचित पगारापेक्षा जास्त बक्षीस देईन किंवा त्यांच्या कामानुसार त्यांच्या मासिक पगारात वाढ करीन.

माझ्या या अटी त्यांना कळवा आणि त्यांना माझ्यावर विश्वास ठेवायला सांगा.

पत्र सौहार्दभावनेत कुठे कमी नव्हते. मग तिला कशाची भीती वाटत होती? ॲनाने घडी करून पत्र बाजूला ठेवले आणि लुईला जागे केले. स्त्रिया आणि मुलांची ती अडखळत चाललेली मिरवणूक आता थांबली होती. राजाच्या येण्याची वाट पाहत ती उठून उभी राहिली.

आता राजा केव्हाही येईल या अपेक्षेने ती जवळजवळ तासभर उभी राहिली. हा ताण असह्य होता. राजाच्या चिडचिड्या स्वभावाचा प्रभाव पुन्हा जाणवू नये यासाठी ती स्वत:चे मन खंबीर करते आहे, असे तिचे तिलाच जाणवले. पण का ते तिला कळेना, करारपत्र तर स्पष्ट होते, मात्र त्यातला तपशील पूर्ण करणे बाकी राहिले होते.

अचानक सगळीकडे धावपळ सुरू झाली. नोकर, आया, गुलाम सगळे जण पटापट दरवाजे, खांब, जिने यांच्याआड नाहीसे झाले. सरतेशेवटी जोरात खाकरणे ऐकू आले आणि अचानक राजा सामोरा आला.

राजाचा चेहरा हसरा नव्हता. मंडपात एक छोटासा समूह त्याची वाट पाहत होता. मोठ्याने खोकत तो त्यांच्याकडे गेला आणि ॲनाला वाटले की, तो जास्तच त्रासिक, चिडलेला दिसतोय. ॲनाच्या पुढच्या मुलाखतीसाठी हे वाईट चिन्ह होते. लुई नेहमीच त्याच्या आवतीभोवती असलेल्या लोकांच्या संदर्भात, त्यांच्या मूडबाबत फार हळवा असायचा. त्याने पटकन आईच्या स्कर्टमध्ये तोंड लपवले आणि जो मनुष्य इतक्या विचित्र पद्धतीने हजर झाला होता, त्याच्यापासून नजर चुकवली.

राजापाठोपाठ स्त्रिया आणि मुलांची रांग येत होती. राजा क्रालाहोमच्या बहिणीसमोर उभा राहिल्याबरोबर ते सगळे जण गुडघे-कोपरांवर जमिनीसरसे झाले. क्रालाहोमच्या बहिणीनेही जमिनीवर गुडघे, कोपरे टेकले. फक्त ही इंग्लिश स्त्री, तिचा मुलगा आणि राजा एवढेच जण उभे होते.

राजाने अतिशय थंडपणे ॲनाशी हस्तांदोलन केले. आईच्या मागे तोंड लपवलेल्या

लुईकडे पाहत त्याने अलिप्तपणे शेरा मारला, "तुमच्या मुलाचे केस सुंदर आहेत."

पुन्हा तो क्रालाहोमच्या बहिणीबरोबर काहीतरी लांबलचक संभाषणात गुंतला. ॲना वाट पाहत होती, पण राजाने तिच्याकडे लक्षच दिले नाही. त्याच वेळी जमिनीवर आडव्या असलेल्या आजूबाजूच्या स्त्रिया तिच्याजवळ इंचाइंचाने पुढे सरकत होत्या. तिला त्यांचा तो प्रकार काही केल्या लक्षात येत नव्हता की, त्यांनाही तिच्याशी काहीतरी बोलायचे होते की काय? पण ते न कळल्यामुळे ती राजाकडे दृष्टी रोखून लेडी पायमबरोबरच्या त्याच्या संभाषणातला एखादा धागा लक्षात येतो का, याचा अंदाज घेण्याचा प्रयत्न करत होती.

राजाचा चेहरा आनंद वाटेल असा काही नव्हता. चेहऱ्यावरचे नाक, डोळे ठीक असले आणि रंग उजळ असला, तरीपण नाकपुड्या फेंदारलेल्या होत्या. डोळे बारीक आणि कठोर, चेहऱ्याचा उजवा भाग किंचित खाली कललेला होता. खालचा ओठ एका विशिष्ट पद्धतीने लोंबत होता. जणूकाही त्याला केव्हातरी पक्षाघाताचा सौम्य झटका येऊन गेलाय. तरीपण चेहरा निश्चयी, हुशार, राजतेज असलेला असा दिसत होता.

पुन्हा एकदा खालच्या, वाकलेल्या स्त्रियांच्या तोंडचा रागीट धुसफुशीचा आवाज तिला ऐकू आला. त्यामुळे तिच्या राजाच्या निरीक्षणात अडथळा झाला. तिने त्यांच्याकडे कुतूहलाने पाहिले. पण गुडघे, कोपरे टेकलेली असल्यामुळे त्यांची नजर खाली होती. त्यांना काय सांगायचे असेल? कुजबुजीत आणखी आग्रहीपणा आला. त्यांना जे काही वाटत होते, त्याबद्दल राजाने खडसावले तरी चालेल एवढी ती गोष्ट त्यांना महत्त्वाची वाटत होती. तिला त्यांची भाषा समजत नाही, हे त्यांना माहीत नव्हते का?

पुढे त्या काहीच बोलल्या नाहीत, पण अचानक कोणतीही पूर्वसूचना न देता, चौघी जणींनी हात पुढे करून तिचा स्कर्ट धरला आणि त्या काय करत आहेत याची कल्पना यायच्या आतच तिला जोरात खाली ओढले. एकूण सगळे इतक्या वेगात झाले की, तिचा तोल गेला. त्यांनी तिला आणखी जोरात ओढले आणि ॲना भुईसपाट झाली. लुईपण तिच्याबरोबर खाली पडला. ती अगदी सुन्न होऊन गेली होती. संताप आणि वेदनेच्या अश्रूंनी तिचे डोळे भरून आले. संतापाने ती धडपडत उठून उभे राहण्याचा प्रयत्न करायला लागली, पण त्यांनी तिला घट्ट धरून ठेवले. राजाने तिची अवस्था पाहिली आणि त्याने रागाने, अवहेलनेच्या स्वरात काही शब्द उच्चारले. ॲनाला त्यांनी सोडले. अस्ताव्यस्त अवतारात ती थरथरत उठून उभी राहिली.

तिचा चेहरा लालबुंद झाला होता. स्वत:चे कपडे नीट करून ती लुईला शांत करायला लागली. "त्यांना युरोपियन रीतीरिवाज कळत नाहीत," राजा तिला

म्हणाला. लुईच्या कपाळावर भलेमोठे टेंगूळ आले होते. तो हमसाहमशी रडत होता.

राजा त्या बायकांशी काहीतरी बोलला आणि त्या मागे सरकल्या. ॲना तेथे तशीच उभी होती. राजा हात हलवून तिला म्हणाला, ''तुम्ही इथे राजवाड्यात आमच्या कुटुंबीयांबरोबर राहिलात तर ते आम्हाला जास्त आवडेल.''

पडण्याच्या धक्क्यातून जेमतेम सावरत असलेल्या ॲनाची ते शब्द ऐकून वाचाच गेली. येथे राहायचे? या ठिकाणी? जेथे दडपशाही तर वास येण्याइतकी जोरदार होती आणि गुलामगिरी तर इतकी खोलवर रुजली होती की, त्यामुळे सूर्यप्रकाशसुद्धा झाकोळून गेला होता. येथे या जनानखान्यात राहायचे, ज्या ठिकाणी आयुष्यात कोणत्याही प्रकारचा खासगीपणा नाही, फेरबदल नाहीत, कुठे जाण्यायेण्याची मुभा नाही, जेथे दरवाजांवर पहारा होता आणि भिंतीआडची प्रत्येक हालचाल हेरांकडून न्याहाळली जात होती. मग काय, इथे तिला तिचे स्वत:चे मूल आपल्याला हव्या त्या, आपल्या आवडीच्या इंग्लिश पद्धतीने वाढवण्यासाठी स्वत:चे हक्काचे घरच नसेल? तिने थरथरते ओठ घट्ट मिटून घेतले. 'नाही. ब्रिटिश कौन्सल आणि अमेरिकन मिशनरी यांच्या मदतीपासून दूर, स्वत:ला कुठेतरी कोंडून घ्यायला मी कधी मान्यता देऊच शकणार नाही.'

''महाराज,'' अंत:करणातली अस्वस्थता दडपत ती वरकरणी शांत स्वरात म्हणाली, ''मला इथे राहणं अशक्य आहे. दिवसाच्या शाळेत माझं काम करताना मला आनंद वाटेल, पण मला माझं स्वत:चं एक लहानसं घर राजवाड्याबाहेर हवं, जिथे माझं काम संपल्यावर मी विश्रांती घेऊ शकेन. मी अजून तुमची भाषा चांगली बोलू शकत नाही. त्यामुळे मला इथे कोंडलेल्या कैद्यासारखं राहणं कष्टाचं वाटेल. कारण इथले दरवाजे संध्याकाळी बंद होतात.''

राजाच्या डोळ्यात एकदम संशय डोकावला. ''कुठे जाता तुम्ही रोज संध्याकाळी?'' त्याने विचारले.

''असं नेमकं कुठेच नाही, महाराज. मी तर इथे अगदी नवीन आहे.'' पण रागाने हे उत्तर देताना तिच्या मनात विचार आला की, ते असे विचारूच कसे शकतात?

''मग दारं बंद व्हायला, तुमचा विरोध का?''

''ते काही मला नक्की सांगता येणार नाही,'' ती सावकाश उत्तरली. भीतीने तिच्या अंगावर शहारा आला. ''मात्र मी तसं राहू शकणार नाही आणि महाराजांना मला आठवण करून द्यायची आहे की, त्यांनी पत्रात मला राजवाड्याच्या जवळपास एक पक्कं घर राहायला मिळेल, असे कबूल केलं होतं. राजवाड्यात राहावं लागेल, अशी अट नव्हती.''

राजाचा चेहरा संतापाने एकदम काळानिळा झाला आणि वेगाने तो तिच्याकडे चालत गेला.

''मी असं काही कबूल केल्याचं मला आठवत नाही. पूर्वीच्या अटी वगैरे मी जाणत नाही. तुम्ही माझ्या नोकर आहात. याखेरीज मी काहीही जाणत नाही.'' आवाज चढत-चढत त्याचे जवळजवळ किंचाळण्यात रूपांतर झाले. ''तुम्ही राजवाड्यात राहिल्यानं आम्हाला आनंद होणार आहे आणि तुम्ही माझी आज्ञा पाळणार आहात.'' शेवटचे शब्द तिच्या तोंडावर थपडेसारखे बसले.

थरथरत ती चार पावले मागे सरकली. काही क्षण तिच्यात काही बोलण्याचे धैर्य उरले नाही. त्यामुळे तिच्या तोंडून शब्द फुटेना. पण लगेच तिच्या मनात विचार आला, 'मी जर आताच माघार घेतली तर माझ्या हाती काहीच उरणार नाही. मला सिंगापूरला परत जायला लागलं तरी चालेल, पण मी राजवाड्यात राहणार नाही. देवा, मला मदत कर. मी हे करूच शकत नाही. जशीकाही मी त्यांच्या या भयंकर जनानखान्यातली एक घटक आहे!' ती आपले उरलेसुरले सगळे धैर्य एकवटून अतिशय थंड, कोरड्या, करारी; पण स्थिर आवाजात पुढे बोलली की, त्याचे तिलाच नवल वाटले, ''महाराज हे विसरलेले दिसताहेत की, मी त्यांची नोकर नसून शिक्षिका आहे. आपल्या कुटुंबीयांच्या संदर्भात माझं कर्तव्य म्हणून जे काही आहे, त्याबाबत मी आपली आज्ञा पाळायला तयार आहे. पण त्यापलीकडे इतर आज्ञापालनाची महाराजांनी माझ्याकडून अपेक्षा करू नये.''

''तुम्ही राजवाड्यातच राहाल. कळलं? राजवाड्यातच राहाल.'' मग एकदम त्याच्या गर्जना थांबल्या. चेहऱ्याचा लाल-निळा रंग निवळला. त्याने डोळ्यांची बऱ्याच वेळा जलद उघडझाप केली आणि पुन्हा सौम्य स्वरात बोलायला सुरुवात केली. ''मी तुमच्या सेवेसाठी गुलाम स्त्रिया देईन. पुढच्या गुरुवारी तुम्ही इथे राजवाड्यातल्या मुलांसाठी शाळा सुरू करा. आमच्या ज्योतिष्याच्या म्हणण्यानुसार तो दिवस शाळा सुरू करायला फार चांगला आहे.''

ॲनाने एक खोल श्वास घेतला. हं! आता यांनी सौदेबाजी सुरू केलीय. म्हणजे तिचाही प्रभाव पडतो तर! गुलाम म्हणे! तिच्या अंत:करणाचा प्रत्येक कण गुलामगिरीचा किती तिरस्कार करतो, हे त्यांना कळले तर किती बरे होईल! आणि तिच्या सर्वशक्तीनिशी ती, ही घाणेरडी प्रथा नष्ट करण्याचा प्रयत्न करणार होती आणि त्याला असे वाटतेय की, काही केविलवाण्या माणसांच्या मोबदल्यात तिला विकत घेता येईल. ज्योतिषी म्हणे! म्हणून शाळा सुरू करायला उशीर होत होता तर! ज्योतिष्याला चांगला दिवस सापडत नव्हता, राजा ही गोष्ट संपविल्याच्या आविर्भावात वळला आणि त्याच्या प्रत्येक अक्षरावर जोर देत ठणठणीत स्वरात बोलण्याच्या पद्धतीने, त्या मंडपाबद्दल काही म्हाताऱ्या बायकांना काहीतरी सूचना देऊ लागला.

लुईला आता रडे आवरेना. त्याने मोठमोठ्याने हुंदके देऊन रडायला सुरुवात केली. क्रालाहोमच्या बहिणीने डोके वर उचलून त्याच्याकडे पुन:पुन्हा रागाचे कटाक्ष टाकले. ॲनाच्या डोळ्यांतही अश्रू जमायला लागले. अखेरीस ती कोण होती? एक दुबळी इंग्लिश स्त्री. कुठलाही आधार नसलेली, म्हणून येथे आलेली!

पण नाही. ती राजवाड्यात राहणार नाही. खरेतर तिने येथे थांबून लाजिरवाणे अश्रू गाळता कामा नये. त्यामुळे तिचा दुबळेपणाच दिसेल आणि येथे दुबळे असणे परवडणारे नव्हते. राजाचे बोलणे चालू असतानाच ती लुईचा हात पकडून पितळी दरवाजाकडे चालू लागली.

तिच्या मागोमाग तिला हाका ऐकू यायला लागल्या. ''मॅडम, मॅडम, मॅडम!'' राजा खुणावून तिला हाका मारत होता. डोळे अश्रूंनी काठोकाठ भरून आले होते. मनातल्या मनात अतिशय खचून ती थरथरत होती. तिने मान लववून त्याला अभिवादन केले आणि पुन्हा ताठ मान करून घाईघाईने त्या लंबगोलाकार दरवाजाच्या बाहेर पडली.

क्रालाहोमची बहीण तिच्यामागे अडखळत, धावतपळत आली. तिचा पारा चढलेला होता. तिने ॲनाचे कपडे धरले आणि तिच्या तोंडापुढे बोटे नाचवत ती रागाने ओरडली, ''मई दी, मई दी, मई दी.'' या साध्या शब्दांचा अर्थ कळण्याइतकी सयामी भाषा आता ॲनाला येत होती.

तरीपण आपल्या शेजारच्या स्त्रीकडे दुर्लक्ष करत, संयमाचे आवरण चढवून ॲना चालतच राहिली. तिचे वडील आणि नवरा राणीचे सेवक होते, सैनिक होते. ती अशा प्रकारच्या धाकदपटशाला आणि असभ्य वागणुकीला भीक घालणार नव्हती.

नदीकडे जाताना आणि तेथून नावेत चढताना तिला 'मई दी, मई दी'चा गजर ऐकू आला. आता आधीच्या वेळेसारखा एकही शब्द 'गुड मॉर्निंग' म्हणून नव्हता. अगदी तिच्या राहत्या जागेपर्यंत त्या खवळलेल्या स्त्रिया तिच्यापाठोपाठ गेल्या आणि 'मई दी, मई दी'खेरीज त्या जी शिवीगाळ करत होत्या, त्या शब्दांचा अर्थ तिला कळत नव्हता. पण तिचे मन खंबीर होते. तिने दरवाजा आतून बंद करून कुलूप लावून घेतले. रागाने भीतीवर ताबा मिळवला होता. त्यांना काय करायचं ते करू दे. जर जरूरच वाटली तर ती ही नोकरीपण सोडून देईल, पण ती राजवाड्यात राहणार नव्हती.

■

नवे घर

ॲनाने लुईला बीबीबरोबर संध्याकाळच्या अंघोळीसाठी पाठवले आणि स्वत: विचार करत बसली. मनात इच्छा नसूनसुद्धा अगदी सुरुवातीलाच राजाबरोबर तिचा खटका उडाला होता.

तिला मॅटूननी धोक्याची सूचना दिली होती. पण जे काही घडले त्याखेरीज वेगळे, ती तरी काय करू शकत होती? अजूनही, जे काही घडले त्या पार्श्वभूमीवर, घराच्या बाबतीत ती पुन्हा राजाचे मन वळवू शकेल की नाही, याबाबत ती साशंक होती. ...पण हो, हे करायलाच हवे होते असेही तिला वाटत होते. याबाबतीत ती क्रालाहोमची मदत घेऊ शकेल.

याबाबतीत क्रालाहोमची भेट घेणे ही खूप चांगली कल्पना असून त्याच्या बहिणीचीही शक्यतो लवकर भेट घेतली पाहिजे असे तिला प्रकर्षाने जाणवू लागले. तिला जसजशी त्याची अधिकाधिक ओळख पटायला लागली, तसतसे त्याचे व्यक्तिमत्त्व अतिशय अनाकलनीय आहे, असे तिला जाणवायला लागले. त्याच्या सहवासात जे येतील त्यांना त्याची भीती वाटेल, पण त्यांना ते आवडायलाही लागतील, हे स्पष्ट जाणवायला लागले होते. त्याच्याबद्दलच्या भीतीचे कारण म्हणजे तिच्या इथल्या पहिल्याच दिवशी तिला आपोआपच जाणवलेली, त्याची एक प्रकारची दबलेली आणि भयंकर क्षमता. पण स्वत:बद्दल तो लोकांच्या मनात आदर आणि प्रेम कसे निर्माण करू शकत असे हे मात्र तिच्या आकलनाच्या पलीकडे होते. कदाचित न्यायीपणाबद्दल त्याची जी ख्याती होती, त्यातून ते निर्माण झाले असेल. योग्यायोग्यतेबद्दलची त्याची धारणा फार पक्की होती. भावनेच्या आहारी जाऊन राजा जसा पक्षपात करू शकत असे, त्याप्रमाणे क्रालाहोम न्यायापासून ढळला आहे, असे कधीच होत नव्हते. त्याच्याजवळ एक तऱ्हेची अलिप्त जवळीक होती आणि या गोष्टीची त्यांना पूर्ण जाणीव आहे, असे दिसत होते. तेच त्याचे सामर्थ्य होते. त्याच्या आसपास एक विचित्र अनाकलनीय मोठेपणाचे तेजोवलय होते. सयाममधल्या वास्तव्याच्या पहिल्याच महिन्यात तिला हे दिसून आले की, एवढ्या मोठ्या; पण मागासलेल्या आणि अविकसित राज्याच्या कानाकोपऱ्यातही

त्याचा दरारा आणि सन्मान होता. ज्या दिवशी अगदी दूरदूरच्या सुभ्यांचेही अधिकारी त्याच्याकडे येऊन त्याची वाट पाहत नाहीत, अशा तऱ्हेचा एखादा आठवडाच काय पण एखादा दिवसही जात नसे. जसजसे तिचे दिवस पुढे सरकत होते, तसतसा सयामी लोक त्याच्याशी ज्या आदराने वागत, सन्मान देत ते पाहून आणि तिला भेटणाऱ्या युरोपियनांच्या बोलण्यातून जे आदराचे संदर्भ आणि उल्लेख येत, ते ऐकून ॲना अतिशय प्रभावित व्हायला लागली होती. ब्रिटिश दूतावासाचे इंटरप्रिटर (दुभाषी) मि. थॉमस जॉर्ज नॉक्स हे बऱ्याच दिवसांपासून सयाममध्ये राहत असल्याने त्यांना सयामी भाषा उत्तम येत होती. त्यांनी तिला सांगितले की, राजाचा भाऊ – 'सेकंड किंग' (राज्याचा दुसरा हक्कदार) हादेखील फार लोकप्रिय होता. त्यामुळे लोकांमध्ये अधिक आदरणीय असलेल्या या भावाला सध्याच्या राजाच्या जागी बसवण्याचे जोरदार कारस्थान चालू होते. त्या वेळी फक्त क्रालाहोमच सध्याच्या राजाला सिंहासनावर स्थिर ठेवू शकला होता.

हे सगळे विचार मनात येऊन तिचा विचार पक्का झाला. तिने पुन्हा क्रालाहोमला विनंती करायचे ठरवले. राजाने तिच्याशी जो करार केलेला होता, तो पूर्ण करण्याची जबाबदारी आपली आहे हे त्याला खात्रीने जाणवेल आणि हे तिचे घराचे काम तो करेल असे तिला वाटले. तिच्या या विचारांना उत्तर म्हणूनच की काय, मि. हंटर दरवाजा वाजवून आत आले आणि त्यांनी, "मी तुमचे काही काम करू शकतो का?" असे विचारले.

"हो, मि. हंटर, काम आहेच! क्रालाहोमना जर वेळ असेल तर आज दुपारी राजवाड्यात काय घडलं त्याबद्दल मला त्यांच्याशी बोलायचंय."

थोड्याच वेळात मि. हंटर तिला सांगायला आले की, क्रालाहोम तिची भेट त्याच्या खासगी दिवाणखान्यात घेईल. मि. हंटर जेव्हा तिला त्याच्याकडे घेऊन गेले, तेव्हा तो पाइप ओढत होता. समोर सयामी भाषेतली खूपशी कागदपत्रं पडली होती.

"बोला," तोंडातला पाइप काढत आणि तिच्याकडे पाहत तो म्हणाला.

"आपण दुपारच्या मुलाखतीबद्दल ऐकलं असेल."

त्याच्या निर्विकार चेहऱ्यावर स्मित झळकले. त्याने मान हलवली.

"महाराजांबरोबरचं माझं संभाषण खूपच वाईट तऱ्हेचं झालं, हा विचार माझ्या मनातून जात नाही. पण राजवाड्यात राहणं, मला आणि माझ्या मुलाला शक्य नाही. माझी इथे नेमणूक होण्यापूर्वी याबाबतीत पत्रव्यवहारही झाला होता." राजवाड्यात जाताना दुपारी तिने जी दोन पत्रे आपल्याबरोबर नेली होती, ती पुन्हा बाहेर काढली आणि क्रालाहोमसमोर ठेवली. "मी महाराजांच्या सर्व अटी मान्य केल्या होत्या आणि माझं कर्तव्यही मी पूर्ण करणार आहे. पण आता त्यांनी त्यांच्या कर्तव्याचा

भाग पूर्ण करावा आणि स्वत:च्या शब्दाचा मान राखावा, अशी माझी अपेक्षा आहे, कारण माझ्या अटी त्यांनी मान्य केल्यामुळेच मी माझी सिंगापूरची शाळा बंद करून इथे आले आहे.''

क्रालाहोमनी पत्रे उचलून काळजीपूर्वक वाचली. त्याने ती खाली ठेवून पुन्हा जेव्हा तिच्याकडे पाहिले तेव्हा त्याचे कुतूहल जागे करण्यात ती यशस्वी झाली आहे, हे लगेच तिच्या लक्षात आले.

''परंतु राजवाड्यात राहायला तुमचा आक्षेप का आहे?''

ती जरा अडखळली. खासगीपणाची गरज त्याला कशी समजावून सांगावी? कारण खासगीपणाची सयामी लोकांना गरजही नव्हती आणि आवडही नव्हती, असे दिसत होते. ''महाराज,'' तिने सावकाश बोलायला सुरुवात केली. ''माझं दिवसभराचं काम संपल्यानंतर इतरांच्या जाण्यायेण्यापासून मुक्त राहील असं शांत घर मला हवं आहे. कारण माझं दिवसभराचं काम थकवणारं असेल. मी खूप तास काम करत असेन आणि ते संपल्यावर मी अतिशय थकून गेलेली असेन.'' ती पुन्हा थोडा वेळ थांबली. समोरच्या माणसाला आपल्याला नेमके काय म्हणायचे आहे ते एखादवेळेस समजणार नाही, अशी भीती तिला वाटत होती. म्हणून ती अचूक शब्द शोधत होती. मग ती पुढे म्हणाली, ''राजवाड्यात तो खासगीपणा नसेल म्हणून राजवाड्याबाहेर जिथे संध्याकाळी मी परतू शकेन, शांतता आणि एकांत मिळेल, असं घर मला हवं आहे. खेरीज राजवाड्याचे दरवाजे लवकर बंद होतात आणि आपल्याला तर माहीतच आहे की, युरोपियन लोकांत संध्याकाळच्या जेवणाला किंवा चहाला बोलवायची पद्धत आहे म्हणून! असं बाहेर जायला-यायला मला मोकळेपणा हवा आहे. तसंच माझ्या युरोपियन मित्रमंडळींना घरी बोलावून मला त्यांचं आदरातिथ्य करावं लागेल, पण राजवाड्यात मी ते करू शकणार नाही. मला राजवाड्यात काम करायला खूप आवडेल. एवढंच काय, शाळेच्या कामाव्यतिरिक्त मी सेक्रेटरी म्हणूनही काम करावं, असं महाराजांनी ठरवलेलं आहे, तेही मी करायला तयार आहे. पण ज्या ठिकाणी मी मोकळेपणाने राहू शकेन आणि इतर कुणालाही न दुखावता आम्हा लोकांच्या चालीरीती पाळू शकेन अशी स्वतंत्र जागा मिळण्याची इच्छा करण्याचा अधिकार मला आहे, असं मला वाटतं.''

क्रालाहोम तिचे बोलणे काळजीपूर्वक ऐकत होता. नंतर त्याने मि. हंटरना सयामी भाषेतून बरेच प्रश्न विचारले.

''ठीक आहे सर. मी काहीतरी व्यवस्था करण्याचा प्रयत्न करतो,'' ते म्हणाले.

जवळजवळ एक आठवड्यानंतर एके दिवशी अगदी सकाळी मि. हंटर तिला हे सांगायला आले की, राजाने या गोष्टीला मान्यता दिली आहे आणि राजाच्या तातडीच्या हुकमावरून तिच्यासाठी एक घर ठरवले गेले असून एक निरोप्या तिला

तिकडे नेण्यासाठी बाहेर वाट पाहत आहे. ती आधी पुढे जाऊन बघणार असेल तर तिचे सामान, पेट्या, ट्रंका नंतर पाठवले जाईल. त्यांनी पुढे हेही सांगितले की, घरात फर्निचर वगैरे सगळेकाही आहे.

हे ऐकून ॲनाला अतिशय आनंद झाला. बाहेर जायचे कपडे अंगावर चढवून ती लुईसह पटकन बाहेर पडली. सामान बांधायचे काम तिने बीबी आणि मुन्शीवर सोपवले. एक म्हातारा मनुष्य तिची बाहेर वाट पाहत होता. त्याने पानुंग आणि ग्रेनेडियरच्या कोटासारखा, दर्शनी भागावर रेशमी पिवळ्या पट्ट्या लावलेला लाल कोट परिधान केला होता. काहीतरी दुर्घटनेचा आभास देणाऱ्या त्याच्या अभद्र दर्शनाने तिच्या उत्साहाचा बहर एकदम कमी होऊन गेला. पण ॲनाला पाहिल्याबरोबर तो झटकन उठला आणि त्याने चालायला सुरुवात केली. ती आणि लुई त्याच्यापाठोपाठ चालू लागले. ते राजवाड्याबाहेर पडत असतानाच त्यांना आत येणारा क्रालाहोम भेटला. ॲना आणि लुईला पाहून त्याच्या चेहऱ्यावर किंचित कुत्सित; पण मिस्कील हसू फुटले. त्याने "गुड मॉर्निंग सर," म्हणून तिचे स्वागत केले.

राजाच्या मंडपाजवळ नदी पार करून ते वर आले. त्यांचा वाटाड्या ताबडतोब एका अतिशय घाणेरड्या वर्तुळाकार रस्त्याने चालू लागला. ॲना आणि लुई त्याच्यापाठोपाठ जातच होते. अर्ध्या तासाने ते दोन उंच दरवाजापाशी आले आणि त्यांच्यातून आत शिरून आणखी अरुंद आणि आणखी घाणेरड्या रस्त्यावरून चालायला लागले. तेथील कुबट दुर्गंधीवरून त्यांच्या असे लक्षात आले की, ते मासळी बाजारात आले आहेत. रस्त्याच्या दोन्ही बाजूंच्या स्टॉल्सवर विविध तऱ्हेचे सुकवलेले मासे, बोंबील, ताजे मासे, कोळंबी, खेकडे आणि कापी नावाची जांभळ्या रंगाची सडकी कोळंबी दिसत होती.

त्या दुर्गंधीने त्यांचा जीव गुदमरून गेला. उन्हाने ते भाजून निघत होते आणि हवेने जीव गुदमरत होता. त्यांच्या नाकातोंडात धूळ जाऊन श्वास घेणे अधिकच अवघड होत होते. तापलेल्या जमिनीमुळे त्यांच्या पायांना फोड आले. जेव्हा त्या गचाळ गल्लीच्या टोकाशी त्यांचा वाटाड्या अचानक थांबला, तेव्हा त्यांना श्वासदेखील घेता येत नव्हता. तेथे थांबून ते गोंधळून गेले. रस्ता संपला होता. गल्लीचे तोंड बंद करणारी, एका घराचा एक छोटा दरवाजा असलेली भिंत समोर दिसत होती. दरवाजापाशी तीन तुटक्या पायऱ्या होत्या. त्या चढत वाटाड्याने त्यांना त्यांच्या मागोमाग यायला खुणावले. त्याच्या घाणेरड्या कोटाच्या खिशातून त्याने एक बटवा काढून त्यातून एक भलीमोठी किल्ली बाहेर काढली. गंजलेल्या कुलपाला त्याने ती लावून तो जुनाट दरवाजा करकरत उघडला. मासळी बाजाराच्या टोकाचे हे गलिच्छ घर नक्कीच त्यांच्यासाठी नसावे!

दरवाजा करकरत उघडल्याबरोबर त्यांना आत एक छोटी खोली दिसली.

उंबरठा ओलांडून ॲनाने आत पाऊल टाकले आणि तिचे सगळे मनोरे ढासळले. अतिशय अंधाऱ्या अशा त्या खोलीला एकही खिडकी नव्हती. अंधाराला डोळे सरावल्यावर तिला आतली एकेक गोष्ट दिसायला लागली. घाणीने माखलेला चटईचा एक तुकडा जमिनीवर पडला होता. तिच्यावर एक टेबल तीन पायांवर, दोन खुर्च्यांचा आधार घेत उभे होते. खुर्च्यांचे हात तुटलेले होते.

तिचे अंग शहारले. ती दुसऱ्या खोलीत शिरली. तिलाही खिडकी नव्हती. त्यामुळे ती आणखीनच अंधारी होती. आतमध्ये अगदी स्वस्तातील चिनी खाट होती अन् त्या खाटेने सगळी खोली व्यापली होती. खाटेवर एक चटई होती. किळशीने तिचे अंग शहारून आले. त्या दृश्यामुळे तिच्या डोळ्यांसमोर सडक्या जखमांनी भरलेल्या, वेड्यावाकड्या आणि वाळून कोळ झालेल्या शरीरांचे चित्र उभे राहिले. तिला श्वास घेणे अवघड झाले. भिंतीसुद्धा ओल आणि जमलेल्या बुरशीमुळे महारोग्यासारख्या दिसत होत्या. तेथे रोगाचा आणि कुजण्याचा वास भरून राहिलेला होता. तेथे नव्हते स्वयंपाकघर, नव्हती बाथरूम. तिला एकदम भडभडून उलटी झाली. ही-ही जागा सयामच्या राजाने, राजघराण्यातल्या त्याच्या मुलांना शिकवायला आलेल्या इंग्लिश शिक्षिकेला अतिशय औदार्याने देऊ केली होती!

त्या किळशीपाठोपाठ तिच्या मनात एक, कधी न जाणवलेला संताप धगधगायला लागला. आता तिला क्रालाहोमच्या मिस्कील हसण्याचा अर्थ उमगला. पण त्या संतापातही तिच्या मनाला हे जाणवले की, हा खुनशीपणा क्रालाहोमचा नव्हता. नक्कीच नव्हता. ही राजाच्या सुपीक डोक्यातून निघालेली कल्पना होती. तिने त्याला विरोध केला होता आणि त्या विरोधाला त्याने प्रत्युत्तर दिले होते. छान!

तिच्याजवळच्या सयामी शब्दांचा साठा फारच थोडा होता, पण क्रालाहोमच्या बहिणीच्या तोंडून निघालेले तिरस्काराचे शब्द आठवून तिला खूप बरे वाटले. डोळ्यातून आग ओकत ती राजाच्या निरोप्याकडे वळली, तो तिच्यामागेच हातात किल्ली धरून दात विचकून हसत उभा होता.

पुन्हा मागे वळूनही न पाहता, ती तेथून पळाली. ''इथून कुठेही! कुठेही जाईन.'' पण मुले, माणसे, स्त्रिया यांच्या जमावाने ती अडवली गेली. आश्चर्याने स्तंभित होऊन, आ वासून ते तिच्याभोवती गर्दी करून तिला न्याहाळत होते. अनवाणी, अर्धी उघडी, अंगाला घाण वास येणारी जनावरेच होती ती. पुन्हा भावना तशाच उमळून येऊन ती माघारी फिरली. तिचा अपमानित झालेला वाटाड्या तिच्यामागेच धापा टाकत आलेला होता. तिने धगधगतच त्याला होडीकडे न्यायला सांगितले. तो रस्ता दाखवायला ताबडतोब पुढे चालू लागला. ॲना आणि लुई त्याच्यापाठोपाठ जायला लागले, तोच लोकांनी त्यांच्याभोवती आणखी कोंडाळे केले. काहींनी भीतभीत ॲनाच्या अंगाला स्पर्श करण्यासाठी हात पुढे केले. पण त्या

प्रकारापासून राजाच्या निरोप्याने तिचे जे संरक्षण केले, त्यामुळे तिला खरोखरच त्याच्याबद्दल कृतज्ञता वाटली.

राहत्या ठिकाणी पोचल्यावर एकही क्षण न थांबता ॲना क्रालाहोमकडे गेली. पण त्याच्या चेहऱ्यावरचे मिस्कील हास्य बघून तिचा राग आणखीनच भडकला. राजाने मोठ्या औदार्याचा आव आणून तिला जे घर दिले आहे, त्याबद्दल तिला काय वाटते, ते तिने थोडक्या; पण झणझणीत शब्दांत त्याला सुनावले. त्या घाणेरड्या जागी राहायला तिला कोणी भाग पाडू शकणार नाही हेही सांगितले. क्रालाहोमने अगदी थंड नजरेने तिच्याकडे पाहिले आणि तोंडातला पाइप काढायची तसदीही न घेता तो म्हणाला, ''ती जिथे राहत आहे तिथे तिच्या राहण्यात कोणीही कुठलाही अडथळा आणणार नाही.'' तिचे जे बुटके आसन होते, त्यावरून ती एकदम आश्चर्योद्गार काढत उभी राहिली. तिच्या इच्छेबद्दल असलेली त्याची ही उपेक्षेची भावना आणि तो जाणूनबुजून अपमान करायचा स्वर याने तिचा राग पराकोटीला गेला होता. सकाळच्या एकूण ताणानंतर त्यांना वस्तुस्थितीची जाणीव करून देणे तिला अत्यावश्यक वाटले. पुन्हा अतिशय कष्टाने स्वतःवर नियंत्रण ठेवून तिने बोलायला सुरुवात केली. ती म्हणाली की, राजवाडा किंवा मासळी बाजारातली ती गलिच्छ जागा यांपैकी काहीच राहायला चालणार नाही. त्यांनी मला चांगल्या वस्तीत तिला योग्य अशी चांगली, स्वतंत्र अशी जागा बघून द्यावी.

स्वतःशी किंचित हसत क्रालाहोम आरामशीरपणे उठला. तिच्या असे लक्षात आले की, आपल्या रागामुळे त्याची करमणूकच होतेय. अखेरीस ती होती तरी कोण? ज्या देशात तो अनभिषिक्त; पण निरंकुश शास्ता होता, तेथे ती होती कुठल्याही प्रकारचे महत्त्व नसलेली एक इंग्लिश स्त्री! एखाद्या हटवादी मुलीशी बोलावे त्या स्वरात क्रालाहोम म्हणाला, ''काही काळजी करू नका सर, हळूहळू सगळंकाही ठीक होईल.'' आणि तो आतल्या दालनात निघून गेला.

वेदनांनी तिचे डोके नुसते ठणकत होते. तिला आता अश्रू आवरेनात. पराभूत आजाऱ्यासारखी ती कशीबशी स्वतःच्या राहत्या स्थानापर्यंत पोचली. तिने मुन्शी आणि बीबीला सामान आवरणे थांबवायला सांगितले. तिच्या कपाळावरच्या शिरा उडत होत्या आणि घसा जळत होता. ताप! भावनिक ताण सहन न होऊन तिने स्वतःला पलंगावर लोटून दिले.

पुढचा आठवडा दुःसह होता. ती तापाने फणफणून पडली होती. दिवसरात्र तिला दुःस्वप्ने पडत. कधीकधी तिला स्वप्नात, क्रालाहोम तिच्या पलंगाशेजारी उभा राहून, जहाजावर पहिल्यांदा त्याने तिच्याकडे ज्या नजरेने पाहिले होते, त्या उर्मट बेफिकिरीने, तुच्छतेने तिच्याकडे बघत आहे असे दिसायचे. जणूकाही त्याने सर्व शक्ती तिच्याविरुद्ध उभ्या केल्या आहेत. ती जोरात किंचाळून त्याला ढकलायला

हात पुढे करायची, पण तेथे काहीच नसायचे. अनेकदा शुद्धीवर आल्यावर तिला दिसायचे की, खुन यिंग फान तिच्या चेहऱ्यावर वाकून मोगऱ्याच्या सुवासिक पाण्याने तिचा चेहरा पुसून काढतेय.

हळूहळू ताप आणि त्याबरोबरची दु:स्वप्ने कमी व्हायला लागली. खूपखूप वेळ ती झोपलेली असायची, जेवण अगदी नाममात्र असायचे. अखेरीस एक दिवस ती जागी झाली तेव्हा तिचे डोके दुखणे पूर्ण थांबले होते. ते हलके झाले होते. खुन यिंग फान शेजारी बसली होती. ॲनाने आपला अशक्त हात लांब करून तिचा तपकिरी दिसणारा मऊ हात आपल्या हातात घेऊन कृतज्ञतेने कुरवाळला आणि विनवणीच्या स्वरात तिला म्हणाली, "खुन यिंग, मला मदत कर."

ॲना जणूकाही एक लहान मूल आहे, अशा तऱ्हेने खुन यिंगने तिचे केस मागे सारले, गालावर थोपटले आणि तिला जे काही शक्य आहे ते करू, असे वचन दिले. पण तिने ॲनाला धीर धरायला सांगितले. हे मात्र अशक्य होते. आग्रहीपणा हा ॲनाचा गुण आणि दोष दोन्हीही होते. क्रालाहोमसमोरून येता-जाता, सतत ती आपले घोडे दामटत होती आणि जरी तिच्या आजारपणात, त्याच्या जनानखान्यातल्या स्त्रियांनी तिला ज्या प्रेमाने आणि दयाळूपणे मदत केली, त्याबद्दल तिला कृतज्ञता वाटत असली तरी इथले जिणे तिला असह्य वाटत होते.

तिला असे आढळून आले की, ती काहीतरी साध्य करतेय. अगदी तिला हवे तेच, असे नाही पण काहीतरी घडतेय. क्रालाहोमच्या बोलण्यात ऋजुता, मार्दव होते, पण बरोबर अविचलताही होती. तो काही फारसे कबूल करत नव्हता, पण तिला मात्र कुठेतरी अशी स्पष्ट जाणीव होत होती की, तो तिच्यासाठी काहीतरी निश्चितपणे करत आहे.

तरीपण काही घडत नव्हते. ॲना पुन्हा त्याच विषयावर चर्चा करायला लागायची, तेव्हा क्रालाहोम खोटे-खोटे हसायचा, पाइपची राख झटकायचा आणि म्हणायचा, "हो सर, काही काळजी करू नका सर. तुम्हाला जर इथे आवडत नसेल तर तुम्ही मासळी बाजारात राहूच शकता." आणि तिला त्याच्या अविचलपणाबद्दल हात चोळत बसावे लागायचे. पण मग ती स्वत:च्या अभिमानाशी जराही तडजोड न करता त्याला राग आणण्याचे नवनवे मार्ग शोधून काढायची, परंतु तो ज्या पद्धतीने शांतपणे सहन करत असे, त्याची अपेक्षा नसल्यामुळे तिला आणखी जास्त राग येई.

या निष्फळ झगड्यात दोन महिने गेले. एके दिवशी क्रालाहोम अचानक तिला भेटायला आला. यापूर्वी असे कधीच घडले नव्हते. भाषा शिकण्यात तिची जी प्रगती होत होती, त्याबद्दल तिच्या 'चाई याई'बद्दल – तिच्या औदार्याबद्दल त्याने कौतुक केले. पुढे तो सांगायला लागला की, मासळी बाजारातल्या तिच्या वागण्यामुळे राजा

भडकला आहे. त्यामुळे राजाचा राग शांत होईपर्यंत तरी या बाबतीत आपल्याला काही करता येणार नाही. पण आपण तिच्यासाठी काहीतरी काम शोधून काढले आहे, असे तो पुढे म्हणाला. त्याच्या स्वत:च्या राजवाड्यात त्याने शाळा सुरू करायचे ठरवले आहे. राजाने तिला बोलावेपर्यंत तिने तेथे शिकवायला सुरुवात करावी.

"थँक्यू, फार आभारी आहे मी तुमची." हे ती इतक्या उत्साहाने आणि कृतज्ञतेने म्हणाली की, क्रालाहोमने अतिशय आश्चर्याने तिच्याकडे पाहिले. "सयामी बायकांना काही काम करायला आवडत नाही. त्यांना खेळणं आणि झोप खूप प्रिय असते. तुम्हाला खेळायला आवडत नाही का?"

ती जेव्हा खेळायच्या मूडमध्ये असेल तेव्हा तिला खेळणेही आवडते, हे तिने त्याला खात्रीपूर्वक सांगितले. पण सध्या खेळ आवडण्याची तिची मन:स्थिती नव्हती. राजवाड्यातले निष्क्रिय जीवन आणि सयामी या दोन्हींचा तिला कंटाळा आला होता. क्रालाहोमने तिच्या उत्साहाचे स्वागत त्याच्या वैशिष्ट्यपूर्ण हसण्याने आणि चांगुलपणाने केले आणि 'गुड बाय सर' म्हणून तिचा निरोप घेतला.

दुसऱ्या दिवशी सकाळी दहा सयामी मुले आणि एक मुलगी तिच्या खोलीत आली. जनानखान्याची अधिकारी स्त्री त्यांच्याबरोबर होती. प्रत्येक जण गुडघ्यावर बसला आणि त्यांनी दोन्ही हात डोक्यावर जोडून अगदी शांतपणे डोके जमिनीवर टेकवून तिला नमस्कार केला. सयाममधली तिची पहिली शाळा. त्यातले बहुतेक जण क्रालाहोमचे सावत्र भाऊ किंवा पुतणे होते. काही जण आश्रितांपैकी होतकरू मुले होती. ती छोटी मुलगी त्याची सावत्र बहीण होती. अ‍ॅनाने अतिशय कृतज्ञतेने आपले काम सुरू केले. तिच्या मनाला आता शांतता लाभली आणि एक शिस्तही आली.

अशा तऱ्हेने जून संपला आणि जुलै उजाडला.

दिवस जसजसे पुढे सरकत होते तसे अ‍ॅनाच्या असे लक्षात आले की, तिने राजाबरोबरचा एकतर्फी झगडा सोडून दिलेला आहे आणि स्वतंत्र घर मिळण्याची अपेक्षाही सोडून दिलेली आहे. पण पराभवाच्या जाणिवेने तिने प्रयत्न सोडले होते असे नव्हते. तिच्याबरोबरच्या कराराचे योग्य तऱ्हेने पालन करवून घेण्यात ती असमर्थ आहे हे जाणवल्यावर तिने फ्रान्सिस कॉबना लिहून कळवले की, ती एखादवेळेस सिंगापूरला पुन्हा कायमची परतेल. तिला लिहिलेल्या पत्रात त्यांनी याबाबत काहीच मत व्यक्त केले नाही, पण तिला हे कळवले की, त्यांनी तिच्यासाठी अ‍ॅव्हिसचा फोटो हस्तिदंतावर छापवून घेतला आहे आणि तिच्याकडून पुढे काही कळेपर्यंत ते, तो फोटो स्वत:जवळच ठेवतील. मनात मोठ्या आशा धरून आणि नव्या योजना योजून ती बँकॉकला आली होती. शिकवणे तिला

आवडत होते. मध्ययुगीन संस्कृतीतून नव्या युगात प्रवेश करण्यासाठी आदर्श शाळेची स्थापना करू इच्छिणाऱ्या, नव्या ज्ञानाने प्रभावित झालेल्या एका सम्राटाला या कामात ती मदत करणार आहे, शिक्षणाचा नवा आदर्श घालून देणार आहे, अशी ती कल्पना करत होती. शाही कुटुंबाच्या मदतीने या देशाला नव्या ज्ञानाने प्रभावित करण्याचे स्वप्न ती पाहत होती. कदाचित ती एखाद्या राजालाही घडवील, त्याचे बालमन नव्या अधिक चांगल्या जगासाठी घडवेल, असेही स्वप्न तिने रंगवले होते.

ती एक लहानखुरी, नाजूक स्त्री होती. अमेरिकेतल्या गुलामांना मुक्त करण्यासाठी बंदुका घेऊन युद्ध करण्याची तिची क्षमता नव्हती. पण जगाच्या या कोपऱ्यात आज जेथे ती आहे, तेथे ज्ञानाच्या साहाय्याने दुसऱ्या व्यक्तीशी लढण्याची क्षमता तिच्या अंगी होती. पण आता हे आशा-आकांक्षांचे रंगीबेरंगी बुडबुडे विरून गेले होते आणि बँकॉकच्या मासळी बाजाराच्या टोकावरच्या दोन गलिच्छ खोल्यांमधल्या गलिच्छ जमिनीवर ते नाहीसे झाले होते.

तिच्या मनाला आलेल्या मरगळीतून, औदासीन्यातून ती वर येऊ शकत नव्हती. क्रालाहोमच्या राजवाड्यातल्या मुलांचा प्रतिसाद चांगला होता. त्यामुळे चांगले मनोरंजनपण होत होते. तरीपण तिला सतत निराश, विषण्ण वाटत होते. दररोज सकाळी ती स्वत:ला जणू फटके मारून दिवसाचे शिकवण्याचे काम सुरू करण्यासाठी उत्साह आणत असे. या आटापिट्यामुळे तिला फार थकवा येत होता. जावे किंवा राहावे – कशाचा काही उपयोग होता का?

आणि मग एका सकाळी, शाळा सुरू होणार तेवढ्यात खुन यिंग फान तेथे ॲनाच्या खोलीत येऊन थडकली. "मॅडम, मी तुमच्यासाठी एक घर शोधलेय." तिने जाहीर केले. आनंदाचे उधाण येऊन ॲना एकदम उडी मारून उभी राहिली. तिला एवढा आनंद झाला होता की, आपले हृदय फुटेल की काय, असे तिला वाटत होते.

तिच्या उजळलेल्या चेहऱ्याकडे पाहून लेडी फान हसली. तिने खूप अपेक्षा धरू नयेत, असे सांगून ती म्हणाली, "पण ते घर आहे मात्र नदीवर. भोवती छोटीशी बाग आहे. जर तुम्हाला ते आवडलं तर तुम्हाला ते मिळू शकेल. तुम्ही येऊन ते पाहणार का?"

आपल्याला आनंद होऊ शकतो, हे ऐकून तिचे तिलाच आश्चर्य वाटले. मनाची मरगळ, औदासीन्य नाहीसे झाले. तिने उत्साहाने आणि मनापासून खुन यिंगचे तिच्या दयाळूपणाबद्दल आभार मानले. ती सयामी स्त्री हसली आणि ॲनाला म्हणाली की, प्रथम घर पाहू. आभार मानण्यासारखे काही दिसेपर्यंत तरी तू आभार मानू नयेत. तरीपण ॲनाचा उत्साह कमी झाला नाही. त्या दिवशीची शाळा सुरू होण्यापूर्वीच संपली. क्रालाहोमचा एक लहान भाऊ वाटाड्या म्हणून घर दाखवायला निघाला.

“चल मुला, आम्हीपण येतो.” मुन्शी मलायी भाषेत त्या मुलाला म्हणाला, “ज्या अर्थी महामंत्री आमच्या मेमसाहेबांना एवढ्या आनंदाने, सन्मानपूर्वक घर देताहेत, त्या अर्थी ते नक्कीच नंदनवनासारखं असलं पाहिजे.” ते घर राजवाड्यापासून फारसे दूर नव्हते, त्यामुळे ते सगळे जण पायीच निघाले. अनेक गल्लीबोळ पार करून ते एका बंदिस्त जागेपाशी आले. आत शिरल्यावर प्रथमदर्शनी ते फारसे चांगले वाटले नाही. आवारात दगडविटांचे तुकडे, चुना यांचा खच पडलेला होता. जणूकाही एखादी इमारत पाडली आहे. कंपाउंडची एक बाजू उंच; पण मोडकळीला आलेल्या गोदामाने व्यापली होती. दुसऱ्या बाजूला एक भिंत होती आणि तिच्यात एक बुटके दार होते, ते नदीच्या बाजूला उघडत होते. आवाराच्या दुसऱ्या टोकाला सुंदर झाडांच्या सावलीत एक घर उभे होते. त्याच्यावर वाकलेल्या फांद्यांनी घराला एक अपूर्व शोभा, रमणीयता आली होती. मासळी बाजारातल्या घरापेक्षा ते हजारपटीने चांगले होते.

पण जेव्हा ते घरात शिरले, तेव्हा त्यांचा उत्साह मावळला. समोर गुदमरवून टाकणारी दुर्गंधी होती. खाली गलिच्छ चटया पसरलेल्या होत्या. पानांच्या पिंकांनी भिंती रंगलेल्या होत्या. मुन्शीने खालच्या स्वरात शिव्याशाप सुरू केले. स्वत:च्या शब्दसंपत्तीतले शेलके शब्द वापरून त्याने स्वत:च्या नशिबाला दोष दिला. काफिरांना भरपूर शिव्याशाप दिले आणि सगळ्या वजिरांचा उद्धार केला. ॲनाच्या असे लक्षात आले की, एवढ्या भव्यदिव्य भाषणासाठी कोणीतरी श्रोता असायलाच पाहिजे म्हणून हा म्हातारा पारशी कुणाला उद्देशून एवढा विलाप करतो आहे, हे ती पाहायला गेली. तेव्हा जमिनीवर एका कोपऱ्यात एक मुसलमान तिला बसलेला दिसला. अनेकदा ॲनाने आणि लुईने हे पाहिले होते की, जेव्हा एखादीही गोष्ट धड होत नसे, तेव्हा मुन्शी आपला एखादा जातभाई गाठून आपला क्षोभ व्यक्त करत असे. या अनोळखी वातावरणात त्या नित्य परिचयाच्या नाटकाने लुई आणि ॲनाच्या इतर ठिकाणच्या पूर्वस्मृती प्रकर्षाने जाग्या झाल्या आणि दोघेही जण मोठ्याने हसायला लागले.

पुन्हा एकदा उत्साह एकवटून त्यांनी घरातून हिंडायला सुरुवात केली. घरात एकूण नऊ खोल्या होत्या, बाथरूम, संडासासह. काही खोल्या खूप हवेशीर, सुखकारक होत्या. घर दुमजली होते. तिथली धूळ सोडली तर घर राहण्यास योग्य होते. घाण साफ करायला साबण आणि पाणी हा उपाय होताच. बीबी आणि लुई फार आशावादी होते. ते दोघे जण घाईने बाहेर आले आणि आपले कुत्सित बोलणे थांबवून श्रोत्यांपैकी काही जणांना आणि चिनी मजुरांना कामाला लावून घ्यावे, अशी आज्ञा करून त्यांनी मुन्शीच्या बोलण्याला खीळ घातली. त्या लोकांकडून पाणी आणवून घेऊन, जमीन साफ करायला सांगितले. लुईच्या गळ्यात बीबीने पिनाफोर

अडकवला होता. बीबी राजवाड्यात जाऊन, त्यांच्या सामानांची बांधाबांध होईपर्यंत तो तिला मदत करील, असे त्याने जाहीर केले. कोणतीही चर्चा न करता या घरात राहायला यायचेच, असे त्यांनी निश्चित करून टाकले होते.

त्या निवांत वेळात ॲना तेथे असलेल्या एकमेव खुर्चीत बसली होती. चिनी बनावटीची ती खुर्ची तुटकी होती. मनातल्या मनात ती या घराच्या स्वच्छतेची योजना आखू लागली. पण प्रश्न असा होता की, सुरुवात कुठून करायची. तेथे प्रचंड घाण होती आणि तीही अनेक तऱ्हेची! ॲना त्या तुटक्या दरवाजातून आत गेली. बरोबर आणलेले एक जुने रॅपर अंगावर चढवले. दरवाजा सताड उघडला आणि पहिला हल्ला खालच्या मॅटिंगवर चढवला. तिने आवेशाने फाडूनतोडून तिचे तुकडे केले. इतके महिने काही काम न करता निरर्थकपणे आणि कंटाळवाणेपण काढल्यानंतर शारीरिक शक्तीचा पुन्हा वापर करता येणे हे फारच सुखावह होते.

थोड्याच वेळात मुन्शी आणि त्याचा नवा दोस्त पाच-सहा बादल्या घेऊन आले. पण बरोबर मजूर नव्हते. एवढे पुरेसे नव्हते म्हणून की काय, मुन्शी आपले दु:ख, स्वस्त अशा शिराझ दारूमध्ये बुडवून आला होता. तो पायऱ्यांवर बसून सिंगापूरमधल्या त्याच्या सुंदर घराबद्दल करुण स्वरात विलाप करत होता. पण या प्रकाराने ॲनाने आपले मनोधैर्य खचू दिले नाही.

"मुन्शी उठा," तिने कोरड्या आवाजात हुकूम सोडला. "जाऊन बीबीला घेऊन या. ती मला मदत करील आणि तुम्ही पुन्हा जाऊन पलंग, पेट्या वगैरे घेऊन या. पेट्या फार जड असल्या तर क्रालाहोमच्या काही गुलामांना मदतीला घ्या. आपण आज कमीतकमी दोन तरी खोल्या स्वच्छ करून घेणार आहोत आणि इथे राहणार आहोत. चला उठा. घाई करा." म्हाताऱ्यानं ॲनाकडे कष्टी नजरेनं पाहिलं. अडखळत तो उभा राहिला आणि नाक ओढत, पाय फरफटत बाहेर पडला.

ॲना आपली योजना जुळवत अंगणात त्रासिकपणे उभी होती. तेवढ्यात मिसेस हंटर आली. ती नेहमीप्रमाणेच नीटनेटकी आणि हसरी होती. तिच्या नवऱ्याने तिला ॲनाच्या या निर्णयाबद्दल सांगितले होते. ती सोबत अर्धा डझन गुलाम, चुन्याच्या बादल्या आणि फरशीवर पसरायला स्वीट चायना मॅटिंग घेऊन आली होती. तासाभरात सगळे घर इथपासून तिथपर्यंत स्वच्छ करून झाले. मिसेस हंटरच्या गुलामांपैकी तिघांनी भिंतींना चुन्याचा रंग द्यायला सुरुवात केली. उरलेल्यांनी जमिनीवर हात टेकवून नारळाच्या करवंट्यांनी जमीन घासायला सुरुवात केली. मिसेस हंटर सगळीकडे संथपणे फिरत होत्या आणि घाण पाणी पुन:पुन्हा बदलले जातेय की नाही, भरपूर साबण वापरला जातोय की नाही, हे पाहत होत्या. प्रत्येक खोलीतली फरशी दोनदोनदा घासून धुतली गेली.

संध्याकाळपर्यंत सगळे घर चकचकीत होऊन सामान नीट लावले गेले. नव्या

ताज्या गवताचा वास असलेल्या चटया पसरल्या गेल्या. फर्निचर लावले गेले. इतक्या मोठ्या घराच्या दृष्टीने फर्निचर फारच कमी होते. पण त्यात एक टेबल आणि दोन आरामखुर्च्या होत्या. काही मेणबत्त्या आणि खूप पुस्तके होती. खोक्यातून बाहेर आलेली ही पुस्तके ॲनाच्या जुन्या दोस्तांप्रमाणे होती. या पुस्तकांकडे ॲनाने प्रेमाने नजर टाकली. सामानात एक पियानो होता. त्याच्यात काही विशेष स्मरणीय गाणी भरलेली होती. बेडरूममध्ये ॲनाच्या पलंगाशेजारी लुईची कॉट टाकली गेली. गाद्यांवर पांढऱ्याशुभ्र चादरी पसरल्या गेल्या आणि डासांना अडवायला पांढऱ्याशुभ्र मच्छरदाण्या सज्ज झाल्या होत्या. पलंगाशेजारच्या टेबलावर ॲनाने ॲव्हिसचे चित्र ठेवले. सगळ्यावर हा अखेरचा हात होता. ॲना आणि लुई आता स्वत:च्या घरात होते.

अचानक हा अतीव मन:शांतीचा क्षण आहे, असे तिला वाटले. आरशासमोर आपल्या प्रतिकृतीकडे सस्मित मुद्रेने पाहत असताना एकाएकी स्मृतींचा कल्लोळ दाटून आला. आता तिला तिचे घर होते. तिचा निवारा, तिचे आश्रयस्थान, तिचे एकात्म अस्तित्व म्हणजे तिचे हे घर होते. मनातल्या मनात त्या शब्दाचे पडसाद उमटत होते. ज्या-ज्या ठिकाणी तिला अशी अतीव मन:शांती लाभली होती, ती ती सर्व ठिकाणे तिला आठवत गेली. ती पुन्हा मनाने तिच्या आईजवळ पोचली. ती लहान असताना आईच्या मांडीवर डोके ठेवून कशी निजत असे, हे तिला आठवले.

मनातल्या भावनांचा कल्लोळ तिला अनावर झाला. लुईशेजारी ती खाली गुडघे टेकून बसली आणि तिने त्याला कवेत घेतले. तिच्या गुदमरवून टाकणाऱ्या पाप्यांनी तो जागा झाला.

"आई भूक लागलीय," तो पुटपुटला.

■

राजवाड्यातली शाळा

दुसऱ्या दिवशीची सकाळ उजाडली. बीबीने न्याहारीची तयारी केली होती. ॲना आणि लुई खोटा गंभीरपणा धारण करून समारंभपूर्वक न्याहारीसाठी बसले. समारंभपूर्वक अशासाठी की, त्यांच्या या दिग्विजयी स्वातंत्र्याची ती मेजवानी होती.

पण व्यवधान न येता न्याहारी करणे त्यांच्या नशिबात नव्हते. व्हरांड्यातल्या एका खोट्या हसण्याच्या आवाजाने कोणीतरी आल्याचे त्यांना जाणवले. तो मासळी बाजारातला गॅब्रिएल होता. अंगात तोच घाणेरडा, बटबटीत पिवळ्या किनारीचा लाल कोट घालून तो राजाचा हुकूम घेऊन आला होता. मिसेस लिऑनओवेन्सने ताबडतोब दरबारात हजर व्हायचे होते. आजचा गुरुवार म्हणजे ज्ञानाच्या देवतेचा बृहस्पतीचा शुभ दिवस म्हणून हा दिवस शाही राजवाड्यातली शाळा सुरू करायला चांगला होता.

"छान," ॲना थोडी त्राग्याने पुटपुटली. "असं दिसतंय की, मला जणू आधी याबद्दल कळवलेलंच होतं."

तरीपण त्यांच्या या स्वत:च्या घरातल्या पहिल्या न्याहारीला कुणाचे गालबोट लागणार नव्हते. ती आणि लुई बराच वेळ टेबलावर रेंगाळत बसले होते. अखेरीस वेळ काढायला काही उरले नाही म्हणून ते उठले. मग ती त्या म्हाताऱ्या निरोप्याबरोबर जाण्याची तयारी करायला लागली.

सजवलेल्या धक्क्याशी उतरल्यानंतर गॅब्रिएलने ॲना आणि लुईला गुलाम मुलींच्या स्वाधीन केले. लोक राजवाड्याच्या ज्या महाद्वाराला 'ज्ञानद्वार' म्हणून ओळखत असत, त्या दरवाजातून त्या त्यांना राजवाड्यात घेऊन गेल्या. हिरव्या आणि सोनेरी जरीच्या ऐटबाज पोशाखातल्या 'ॲमेझॉन्स' (उंच धिप्पाड स्त्रिया) त्यांना अंत:पुराकडे घेऊन गेल्या. तेथे आणखी गुलाम मुली त्यांची वाट पाहत होत्या. 'नवी शाळा' म्हणून ज्याचे नामकरण झाले होते, अशा एका मंडपात ते सर्व जण पोचले.

मंडपात जाण्याचा रस्ता संत्री आणि नारळाच्या रायांमधून होता. तेथे इतकी दाट सावली होती की, भरदिवसा ॲना आणि लुईला कवडशांच्या संधिप्रकाशातून जात

असल्यासारखे वाटले. पुढे गेल्यावर त्या मुलींनी त्यांना एका पोर्टिकोत (द्वारमंडपात) थांबायला सांगितले. समोर जे काही दिसतेय ते बहुधा मंदिर असावे, असे ॲनाला वाटले.

एका गुलाम मुलीने खूण केली तशी ॲना लुईचा हात धरून साशंकतेने मंदिराकडे चालू लागली. आपण तेथे कशाची अपेक्षा करावी किंवा इतरांची तिच्याकडून काय अपेक्षा आहे याची तिला काहीच कल्पना करता येत नव्हती. मंदिराच्या भव्य सभागृहाचा बराचसा भाग बुद्धाच्या एका भव्य सुवर्णप्रतिमेने व्यापला होता. रंगीबेरंगी चकचकीत तुकड्यांनी घडवलेल्या जमिनीवर एक सुरेख कोरीव नक्षी असलेले लांबलचक टेबल आणि कोरीव तसेच सोनेरी मुलामा असलेल्या खुर्च्या होत्या. तेथे राजा, धर्मगुरू आणि बहुतेक श्रेष्ठ स्त्रिया हे सगळे जण हजर होते.

राजाने प्रेमाने ॲना आणि लुईचे स्वागत केले. त्या स्वागतात आधीच्या कडवट गोष्टींचा मागमूसही नव्हता. त्याने त्या दोघांना त्यांच्यासाठी तयार केलेल्या आसनांकडे जाण्याचा निर्देश केला. सगळीकडे शांतता पसरली. राजाने हलकेच टाळी वाजवली तसा सभागृहाचा खालचा भाग गुलाम स्त्रियांनी भरून गेला. राजाच्या तोंडून काही शब्द निघाले आणि सगळ्यांनी होकारात्मक माना हलवल्या आणि त्या तेथून निघून गेल्या. पुन्हा जेव्हा त्या सहजपणे रांगत आल्या तेव्हा त्यांच्या हातात खोकी होती. त्यात पाट्या, पेन्सिली, शाई, टाक आणि वेब्स्टरचा निळ्या पुठ्ठ्याच्या आवरणातला शब्दकोश होता. त्यांनी त्या सगळ्या वस्तू एका लांबट कोरीव काम केलेल्या टेबलावर ठेवल्या. त्यानंतर आणखी इतर स्त्रिया जळते पलिते, पांढरी कमळे भरलेले फ्लॉवरपॉट्स वगैरे घेऊन आल्या. तेथे जवळजवळ २० सोनेरी, कोरीव नक्षीकाम केलेल्या खुर्च्या होत्या. प्रत्येक खुर्चीसमोरच्या टेबलावर त्यांनी ती फुले आणि पलिते ठेवले.

राजाकडून सूचना मिळताच धर्मगुरूने मंत्र म्हणायला सुरुवात केली. प्रार्थना संपेपर्यंत अर्धा तास पूर्ण नि:शब्द शांतता होती. ॲनाने सभोवार पाहिले. तिच्या बाजूला बुद्धाच्या समोर वेदीवर अर्पण करण्यासाठी विविध प्रकारच्या विलक्षण वस्तू, उत्तमोत्तम घडणीचे हिरे, सोन्याचे दागिने ठेवलेले होते. त्यापलीकडे सोन्याच्या मुलाम्याचे व्यासपीठ होते. त्यावर प्रमुख धर्मगुरू बसले होते. जवळजवळ पन्नाशीतील, पण अतिशय सळसळत्या चैतन्याची उत्साही मूर्ती दिसत होती. त्याने ताबडतोब महाराज चाओ खुन सा म्हणून त्यांना ओळखले. भादरलेले डोके आणि पिवळी कफनी याने ओळख लपत असली तरी ज्याच्यासाठी ते प्रसिद्ध होते, ते बुद्धिमत्तेचे तेज आणि जबरदस्त व्यक्तिमत्त्व लपणे शक्य नव्हते. तिने आतापर्यंत या व्यक्तीबद्दल खूप ऐकले होते. राजा सत्तावीस वर्षे राजसिंहासनापासून दूर, धर्मगुरुत्व पत्करून विजनात राहत असताना हे महाराज त्यांचे अनुयायी होते. तिने हेही ऐकले होते की,

महत्त्वाच्या सर्व प्रसंगी राजाला हे धर्मगुरू हजर असायला हवे असत.

धर्मपीठावर धर्मगुरू मांडी घालून बसले होते. त्यांच्या आसनाशेजारी वृक्षाच्या बुंध्यातून कोरून काढलेले एक विचित्र असे आसन होते. त्या वृक्षासनावर ज्ञान आणि बुद्धीची भारतीय देवता बृहस्पतीची मूर्ती विराजमान झालेली होती. खालची जमीन संगमरवर आणि किमती खडे यांनी बनवलेली होती. ते सगळे रंग इतके झगझगीत होते की, ते बटबटीत वाटत होते. तरीसुद्धा चित्रे कोरलेले सोनेरी खांब, पाने, फुलाफळांची नक्षी असलेले उंच घुमटाकार सोनेरी छत हे सगळे वरपासून खालपर्यंतच्या अनलंकृत सौंदर्यमाळेशी सुसंगतच दिसत होते. ॲनाच्या असे लक्षात आले की, मंदिर फार सुंदर दिसतेय. मंत्रोच्चार संपल्याबरोबर न दिसणाऱ्या वाद्यमेळातून संगीताचे मधुर स्वर उमटले. ते स्वर तेथे येऊ घातलेल्या राजपुत्र आणि राजकन्या यांच्या आगमनाचे निदर्शक होते. ही सर्व मुले आता तिचे विद्यार्थी बनणार होती. सर्व मुले त्यांच्या वयोगटानुसार आत येत होती. रांगेच्या अग्रभागी एक दहा वर्षांची लहानशी मुलगी होती. तिची मुलायम रेशमी कांती, तिचा नाजूकपणा आणि स्वप्नाळू डोळ्यांचा भारावलेपणा पाहून ॲना अवाक झाली. राजाने हळुवारपणे तिचा हात धरून तिला ॲनासमोर सादर केले आणि म्हणाला, "इंग्लिश स्कूल मिस्ट्रेस, राजकन्या यिंग येओवालक त्या सर्व मुलींमधली पहिली मुलगी." तिने अतिशय अदबीने ॲनाचे दोन्ही हात आपल्या छोट्याशा दोन हातांत घेऊन त्यांच्यावर कपाळ टेकवून, वाकून ॲनाला अभिवादन केले आणि राजाच्या शब्दासरशी ती जागेवर जाऊन बसली. राजघराण्यातली सर्व मुले एकामागून एक अशी ॲनापुढे सादर केली गेली. शेवटचे मूल ॲनापासून सरकून रांगत आपल्या जागेवर जाऊन बसल्यावर संगीताचे नादमधुर स्वरही थांबले.

नंतर मग राजा मुलांसमोर दोन शब्द बोलला आणि ॲनाला ते कळावे म्हणून तो ते इंग्रजीत भाषांतर करून तिला सांगत होता. "माझ्या लाडक्या मुलांनो, तुम्ही तुमच्या स्वत:च्या भाषेबरोबर इंग्रजीतून शिकू शकाल ही फार चांगली गोष्ट आहे. आता ही इंग्रजी शाळा असल्यामुळे तुम्हाला इंग्रजी अभिवादनाच्या पद्धती, संभाषणकला आणि चालीरीतीदेखील शिकाव्या लागतील. मी जेव्हा शाळा बघायला येईन, तेव्हा तुम्ही प्रत्येक जण माझ्यासमोरही आपापल्या खुर्चीत बसू शकता. पण तुम्हाला तसं करायचं नसेल तर नाही केलं तरी चालेल. त्याबद्दल माझी कोणतीच सक्ती नाही. पण संधीचा भरपूर फायदा घेऊन तुम्ही खूप अभ्यास केला पाहिजे, याबद्दल मात्र माझी सक्ती असेल. राजघराण्यातल्या मुलांना आतापर्यंत कधी मिळाली नाही, अशी संधी तुम्हाला मिळतेय, तिचा तुम्ही पुरेपूर फायदा घेतला पाहिजे." मुलांनी माना वाकवून, जमिनीवरच्या मातीवर डोके ठेवून संमतिदर्शक अभिवादन केले. समारंभ संपला आणि राजा धर्मगुरूंसह तेथून निघून गेला.

आता शाळेची व्यवस्था लावावी की काय, असा ती विचार करत असतानाच गुलाम आत आले आणि मुलांना उचलून चालू लागले. लहान मूलच काय पण आठ, नऊ, दहा वर्षांच्या मुलामुलींनाही गुलाम कडेवर उचलून नेताना पाहून ती आश्चर्यचकित झाली. त्यांना थोडेसुद्धा अंतर चालायची सवय नाही, असे दिसत होते. लहान बाळांप्रमाणे ती गुलाम स्त्रियांच्या कडेवर बसून निःशंकपणे चालली होती, जणू त्या म्हणजे त्यांची वाहने होती. "छान!" ॲना तिरस्काराने उद्‌गारली. शंभर डोकी असलेल्या सर्पाप्रमाणे राजघराण्यातल्या गुलामगिरीचे हे वेगळे स्वरूप होते. आजच्या दिवसापुरती तरी शाळा संपलीय, हे तिच्या लक्षात आले आणि आजचा हा समारंभ ही फक्त सुरुवात होती. तिने प्रत्यक्ष कामाला कधी सुरुवात करायची आहे, हे तिला सांगितले पाहिजे, असे कुणालाही वाटले नाही. असे दिसत होते की, सदासर्वकाळ, बोलावल्यावर हजर व्हायला तिने स्वतःला सज्ज ठेवले पाहिजे, अशी बहुतेक अपेक्षा असावी. 'राजाला पुन्हा बोलायचं झालं की, तो गॅब्रिएलला पाठवेलच,' खांदे उडवत ती स्वतःशी म्हणाली.

पुढचे काही दिवस ॲना आणि बीबीने घर अधिक चांगले करण्यात घालवले. हे घर आताच्या क्रालाहोमच्या दिवंगत वडिलांच्या राजवाड्याच्या ठिकाणी होते आणि त्याच राजवाड्याचे सामानसुमान या घराच्या बांधणीसाठी वापरलेले होते. जरी तेथे धुळीचे साम्राज्य दिसत असले तरी ते बऱ्यापैकी नवे होते.

वरच्या मजल्यावरच्या एका खोलीतून पौर्वात्य प्रकारच्या एकाला एक चिकटून असलेल्या घरांची रांग दिसत असे. अनेक पावसाळे खाल्लेली ती घरे जीर्णशीर्ण, डागाळलेली दिसत होती. ती सगळी घरे एका आदरणीय भासणाऱ्या मुसलमानाची मालमत्ता होती. तो तेथे साखर साठवून तिचे भाव वाढायची वाट बघत असे. दररोज दुपारी हा मालदार मनुष्य मुन्शीला भेटायला यायचा. तो येताना दिसला की मुन्शी नदीवर कचरा नेऊन टाकायचे काम थांबवायचा आणि त्याच्या नमाजासाठी, अभ्यासासाठी राखून ठेवलेल्या पूर्वेकडच्या खोलीत जायचा. दोघे जण कुराणातले प्रश्न आणि त्यांचे शेजारी यांच्याबद्दल चर्चा करण्यात रंगून जात.

थोड्याच दिवसांत मुन्शीने आपल्या नव्या मित्राकडून इतर शेजाऱ्यांची नावे, त्यांचे उद्योगधंदे, त्यांचा दर्जा ही सगळी माहिती मिळवली. ही माहिती तो काळजीपूर्वक मनात साठवून ठेवत असे आणि ॲनापर्यंत पोचवत असे. ते सगळे जण एक शाही विभागात राहत आहेत हे समजल्यामुळे तो लहान मुलासारखा अतिशय खूश होत असे. पण या जागेत एकच न आवडण्याजोगी गोष्ट होती, ती म्हणजे तो दुभाष्या. त्यांच्या अगदी जवळच म्हणजे एक घर सोडून पलीकडे तो राहत असे.

ॲनाला पुन्हा राजवाड्यातून बोलावणे येईपर्यंत त्यांचे व्यवस्थित बस्तान बसले होते. जाडा चिनी खाटिक कोणत्या वेळेला त्याच्या अरुंद बोटीतून त्यांच्या घराजवळून

जातो किंवा मोठ्यामोठ्या हॅट घातलेल्या उभ्याने हळूहळू नावा वल्हवत जाणाऱ्या आंबेवाल्या बायकांपैकी कुणाजवळ उत्तम आंबे असतात, हे बीबीला ठाऊक झाले होते. ती त्यांना एखाद्या जाणकाराप्रमाणे हाकारत असे व त्यांच्याशी नदीकाठच्या धक्क्यावर उभे राहून घासाघीस करत असे.

शाळा औपचारिक रितीने उघडल्यानंतर एक आठवडा गेला अन् मग शाळा खऱ्या अर्थाने सुरळीत सुरू झाली. गॅब्रिएल एक दिवस नेहमीप्रमाणे हसण्याचा आवाज करत दाखल झाला आणि ॲना लुईला घेऊन त्याच्याबरोबर नदीपलीकडे जायला सज्ज झाली. पलीकडे उतरल्यावर गॅब्रिएलने त्यांना एका गुलाम स्त्रीच्या स्वाधीन केले. ती गुलाम स्त्री ते येईपर्यंत तेथेच काठावर पान चघळत बसली होती. पुन्हा एकदा ॲना व लुई त्या सजवलेल्या मांडवाखालून आणि त्या लंबगोलाकार दरवाजातून संत्र्याच्या बागेत आले. मंद उजेडाच्या त्या थंड मंडपात दालनाच्या मध्यभागी पूर्वीप्रमाणेच खुर्च्या मांडलेल्या होत्या.

दरवाजाजवळ अनेक म्हाताऱ्या स्त्रिया बसलेल्या होत्या. त्या निश्चितपणे ॲनाच्या येण्याची वाट बघत बसल्या होत्या, कारण ॲनाला पाहिल्याबरोबर त्या भराभर चारही दिशांना पांगल्या आणि जवळजवळ तासाभराने त्या राजाच्या एकवीस मुलांना घेऊन परतल्या. राजाने स्वतःच्या हाताने लिहिलेली मुलांच्या नावांची एक यादी ॲनाला मिळाली. ती नावे इतकी कठीण होती की, ती लक्षात ठेवायला बराच वेळ लागेल असे तिला वाटले. ती सगळी नावे तिने काळजीपूर्वक एका वहीत उतरवून काढली. त्यातले सगळ्यात लहान मूल पाच वर्षांचे होते आणि सगळ्यात मोठे दहा वर्षांचे. थोड्याच वेळात तिने सर्वांना एका लांबट गोल टेबलाभोवती बसवले. प्रत्येकासमोर वेब्स्टरच्या शब्दकोशाचे पहिले पान उघडलेले होते. ती स्वतः टेबलाच्या मुख्य स्थानी बसली आणि दुसऱ्या टोकाला लुई.

पहिला पाठ सुरू झाला. ॲना प्रत्येक अक्षर मोठ्याने सांगायला लागली. प्रत्येक मूल तिच्या मागोमाग ते मोठ्याने उच्चारू लागले. लुईच्या चेहऱ्यावर जबाबदारीचा गंभीर भाव आला होता. आपल्या ताब्यातल्या विद्यार्थ्यांवर लक्ष ठेवण्यासाठी तो खुर्चीवर चढला होता. आपल्या आईच्या स्वराची, हावभावांची तो तंतोतंत नक्कल करत होता. ते पाहून तिला गंमतही वाटत होती आणि बरेही वाटत होते. आपल्या डोळ्याच्या कोपऱ्यातून तो एका अक्षरावरून दुसऱ्या अक्षरावर बोट ठेवत इतरांना अक्षरे दाखवत होता, हे तिला दिसत होते. ती इंग्रजी अक्षरे त्या सयामी मुलांना अगदी अपरिचित होती, अजून त्यांची पुरती ओळख झालेली नव्हती.

दुपारी बऱ्याचशा तरुण स्त्रिया तिच्याकडे आल्या. या मुलांप्रमाणेच त्यांनाही ॲनाने शिकवायचे होते; पण त्यांच्या नावाची यादी मात्र तिच्याकडे नव्हती. तिने त्यांचे हसून स्वागत केले आणि त्यांची नावे त्यांनी सांगितल्याप्रमाणे वहीत लिहून

घ्यायला सुरुवात केली. पण एवढीशी गोष्ट करताना अचानक त्यांच्या मनात भीती दाटून आली. का, ते तिला कळेना, पण तिला त्यांची भाषा नीट येत नव्हती म्हणून असेल. तिने यादी बाजूला ठेवली आणि धडा पुढे शिकवायला सुरुवात केली. Ba, be, bi, bo,... तिने मोठ्याने आणि स्पष्टपणे उच्चारायला सुरुवात केली आणि राजवाड्यातली ती मुले तिच्या मागोमाग ती एका सुरात उच्चारू लागली. जसा पाठ पुढे सरकू लागला तसतशा हळूहळू त्या इतर स्त्रिया भीतीतून सावरायला लागल्या.

जसा त्यांचा आत्मविश्वास परत आला, तसे त्यांनी ॲना आणि तिच्या वस्तूंची धीटपणे दखल घ्यायला सुरुवात केली. परंतु ही गोष्ट अजिबात मान्य होण्यासारखी नव्हती. हे तर स्पष्टच दिसत होते की, शिक्षिकेच्या धड्यांपेक्षा त्यांना शिक्षिकेतच जास्त रस होता. त्यांनी तिच्या केसांशी खेळायला सुरुवात केली. काहींनी निरीक्षणासाठी तिच्या केसांतून पिना उपसून काढल्या. एकीने त्या स्वत:च्या केसांना लावायला सुरुवात केली; पण त्या पडल्या आणि इतर सगळ्या जणी हसायला लागल्या. कारण तिचे केस इतके आखूड कापलेले होते की, ते तीन इंचांहून जास्त लांब नव्हते. बाकी सगळ्या जणींचे केसपण तसेच आखूड होते. त्यांनी तिच्या ड्रेसला हात लावून पाहिला. खासकरून कमरेचा पट्टा आणि कॉलर. नंतर तिच्या अंगठ्याही हाताळल्या गेल्या. तिला असेही दिसले की, दोघी जणी पोटावर पालथ्या पडून तिच्या स्कर्टच्या आत डोकावून पाहायचा प्रयत्न करत होत्या.

"अरे देवा! काय, काय करताय? माझे पाय बघून तुम्हाला काय कळणार आहे?" तिने चिडूनच विचारले. अखेरीस एकीला मलायी भाषा येत होती, तिच्याकडून तिला कळले की, ती इथे राजवाड्यात आल्याच्या पहिल्या दिवसापासून राजवाड्यातल्या प्रत्येक स्त्रीला तिच्या दिसण्याबाबतचे कुतूहल अगदी अनावर झाले होते. चर्चा अगदी जोरात चालू होत्या. तिच्या हूप स्कर्टचा घंटेसारखा आकार पाहून जनानखान्यातल्या काही स्त्रियांची अगदी खात्री झाली होती की, ती अगदी वेगळ्या योनीत जन्माला आली होती. या योनीत शरीर खालच्या बाजूला अधिकाधिक मोठे-मोठे फुगीर होत जाते आणि त्याचा विस्तार त्या स्कर्टच्या गोलाइतका मोठा झालेला असतो. "कमाल आहे!" ॲना हसून उद्गारली आणि तिने आपला स्कर्ट आणि हूप्स उचलून तिची पावले आणि पाय त्यांच्यासारखेच आहेत हे त्यांना दाखवले. फक्त तिने त्याच्यावर मांडीपर्यंत उंच मोजे (होजेस) आणि बूट चढवले होते.

"आ हा हा!" या नव्या ज्ञानामुळे चकित होऊन त्यांच्या सगळ्यांच्या तोंडून एक आश्चर्योद्गार निघाला. नंतर मग एक गुलाम स्त्री ॲनापुढे वाकून बसली आणि तिने तिच्या नाकाकडे बोट दाखवले. ॲनाच्या असे लक्षात आले की, तिला हे जाणून घ्यायचेय की ॲनाचे नाक सतत ओढत राहिल्यामुळे एवढे लांब झालेय की काय, का दुसरे काही कारण आहे? किंवा ते तसेच दिवसभर ठेवण्यासाठी ती

सकाळी उठून मुद्दाम काही करते का? ॲनाने तिला खात्रीने सांगितले की, ते पहिल्यापासून आहे तसेच आहे. त्यात व्यायामाचा किंवा तिच्या विशेष बुद्धीचा काहीही संबंध नाही. ती निसर्गाचीच देणगी आहे. ती गुलाम स्त्री सहानुभूतीने चुकचुकत आणि आपले नाक कुरवाळत बाजूला झाली.

त्या दरम्यान एका मुलीने ॲनाचा मोठा अंगरखा आणि टोपी अंगावर चढवून मंडपाच्या पुढच्या भागात ती ॲनाच्या चालण्याची यशस्वी नक्कल करून दाखवत होती आणि इतर स्त्रियांकडून तिला आनंदाच्या किंकाळ्यांची आणि हसण्याची दाद मिळत होती. एकीने तिचा व्हेल (टोपीला लावलेली तोंडासमोरची जाळी) आणि हातमोजे पळवले आणि ते चढवून नक्कल सुरू केली. मुलांनी अभ्यास सोडून खिदळायला सुरुवात केली. त्या हास्यकल्लोळाने बाहेरच्या खोलीत बसलेली डुएन्ना गंभीर चेहऱ्याने आत आली. तिच्या चेहऱ्यावरच्या रागीट भावामुळेच तेथे एकदम शांतता प्रस्थापित झाली. पटापट अंगरखा, हातमोजे सगळे ॲनाच्या आजूबाजूला फेकले गेले. जनानखान्यातल्या सगळ्या स्त्रिया गुडघ्यावर बसून खाली वाकल्या आणि त्यांनी उच्च स्वरात बा-बे-बि-बो घोकायला सुरुवात केली. डुएन्नाने खुनशीपणे सगळीकडे नजर टाकली आणि दरवाजाशेजारी पाय दुमडून बसली. पुन्हा अभ्यास सुरू झाला.

काही रखेल्यांनी हळूहळू तेथून काढता पाय घेतला. आतापर्यंतच्या शिकण्याच्या श्रमांनी त्या कंटाळून गेल्या होत्या. पण टेबलाच्या दुसऱ्या टोकाला मात्र एक जण अगदी मन लावून अभ्यास करत होती. त्या फिकट चेहऱ्याच्या तरुण मुलीच्या चेहऱ्यावर निराश हरवलेला भाव होता. छोट्या राजकुमाराच्या वरून वाकून लुई पाटीवरच्या अक्षरांची जी नावे तिला समजावून सांगत होता, त्यावर तिची नजर खिळलेली होती. तो छोटा राजकुमार निश्चितपणे तिचा मुलगा असल्याचे दिसत होते. सकाळी शिकवण्याच्या वेळेला जो दंगा चालला होता आणि शिकवणे थांबले होते त्याच वेळी ॲनाचे तिच्याकडे लक्ष गेले होते. कारण त्या सगळ्या गोंधळ, आरडाओरड्यात फक्त तिने एकटीनेच भाग घेतला नव्हता, लक्षही दिले नव्हते. तिची नजर तिच्या पुस्तकावर खिळलेली होती आणि ती स्वत:शीच त्या विचित्र अक्षराची नावे घोकत होती. जणूकाही इतरांच्या करमणुकीचे विषय तिच्यासाठी नव्हतेच. आतासुद्धा ती एकटी बाजूला उभी होती आणि या छोट्याशा शिक्षकाच्या मदतीने त्या अक्षरांवर प्रभुत्व मिळवण्याचा प्रयत्न करत होती. जेव्हा शाळा सुटण्याची वेळ झाली तेव्हा तिने पुन्हा सगळी अक्षरे लुईला म्हणून दाखवली. तोसुद्धा अगदी गंभीरपणे ते ऐकत होता. तिने धडा अगदी बरोबर म्हणून दाखवला तसे 'व्हेरी गुड चाइल्ड', असा शेरा लुईने मारला आणि आता ती जाऊ शकते, असे तिला सांगितले.

तिच्या चेहऱ्यावर एक आनंदाचा भाव झळकून गेला. परंतु तिच्या असे लक्षात आले की, ॲना कुतूहलाने तिच्याकडे पाहतेय तेव्हा अंग चोरून घेत ती जवळजवळ टेबलाखालीच शिरली. जणूकाही ती हे मान्य करत होती की, तिला तेथे असायचा काही अधिकार नाहीय आणि इतर लोक ज्ञानाची मेजवानी झोडत असताना त्यांच्या हातून तेथे जे कण सांडतील तेवढेच गोळा करायचा तिचा अधिकार आहे. ॲनाने तिच्याकडे अधिक बारकाईने पाहिल्यावर तिच्या असे लक्षात आले की, ती वाटतेय तेवढी लहान नाहीय. डोळे सोडले तर ती सुंदरही नव्हती. डोळे मात्र काळेभोर आणि अतिशय गंभीर भाव असलेले बोलके होते. त्यात अबोल दु:ख होते आणि आता त्या डोळ्यांनी ती ॲनाकडे भयभीत होऊन पाहत होती.

ॲनाने मनाशी ठरवले की, तिची जास्त दखल न घेणे हेच आता अधिक कनवाळूपणाचे आणि शहाणपणाचे ठरेल. तिने टोपी, हातमोजे वगैरे चढवले आणि लुईचा हात धरला. टेबलाजवळ अंग चोरून बसलेल्या त्या स्त्रीजवळून ते गेले. आपल्याकडे कोणाचे लक्ष जाऊ नये यासाठीच्या तिच्या धडपडीत एक करुण केविलवाणेपणा होता. राजाची नित्याची वामकुक्षी होण्याच्या आत तिला तेथून बाहेर पडायचे होते. ही रखेली काहीतरी कारणामुळे राजाच्या मर्जीतून उतरून त्याच्या रोषाला पात्र झाली असावी, असे तिला वाटले. सर्व रस्ताभर ॲना तिचाच विचार करत होती. येथे असे कोणीतरी आहे की, जी तिची भोंदू, दिखाऊ दुनिया कोसळल्यावर ज्ञानाच्या नव्या जगाचा आनंदाने स्वीकार करेल, हा विचार पुन:पुन्हा तिच्या मनात येत होता.

■

लाल सर्प

पहिल्या दिवसाच्या गोंधळानंतर शाळा सुरळीत सुरू झाली. सकाळी नऊ वाजता मंदिरातला पूजापाठ संपल्यानंतर लगेच वर्ग सुरू होई. मुलांची रोजची हजेरी घेण्यासाठी ॲनाला तेथे हजर राहावे लागे. शाळेत लांबलचक, सोन्याचा मुलामा दिलेल्या जडावाचे काम असलेल्या टेबलावर छोटे राजकुमार आणि राजकन्या अभ्यासाला बसत. त्याच टेबलावर शाळा भरण्यापूर्वी बौद्ध संन्याशांसाठी अर्पण केलेले अन्न, फळे वगैरे ठेवलेली असत. संन्यासी इकडेतिकडे न बघता सरळ निघून जात, जनानखान्यातल्या स्त्रियापण निघून जायच्या अन् मग शाळेचे कामकाज सुरू व्हायचे.

पूर्ण सकाळभर राजघराण्यातल्या मुलांना शिकवले जायचे. ज्या स्त्रियांना शिकायचे असेल, त्यांना दुपारच्या वेळी शाळेत हजर राहण्यासाठी राजाकडून प्रोत्साहन मिळत असे. मुलांसारख्या त्या नियमितपणे येत नसत, पण पहिल्या दिवशी ज्या फिकट चेहऱ्याच्या मुलीबद्दल ॲनाला औत्सुक्य वाटले होते, ती मात्र या प्रकाराला अपवाद होती.

तिला स्वत:बद्दल विश्वास वाटायला लावून तिला तिचे नाव विचारता येईल या गोष्टीसाठी ॲनाला बरेच दिवस लागले आणि जेव्हा तिने ते विचारले, तेव्हा तिचे नाव फारच गोड आहे असे ॲनाला वाटले. तिचे नाव होते, 'सोन क्लिन' (म्हणजे लपलेला सुवास) या रखेलीच्या बाह्य साधेपणाखालचा गोडवा ॲनाला जाणवला होता. पण तिच्या एकटीकडे लक्ष देणे किंवा काही विशेष मदत करणे हे ॲनाने सुरुवातीला जाणूनबुजून टाळले. काही काळानंतर मात्र ती ते विनासायास करू शकत होती. तिच्या असे लक्षात आले होते की, तिने जर सोन क्लिनकडे जास्त लक्ष दिले तर त्यामुळे ती ज्या दु:खाखाली पिचतेय ते दु:ख आणखीनच वाढेल. तिला वेगळ्या मदतीची फारशी जरूरही नव्हती. त्या विषयाच्या आवडीमुळेच अगदी उत्तम विद्यार्थ्यांची बरोबरी ती सहजपणे करू शकत होती.

राजकुमार चूला लाँग कोर्ण आणि त्याची देखणी धाकटी बहीण चन्थरा मन्थन यांनी तिचे मन जितके मोहून घेतले, तेवढे कोणीच मोहवू शकले नव्हते. चन्थरा

मन्थनला सगळे फा यिंग म्हणजे दैवी (स्वर्गीय) राजकन्या म्हणत. ते दोघेही विलक्षण बुद्धिमान मुले होती. चूला लाँग कोर्ण, फा यिंग आणि त्यांचे दोन धाकटे भाऊ हे त्यांच्या म्हाताऱ्या आतेआजीकडे राहत असत. राजनगरीच्या अंतर्भागातला त्यांचा राजवाडा हा सगळ्यात सुंदर आणि आकर्षक असा राजवाडा होता. त्यांची देखणी तरुण आई – तेथील राणी एक वर्षापूर्वी वारली होती. त्यामुळे राणीची आत्या असणाऱ्या प्रिन्सेस लामोमने त्यांच्या देखभालीचे काम स्वीकारले होते. या मुलांची आईही लहान वयातच अनाथ झाली होती. तिलाही प्रिन्सेस लामोमनेच वाढवले होते.

ही वयस्क राजकन्या फार शांत स्वभावाची होती. सदासर्वकाळ ती फुले, काव्य किंवा आपल्या भाचीच्या मुलांची देखभाल यातच गुंतलेली असायची. छोटी फा यिंग तिची फार लाडकी होती आणि तिच्या खालोखाल भावी राजा असलेला चूला लाँग कोर्ण. तिची राहती जागा फार मोठी होती आणि तेथे तिच्या भावांच्या मुली, भाच्या, भाचे व मित्र यांची सतत वर्दळ असायची, कारण ती फक्त थोर शाही स्त्री होती असे नव्हे तर तिच्या राजवाड्यात आपल्या मुलीला प्रवेश मिळणे म्हणजे मोठा सन्मान आहे असे समजले जात होते. तसेच ती स्वत: चांगुलपणा आणि प्रेमळपणा यासाठी फार प्रसिद्ध होती.

ॲना आणि ती चूला लाँग कोर्णच्या शिक्षणाबाबत गांभीर्याने चर्चा करत असत. या बाल राजकुमाराच्या मनावर ख्रिश्चन धर्माची तत्त्वे रुजवावीत असे तिने जेव्हा ॲनाला आग्रहाने सांगितले, तेव्हा ते ऐकून ॲनादेखील आश्चर्यचकित झाली. तिच्या दृष्टीने तिच्या आणि ॲनाच्या धर्मात काही फरक नव्हताच. राजाच्या वाट्याला जे काही येत असते, त्याच्याशी मुकाबला करायला सज्ज राहण्यासाठी म्हणून, तिच्याकडे संभाळायला असलेल्या या राजकुमाराला सर्व तऱ्हेच्या चांगुलपणाने सज्ज करावे, एवढीच तिची मनापासूनची इच्छा होती. एकूणच ती आनंदी स्वभावाची होती व प्रथम या मुलांच्या आईसाठी आणि नंतर या मुलांसाठी फारसे भयभीत न होणे, फारशी काळजी न करणे हे तिला शहाणपणाचे वाटत असायचे.

ती मुलेही अजिबात त्रासदायक नव्हती, मोठी गोड आणि बुद्धिमान होती ती. लहानशी फा यिंग तर एखाद्या परीकन्येसारखी वाटायची. ती फक्त आजीचीच लाडकी होती असे नव्हे तर वडिलांचीही खूप लाडकी होती. ती अगदी लहान असल्यापासून राजाला कायम जवळ हवी असायची. जेवायच्या वेळेस ती त्याच्या मांडीवर बसायची आणि अयुथियापर्यंतच्या प्रवासात तो तिला बरोबर घेऊन जात असे.

राजकुमार चूला लाँग कोर्णमध्येही विशेष आकर्षण होते. तो फार उंच नव्हता किंवा फार बुटकाही नव्हता पण होता देखणा. त्याचा स्वभाव मृदू आणि गंभीर

होता. एखाद्या चांगल्या तऱ्हेने वाढवल्या गेलेल्या सयामी मुलासारखा तो आपली आजी, बहीण, भाऊ यांच्याशी प्रेमाने वागायचा. कुणाचे दु:ख, दैन्य पाहून त्याचे मन कळवळून दयेने भरून जात असे. अभ्यासही तो मनापासून करायचा. त्याच्या बुद्धी-ज्ञानाच्या वाढत्या कक्षेबरोबर स्वत:ला अभ्यासात जाणवणाऱ्या अडचणींवर मात करून एकाग्रपणे तो अभ्यास करू शकत असे. त्याचे स्वत:च्या ज्ञानाचे जे दारिद्र्य होते, त्या दृष्टीने प्रत्येक नवी कल्पना ही त्याला चैतन्य देणाऱ्या शोधासारखी ठरे, तसेच बुद्धीच्या कक्षा किती रुंदावू शकतात याची त्याला जाणीव होत असे. भावी काळात वाट्याला येणाऱ्या राजसिंहासनाची छाया आताच त्याच्यावर पडलेली होती. तिने त्याचे बालपणीच्या खेळांचे, खेळांच्या आवडीचे सुख आताच हिरावून घेतले होते. त्याचे भावी आयुष्य अनेक जबाबदाऱ्यांनी भरलेले असणार होते. जसजशी ॲना त्याच्या तरल कोवळ्या मनाचे निरीक्षण करत होती, तसतशी त्याच्या ज्ञानाची लालसा पुरवण्यासाठी ती दुप्पट कष्ट घ्यायला लागली. अजूनतरी तो फक्त दहा वर्षांचा होता. पण लाखो लोकांच्या जिवावर सत्ता गाजवण्याचे अमर्याद अधिकार त्याच्या हाती केव्हा येतील हे कोणी सांगावे?

इतर पौर्वात्य लोकांच्या जिज्ञासेप्रमाणेच राजघराण्यातल्या मुलांच्या दृष्टीनेही भूगोल व खगोलशास्त्र हे दोन विषय अतिशय जिव्हाळ्याचे होते. प्रत्येकाची पृथ्वीसंबंधी वेगवेगळी कल्पना होती आणि ती सपाट किंवा चौकोनी नाही हे पटवण्यासाठी ॲनाला त्याच-त्याच गोष्टी पुन्हा सांगाव्या लागत.

पण मुलांचे प्राकृतिक पृथ्वीच्या भूगोलांचे ज्ञान खूप तोकडे असले, तरी दैवी स्वर्गीय भूगोलाचे ज्ञान मात्र अमर्याद होते. त्याबद्दल ॲनाला अतिशय हुबेहूब शब्दांत वर्णन करून सांगायला त्यांना फार आवडायचे. दूरदूरच्या पर्वत, समुद्र आणि प्रदेशाचे वर्णन ती अगदी तपशीलवारपणे करायची. कासवांच्या पाठीवर हे जग कसे विसावलेले आहे किंवा हे जग तयार होत असताना त्या माशाने पाणी घुसळून ते कसे वर काढले, इत्यादी. जर कधी एखाद्या पर्वताची उंची किंवा समुद्राचा विस्तार याबद्दल काही मतभेद झाले तर ती लगेच 'त्रय फूम लोक विनिचय' ग्रंथाचा संदर्भ द्यायची. या पुस्तकात देव, दानव आणि देवदूत यांच्याबद्दलच्या सर्व शंकांचा उलगडा केलेला आहे असे सांगायची.

ॲनाने त्यांच्याशी याबद्दल कधी वाद घातला नाही, उलट रस घेऊन ती त्यांचे ते सगळे बोलणे ऐकत होती, पण त्याच क्षणी तिने राजाकडे नकाशे आणि पृथ्वीचे गोल आणण्याची मागणी नोंदवली. महाराजांनी ताबडतोब एक मोठा जमीन आणि अवकाशाची क्षेत्रे दाखवणारा इंग्रजी नकाशा पृथ्वीचे गोल पाठवून दिले. एके दिवशी सकाळी जेव्हा विमुक्त-मातेच्या मंदिरात ते सगळे सामान येऊन पोचले तेव्हा मुलांमध्ये अनावर उत्सुकता निर्माण झाली. राजाने नकाशा अतिशय जड सोनेरी

फ्रेममध्ये बसवून घेतला होता. पृथ्वीच्या गोलासह तो नकाशा जड अशा सोनेरी आधाराच्या चौकटीत मंदिराच्या मध्यभागी टांगावा, असे राजाने सांगितले. नऊ दिवस स्त्रियांचे जथेच्या जथे भूगोल आणि खगोलशास्त्राचे ज्ञान घेण्यासाठी तेथे येत होते. त्या एवढ्या मोठ्या गोलावर सयामचे एवढेसे स्थान आहे हे मान्य करणे त्यांना फार कठीण जात होते. मात्र त्यांना दिलासा देणारी आणखी एक गोष्ट होती की, त्यांच्या शिक्षिकेच्या देशाचे – इंग्लंडचे स्थान त्याहूनही लहान होते.

पहिले कुतूहल, उत्सुकता निवली. बायकांकडून शाळेची जागा पुन्हा मुलांच्या ताब्यात आली. राजघराण्यातल्या या मुलांना नकाशा आणि पृथ्वीच्या गोलाच्या साहाय्याने नव्या धड्यांचा अभ्यास करताना फारच आनंद वाटायला लागला. पृथ्वीच्या गोलाभोवती मुले गर्दी करायची. जग एकाच जागी राहून स्वत:भोवती गोलगोल फिरतेय, या कल्पनेच्या अद्‌भुततेने ती अगदी मोहून जायची. उत्तर ध्रुवाचा शोध लावणाऱ्या साहसी संशोधकाप्रमाणेच नकाशावरचा उत्तर ध्रुव शोधताना ते अतिशय आतुर होत असत. त्यांना असे वाटायचे की, एकदा का ते स्थान सापडले तर तेथे बसूनच पृथ्वीच्या स्वत:भोवती फिरण्याबाबतच्या सर्व शंका दूर होतील.

एके दिवशी ते सर्व जण नाईल नदी शोधण्यात गर्क होते. तेवढ्यात एक घटना अशी घडली की, ॲनाचे जनानखान्यातले स्थान एकदम बदलून गेले. फार पूर्वी ॲनाने इजिप्तमधून प्रवास केला होता, त्याबद्दलची हकिकत ती मुलांना सांगत होती. तिच्यासमोर टेबलावर नकाशा पसरलेला होता. त्या नकाशावर वरच्या घुमटाकार छपरातून काहीतरी खाली पडले. ही वस्तू रेशमी जाड दोरीच्या व्यवस्थित केलेल्या भेंडोळ्याप्रमाणे दिसत होती.

पुढच्याच क्षणी ते भेंडोळे उलगडले गेले आणि त्याने पुढे सरकायला सुरुवात केली. ॲनाने जोरात किंकाळी फोडली आणि स्वत:चा दर्जा विसरून मंदिराच्या दुसऱ्या कोपऱ्याकडे धाव घेतली. मुलेही तिच्यापाठोपाठ धावत येतील असे तिला वाटले, परंतु तिने जेव्हा मागे वळून पाहिले तेव्हा तेथील दृश्य पाहून ती विलक्षण आश्चर्यचकित झाली. चेहऱ्यावर संपूर्ण श्रद्धेचा भाव असलेली राजघराण्यातली ती सर्व मुले हात जोडून आपापल्या जागी नि:स्तब्ध बसली होती. एकही मूल जागचे हलले नव्हते किंवा कोणी तोंडावाटे आवाजही काढला नव्हता. सगळे मंदिर अत्यंत शांत होते. तो सर्प आरामशीरपणे टेबलावर वळवळत होता. मुलांच्या नजरा त्याच्यावर खिळलेल्या होत्या. ॲनाला स्वत:ची अतिशय लाज वाटली आणि त्या सुंदर सर्पाला बघण्यासाठी ती पुन्हा आपल्या टेबलाकडे परत आली. मुले त्याच्याकडे ज्याप्रमाणे एकटक बघत होती, त्याप्रमाणे तिनेही सर्पाच्या नजरेस नजर भिडवण्याचा प्रयत्न केला. अशा तऱ्हेचा साप तिने पूर्वी कधीही पाहिलेला नव्हता. त्याचा वरचा भाग सुंदर जांभळट रंगाचा होता. दोन्ही बाजूंना तांबड्या रंगाचे खवले होते आणि

त्याच्या कडा काळ्या होत्या. खालची बाजू फिक्कट गुलाबी रंगाची होती आणि शेपटीवर निळसर राखाडी रंगाचे ठिपके होते. अप्रतिम सौंदर्य आणि नाजूकपणा यांचे ते मूर्त रूप होते.

तो साप हळूहळू सरपटत खाली उतरला. ॲनाला एकेक क्षण एकेक तासाप्रमाणे वाटत होता. तो साप टेबलावरून राजपुत्र चूला लाँग कर्णाच्या खुर्चीच्या हातावर उतरताच तिने भयाने श्वास रोखून धरला. तो हलला आणि साप चावला तर काय होईल? तिच्या ताब्यातला राजपुत्र जर मरण पावला तर तिला स्वत:चे आयुष्यदेखील गमवावे लागेल, याबद्दल तिच्या मनात यत्किंचितही शंका नव्हती. ॲनाला त्याला ओरडून 'अजिबात हालचाल करू नकोस' असे सांगावेसे वाटत होते, पण तिच्या कंठातून आवाजच फुटेना. पण खरेतर तिला काळजी करायची गरजच नव्हती. कारण त्याच्या मागच्या धूसर प्रकाशातल्या चमकत्या बुद्धमूर्तीइतकाच तो निश्चल बसलेला होता. तो साप खुर्चीवरून खाली उतरून व्हरांड्यात आणि तेथून पायऱ्या उतरून खाली बागेत अखेरीस दिसेनासा होईपर्यंत ॲना ना आवंढा गिळू शकली ना श्वास घेऊ शकली. त्यानंतर सुटकेच्या भावनेने तिला एकदम भोवळ आल्यासारखे झाले.

एकही मूल इंचभरही जागचे हलले नव्हते आणि त्यांनी जोडलेले हातही सोडले नव्हते. पण साप जसा दिसेनासा झाला, तशा मुलांनी पटापट जागेवरून उड्या मारल्या आणि तिच्याभोवती गर्दी केली. त्यांच्या या कृतीत अत्यानंद होता. ते तिच्या पाया पडले, तिला त्यांनी पुन:पुन्हा नमस्कार केला. ते तिला कुरवाळत होते आणि इतक्या जोरात आणि भराभर जे काही चिवचिवत होते, त्यातला एकही शब्द तिला कळत नव्हता. ही बातमी सगळीकडे पसरताच जनानखान्यातल्या सर्व स्त्रिया घाईघाईने तेथे धावत आल्या. तिला अतिशय प्रेमाने अभिवादन करण्यासाठी, तिला नमस्कार करायला त्या धडपडत होत्या. आतापर्यंत तिला असा नमस्कार त्यांनी कधीच केला नव्हता. मोठ्या मुश्किलीने अखेरीस तिला हे सर्व काय चाललेय ते कळले. ते सर्व तिला हे सांगायचा प्रयत्न करत होते की, देव तिच्यावर निश्चितपणे प्रेम करत होते, नाहीतर ती शिकवत असताना एवढे मांगल्यसूचक चिन्ह त्यांनी पाठवलेच नसते. त्यांनी तिला खात्रीपूर्वक सांगितले की, सापाचे टेबलभर फिरणे हा फारच चांगला शकून होता. त्याचे राजपुत्राच्या खुर्चीच्या हातावर उतरणे निर्विवादपणे हे सूचित करत होते की, राजपुत्र एक दिवस त्याचे शहाणपण आणि ज्ञानासाठी जगभर विख्यात होईल.

आणि तो सापसुद्धा काही सामान्य साप नव्हता. तो संस्कृतमध्ये वर्णन केलेला रक्तसर्प होता. हा रक्तसर्प-लाल साप गुप्त दैवी संदेश घेऊन येतो. सयामी लोक त्याला 'नथु याँग दिएंग' म्हणजे लाल पोटाचा साप असे म्हणतात. ज्यांना त्याचे

दर्शन होते, त्यांच्यावर सर्व चांगल्या आणि महान गोष्टींचा वर्षाव होतो.

हे सगळे ऐकून आपण खूश व्हावे, चिडावे, का करमणूक करून घ्यावी हे ॲनाला कळेना. जेव्हा राजापर्यंत या अनाहूत पाहुण्याची गोष्ट गेली, तेव्हा तोही अतिशय प्रभावित झाला. त्याने दरबारातल्या विद्वानांच्या कानी ही गोष्ट घालण्याची व्यवस्था केली. त्यांनी एकत्र जमून असे जाहीर केले की, ही परमेश्वराची अतिशय उत्साह देणारी अद्भुत कृपा आहे. त्या सर्पाच्या दर्शनानंतर कित्येक दिवस ॲना थोडीशी अस्वस्थच असायची आणि मनाशी इच्छा करायची की, देवाने तिला एकटीलाच असे कृपापात्र बनवू नये. पण तिने आपल्या मनातला विचार जनानखान्यातल्या स्त्रियांजवळ कधी बोलून दाखवला नाही, कारण पुढचा आठवडाभर जनानखान्यातल्या तरुण, वृद्ध सर्व स्त्रिया तिचे अभिनंदन करायला सतत येत राहिल्या. त्या अत्यादराने तिचे दोन्ही हात आपल्या हातात घेऊन स्वत:च्या कपाळाला लावायच्या.

राजवाड्यात इंग्रजी माध्यमाची शाळा असण्याबाबत त्यांची पूर्वग्रहदूषित मते होती आणि ती असायची कारणेही अतिशय सबळ व खोलवर अशी रुजलेली होती, कारण त्या मूलत: रूढिप्रिय आणि बदलाला प्रतिकूल अशा स्त्रिया होत्या. ते सगळे एका रात्रीत संपून गेले. त्या दिवसापासून तिला अतिशय प्रेमाने आणि सन्मानाने वागवले जाऊ लागले. त्याबद्दल तिलाही फार कृतज्ञता वाटत होती. ज्या अगम्य विरोधांशी ती लढत होती, ते अडथळे आता दूर झाले होते.

■

राजवाड्यांचे शहर

राजवाड्याची अंतर्गत रचना सुरुवातीला फार गुंतागुंतीची आणि समजायला कठीण वाटायची, पण ॲनाला हळूहळू त्याचा आवाका लक्षात यायला लागला. राजवाडा हे प्रत्यक्षात चारी बाजूंनी तटबंदी असलेले संरक्षित शहरच होते. एक चौरस मैलाहून जास्त विस्ताराचे हे शहर चौकोनी होते. पूर्व व पश्चिमेकडे समांतर तट असल्यामुळे शहराचे तीन भाग झालेले होते.

उत्तरेकडच्या भागात मुख्यत: सरकारी कचेऱ्या होत्या. येथेसुद्धा काही बुद्ध मंदिराच्या इमारती होत्या आणि त्या सगळ्यांच्या मध्यभागी पाचूच्या बुद्धाचे भव्य मंदिर होते. या उत्तर भागात सरकारी कामकाजासाठी लोक खुलेआम ये-जा करत असत.

मधला बंदिस्त भागसुद्धा अतिशय भव्य होता. पहिल्या विभागापासून हा विभाग मधल्या भिंतीत बसवलेल्या दोन महाद्वारांनी वेगळा झालेला होता. यातून दोन्ही विभागांत ये-जा होऊ शकत असे. हा विभाग निम-खासगी होता. येथे लोकांचा प्रवेश विशिष्ट प्रसंगी विशेष कामासाठीच होत असे. येथे टाकसाळ होती, राजाचा छापखाना होता, तसेच अनेक प्रेक्षागृहे, नाट्यगृहे, सुंदर सजवलेले आणि भरपूर सोन्याने मढवलेले पक्षिखाने होते. तेथे दोन इमारती प्रामुख्याने नजरेत भरायच्या. त्यातली एक म्हणजे अमरिन्द विनिचय राजवाडा म्हणजेच इंद्राचे प्रेक्षागृह. तो पूर्वेच्या टोकाला होता. ॲना पहिल्यांदा येथेच कॅ. बुशबरोबर आली होती.

नदीजवळच्या पश्चिम टोकाला 'दूसित महाप्रासात' हे भव्य क्रॉसच्या आकाराचे मंदिर होते. येथेच राज्याभिषेकही व्हायचा आणि येथल्याच उंच सुवर्णवेदीवरच्या सोन्याच्या रक्षापात्रात मृतांचे अवशेष संभाळून ठेवले जायचे. त्याच्या चारी बाजूंवर पाचमजली चमकदार छप्पर होते. जेथे चारी बाजू एकत्र मिळत तेथे चार प्रचंड अशा गरुड पक्ष्यांनी तोललेला उंच, निमुळता सोन्याचा मनोरा होता.

पण ॲनाच्या दृष्टीने हे दोन्ही भाग म्हणजे फक्त प्रवेशद्वारासारखेच होते. कारण त्यांच्यापुढे जी भिंत होती तिने तिसरा भाग या दोन भागांपासून वेगळा केलेला होता. हा तिसरा भाग म्हणजे 'नाग हम' प्रतिबंधित स्त्रियांचे शहर होते. तेथे इतरांना जायला

मज्जाव होता आणि ॲनाचे काम तेथेच होते. त्याची केवळ उत्तर बाजूच दुहेरी भिंतीने संरक्षित होती असे नव्हे तर इतर तीनही दिशांना बाहेरच्या कोटाला समांतर आतल्या बाजूला रुंद असा कोट होता. बाहेरच्या कोटाच्या जडशीळ दरवाजांवर संरक्षणासाठी सैनिक होते, तर आतल्या कोटाचे संरक्षण लढाऊ तगड्या स्त्रिया करत असत.

आणि या सगळ्या शाही नगराच्या अगदी अंतर्भागात राजवाड्याच्या आतल्या राजवाड्यात राजा राहत असे. जनानखान्याच्या आतल्या भागात पूर्वेला हा राजवाडा होता. त्याची रचना अशी होती की, खडा पहारा असलेल्या बाहेरच्या फाटकातूनही राजवाड्याशी संपर्क साधता येत असे. यातील सगळ्यात जास्त डोळ्यांत भरणारी इमारत म्हणजे राजा जेथे इतर राज्यांच्या वकिलांचे स्वागत करी त्या भव्य सभागृहाची होती. त्याच्या शेजारीच शाही समारंभांसाठीचा दिवाणखाना आणि वस्तुसंग्रहालय होते. या संग्रहालयात राजाला इतर राजांकडून मिळालेल्या भेटी संभाळून ठेवलेल्या होत्या. तेथे काही खासगी भोजनगृहे होती. तसेच जनानखान्यातल्या स्त्रियांसाठी स्वतंत्र प्रेक्षागृह आणि झोपण्याच्या स्वतंत्र खोल्या असलेली निवासस्थाने, एक मंदिर, शस्त्रागार आणि सेवकांसाठी राहण्याची व्यवस्था एवढ्या सोई होत्या.

राजाच्या निवासस्थानाच्या खिडक्यांच्या खाली पायऱ्यापायऱ्यांच्या उतरत्या बागा होत्या. त्या अतिशय औपचारिक पद्धतीने सजवलेल्या होत्या. तेथे किमती चिनी मातीच्या कुंड्या ठेवलेल्या होत्या. त्यात संत्री आणि डाळिंबाची झाडे लावलेली होती. जास्वंदी आणि कण्हेरीच्या झाडांच्या पानांची सावली खाली फरशीवर पसरलेली असायची, पोर्सेलिनच्या सुंदर निमुळत्या भांड्यांमधून तऱ्हेतऱ्हेची जांभळ्या, सोनेरी, फिक्या गुलाबी वगैरे रंगांची कमळे लावलेली होती. बागेत विविध आकाराची कारंजी सतत उसळत असत. कारंजाभोवतीच्या दगडी पुष्करणीत सोडलेले सोनेरी आणि रुपेरी मासे रत्नासारखे झळकत असायचे. कारंजातले उसळते पाणी पुष्करणीत उड्या घेत असायचे.

बागेच्या जवळच तगड्या लढाऊ स्त्रियांना राहण्यासाठी चाळ होती आणि एक मोठा दिवाणखाना होता. दिवाणखाना अनेक खांबांवर तोललेला होता. या ठिकाणी म्हाताऱ्या स्त्री न्यायाधीश या स्त्रियांच्या शहरातल्या रहिवाशांचे तंटे-बखेडे सोडवून न्यायदानाचे काम करायच्या. या कोर्टाजवळच्या वृक्षराजीतल्या विमुक्तांच्या मातेच्या मंदिरात (Mothers of Free) ॲना आपले शिकवण्याचे काम करायची. त्याच्या बाजूला नाट्यगृह आणि क्रीडागृह होते. रोज दुपारी महालातल्या श्रेष्ठ स्त्रिया तेथे जमून गप्पा मारायच्या, खेळ खेळायच्या किंवा नृत्य पाहायच्या.

ज्या भिंतीने आतले स्त्रियांचे शहर आणि मध्यवर्ती भाग वेगवेगळे केले होते, तिच्या दक्षिणेला काही अत्यंत सुंदर निवासस्थाने होती. येथेच राजकन्या आणि पूर्वीच्या राजाच्या मुलींचे राजवाडे होते. राजाच्या इच्छेखेरीज या मुलींना लग्न

करण्याची परवानगी नव्हती. कारण त्यांच्या तोलामोलाची मुले आसपास नसायची आणि परदेशी मुलगा पत्करणे ही तर विचाराच्या पलीकडची गोष्ट होती. तेथेच राजाच्या आवडत्या गणिका (नर्तिका, गायिका) त्यांच्या असंख्य नोकर आणि गुलामांसह राहायच्या. येथील रस्ते व्यवस्थित आखलेले आणि स्वच्छ होते. त्यात मध्येमध्ये छोट्या बागा असत. कडेने सुंदर वृक्षसमूह हिरव्यागार हिरवळीवर लावलेले असायचे आणि इकडेतिकडे फुलबागा होत्या.

राजाच्या निवासस्थानाकडे जनानखान्यातून एक बंदिस्त रस्ता जात होता, जेथे त्याच्या टोकाला राजघराण्याची पवित्र हद्द सुरू होत होती. एक तोंडात तलवार खुपसलेला स्फिंक्सचा पुतळा होता आणि त्याच्या खाली पुढीलप्रमाणे शब्द कोरलेले होते. 'या उच्च स्थानावर ज्याची सत्ता आहे त्याच्याविरुद्ध तू एखादा शब्द उच्चारण्यापेक्षा तुझ्या तोंडात तलवार खुपसलेली बरी.'

शहराचा दक्षिण भाग अतिशय गजबजलेला होता, त्यामुळे त्याला फारशी किंमत नव्हती. त्या भागात बाजार, स्त्री-सुतार आणि स्त्री-लोहारांची दुकाने होती. तसेच गुलामांची घरेही होती. हे लोक त्यांच्या मालकिणींसाठी विविध उद्योग करत असत. वेळप्रसंगी राजवाड्याबाहेर जाऊनही त्यांच्या मालाची विक्री करत. तेथे अशी कुजबुज कानावर पडायची की, अति जुगारामुळे आर्थिक अडचणीत सापडलेल्या काही राजकन्या त्यातून निभावण्यासाठी जे पदार्थ फक्त राजघराण्यातल्या स्त्रियांनाच बनवता येतात ते बनवून गुलामांच्या हाती बाजारात विकायला पाठवत असतात. या भागातले रस्ते अरुंद, गलिच्छ असे होते, तसेच घराघरातूनही फार गर्दी असायची.

कुठल्याही पुरुषाला या बायकांच्या (हर्म्य – स्त्रियांची राहण्याची जागा) शहरात यायची परवानगी नव्हती. फक्त राजा आणि धर्मगुरू धार्मिक कार्यप्रसंगी सैनिकांसह तेथे येत. गुलाम स्त्रियांना वर्षातले काही महिने नवऱ्याकडे जायची परवानगी असायची. तसेच त्या मालकिणीच्या कामासाठीही बाहेर जाऊ शकायच्या. पण राण्यांना मात्र हे अजिबात शक्य नसायचे. निदान विशिष्ट वयाच्या होईपर्यंत किंवा स्थानानुसार काही अधिकार मिळेपर्यंत तरी. राजा मॉंगकुत हा त्याच्या पूर्वजांपेक्षा बराच उदार होता. त्यामुळे त्याच्या नर्तिका किंवा अंगरक्षिका यांना त्यांच्या आईवडील वगैरेंच्या अंत्यसंस्काराच्या वेळी बाहेर जायची परवानगी होती. मात्र ही परवानगी लेखी मागावी लागे. प्रत्येक वेळी ती मान्य होईलच असे नव्हे आणि मान्य झाली तरी ती प्रत्यक्षात आणण्यासाठी पहारेकरी बायकांना अशक्य अशी लाच किंवा बक्षिसी द्यावीच लागे. त्यामुळे जनानखान्यातल्या बायकांच्या दृष्टीने शहराचा हा भाग हेच त्यांचे विश्व होते. स्त्रियांचे विश्व. त्या उंच भिंतींच्या आत नऊ हजार स्त्रिया जणू बंदिवासात होत्या.

सुरुवातीला तरी या स्त्रिया म्हणजे ॲनाच्या दृष्टीने एकीपासून दुसरीला वेगळे

करता येणार नाही असा जमावच होता. पण जसा काळ पुढे सरकत गेला तसे या जमावातल्या एकेका स्त्रीचे स्वतंत्र व्यक्तिमत्त्व तिच्यासमोर उलगडू लागले. त्यातल्या अनेक जणी तिच्या मैत्रिणी बनल्या. तिच्या विद्यार्थ्यांच्या आयांशी तिची ओळख झाली. कारण 'चाओ जोम मान्दा' म्हणजेच राजघराण्यातल्या मुलांच्या माता म्हणून त्यांना वेगळी प्रतिष्ठा होती. त्या नऊ हजार स्त्रियांपैकी फक्त तीस जणींना हा मान होता. त्यातल्या बहुतेक जणी सरदार-दरकदारांच्या मुली होत्या. त्यांच्या कुटुंबीयांकडून त्यांना राजघराण्याच्या सेवेसाठी अर्पण करण्यात आले होते. राजघराण्याकडून महत्त्वाच्या प्रसंगांसाठी त्यांच्याकडल्या अत्यंत सुंदर मुली, भाच्या वगैरे निवडल्या जात. त्या मुलींमधल्या कैक जणी तर लहानपणापासून राजवाड्यात राजकन्यांच्या सख्या म्हणून राहत होत्या. प्रत्येक राजकन्येला तिचे असे स्वतंत्र लहानमोठे निवासस्थान असायचे. त्यांच्या दिमतीला अशा लहानमोठ्या मुली असत आणि या प्रत्येक मुलीला आपल्या छोट्याशा वर्तुळात स्वत:चे आयुष्य घडवावे लागायचे.

काही राजकन्या अत्यंत सुरेख भरतकाम करत आणि त्यांच्या दिमतीला असलेल्या मुलींना शिकवत. काही जणी मेण व कागदाची फुले दफनविधी आणि मंदिराच्या सजावटीसाठी बनवत. काही जणी अतिशय नाजूक झुंबरे, टेबलक्लॉथ गुलाबपाकळ्या, मोगरा आणि फुलांच्या विणीचे सुंदर पडदे विणायच्या. या विणकामाच्या वस्तू अतिशय महत्त्वाच्या प्रसंगी वापरल्या जायच्या. काही जणी कथा, काव्य, नाटके इ. वाचायच्या आणि त्यांच्या पदरच्या मुलींनाही लिहा-वाचायला शिकवायच्या.

या छोट्या मुली, राजवाड्यातल्या या सौंदर्य सजावटीच्या शिक्षणाच्या मोबदल्यात आपल्या मालकिणीची छोटी-छोटी कामे करत. तेथे काही मुलींसाठी शाळा नव्हत्या. अशा तऱ्हेची शिक्षणाची संधी मिळालेल्या मुलीच शिक्षण घेऊ शकत. आयुष्य समृद्ध करणाऱ्या गोष्टी शिकू शकत. राजवाड्यातल्या सगळ्या कला फार मौल्यवान असायच्या. त्यात पारंगत असणे म्हणजे स्त्रीत्वाची उत्तम जोपासना झाली आहे असे समजले जायचे. त्यामुळे राजवाड्यात आपल्या घरची एखादी मुलगी कुठल्या न कुठल्या गोष्टीसाठी नियुक्त असणे हे फार सन्मानाचे समजले जात असे. कारण कधी ती राजाच्या किंवा भावी राजाच्या नजरेत भरली तर प्रगती, संपत्ती, दर्जा आणि अधिकार या सर्वच गोष्टी त्या कुटुंबाच्या नजरेच्या टप्प्यात येत.

राजाच्या राण्यांप्रमाणेच राजकन्यांकडेसुद्धा नातेवाईक आणि मैत्रिणींच्या मुली सोपवलेल्या असत. त्यांच्याही स्वत:च्या स्वतंत्र जागा असत. त्यांच्या उत्पन्नांच्या साधनांनुसार कमी-जास्त गुलाम त्यांच्याकडे असत. राजाकडून त्यांना जे पैसे मिळत ते अगदी साधेपणाने राहायलासुद्धा पुरेसे नसत. पण तरीही त्यांच्यापैकी बऱ्याच जणी स्वतंत्रपणे चांगल्याच श्रीमंत होत्या.

बऱ्याचशा राण्या आणि बहुतेक सगळ्या राजकन्या या फार तापट स्वभावाच्या

होत्या. त्यांच्या दर्जानुसार त्यांना मानमरातब मिळालाच पाहिजे याबाबत फार आग्रही होत्या. तरीपण बऱ्याच जणी फार उदार आणि लोभस होत्या. त्यांच्यापैकीच एक ॲनाची अगदी जिवलग मैत्रीण बनली होती ती म्हणजे लेडी थियांग, ॲनाची विद्यार्थिनी राजकन्या सोमावदीची आई. राजवाड्यातल्या स्त्रियांमध्ये ती सगळ्यात महत्त्वपूर्ण स्त्री होती. तिशीची ही स्त्री अतिशय गोरी होती. तिचे केस आणि डोळे काळेभोर होते. ती अत्यंत बुद्धिमान आणि दयाळू होती, पण जनानखान्यातल्या इतर बुद्धिमान स्त्रियांच्या तुलनेत मात्र कमी शिकलेली होती.

इतर राजस्त्रियांपेक्षा राजाच्या जास्त मुलांची ती आई होती. तरीही ती कधीच राजाची लाडकी राणी नव्हती. राजाला तिच्यापासून चार मुली आणि तीन मुलगे मिळाले होते. तिच्या या मातृत्वामुळेच तिला मोठेपण मिळाले होते. आता दोन्ही राण्या वारल्यामुळे ती महाराणी बनली होती. धर्माज्ञेनुसार नव्हे; पण इतरांच्या मनात तिच्याबद्दल जे आदराचे स्थान होते त्यामुळे सर्वांच्या एकमताने तिला हे स्थान मिळाले होते. तिच्यात आणखी एक विशेष गुण होता. ॲनाने तिचे जे निरीक्षण केले होते त्यावरून तिच्या हे लक्षात आले होते की, राजावर एक मनुष्य म्हणून, नवरा म्हणून ती खरेखुरे प्रेम करत होती. ती त्याच्या मर्जीत राहण्यासाठी सतत प्रयत्न करायची, आंतरिक जिव्हाळ्याने, मृदुतेने आणि जाणीवपूर्वक त्याची सेवा करायची. त्याची मर्जी राखण्यासाठी वेगवेगळ्या युक्त्या शोधून काढायची. त्यामुळे ती त्याची प्रिय राणी बनली होती.

आणि याचा मोबदला म्हणूनच की काय किंवा तिच्या खऱ्याखुऱ्या विश्वसनीयतेच्या जाणिवेमुळे राजाने तिला शाही मुदपाकखान्याच्या व्यवस्थापिकेच्या पदावर नेमले होते. ही अतिशय फायद्याची जागा होती. या पदासमवेत त्याचे अनेक फायदे, अनेक आनुषंगिक गोष्टी होत्या, त्यातली एक म्हणजे तिची दोन घरे. त्यातील एक तिचे स्वतःचे घर; जेथे मुले जन्माला आली, वाढवली गेली. आतल्या शहराच्या अगदी मध्यभागी असलेल्या बागेतले तिचे हे घर अगदी फॅशनेबल भागात होते. जुन्या पद्धतीचा हा प्रासाद अतिशय भव्य आणि आकर्षक होता व त्यावर उत्तम चुन्याचा गिलावा केलेला होता. तिचा दुसरा राजवाडा शाही मुदपाकखान्याजवळ होता. दिवसातला बराच वेळ ती येथे घालवत असे. राजाच्या जेवणासाठी महागड्या वस्तू वापरून करायचे उत्तमोत्तम पदार्थ ठरवत असे किंवा कधी स्वतःच बनवत असे.

तिच्या स्वाभाविक सौहार्दपूर्ण वागण्यामुळे आपोआपच ती इतरांची आवडती झाली होती. तिची अपरिमित संपत्ती व राजावरचा तिचा प्रभाव यामुळे ती अधिकच दयाळू झाली होती. इतरांना ती कायम मदत करत असे. जनानखान्यातल्या स्त्रियांचा स्वभाव कसाही असला, काही वैगुण्य असले तरी जमेल त्या पद्धतीने ती त्यांना मदत करायला सदैव तत्पर असे.

तिच्या छोट्या छोट्या कारवाया, गुप्त कारस्थाने आणि फसवाफसवी यांच्यावर छानपैकी पांघरूण घालताना ती म्हणायची, ''बिचाऱ्या राजाला सर्वकाही न कळणं हेच चांगलं आहे. सयामी, इंग्रजी, पाली आणि संस्कृत यांच्याबद्दल त्याला एवढी जास्त माहिती आहे याचं मला आश्चर्य वाटतं. एवढ्या सगळ्या भाषा डोक्यात ठेवून त्याला झोपता कसं येत असेल?''

तिच्याकडल्या नोकरदार अधिकारी माणसांची संख्या फार जबरदस्त होती. त्यात चारशे धिप्पाड लढाऊ स्त्रिया, बारा न्यायाधिकारिणी, मदतनीस, उत्तरक्रिया करणारे आणि इतर अनेक अधिकारी होते. पण स्त्रियांच्या न्यायालयातल्या मुख्य न्यायाधिकारिणीच्या तुलनेत ॲनाला इतर कोणीच तितके मनोरंजक वाटत नसे. इतर अधिकारिणी स्त्रियांप्रमाणे ती कधीही राजाची राणी नव्हती. तिचे नामाभिधान 'खुन थाओ' होते. ती इतर जणींपेक्षा खूपच उंच होती आणि रुबाबदारही होती. तगड्या बांध्याची, पक्क्या काळ्या रंगाची होती. पण तिच्या रुंद चेहऱ्यावरच्या डोळ्यात मात्र मृदू भाव होते. तिची खरी सौंदर्यपूर्ण गोष्ट म्हणजे तिच्या हाता-पायांचे देखणेपण. या देशातल्या लोकांच्या अलिप्तपणाच्या वैशिष्ट्यपूर्ण स्वभावामुळे तिची कुणाशी फारशी जवळीक नव्हती, पण ॲनाची व तिची मात्र फार लवकर मैत्री जुळली. तिला आणि लेडी थियांग या दोघींनाही ॲव्हिसबद्दल फार कुतूहल होते. ॲना सयाममध्ये आल्यानंतर जो पहिला ऑक्टोबर आला त्याच्या एक तारखेला दोघींनीही ॲव्हिसला तिच्या वाढदिवसानिमित्त फ्रॉकसाठी रेशमी कापड पाठवले. खुन थाओने कापडाबरोबर एक छोटीशी चिट्ठी पाठवून ॲव्हिसला कळवले की, ती तिच्या आईकडून इंग्रजी शिकतेय म्हणून.

ती अतिशय धार्मिक वृत्तीची आणि अतिशय न्यायी स्त्री होती. ती प्रत्येक गोष्ट गांभीर्याने घेत असे. तिची प्रत्येक कृती किंवा बोलणे हे अभ्यासपूर्वक, विचारपूर्वक असे. केवळ काहीतरी करायचे म्हणून केले, असे नसे. तिची एकाग्रता स्वाभाविक होती. सखोल अभ्यास आणि एकाग्रता याच्या बळावर तिने हे स्थान मिळवले होते आणि या जागेसाठी आवश्यक अशा अति अविश्वसनीय उत्तम आरोग्याच्या बळावर ते टिकवलेही होते. जनानखान्यात घडणारी प्रत्येक गोष्ट तिला कळत असे. पण ते सर्व तिच्या अंतरंगात गुप्त ठेवलेले असायचे. तिचे अत्यंत संतुलित व्यक्तिमत्त्व आणि मौन बाळगण्याची ख्याती यामुळे तिने जनानखान्यातल्या स्त्रियांचा विश्वास पूर्णपणे संपादन केला होता.

पण एवढी अमर्याद सत्ता हाती असूनही तिची राहणी अत्यंत साधी किंबहुना व्रतस्थ स्वरूपाची होती. मुख्य रस्त्याच्या शेवटच्या टोकाला एका अगदी साध्या आणि लहानशा घरात ती एकटी राहत असे. तेथे तिला कोणीही सहजपणे भेटू शकत असे. तिच्या दिमतीला चार विश्वासू गुलाम स्त्रिया होत्या आणि तेवढाच तिचा

परिवार... बाकी गुलाम स्त्रियांना तिने मुक्त केले होते.

पण लेडी सोन क्लिनपेक्षा अॅनाला आणखी कुणातच जास्त रस नव्हता. सोन क्लिन म्हणजे गुप्त सुगंध. अॅनाने थोड्याच दिवसांत या शांत; पण घाबरट आणि अत्युत्सुक विद्यार्थिनीला भेटायची क्लृप्ती शोधून काढली. एके दिवशी अॅना अगदी चाहूल लागू न देता तसेच पळायची संधी न देता तिला भेटायला गेली. तिला विचारले की, शाळा संपल्यानंतर एक-दोन तास तिला शाळेत इंग्रजी शिकायला यायला आवडेल का? कारण लुई आता तिला शिकवू शकणे अवघड आहे. सोन क्लिनचा चेहरा आनंदाने एकदम उजळून निघाला. त्या क्षणी ती अतिशय सुंदर दिसत होती. ''मला शिकवाल तुम्ही?'' अविश्वास आणि आश्चर्याने तिने विचारले. ''पण देवी, तुम्ही तुमचा अमूल्य वेळ माझ्यासाठी खर्च करावा, एवढी माझी लायकी नाही.''

''ते तुम्ही ठरवायचं कारण नाही,'' अॅनाने तिला खंबीरपणे सांगितले. ''तुम्हाला काय येतंय, काय नाही हे पाहिलं की माझं मी ते ठरवीन.''

लेडी सोन क्लिनच्या तोंडून एक विव्हळ किंकाळी निघाली आणि अॅनाच्या पुढे फरशीवर स्वत:ला झोकून देऊन तिने तिचे पाय पकडले.

ती एक अतिशय कष्टाळू विद्यार्थिनी होती. इतर कुठल्याही स्त्रीजवळ नसलेल्या निष्ठेने दिवसेंदिवस, महिनोन्‌महिने ती शिकायला येत राहिली. तिचा चेहरा वयस्कर दिसायचा आणि त्यावर सतत चिंतेचा भाव असायचा. फार दिवसांपासून ती राजाच्या मर्जीतून उतरलेली होती. राजाकडून तिला आता फारशी आशा-अपेक्षा नव्हती. त्यामुळे तिने आता स्वत:ला मुलाच्या प्रेमात गुरफटवून घेतले होते. नऊ वर्षांचा राजकुमार कृता फणिहन हा राजकुमार चूला लाँग कोर्णहून केवळ एक वर्षाने लहान होता. ज्या राजकुमारांच्या आया राजाच्या मर्जीतल्या होत्या, त्यांच्या बाबतीत राजा अतिशय प्रेमळ बनत असे. पण ज्या राजकुमाराची आई त्याच्या मर्जीतून उतरलेली असेल, त्याच्या बाबतीत राजा प्रेम दाखवूही शकत नसे. त्यामुळे आपल्या आईप्रमाणेच राजकुमार कृतालाही नावडतेपणाच्या अनुभवामुळे आपोआपच बिचकून राहण्याची, भित्रेपणाची सवय लागली होती.

त्याचमुळे अॅनाने सावधपणाने पुढे केलेला मैत्रीचा हात स्वीकारण्याच्या बाबतीत लेडी सोन क्लिनही अतिशय सावध होती. तरीपण हळूहळू त्यांचे रोजचे शिक्षण आणि गप्पा या तिच्या दृष्टीने सर्वोच्च आनंदाचे क्षण ठरायला लागल्या. त्यामुळे तिला एका नव्या जगात प्रवेश मिळाला. त्या ठिकाणी तिला कोणतीही दुर्घटना अडवू शकत नव्हती. जसजसे दिवस जायला लागले तसतशी तिच्या नितळ काळ्याभोर डोळ्यांत शांती यायला लागली. ती स्वत:बद्दल किंवा स्वत:च्या अडचणींबद्दल क्वचितच बोलत असे. तरीदेखील तिचे आयुष्य जाणून घेण्याच्या

बाबतीत अॅना काही अंशी यशस्वी झाली. ती मॉन किंवा पेगूची राहणारी होती. शिवाय तेथील राजघराण्यातली होती. तिच्या पणजोबांना पकडून सयामला ओलीस म्हणून आणले गेले होते आणि पहिल्या चक्री राजाकडून मॉन सैन्य त्यांच्या ताब्यात ठेवले गेले होते.

त्या वेळच्या रिवाजानुसार युद्धकाळात जबरदस्तीने केल्या जाणाऱ्या सैन्यभरतीखेरीज सयामजवळ स्वत:चे असे खास सैन्य नव्हते. कायमचे सैन्य हे पकडले गेलेले लोक व त्यांचे वंशज यांचे बनलेले असे. त्यांना वर्षातून चार महिने सक्तीने सैनिकी सेवा करावी लागे. सैन्याचा ब्रह्मी विभाग हा जवळजवळ शंभर वर्षे सोन क्लिनचे पणजोबा, मग त्यांचे मुलगे, नातू यांच्या अखत्यारीत होता. नदीपलीकडून बँकॉकवर होणाऱ्या आक्रमणापासून संरक्षण करण्याचे काम त्यांच्याकडे होते. तिचे वडील नदीवरच्या एका शहराचे, पाकलतचे राज्यपाल होते. इतक्या वर्षांपासून राहणारे हे लोक चांगलेच श्रीमंत होते. सोन क्लिनच्या वडिलांनी राजकुमार कृताला त्याच्या जन्माच्या वेळी एक राजवाडा भेट दिलेला होता. हा राजवाडा नदीकाठी होता. राजकुमार कृताचे जनानखान्यात राहण्याचे वय संपल्यावर तो तेथे राहायला जाणार होता. तिचे अनेक नातेवाईक सरकारी नोकरीत होते. पण तेही राजाच्या मर्जीतून उतरलेले होते. कारण राजाचे मॉन किंवा अॅनामीज लोकांबद्दलचे मत पूर्वग्रहदूषित होते.

दोघींची जशी मैत्री वाढली तसे लेडी सोन क्लिनने अॅनाला आपल्या घरी यायचे निमंत्रण दिले. त्यानंतर कधीकधी शिक्षणाचा तो कार्यक्रम तिच्या लहानशा साध्या घरात चालायचा. तिची मुग्धता मात्र तशीच राहिली. एका सयामी सब्बाथच्या दिवशी अॅना तिच्याकडे गेली होती. एक गुलाम स्त्री तिला, ज्या छोट्याशा खोलीला त्यांनी 'अभ्यासिका' म्हणून भूषविले होते, तेथे घेऊन गेली. त्याच्या शेजारच्या खोलीत सोन क्लिन गुडघ्यावर बसून डोके टेकून प्रार्थनेत मग्न असल्याचे तिला दिसले. तिच्यासमोर वेदीवर सुवर्ण मुलामा दिलेली बुद्धमूर्ती होती आणि तिच्या दोन्ही बाजूंना राजा व राजकुमार यांची चित्रे टांगलेली होती.

हाताने काढलेल्या ब्रह्मी शैलीतल्या सुंदर प्रसन्न रंगातल्या चित्रांच्या वॉलपेपरने त्या खोलीच्या भिंती सजवलेल्या होत्या. चित्रांमध्ये प्रचंड वृक्ष दिसत होते. काही उभे, तर काही उपटलेले. हे वृक्ष नदीचा जोरदार पूर, प्रवाहाबरोबर वाहून नेले जात होते. काही ठिकाणी ते निर्जीवपणे वाहताना दिसत होते, तर काही फुलांनी झाकलेले होते. एका खिडकीतून सूर्यकिरण सोन क्लिनच्या वळलेल्या काळ्या चेहऱ्यावर पडले होते. तिचे डोळे मिटलेले होते, पण तिच्या साध्या सरळ चेहऱ्यावर एक गूढ आनंद होता. त्यामुळेच त्या चेहऱ्याला एक नवे रूप प्राप्त झालेले होते. असे वाटत होते की, त्या असीम चैतन्यतत्त्वाशी तिचा काही संवाद चालू आहे. आज इतर

गोष्टींचे तिला भानही नव्हते. ॲना पुन्हा पाय न वाजवता अभ्यासिकेत परतली आणि तिची प्रार्थना संपायची वाट पाहायला लागली.

थोड्या वेळाने सोन क्लिनने तिला हाक मारून तिच्याजवळ बोलावून घेतले. ॲनाही तिच्याशेजारी वेदीसमोर बसली.

"तुम्ही माझे हे वॉलपेपर पाहिलेत?" सोन क्लिनने विचारले.

"मी आत आले तेव्हाच माझं त्यांच्याकडे लक्ष गेलं होतं," ॲना तिला म्हणाली. "पण तुमच्या भाषेच्या तुलनेत ते फारच प्रसन्न आणि बोलके आहेत, हो ना?"

"तुम्हाला त्याचा अर्थ कळलेला दिसत नाहीये," सोन क्लिन म्हणाली आणि ती त्याच्यात लपलेला अर्थ समजावून सांगायला लागली. (काही सयामी भाषेतून तर काही मोडक्यातोडक्या इंग्रजीत) "तो तिथे हिरवागार वृक्ष दिसतोय ना" बोट दाखवून ती सांगायला लागली, "तो वृक्ष माझ्यासारखा आहे, मी तरुणपणी जशी अज्ञानी होते आणि भौतिक गोष्टीत, भावबंधनात मला जेव्हा रस होता त्यासारखा. मग असं पाहा, एक देणगी म्हणून मी राजाकडे आले आणि त्या वेळी मी फक्त हाच विचार करायचे की, मला केवढा सन्मान आहे, मी किती श्रीमंत आहे म्हणून. आता इकडे पाहा इथे मी वाकलेली आहे, माझी पानं सुकून गळून पडायला लागली आहेत, या इथे मी छिन्नभिन्न झालेय. दुःख आणि अपमानाच्या जाणिवेनं उखडून निघालेय आणि अधूनमधून एखादं फूल या अधोगतीच्या प्रवासात माझ्या जवळ थांबतंय. पाहा ते फूल किती सुंदर आहे. ते फूल म्हणजे माझं मूल आहे. जे पाणी मला संपवायची धमकी देत आहे, त्यातून ते उमलून वर आलं आहे आणि आता ते झाडाच्या बुंध्यावर, त्या उद्यानातून बहरून येतंय. पण ते माझ्यापासून लपू पाहतंय त्यामुळे मी पुन्हा दुःखिकष्टी होईन. पण आता मी सतत आनंदी असते. लक्षात आलं तुमच्या?"

काही वेळ दोघी जणी न बोलता अगदी स्वस्थ बसून राहिल्या. प्रत्येकीने दुःखाची तीव्र वेदना भोगली होती. एकीचे नुकसान मृत्यूमुळे झाले होते, तर दुसरीचे अपमान आणि अवनतीमुळे. एका अर्थी दोघीही जणी विधवाच होत्या आणि त्या दोघींची मुले हीच त्यांची मूल्यवान संपत्ती होती. त्या दीर्घ प्रहरात त्या दोघींमध्ये करुणेचे, दयेचे अदृश्य अतूट असे बंध निर्माण झाले आणि हा धागा त्यांना आयुष्यभर बांधून ठेवणार होता.

थोड्याच वेळाने ॲना जागची हलली. तिने पाय हलवले. इतका वेळ बसून त्यांना मुंग्या आल्या होत्या. नंतर तिने थोडे चाचरत, पण कुतूहलाने सोन क्लिनला विचारले,

"सोन क्लिन, तू त्या मूर्तीजवळ प्रार्थना करत होतीस?"

सोन क्लिन बराच वेळ काहीच बोलली नाही. मग तिने हलकेच ॲनाच्या खांद्यावर हात ठेवला आणि म्हणाली, ‘‘मी तुझ्या बाबतीत असं म्हणू शकते का की, तुमच्या मनामध्ये तुमच्या देवाची जी प्रतिमा आहे, तिची तुम्ही पूजा करता, पण प्रत्यक्ष देवाची पूजा करत नाही. त्याचप्रमाणे मी, तू पाहते आहेस त्या सुवर्ण प्रतिमेचं पूजन करते आहे, असं म्हणू नकोस. तर तो परमात्मा, ज्यानं माझ्या शिक्षिकेला माझ्याकडे पाठवलं, तो महाज्ञानी बुद्ध, जो माझ्या आयुष्याचा वाटाड्या आहे, त्याची मी पूजा करतेय.’’

■

राजाचे इंग्रजी

शाळेचे बस्तान जसे नीट बसले, तशी राजा मॉंगकुतने त्याच्या इंग्रजी आणि फ्रेंच पत्रव्यवहाराच्या संदर्भात ॲनाची मदत मागितली. राजाचा पत्रव्यवहार प्रचंड होता. तसेच हे काम दगदगीचे होते व त्यातून प्राप्तीही नव्हती. त्याच्या धर्मगुरुपदाच्या कालखंडात त्याने हे काम सुरू केले होते. अभ्यास आणि ध्यानाच्या त्या दीर्घ कालखंडात त्याचे मन पश्चिमेकडल्या वैज्ञानिक ज्ञानाचा शोध घेत होते. खास करून त्याला खगोलशास्त्रात फार रस होता. त्याच्या या विशेष आवडीमुळे जगातील अनेक विद्वानांशी त्याचा पत्रव्यवहार होता. पण बराचसा पत्रव्यवहार त्याने राजकीय कारणांसाठी केलेला होता. त्याचे जे इतर समकालीन सयामी विद्वान होते, त्यांच्यात फक्त त्यालाच हे जाणवले होते की, जर त्यांचे स्वतंत्र अस्तित्व कायम राखायचे असेल, तर त्यांच्या देशाची जी पारंपरिक विदेशनीती होती, तिच्यात काळानुसार काही बदल करणे फार आवश्यक होते.

जेव्हा सतराव्या शतकात फ्रेंचांनी सयामवर ताबा मिळवायचा प्रयत्न केला, तेव्हापासून थाई राजे सर्व युरोपियन लोकांकडे संशयानेच बघायला लागले. त्यांनी फ्रेंचांना तर पिटाळून लावले. डचांना त्यांनी व्यापार मिळूच दिला नाही. पोर्तुगीजांना त्यांनी मजूर म्हणून काम करायला लावले. त्यांच्यासारख्या अतिशय अहंमन्य जमातीतले लोक बँकॉकमधल्या अतिशय गरीब विभागातल्या गलिच्छ वस्तीत राहत होते.

पण १९व्या शतकात मात्र इंग्लंड आणि फ्रान्स दोन्ही देशांचे लोभी हात मलायी द्वीपकल्पापर्यंत पोचण्याचा प्रयत्न करत होते. सुरुवातीच्या सहाशे वर्षांच्या काळात, ज्याला नकाशा-आरेखक 'सुवर्ण द्वीपकल्प' म्हणत, तो भूशिराचा लांबच लांब पट्टा सयामच्या आधिपत्याखाली होता आणि थाई राजे दडपशाही-हुकूमशाही स्वभावाचे नव्हते.

तेथे ब्रिटिश लोक येण्यापूर्वी मलाक्का आणि जोहारी मात्र थाई लोकांच्या आधिपत्याखालून निसटले होते. आणि १७८६मध्ये पेनांगवर ईस्ट इंडिया कंपनीने आपला ध्वज रोवला. पुढे काही वर्षांतच पेनांगच्या समोर असलेल्या मुख्य भूमीवरही

ब्रिटिश ईस्ट इंडिया कंपनीने पाय रोवला. नंतर त्यांनी डचांकडून मलाक्का काबीज केले आणि तेव्हा बँकॉकला अशी बातमी आली की, कंपनीचे दोन एजंट, जोहारीच्या सिंहासनावर एक दिखाऊ राजा बसविण्याच्या वाटाघाटी करताहेत. ही बातमी फक्त चौदा वर्षांच्या; पण अतिशय धोरणी अशा राजकुमार माँगकुतच्या कानावर जाऊन थडकली आणि त्यात ते यशस्वीही झाले. या सौद्याची फी होती – सिंगापूर बेट. आणि वाटाघाटी करणारे दोघे जण होते – फर्कहार आणि थॉमस स्टॅनफोर्ड रॅफेल्स. आणि त्याच्या पुढच्याच वर्षी, आत्ता सर्वव्यापी बनलेल्या कंपनीने ब्रह्मदेशाविरुद्ध, सयामच्या पारंपरिक शत्रूविरुद्ध युद्ध पुकारले. अतिशय विनाशक पराभवानंतर ब्रह्मदेशाने आपले सागरीदृष्ट्या मूल्यवान असलेले प्रांत देऊन तह केला. याच प्रांतावर सयामही हक्क सांगत असे.

राज्यावर येण्याच्या कित्येक वर्षांपूर्वी राजा माँगकुतने हे सर्व पाहिलेले होते. त्याचबरोबर त्याने दुसरीही गोष्ट पाहिलेली होती. राजकारणात त्याची जी कुशाग्रबुद्धी, धोरणीपणा होता, त्याच्या आधारे त्याने ताबडतोब अफूच्या युद्धाचा अर्थ ओळखला. चीनसारख्या आशियातल्या महासत्तेलाही इंग्रजांना दूर ठेवणे आणि त्या सगळ्यापासून अलिप्त राहणे जमले नाही. चीनला अंतर्गत घडामोडी आणि व्यापार यांच्यासाठी ग्रेट ब्रिटनचे प्रतिनिधी स्वीकारणे भाग पडले. त्यामुळे जुन्या पद्धती गेल्या आणि काही नव्या गोष्टी दिसायला लागल्या होत्या. असे दिसत होते की, इंग्लंडला चीनऐवजी दुसऱ्या कुणालातरी महासत्ता म्हणून प्रस्थापित करायचे होते. दुसरे असे की, इंग्लंड हे व्यापारी राष्ट्र होते. बंदुकीच्या बळावर त्यांना व्यापार करण्याची सवय होती, त्यामुळे प्रवेशबंदी हे फक्त चीनच्या बाबतीतही असमर्थनीय धोरण होते असे नव्हे, तर सयामसारख्या छोट्या देशांच्या बाबतीतही असमर्थनीयच होते. त्याहूनही महत्त्वाची गोष्ट अशी की, इंग्लंडसारख्या युरोपियन राष्ट्रांना ज्या शिक्षणाने आणि ज्ञानाने जबरदस्त बनवले, ते पूर्वेकडल्या राष्ट्रांनीही मिळवणे अत्यावश्यक आणि महत्त्वाचे ठरले होते.

राजकुमार माँगकुत जोपर्यंत धर्मोपदेशक म्हणून होता तेव्हाच त्याने पेनांग, सिंगापूर आणि हाँगकाँगमधल्या ब्रिटिश अधिकाऱ्यांशी गुप्तपणे पत्रव्यवहार सुरू केला होता. तेथील त्या वेळचा राजा असलेल्या त्याच्या सावत्र भावाच्या हट्टी स्वभावामुळे सयामच्या डोक्यावर प्रवेशबंदीच्या टांगत्या तलवारीच्या धोक्याची त्याला तीव्रपणे जाणीव होत होती. त्यामुळे त्याने स्वतःचे राज्यारोहण झाल्या झाल्या लगेच प्रिन्स ऑफ वेल्स आयलंड पेनांगचे गव्हर्नर कर्नल डब्ल्यू.एस. बटरवर्थ यांना पत्र लिहिले. आता पेनांग, मलाक्का आणि सिंगापूर या नावाने ओळखले जात होते. पत्र पुढीलप्रमाणे होते –

'आमच्या राजधानीतील आणि संबंधित जिल्ह्यांमधले तसेच सयामच्या आवतीभोवती असलेल्या मांडलिक देशातले आमचे लोक, त्याच्या प्रमुखपदी असलेले राज्यपाल, हे सर्व जण, आपण दोघे जण आपापल्या सिंहासनाचे उत्तराधिकारी झालो, याबद्दल संतुष्ट झालेले दिसतात. आता कुठल्याही तऱ्हेचा त्रास किंवा त्रासाची शंकाही नाही म्हणून सर्व सयामी राष्ट्र समाधानी आहे.

माझ्या बाजूने मला अशी आशा आहे की, आमच्या देशाचे रहिवासी आणि परदेशी लोक यांच्या व्यापार आणि इतर सर्व गोष्टी आता नियमित होतील. या गोष्टी माझ्या आधीचे जे राजे होऊन गेले, त्यांच्या काळापेक्षा अधिक चांगल्या असतील. पण त्याबाबतीत मला आपल्याकडून अशी अपेक्षा आहे की, आमच्या देशाच्या रीतीरिवाजांमध्ये आवश्यक ते बदल घडवून आणण्यासाठी आणि तत्पूर्वी माझ्या श्रेष्ठ भावाचा – पूर्वीच्या राजाचे अंतिम संस्कार करण्यासाठी मला पुरेसा वेळ द्याल.

आपण माझे पूर्वीपासूनचे मित्र असल्यामुळे, मी राज्यावर बसलो आहे हे ऐकून आपणाला फार आनंद झाला असेल, याची मला खात्री आहे. तसेच याबाबत आपण माझे पूर्वीचे मित्र सर जेम्स बुक के.सी.बी. यांना माहिती द्याल, याबद्दलही मला खात्री आहे, कारण ते इंग्लंडला आधीच निघालेले आहेत. त्यामुळे त्यांना मी जे काही वचन दिले होते, ते पूर्ण केल्याचे समाधान त्यांना मिळेल. दुसरे असे की, सध्यातरी त्यांना काही लिहायला मला वेळ नाही.

माझ्या काही दूतांना, सोन्या-चांदीची फुले घेऊन आपणाकडे भेटीला पाठवण्याचे मी योजत आहे. कारण आपणाला हे माहीतच असेल की, सयामच्या रीतीरिवाजानुसार नवराज्यारोहणानंतर अशी फुले भेट म्हणून पाठवली जातात आणि माझाही आता राज्यारोहण समारंभ झालेला आहे.'

१८५४च्या सुमारास राजाचा हाँगकाँगचे गव्हर्नर सर जॉन बोरिंग यांच्याशी जोरात पत्रव्यवहार चालू होता. ते पुढच्याच वर्षी बँकॉकला आले आणि राजा माँगकुतच्या राज्यकारभाराच्या दरम्यानचा पहिला तहाचा मसुदा त्यांच्यात लिहिला गेला. राजाच्या मृत्यूपर्यंत दोघांमध्ये पत्रव्यवहार चालूच होता.

सर जॉन बोरिंगनीच राजाला व्हिक्टोरिया राणीबरोबर पत्रव्यवहार सुरू करायला प्रोत्साहन दिले. राजाला आपल्या इंग्रजी ज्ञानाच्या अनियमिततेची पूर्ण जाणीव होती. पण सर जॉन बोरिंगनी त्याला दिलासा दिला. आपल्या 'आठवणी'मध्ये सर जॉन म्हणतात की, 'राजा माँगकुतने महाराणी (व्हिक्टोरिया)ला पत्र लिहिण्याचा विचार केला आणि त्यांनी मला पत्राच्या धाटणीबद्दल विचारले तेव्हा मी त्यांना ग्वाही दिली की, महाराजांचे इंग्रजी लेखन व्यवस्थित समजण्याजोगे आहे आणि त्यांच्या धाटणीने त्यांनी लिहिलेले आणि त्यांनी केलेली सही एखाद्या इंग्रजी जाणकाराकडून लिहून

घेतलेल्या पत्रापेक्षा अधिक मान्य आणि स्वीकारणीय ठरेल.' म्हणून मग राजाने स्वत:च योग्य त्या औपचारिकतेचे पालन करून पत्रव्यवहार सुरू केला.

सोमदत्त फ्रा परमेन्द्र महा मॉंगकुत या विश्वाच्या सर्वज्ञ, सर्वशक्तिमान दैवी शक्तींच्या आशीर्वादाने झालेला (सयामी राज्याचा पहिला राजा – मूळ उत्तर आणि दक्षिण सयाम, शेजारचे आधिपत्याखाली असलेले लाओस, कंबोडिया आणि मलायी द्वीपकल्पातले इतर देश –)

> युनायटेड किंगडम ऑफ ग्रेट ब्रिटन आणि आयर्लंड तसेच मानवी दुनियेतील जगभर असलेल्या विविध अशा सामर्थ्यवान ब्रिटिश वसाहतींची सम्राज्ञी – महाराणी व्हिक्टोरिया
>
> आमचे अतिशय आदरणीय आणि अत्यंत ज्ञानी मित्र आणि महदीय राजकृपेची आमच्या शाही आणि अत्यंत प्रेमळ भगिनीसाठी अत्यादराने आणि विनम्रपणे शुभेच्छा पाठवत आहे.

हा पत्रव्यवहार आणि तहाचे सलोख्याचे संबंध यातून एकमेकांना भेटी पाठवणे सुरू झाले. हा पत्रव्यवहार चालूच राहिला आणि १८६१मधल्या एका प्रदीर्घ पत्रात राजाने लिहिले,

'आम्हीच आपल्याला हे सांगायचे धाडस करत आहोत की, आपल्या महाराणीला आम्ही किंवा आमच्या देशातर्फे एक सयामी मानचिन्ह अर्पण करू इच्छितो, की जे आमच्याकडून अर्पण केले गेले आहे असे दिसेल किंवा ओळखले जाईल... जेव्हा महाराणी एखाद्या सभासमारंभाच्या वेळी कौतुकादराने ते धारण करतील आणि त्यामुळे, त्या वेळी त्यांनी आमचा व आमच्या देशाचा क्वचित सन्मान केला आहे, असे आम्हाला वाटेल. तसेच श्रेष्ठ महाराणीकडून उदारपणे आम्हालाही त्यांची कृपादृष्टी म्हणून एखादा सन्मान उचित पद्धतीने सादर केला जाईल, याची आम्हीसुद्धा उत्सुकतेने वाट पाहत आहोत (जो आम्हाला आमच्या वस्त्रप्रावरणांवर आभूषण म्हणून धारण करता येईल असा एखादा उचित सन्मान). आम्हाला असे वाटते की, महाराणींकडून आम्हाला वैशिष्ट्यपूर्ण काही वस्तू मिळेल आणि येथील पौर्वात्य राजांसमोर ती आम्हाला मिळालेला विशेष सन्मान सिद्ध करील. आमच्या मनात जी इच्छा निर्माण झाली आहे, ती योग्य किंवा मान्य होण्याजोगी आहे का? आम्ही युरोपातल्या कुठल्याही देशापासून अतिशय दूर तरीही महाराणीचे आणि इतर सुसंस्कृत राष्ट्राच्या शासकांचे दोस्तराष्ट्र आहोत. पण आम्हाला अशी भीती वाटते

की, आमच्या इथले कलाकार जवाहिरे, सोनार आणि इतर कोणी यांनी बनवलेले हे आभूषण महाराणींना युरोपमध्ये घडवल्या गेलेल्या आभूषणांइतके सुंदर वाटणार नाही. त्यामुळे त्यांनी बनवलेले हे आभूषण महाराणींना स्वीकारावेसे वाटणार नाही. तसेच ते कशा तऱ्हेने आपल्या रीतीरिवाजांनुसार धारण केले जाईल, याबद्दलपण आम्ही अनभिज्ञ आहोत. त्यामुळे ते योग्य पद्धतीने कसे बनवले जावे, याच्या मार्गदर्शनासाठीच याप्रसंगी आपल्याला काही भेटवस्तू पाठवण्याचे आम्ही पुढे ढकलले आहे.'

प्रिन्स अल्बर्टच्या मृत्यूनंतर त्यांनी लिहिले होते :

'महाराजांची शाही माता आणि राजपत्नी या दोघींचे गेल्या वर्षी दुःखद निधन झाल्याचे ऐकून आम्हाला अत्यंत दुःख झाले.

महाराजांच्या कल्पनातीत दुःखात आम्ही मनापासून सहभागी आहोत, तसेच आम्हाला हा विश्वास आहे की, मानवजातीच्या प्रत्येक घटकाला याच मार्गावरून जायचे आहे. अगदी जे आपल्याला अत्यंत प्रिय आहेत त्यांनासुद्धा आपल्याला सोडून जावे लागते, या विचाराने कदाचित आपल्या दुःखी मनाचे थोडेसे सांत्वन होईल असे वाटते.

पुढे महाराजांच्या शाही कुटुंबात शाही नातवंडांच्या जन्माने भर पडली आहे, हे ऐकून आम्हाला झालेला आनंद आम्ही व्यक्त करू इच्छितो, तसेच आपले अभिनंदन करू इच्छितो. त्यांना दीर्घायुष्य चिंतून दीर्घकाळपर्यंत ते आपल्याला आनंद देत राहोत, ही सदिच्छा आम्ही व्यक्त करतो.'

हा पत्रव्यवहार काही निर्हेतुक पत्रव्यवहार नव्हता. सयाम आणि इंग्लंड यांच्यात सलोख्याचे संबंध वाढविण्याच्या दृष्टीने राजकारणी धूर्तपणाने उचललेले हे पाऊल होते. तसेच अतिलोभी साम्राज्य विस्तारवादी लोकांनाही पायबंद बसण्याच्या दृष्टीने उचललेले पाऊल होते.

ॲना सयामला येण्याच्या आदल्या वर्षी राजा आणि अब्राहम लिंकन यांच्यात पत्रव्यवहार झालेला होता. तो एक वेगळाच पैलू होता. राजाने असे वाचले होते की, संयुक्त संस्थानांतल्या ग्रामीण भागात फिरत्या शिकारखान्यात हत्ती हा सर्वांत लोकप्रिय होता. त्याने पुढे असेही वाचले होते की, तेथे अरबस्तानातून उंटही मागवले गेले होते. त्यामुळे त्याच्या सुपीक डोक्यातून अशी कल्पना निघाली की, तो युनायटेड स्टेट्सला काही सेवा पुरवू शकेल म्हणून त्याने लिहिले –

सोमदत्त फ्रा परमेन्द्र महा मॉंगकुत सर्व विश्वाच्या परमोच्च स्वामीच्या कृपाशीर्वादाने आलेला सयामचा राजा. तसेच सर्व बाजूंनी अंतर्गतदृष्ट्या जोडले गेलेले प्रदेश यांचा सम्राट – खेरीज मागधी भाषा आणि बौद्ध साहित्य व इतर अनेक गोष्टींचा विद्वान, अमेरिकेच्या संयुक्त संस्थानांच्या अध्यक्षांना की, जे संयुक्त संस्थानांतील नागरिकांकडून सन्माननीय व्यक्ती म्हणून निवडले जाऊन अमेरिकेचे राष्ट्राध्यक्ष आणि प्रमुख न्यायाधीश नेमले गेले आहेत, त्यांना विनंती करू इच्छितात की –

'आमच्या मनात अशी कल्पना आली की, अमेरिकेच्या संयुक्त संस्थानांतील अरण्यात, जिथे भरपूर गवत आणि पाण्याची सोय आहे आणि इंग्लिश लोक ज्याला उष्ण प्रदेश (torrid Zone) म्हणतात अशा प्रदेशात जर तरुण, वयाने लहान अशा हत्तींच्या जोड्या सोडून दिल्या तसेच त्यांना त्रास होणाऱ्या प्रत्येक गोष्टीला बंदी घातली व त्यांना चांगल्या रितीने वाढण्यासाठी प्रयत्न केले आणि जर हवामान त्यांच्या वाढीला अनुकूल ठरले, तर आमच्या मतानुसार काही काळानंतर आशिया खंडातील कळपांइतके मोठे कळप तयार होतील. अमेरिकेतील रहिवासी त्यांना पकडून, माणसाळवून कामासाठी उपयुक्त असे बनवू शकतील. देशाला त्यांचा खूप फायदा होईल. हत्ती हा अतिशय ताकदवान आणि अजस्त्र प्राणी आहे. जिथे गाड्या वगैरे जाऊ शकत नाहीत किंवा त्यासाठी रस्तेही बनवलेले नाहीत तिथे ते मोठी-मोठी ओझी वाहून नेऊ शकतात तसेच हा प्राणी निबिड जंगलातून प्रवास करू शकतो. आम्ही अशा हत्तींच्या तरुण नर-मादीच्या जोड्या पुरवू आणि एका वेळी एक-एक, दोन-दोन जोड्या पाठवत जाऊ. हत्ती जहाजावर चढवल्यानंतर स्टीमरने ते जहाज ओढून न्यावे म्हणजे हत्ती लवकरात लवकर अमेरिकेला पोचतील आणि प्रवासामुळे ते वाटेत दगावणार नाहीत किंवा आजारी पडणार नाहीत.

अमेरिकेत ते पोचल्यानंतर त्यांना एकदम थंड हवामानात नेले जाऊ नये, कारण ते विषुववृत्तीय किंवा समशीतोष्ण प्रदेशात वाढलेले असतात. उलटपक्षी लवकरात लवकर त्यांना योग्य अशा जंगलात मोकळे सोडले जावे, त्यांना एका ठिकाणी बंदिस्त ठेवू नये.

हे सर्व केले तर अमेरिका खंडाच्या भूमीवर हत्तींचा वंश निश्चितपणे वाढेल याची आम्हाला खात्री आहे.'

पण लिंकनच्या मनावर आधीच यादवी युद्ध आणि इतर कैक गोष्टींचा ताण होता म्हणून त्यांनी विनयपूर्वक असे उत्तर लिहून ही कल्पना नाकारली :

आमच्या प्रदेशात हत्तींची पैदास वाढवण्यासाठी त्यांच्या हत्तीखान्यातून हत्ती इकडे पाठवण्याच्या महाराजांच्या सद्भावनेबद्दल आम्ही अतिशय कृतज्ञ आहोत. परंतु सध्या येथे संयुक्त संस्थानांत जी परिस्थिती आहे, ती नसती तर हत्तींचा येथे उपयोग करून घ्यावा, या सूचनेची अंमलबजावणी करण्यात सरकारने जराही कसूर केली नसती. परंतु आमच्या राज्याच्या सीमा इतक्या खाली म्हणजे विषुववृत्ताच्या आसपास जात नाहीत की, जिथे हत्तीच्या वाढीला अनुकूल असे हवामान असेल. अंतर्गत व्यापाराच्या दृष्टीनेदेखील जमिनीवर तसेच पाण्यातही वाफ हे आमचे दळणवळणाचे सर्वोत्तम साधन आहे.

महाराजांच्या मनात आमच्या सरकारशी मैत्री वाढविण्याबाबत जी सद्भावना आहे, तिचा आदर करण्यासाठी आमच्या कृतज्ञताबुद्धीचे प्रतीक म्हणून लवकरच काहीतरी भेटवस्तू आम्ही पाठवू.

दरम्यानच्या काळात आम्ही महाराजांना दीर्घायुष्य आणि सुफल आयुष्य चिंतितो. तसेच सयामच्या या सहृदय लोकांसाठी परमेश्वराचा वरदहस्त लाभो अशी प्रार्थना करतो.

आपला एक सन्मित्र

अब्राहम लिंकन

वॉशिंग्टन, ३ फेब्रुवारी १८६२

राष्ट्राध्यक्षांतर्फे – विल्यम जे स्टीवर्ड : राज्यसचिव

परदेशीय पत्रव्यवहाराच्या दिवशी ॲना आठ ते दहा तास तेथे घालवत असे. हे पत्रव्यवहाराचे काम अतिशय नाजूक आणि कठीण होते. कारण राजा अतिशय चंचल आणि संतापी स्वभावाचा होता. त्याला संतुष्ट करणे ही जवळजवळ अशक्य गोष्ट होती. तो स्वत: पत्र लिहून सह्या करायचा. ती पत्रे अमेरिका, युरोप वा अन्यत्र कुठेही पाठवण्यासाठी शाही डाकखान्यात जायची अन् मग तो त्या संबंधित व्यक्तीला पत्र लिहायला सांगायची सूचना ॲनाला करायचा की, त्या पत्रात त्याची काही गैरसमजुतीमुळे चूक झालेली आहे आणि राजाचे तसे म्हणणे नव्हते. काही काही वेळेस ही अशी पत्रे लिहिताना तिला स्वत:ला किंवा राजाला दोष लागू न देता लिहिण्यात ती यशस्वी व्हायची. मात्र एक गोष्ट तिने लावून धरली. तिने जर राजाबरोबर त्याच ठिकाणी राहून काम करायचे असेल तर त्याने तिला ते उभे राहून करू द्यावे, कारण बेडकाच्या स्थितीत राहून असे काम काही मिनिटांहून जास्त वेळ करणे अशक्य होते. राजाने ते तर मान्य केलेच, त्याखेरीज या गोष्टीवर भर दिला की, तो जर खुर्चीवर बसलेला असेल तर तिनेही खुर्चीवर बसावे, तो जर जमिनीवर

बसलेला असेल तर तिनेही जमिनीवर बसावे. हे ॲनाला मान्य होण्याजोगे होते, पण त्याची अंमलबजावणी मात्र जरा जास्तच त्रासदायक आहे हे तिच्या लक्षात आले, कारण राजाची आवडती स्थिती म्हणजे समोर पुस्तक उघडलेले आहे आणि तो पालथा पडून हवेत तंगड्या हलवतो आहे ही होती.

सुदैवाने राजा अनेकदा राजवाड्यात इतर कुठल्यातरी भागात व्यस्त असे. जेव्हा ॲना काम करत असे तेव्हा फ्रा अलक हा महाराजांचा मुख्य सचिव महालाच्या उजेडाच्या कोपऱ्यात हातपाय पसरून डुलक्या घेत असे. त्याला झोप येतच नाही, अशा स्थितीत ॲनाने त्याला कधीच पाहिले नव्हते, कारण तो जी झोप मिळवायचा, ती अशी चोरून घेतलेली असे. याला कारण राजाचा लहरीपणा. जेव्हा सगळे जग झोपलेले असायचे तेव्हा तो कामात मग्न असायचा आणि जेव्हा सचिव महत्त्वाचे टपाल, खलिते, कागदपत्रे घेऊन वाट बघत उभे असत, तेव्हा तो झोपलेला असायचा. अनेकदा त्याच्या पत्रलेखनात मदत करण्यासाठी म्हणून ॲनाला मध्यरात्री बोलावले जायचे. कारण ते पत्रलेखन इतके महत्त्वाचे असायचे की, ते सकाळपर्यंत ठेवणे शक्य नसायचे. पण फक्त त्याबद्दल दुसऱ्या दिवशी हे कळायचे की, ज्या बोटीने ही महत्त्वाची पत्रे जायची होती ती अजून बंदरातच नांगरून पडली आहे, महाराज झोपले आहेत आणि कित्येक तास बोट ते उठायची वाट पाहत आहे.

फ्रा अलक चोवीस तास कामासाठी बांधलेला असे. तो आणि महाराज लहानपणी बरोबर खेळलेले होते, दोघांनी एकत्र अभ्यास केला होता आणि दोघांनीही धर्मपीठात बरोबर प्रवेश घेतलेला होता. एकाच वेळी तो गुलाम, मित्र आणि वर्गमित्र होता. त्यामुळे त्याने खासगी सचिव बनणे स्वाभाविकच होते. पण त्याचे हे आयुष्य सुखाचे मात्र नव्हते. सतत टेबलाशी वाकून काम करण्याने त्याची पाठ आकसली होती. या कामामुळे कधी हातात बेड्या पडायच्या, तर कधी धमक्या दिल्या जायच्या, तर कधी लगेच कृपेचा वर्षाव व्हायचा. यामुळे तो सतत खिन्न असायचा. कधी त्याला लाथा बसायच्या, तर कधी डोक्यावर प्रहार व्हायचे आणि पुन्हा राजाच्या बदलत्या लहरीनुसार तो जिवलग मित्र व्हायचा.

त्याचा धनी त्याच्याशी ज्या दुष्टपणाने वागायचा, तो दुष्टपणा तो बहुधा सहनशील वृत्तीने स्वीकारायचा. पण सहनशक्तीच्या पलीकडे सगळे गेले की, तो राजवाड्यापासून शंभर-दीडशे फुटांवर असलेल्या त्याच्या घरी विश्रांतीसाठी आणि आपल्या तरुण बायकोच्या सहवासात वेळ घालवण्यासाठी पळायचा. राजाला जाग आली की, लगेच तो त्याला बोलावणे पाठवायचा. फ्रा अलक त्याला विनवून सांगायचा की, मी आजारी आहे आणि अंथरुणातून उठू शकत नाहीय. मग बायको त्याच्यामार्फत सांगायची, की तो बाहेर गेलेला आहे आणि तो कुठे आहे ते मला माहीत नाहीय. तत्पूर्वी तो गाद्या, उशा, पांघरुणांखाली दडून बसलेला असायचा.

त्याने ही क्लृप्ती खूप वेळा वापरलेली होती. त्यामुळे या मूर्ख सबबीवरून राजा खूप खवळायचा आणि त्याच्या भयभीत झालेल्या बायकोला पकडून आणण्यासाठी सैनिक पाठवायचा. फ्रा अलक समोर येईपर्यंत तिला कोठडीत बंदिस्त करून ओलीस म्हणून ठेवून घ्यायचा.

संध्याकाळपर्यंत विश्रांती घेऊन, पण चोरपावलाने फ्रा अलक परत यायचा आणि राजवाड्याच्या दरवाजापाशी लोटांगण घालायचा. राजाने सर्व शहरभर हेर पेरलेले असायचे आणि फ्रा अलकसकट सर्व जणांना फ्रा अलक काय करतोय हे माहीत असायचे. तो शांतपणे फ्रा अलकसमोर येऊन उभा राहायचा. पण त्याचा बेशिस्त हटवादी सचिव समोर उंबरठ्यावर पसरलेला पाहिल्यानंतर त्याचा संताप एकदम उफाळून यायचा. मग तो त्याच्या उघड्या पाठीवर साठ फटके मारण्याचा आणि ताबडतोब त्याचे डोके उडवायचा हुकूम द्यायचा आणि जोपर्यंत दोन नोकर इकडून तिकडे आणि तिकडून इकडे पळत असायचे – एक तलवार आणण्यासाठी आणि दुसरा चाबूक आणण्यासाठी जायचा – तोपर्यंत राजा हातात येईल ती वस्तू घेऊन आपल्या मित्राच्या डोक्यावर, खांद्यावर तडाखे हाणत सुटायचा.

अशा तऱ्हेने रागाला वाट करून दिल्यानंतर, राजा त्यालाच शाई आणि कागद आणायला पाठवायचा आणि पत्रे, हुकूम, नेमणुका सांगायला सुरुवात करायचा. अशा वेळेला तलवार आणि चाबूक यायला खूप उशीर व्हायचा. ज्या गुलामांना ते आणायला पाठवलेले असायचे ते सर्व जण हे नाटक खूप वेळा खेळलेले होते, त्यामुळे ते परत येईपर्यंत राजाचा राग शांत झालेला असेल हेही त्यांना माहीत असायचे. एखाद्या वेळेस पत्रे सांगत असताना राजाला फ्रा अलकच्या बायकोची आठवण यायची आणि जवळपासच्या कुणालातरी तो तिला मोकळे करायचा हुकूम द्यायचा.

त्यामुळे उन्हात फ्रा अलकने एक-दोन तास झोप घेणे ही गोष्ट ॲनाला चैन म्हणून अजिबात वाटत नव्हती. एक दिवस सकाळी झोपेच्या गुंगीत तो ॲनाला म्हणाला, ''मॅडम, पुढच्या जन्मी तरी मी स्वतंत्र मनुष्य असावं असं मला वाटतं.''

''मलासुद्धा अगदी तसंच मनापासून वाटतं, फ्रा अलक,'' ती त्याला म्हणाली. ''माझी अशी इच्छा आहे की, तू इंग्लिशमन किंवा अमेरिकन व्हावंस म्हणजे तुला स्वातंत्र्य निश्चितपणे मिळेल.''

त्या दिवशी ती सकाळी अर्ल ऑफ क्लॅरेन्डनला पत्र लिहिण्यात गुंतली होती. तिला असे दिसत होते की, या पत्रात थोडी जरी दुरुस्ती केली तरी त्या पत्राचा अर्थ बदलून जाईल आणि राजाच्या लिखाणाने स्वत:चे जे खास वैशिष्ट्य आहे, ते नष्ट होईल. त्यामुळे तिने त्याच्या पत्रांची सहीसही नक्कल करायची सवय लावून घेतली होती. आता या क्षणीही या पत्रातून willful या पुढच्या I hasten with willful pleasure to write in reply to your majesty's well wishing letter.... यातून willful and well wishing हे शब्द गाळून टाकावेत का, याबद्दल तिच्या मनात खल चालू होता.

१८६२ सालच्या उन्हाळ्यात आणि हिवाळ्यात राजाचा जवळजवळ सर्वच पत्रव्यवहार मलाय प्रांतातल्या घडामोडींनी भरलेला होता. आखाती वसाहतींचे गव्हर्नर कर्नल आर्फ्युअर कॅव्हेनाग हा जबरदस्तीने या द्वीपकल्पावरची ब्रिटिश पकड पुढे पुढे रेटायचा प्रयत्न करत होता.

फार पूर्वीपासून मलायावर सयामचे अधिराज्य आहे हे तो मान्य करायलाच तयार नव्हता. त्याच्या अतिउत्साही धोरणात राजकारणाच्या सभ्यतेची बंधने पाळण्याचीही तयारी नव्हती. १८६१मध्ये कॅव्हेनागने सयामच्या अविवाद्य प्रांतात त्रिंगाणूत 'कॉकेट' आणि 'कार्व्हेट' ही दोन गलबते पाठवली. हा प्रांत सयामच्या आधिपत्याखाली होता आणि त्याबद्दल कोणताही विवाद नव्हता. त्याचे असे म्हणणे होते की, डच बेटाचा पूर्वीचा राजा मोहम्मद मुझफ्फर शाह याने तेथे आश्रय घेतला होता, त्याला त्याच्या ताब्यात द्यावे. जेव्हा त्रिंगाणूच्या सुलतानाने बँकॉकच्या राजाकडून असा हुकूम मिळवावा लागेल असे सांगितले तेव्हा त्याने त्याचा किल्ला उद्ध्वस्त केला व त्याच्या बंदुका नष्ट करून त्याची जहाजेही नष्ट केली.

कॅव्हेनागच्या सहकाऱ्यांनाही त्याची ही जुलमी पद्धत आवडली नाही. सिंगापूरचे कायदाधिकारी सर रिचर्ड मॅककॉजलंड हे फार पूर्वीपासून राजा मॉंगकुतचे स्नेही होते. त्यांच्याकडून राजाने सगळी माहिती मिळवली आणि सल्लाही घेतला. त्यामुळे कुठल्याही परिस्थितीत ब्रिटिश राज्य वाढवायचेच, हा जो गव्हर्नरने आंधळा निश्चय केला होता त्याला शह बसला.

१८६२मध्ये पुन्हा एक गंभीर घटना घडली. पहांगच्या सुलतानाच्या धाकट्या भावाने पहांगवर चढाई केली. गव्हर्नर कॅव्हेनागलाही खात्री वाटत होती की, अहमद नावाच्या तोतयाला त्रिंगाणूकडून सैन्य आणि रसद पुरवली गेली आहे. त्रिंगाणू हा सयामचा मांडलिक देश असल्यामुळे कॅव्हेनागला राजा मॉंगकुत हा त्याचा साथीदार आहे की काय असा संशय येत होता. म्हणून त्याने ३ नोव्हेंबरला सुलतानाला निर्वाणीचा खलिता पाठवून धमकी दिली की, 'जर चोवीस तासांच्या आत अहमदला पाठवलेली सगळी मदत त्याने परत घेतली नाही आणि मोहम्मदला हाकलून दिले नाही, तर त्रिंगाणू शहरावर तोफांचा मारा करून शहर उद्ध्वस्त करू. तसेच सगळी जहाजे पकडून ती उद्ध्वस्त करू व सर्व किनाऱ्याची नाकेबंदी करू.' सुलतानाने अहंपणाने ती मागणी सयाम आणि इंग्लंड यांच्यातल्या कराराचा भंग करणारी आहे, असे सांगून नाकारली. पण लगेचच बँकॉकच्या दरबारात ही बातमी आली की, गव्हर्नर कॅव्हेनागने आपली धमकी खरी केलीय. तेव्हा सर्व दरबार आणि शहरातले

वातावरण तापून निघाले. सयाममधले लोक आणि सरदार संतापाने तर भडकलेच, पण त्यांच्या मनात भयही निर्माण झाले. असहाय त्रिंगाणू शहराच्या तोफा पूर्वीच ब्रिटिश हल्ल्यात निकामी झाल्या होत्या. त्यामुळे त्यांना या हल्ल्याला काही प्रत्युत्तर देता आले नाही. बँकॉकमधले जे परदेशी लोक होते, त्यांनाही हा सयामी स्वातंत्र्यावर सगळी नीती वगैरे गुंडाळून केलेला हल्ला आहे, असे वाटले आणि गव्हर्नर कॅव्हेनाग बहुतेक सयाम गिळंकृत करण्याच्या दृष्टीने पुढच्या चढाईची तयारी करेल, असा बहुतेक जण तर्क करायला लागले.

९ डिसेंबरला कॉकेट आणि कार्व्हेट ही जहाजे बँकॉकच्या पाकनम बंदराजवळ येऊन थडकली. लोक भयामुळे घोळक्याने ठिकठिकाणी जमा झाले होते. एवढेच काय, ब्रिटिश राजदूत सर रॉबर्ट शॉमबर्गक हासुद्धा भ्यायला होता. त्याने ताबडतोब बंदराच्या अधिकाऱ्यांना पत्र लिहिले की, हिंदी महासागरातल्या ब्रिटिश आरमार कमांडर 'लॉर्ड जॉन हे' (Lord John Hay) दोन लढाऊ जहाजे घेऊन आलेले आहेत. त्याला ती दांड्यापलीकडे नांगरायची आहेत आणि त्यातले एक जहाज घेऊन तो बँकॉकला यायची परवानगी मागतोय. पण कशासाठी ते मात्र त्या राजदूताला माहीत नाही.

जेव्हा राज्याचे प्रधानमंत्री आणि सेनाबोदी यांनी ते पत्र वाचले तेव्हा त्यांच्यात सल्लामसलतीच्या काही फेऱ्या झाल्या. सर रॉबर्टनी त्यांना मोकळेपणाने सांगितले की, परवानगी असो वा नसो, लॉर्ड जॉन हे अकरा तारखेला तेथे येणारच होते.

जेव्हा सयामी लोकांच्या कानावर या बातम्या गेल्या की, सर रॉबर्ट घाईघाईने त्यांचे मित्र, व्यापारी आणि दुकानदार यांना निरोप देताहेत की, त्यांनी त्यांच्या मालाची ताबडतोब विल्हेवाट लावावी, तेव्हा ते आणखीनच भ्यायले. लॉर्ड जॉन हे सर रॉबर्टपेक्षा वयाने आणि हुद्द्यानेही मोठे होते. ते बँकॉकला लढाऊ जहाजे घेऊन कशासाठी येत आहेत हे काही सांगायला तयार होत नव्हते. पण हा ब्रिटिश कमांडर बँकॉकबरोबर त्रिंगाणूप्रमाणेच व्यवहार करणारा असेल, तर हे शहर, मुख्यत: जे बांबू आणि तकलादू लाकडापासून बनलेले होते, त्याच्यावर त्या व्यवहाराचा काय परिणाम होईल त्याचे तेच जाणोत.

त्यानंतर राजा आणि राजदूत यांनी फारशी चर्चा केली नाही, त्यांनी बऱ्याचशा मोठ्या सरदारांना लॉर्ड जॉन हे यांना बँकॉकला आणण्यासाठी वाळूच्या दांड्याकडे पाठवले. त्यांनी हे निश्चित केले की, सर जॉन हे यांना बँकॉकला यायला नाही म्हटले तर ते खवळतील. बँकॉक आणि त्याच्या बाजूला ठिकठिकाणी वसवलेल्या किल्ल्यावर मारा करून ते उद्ध्वत करायला त्यांना निमित्त मिळेल. त्यापेक्षा त्यांना काही निमित्त न ठेवणे हे अधिक इष्ट.

तेथे भेटीला पाठवलेले सगळे सरदार वरच्या श्रेणीचे होते. तसेच त्यांच्या

मनात जर काही वाईट भावना असेल तर ती नष्ट करून सर जॉन हे यांची मर्जी संभाळण्यासाठी त्यांच्या परीने त्यांनी काहीही करावे, अशी सूचना त्यांना दिली गेली होती.

सर जॉन हे यांनी स्वागत समितीचे स्वत: प्रेमाने स्वागत केले. राजाच्या तसेच सेनाबोदी आणि मंत्रिमंडळाच्या प्रकृतीची अगत्याने चौकशी केली. कॉकेटची इंजिने चालू झाली आणि संध्याकाळपर्यंत ब्रिटिश दूतावासाच्या खाली नांगर टाकला. थाई सरदारांनी सुटेकचा नि:श्वास टाकला. कुठलीही अप्रिय घटना घडली नव्हती.

एका तासाभरातच सर रॉबर्टनी राजाकडे पत्र पाठवून संदेश दिला की, सर जॉन हे राजा आणि त्याच्या शासनाबद्दल आदर व्यक्त करण्यासाठी आले आहेत. म्हणून सर जॉन हे यांचे भरदरबारात स्वागत करण्यासाठी महाराज आपला एक निश्चित वेळ ठरवू शकतील का?

दुसऱ्या दिवशी सकाळी राजाने ॲनाला हुकूम पाठवून बोलावून घेतले. राजाने आधी तिच्याकडे लक्षही दिले नाही. त्याच्यासमोर काही तरुण सुंदर मुली पहुडल्या होत्या, त्यांचे तो बारकाईने निरीक्षण करत होता. प्रत्येक तरुणी अतिशय तलम वस्त्रांनी आणि दागिन्यांनी नटलेली होती. त्यातून त्यांचे खांदे आणि हातांचे प्रदर्शन होत होते. अखेरीस जणूकाही त्याला ॲनाच्या अस्तित्वाची जाणीव झाली आणि तो तिच्याकडे वळला.

"मॅडम, आमच्या काही अतिशय सुंदर तरुण मुलींना पाहण्याची विनंती वकीलसाहेबांना करणं योग्य होईल का?" त्याने विचारले. ॲना अतिशय आश्चर्यचकित झाली. जेव्हा तिने ब्रिटिश लढाऊ जहाजे बँकॉककडे येत आहेत ही बातमी ऐकली तेव्हा सगळ्या शहराप्रमाणेच तिलाही भयोत्सुकता जाणवली होती. जर तोफा सुरू झाल्या तर तिने आणि लुईने काय करावे, याबद्दलचा विचार तिच्या मनातून गेलेला नव्हता.

सर्व शहरभर लोंढ्याप्रमाणे पसरलेल्या अफवा तिनेसुद्धा ऐकल्या होत्या की, कनिष्ठ राजा घाईघाईने आठवडाभरापूर्वीच वरच्या भागात निघून गेला होता आणि तेव्हापासूनच त्याचे अधिकारी आणि जवळचे मित्र सामानाची बांधाबांध करत होते आणि त्याचेच अनुकरण करत होते. त्यावरून हाच अंदाज बांधता येत होता की, पुढे काहीतरी संकट वाढून ठेवलेय म्हणून. कारण ब्रिटिश दूतावासातील मि. नॉक्स आणि कनिष्ठ राजा यांची फार पूर्वीपासूनची मैत्री सर्वांना माहीत होती. दहा वर्षांपूर्वी जेव्हा मि. नॉक्स भारतातून निष्कांचन अवस्थेत सयामला आले तेव्हापासून ते कनिष्ठ राजाची कवायती फौज तयार करत होते आणि राजानेही त्याच्या पदरच्या मुलींमधून एक मुलगी त्यांना बायको म्हणून दिली होती, हेही सर्वांना ठाऊक होते. अशा स्थितीत मि. नॉक्सनी कनिष्ठ राजाला तेथून पळून जायची सूचना देऊन

त्याच्या ऋणातून उतराई होणे, हे अगदी स्वाभाविक वाटत होते. जर मोठा राजा आरमाराच्या चढाईत बळी पडला, तर कनिष्ठ राजाने सूत्रे हाती घेण्यासाठी सज्ज राहावे, ही सूचना देणेही वाजवी होते. अशीसुद्धा शक्यता वाटत होती की, राजा माँगकुतची सत्ता उलथवून टाकून अधिक लोकप्रिय असलेल्या कनिष्ठ राजाला, त्याने केलेल्या उपकारांची फेड करण्यासाठी सत्तेवर बसवणे हा ब्रिटिशांचाच कटही असेल.

जेव्हा ॲनाला राजवाड्यातून बोलावणे आले, तेव्हा तिलाही हेच वाटत होते की, काहीतरी गंभीर मामला आहे आणि राजा बहुतेक सर्व जनानखान्याबरोबर नदीच्या वरच्या भागात अयुथियाला पळून जाणार आहे. तिने तिकडे यावे, हे तिला सांगणार असेल, पण त्याचे त्या सुंदर मुलींचे जे निरीक्षण चालले होते ते आणि त्याचा विचित्र प्रश्न यांनी तिला गोंधळात टाकले होते.

"महाराजांचं काय म्हणणं आहे?"

"लॉर्ड जॉन हे यांना राजवाड्यातल्या काही सुंदर स्त्रियांना बघण्याची परवानगी देणं बरोबर होईल का?"

इतक्या बारीकसारीक गोष्टींची राजाने दखल घेणे, हे धीर देणारे होते. ॲनाने एक सुटकेचा निःश्वास टाकला आणि सावधपणे विचारले,

"लॉर्ड जॉन यांनी काही मुलींना पाहायची इच्छा व्यक्त केलीय का?"

"अजून नाही. पण करतील ते! पण बरोबर होईल का ते?"

राजाला ही माहिती कुठून मिळाली, हे तिने विचारले नाही. कारण दूतावासातसुद्धा हेरांचा सुळसुळाट आहे, हे तिला माहीत होते.

"जर महाराज इंग्लंड किंवा अमेरिकेला गेले असते, तर त्यांनाही तेथील सुंदर मुली पाहाव्याशा वाटल्या असत्या. त्यामुळे सर जॉन हे यांनाही येथील सुंदर मुली पाहाव्याशा वाटणं हे स्वाभाविक आहे. कारण ते यापूर्वी कधी सयामला आलेले नाहीत. त्यांना हे वाटणंही स्वाभाविक आहे की, सुंदर मुली राजवाड्यातच असतील म्हणून!" चतुरपणाने तिने उत्तर दिले.

"पण त्यांचे काळे दात आणि अनवाणी पाय यांच्यासकट मी त्यांना सर जॉन हे यांना दाखवू शकत नाही," राजाने तिच्याकडे धूर्त आणि अपेक्षेची नजर टाकत म्हटले. तरीसुद्धा त्याने हे मनोमन निश्चित केले होते की, अशा तऱ्हेचा अभूतपूर्व दर्शनसोहळा जर घडून आला तर तो अगदी दिमाखदार करायचा म्हणून! "आणि ते जेव्हा परत जातील तेव्हा ते व्हिक्टोरिया राणीला सांगतील की, आमच्याकडील स्त्रिया काळ्या आहेत आणि त्या कपडे घालत नाहीत. त्यांच्या पायात मोजे, बूट असं काहीच नसतं अन् मग राणीला वाटेल की, मी सॅन्डविच आयलंडवरच्या लोकांसारखाच रानटी आहे म्हणून. मॅडम, तुम्ही जनानखान्यातल्या काही मुलींना

युरोपियन चालीरीती शिकवायला हव्यात आणि ग्रेट ब्रिटनच्या इंग्लिश वकिलासमोर पेश करण्यासाठी त्यांना योग्य त्या कपड्यांनी नटवायला हवं.''

"पण महाराज...''

अधिकाराच्या आविर्भावात त्याने हात हलवून तिला थांबवले.

"तुमच्या मदतीला शिवणकामासाठी मी स्त्रिया नेमेन आणि योग्य त्या डिझाइननुसार तुम्ही कपडे कापून द्या. मी तुम्हाला भारतीय आणि चिनी रेशमाचे तागे मागवून देतो आणि सुंदर उत्कृष्ट गाउन बनवण्यासाठी तुम्ही त्यातून उत्तम कापड निवडून घ्या आणि मला आता हे सांगा की, या मुलींपैकी कोणत्या मुली युरोपियन सौंदर्याच्या जवळपास आहेत!''

मनात भीती वाटत असूनही ॲनाने शरणागती पत्करली. सयामी सौंदर्य कल्पनेप्रमाणे तर सगळ्याच मुली सुंदर होत्या. अगदी ब्रिटिशांच्या सौंदर्याच्या कल्पनांनुसारही त्या सुंदर होत्या; केवळ एक-दोन बाबी सोडून. पानांमुळे त्यांचे दात काळे झालेले होते आणि दरबारातल्या फॅशनेबल स्त्रियांच्या मतानुसार तर काळे दात हे सौंदर्याचेच लक्षण होते. पण राजाने तिला ग्वाही दिली की, न्हावी दातांचे बघून घेईल म्हणून! दुसरे म्हणजे त्यांची नाके एकदम चपटी होती; यात काही दुरुस्ती करता येण्याजोगी नव्हती म्हणून ॲनाने त्याचा उल्लेखही केला नाही. पण त्यातल्या त्यात बऱ्या नाकाच्या मुली तिने निवडल्या.

"महाराजांना या मुली केव्हा तयार हव्या आहेत?''

"शनिवारी दुपारी दोन वाजता.''

ॲनाने एक दीर्घ निःश्वास सोडला. फक्त दीड दिवस!

दुसऱ्या दिवशी सकाळी शाळेचे शिवणळेत रूपांतर झाले. रेशमी तागे, रत्ने, फुले, लेसेस आणि तिला लागणारी सगळी मदत शाही कारभारणीने तिला पुरवली. राजाच्या खासगी राजवाड्यासमोरच्या संगमरवरी पदपथावर नेहमी अशा तऱ्हेच्या भेटी ॲनाने पाहिलेल्या होत्या. रोज सकाळी त्याच्या स्वीकारासाठी त्या तेथे मांडून ठेवलेल्या असायच्या. त्याच्या शय्यागृहातून जेवणगृहाकडे जाताना तो त्याच्यावर एक ओझरती नजर टाकत असे.

अतिशय घट्ट पोताच्या रेशमाच्या आणि जरीच्या डझनावारी ताग्यांखेरीज शाही गोदामातून ॲनाच्या पसंतीसाठी हातरुमाल, तंग तुमानी आणि रत्नजडित पादत्राणे आणली गेली. फक्त अंतर्वस्त्रांसाठी कुठलाच योग्य कपडा नव्हता. जेव्हा ॲनाने त्या कारभारी स्त्रीला तिच्या निष्काळजीपणाबद्दल झापले तेव्हा तिने एवढेच सांगितले की, एवढे सगळे करायला त्यांच्याकडे वेळ नाहीय.

सुदैवाने ॲनी इलियट नावाची एक अतिशय सुंदर नाजूक ड्रेसमेकर बँकॉकला आलेली होती, ती ॲनाच्या मदतीला आली. दोघींनाही सुंदर भारी कापडे हाताळायला,

कापायला, त्यांचे फिटिंग बघायला खूप मजा वाटत होती. तसेच काही नवे ठरवायलाही हरकत नव्हती. सोन्याच्या तारा असलेल्या अतिशय मौल्यवान लेसेस त्यांनी कपड्यांवर लावल्यावर ते कपडे फारच आकर्षक दिसत होते. राजपुत्र चूला लाँग कोर्णच्या दिवंगत मातेची दूधबहीण राजकन्या फनराई हिला त्यांनी कमोडोरचे (आरमार तुकडीच्या प्रमुखाचे) स्वागत करायला योग्य स्त्री म्हणून निवडले. इतर अतिशय सुंदर अशा पाच मुलींना ॲनाने तिच्या सख्या म्हणून निवडले. त्यांची निवड झाल्याबद्दल त्या खूश झालेल्या होत्या. पण त्याच वेळी पुढे काय वाढून ठेवलेय या कल्पनेने त्या बिचकलेल्या-घाबरलेल्याही होत्या. मॅडमसारखे हूप-स्कर्ट घालायला मिळाल्याबद्दल त्यांना मजा वाटत होती. त्यांची शिलाई संपल्यावर प्रत्येक जण ते घालून मंदिरात फेरफटका मारून येत होती. दिल्या शब्दाला जागून राजाने शाही हेअर ड्रेसर आणि न्हावी या दोघांना या मुलींचे दात घासून स्वच्छ करण्यासाठी पाठवून दिले होते. ते त्यांनी घासून-घासून दुधासारखे स्वच्छ केले. शनिवारी सकाळी एक चिनी कलाकार त्यांची त्वचा पांढरी रंगवून देण्यासाठी म्हणून मंदिरात आला. युरोपियन केसांचे विग त्यांच्या डोक्यावर चढवले गेले. आधुनिक फॅशनप्रमाणे ते केस कुरळे बनवलेले होते आणि मोती, रत्ने, माणके यांच्या सरी त्यांच्यात गुंफलेल्या होत्या. या सगळ्यांबरोबर रत्नजडित ब्रूच, नेकलेस आणि बांगड्या हे सगळे घालून त्या सगळ्या जणी झगमगत होत्या.

नंतर मग त्यांना युरोपियन रीतीभाती शिकवण्याची वेळ आली. तेथे मंदिरात एक लाल रेशमाचा सोन्याच्या तारांनी गच्च भरतकाम केलेला अत्यंत सुंदर पडदा टांगलेला होता. त्या पडद्यामागे बसून या सहाही जणींनी राजाच्या हुकमाची वाट पाहायची होती. जेव्हा पडदा बाजूला सारला जाईल आणि राजा त्यांना पाहुण्यांसमोर सादर करील तेव्हा त्यांनी उठून, मान लववून मागे सरकून निघून जायचे होते. कुणीतरी राजाला सांगितले की, व्हिक्टोरिया राणीसमोर पेश केल्यानंतर तोंड न वळवता मागच्या मागे सरकत निघून जायचे. त्यामुळे त्याच्या दरबारातही त्याच्यासमोर आणि ब्रिटिश वकिलासमोरपण अशीच रीत पाळली जावी अशी त्याची इच्छा होती. मुली अगदी शिस्तीत वागत होत्या, पण उत्साहित झाल्यामुळे ॲना काय सांगतेय तिकडे त्या लक्षच देत नव्हत्या. शेवटी ती अगदी वैतागून गेली. राजकन्येखेरीज कोणीही पंधराच्या वर नव्हती. प्रत्येकीजवळ आरसा होता आणि त्या स्वतःच स्वतःवर एवढ्या खूश होत्या की, ॲना जरी त्यांना मंदिराच्या आत-बाहेर चालायला सांगत होती, पाश्चिमात्य पद्धतीने अभिवादन करवून घेत मग मागच्या मागे कसे व्हायचे हे पुनःपुन्हा शिकवत असली तरी त्या पूर्णवेळ हातातल्या आरशात आपले तोंड न्याहाळत बसल्या होत्या. या साध्या गोष्टीचा ॲना पुनःपुन्हा त्यांच्याकडून सराव करून घेत होती. पण त्या मात्र हसत आरशातल्या आपल्या प्रतिबिंबाला

वाकुल्या दाखवत होत्या, बडबडत होत्या. अखेरीस ती त्यांना काही शिकवू शकेल ही आशा ॲनाने सोडून दिली.

दुपारचे दोन वाजायला आले तेव्हा ती अतिशय थकून गेली होती. अखेरीस शाही पाहुण्याच्या आगमनाची सूचना देणारे बिगुलांचे सूर दुरून ऐकू आले. त्यापुढे काही शिकवणे ॲनाने थांबवले आणि त्या सगळ्या मुलींना त्यांच्यासाठी आणलेल्या सुवर्णासनांवर ओळीने बसवले. त्यांचे खिदळणे थांबवण्यासाठी ती काहीच करू शकत नव्हती. पण त्या सुंदर निळ्या, गुलाबी, हिरव्या, रेशमी हूप-स्कर्ट घातलेल्या आणि केसांत, गळ्यात, हातात, बोटांवर चमकत्या रत्नांचे दागिने घातलेल्या मुली फार आकर्षक दिसत होत्या. त्या पोशाखाच्या आत योग्य ती अंतर्वस्त्रे शिवायला वेळ न मिळाल्याबद्दल ॲनाच्या मनाला खंत, रुखरुख वाटत होती. पण त्याचे बारीक निरीक्षण केल्यावर तिच्या लक्षात आले की, ते जरतारी कापड इतके घट्ट आणि जाड होते की, आत काही घातले नाहीय हे कुणाच्या लक्षातही येण्याजोगे नव्हते. त्यांना योग्य तऱ्हेने खुर्च्यांत बसवेपर्यंत लॉर्ड जॉन हे आणि राजा यांचे संभाषण सुरू झालेले होते. दरबारातले सरदार आणि बोटीवरचे अधिकारी यांच्या समवेत असलेली सभा संपलेली होती. राजा स्वत:च्या खासगी महालाकडे वळला होता आणि त्याच्यापाठोपाठ योग्य अंतर राखून लॉर्ड जॉन हे आणि सर रॉबर्ट जात होते. राजा कमोडोरला त्यांचे बँकॉकला येण्याचे कारण विचारत होता. तो म्हणाला की, गेली तीन वर्षे ते पूर्वेकडल्या राष्ट्रांत राहत होते आणि त्या काळात त्यांनी सयाम सोडून इतर सर्व ठिकाणच्या दरबारांना भेटी दिल्या होत्या. आता ते काम संपवून पाच महिन्यांनी इंग्लंडला परतणार होते. म्हणून त्याआधी सयामला येऊन तेथील राजाला आपली आदरभावना व्यक्त करण्याची सुसंधी त्यांनी गमावली नाही. महाराजांनी इंग्रजी भाषेवर केवढे प्रभुत्व प्राप्त केले आहे, हे त्यांनी ऐकले होते आणि इंग्लिश लोकांबद्दल महाराजांना फार आदर आहे हे ऐकून त्यांना आणखीनच आनंद झाला होता आणि ही अतिशय कठीण भाषा आत्मसात करण्याचे त्यांचे प्रयत्नही फार प्रशंसनीय होते. ते पुढे सांगत होते की, ब्रिटिश-सयामी संबंध अधिक सुधारण्यासाठी ते प्रयत्न करू शकतील व ब्रिटनच्या राणीला ते हे सांगू शकतील की, तिच्या एका जवळच्या मित्राला, सयामच्या राजाला ते सौहार्दपूर्ण भेट देऊन आले. या सर्व संभाषणावरून राजा एक तर्क करू शकला की, या आधी त्रिंगाणूवर जो दारूगोळ्याचा वर्षाव झाला होता त्यामध्ये यांचा काही हात नव्हता, हे स्पष्ट करून राजाची एक प्रकारे माफी मागायला हे लोक आले होते आणि त्या युद्धात लॉर्ड जॉन हे यांचा अजिबात संबंध नव्हता. सयामला यायचे त्यांनी पूर्वीच ठरवले होते. पण अजूनपर्यंत त्यांना ते जमू शकले नव्हते. त्यांना हेही कळले होते की, दरम्यानच्या काळात राजाची राणी – राणी रामफोई मरण पावली होती. त्यांना हे

जाणून घ्यायचे होते की, दुसरी कोणी आता राणीपदावर विराजमान झाली आहे की नाही आणि जर दुसऱ्या कुणाला हा सन्मान मिळाला असेल तर त्यांना तिच्याकडे जाऊन आपली आदराची भावना व्यक्त करायची होती.

राजाने त्यांना सांगितले की, अजून कोणी त्या पदापर्यंत पोचले नाही. सर रॉबर्ट मध्येच एकदम पण सहजपणे सर जॉन हे यांना म्हणाला, "राणी हयात असताना आपण कधी बँकॉकला भेट दिली नाही हे आपलं दुर्दैव. पण त्यांची धाकटी बहीण अजून हयात आहे आणि महाराजांची जर इच्छा असेल तर आपलं स्वागत करण्यासाठी तिचं मन वळवता येईल."

लॉर्ड जॉन हे यांनी प्रश्नार्थक मुद्रेने राजाकडे पाहिले आणि पुस्ती जोडली की, राणीच्या बहिणीचे शुभचिंतन करायला त्यांनाही आवडेल, पण ती जर त्यांचे स्वागत करणार असेल तर! महाराजांच्या कपाळावर आठ्या पडल्या अन् मग क्षणभर विचार करून ते म्हणाले, "तसं करता येणं शक्य आहे." अन् मग त्यांनी एका गुलामाबरोबर ॲनाला, पंधरा मिनिटांत मुलींना तयार ठेवण्याचा निरोप धाडला.

मुलींची खसखस आणि बडबड हळूहळू थांबली, पण त्याची जागा गोंधळलेपणाने घेतली. अस्वस्थ, भित्र्या आवाजातल्या प्रश्नांबरोबरच उन्माद झाल्यासारख्या त्या मोठमोठ्याने हसत होत्या. भयाने नखशिखांत कापत ॲनाकडे वळून एका मुलीने विचारले, "फिरंगी लोक कसे असतात?"

दुसरी एक जण चेहऱ्यावरच्या रंगाखाली भयाने पांढरी फटफटीत पडली होती. तिने भीतीने हात मांडीवर दाबून धरले आणि विचारले, "हे खरंच का हो, की फिरंग्यांना बोकडासारखे केस असतात आणि ते खरंच माणसं खातात का?" जनानखान्यात एक अफवा पसरली होती की, सगळ्या इंग्रजी माणसांना दाढी असते. दाढी नसणाऱ्या या माणसांना ते फारच किळसवाणे वाटत होते आणि न्याहारीला ते लहान मुले खातात, तर जेवायला त्यांना तरुण मुली लागतात. एवढेच काय, त्या लोकांचे डोळेही भयंकर असतात – निळे. त्या डोळ्यांनी ते त्यांच्या भक्ष्याच्या हृदयाचा वेध घेतात आणि त्यांचे आत्मे बंदिस्त करून टाकतात. या घातक क्षणी त्या मुलींना या ऐकलेल्या गोष्टी आठवत होत्या. त्यांनी पळून जाऊ नये म्हणून ती आटोकाट प्रयत्न करत होती.

पुन्हा दुसऱ्यांदा चांदीचा बिगुल वाजला. मंदिराच्या दुसऱ्या बाजूने महाराजांनी लॉर्ड जॉन हे आणि सर रॉबर्टसह प्रवेश केला. फ्ल्यूटवरून संगीताची एक लहर दौडत गेली आणि पडदा दूर झाला. ती इंग्लिश माणसे आणि सयामी सौंदर्यवती एकमेकांसमोर उभ्या होत्या. मुलींच्या दुर्दैवाने त्यांची दाढी लांबलचक आणि मिश्या भरघोस होत्या. दाढी-मिश्या एकमेकांत मिसळल्या होत्या आणि दाढी छातीवर रुळत होती. त्यातून फक्त नाक आणि डोळेच दिसत होते. हे रूप पाहून त्या सयामी

मुलींना जबरदस्त धक्का बसला. त्या धक्क्याने त्या खुर्चीलाच खिळून बसल्या. हे दृश्य बघावे लागेल अशी भीती मनोमन त्यांना वाटतच होती. पण त्याहीपेक्षा जास्त धक्का लॉर्ड जॉन हे यांना बसला. मंदिरातल्या मंद प्रकाशात त्यांनी समोर जे पाहिले ते पाहून त्यांना आश्चर्याचा जबरदस्त धक्का बसला. सयामच्या शाही जनानखान्यात तर युरोपियन मुली होत्या, पण खात्री करून घेण्यासाठी त्यांनी आपल्या उजव्या डोळ्यावरचा चश्मा काढून घेतला आणि त्यांना डोक्यापासून पायापर्यंत न्याहाळायला सुरुवात केली.

त्याने या मुलींना अतिशय अदबीने वाकून अभिवादन केले. पण मुलींनी उठून अभिवादन करण्याऐवजी भयाचे चीत्कार काढले. हातांनी आपले चेहरे झाकून घेतले आणि या पुराणकथांमधून उठून आलेल्या या भयानक दाढी-मिश्यावाल्या राक्षसाकडे बोटांच्या फटींमधून पाहायला लागल्या, कारण त्यांच्या विचारांनुसार माणसांना चेहऱ्यावर केस असायला नको होते.

तरीदेखील हा प्राणी त्याच्या काचेच्या डोळ्यातून त्यांचे शांतपणे निरीक्षण करतोच आहे, हे पाहून एक मुलगी जोरात ओरडली, "सैतानी डोळा!" निश्चितपणे तो त्याच्या नजरेने त्यांचे असहाय आत्मे जाळ्यात पकडत होता. दुसरी एक ओरडली, "मी त्याला माझ्या चेहऱ्याकडे पाहू देणार नाही. नक्कीच नाही." आणि त्या सगळ्या जणी झटकन उठल्या, आपले रक्षण करण्यासाठी त्यांनी स्कर्ट उचलून डोक्यावर ओढून घेतले आणि त्या तेथून पळत सुटल्या. ॲना निराश होऊन त्यांच्या मागे धावायला लागली. एका पाहुण्यासमोर त्यांचे हे वागणे किती बालिश आणि अयोग्य आहे हे ती त्यांना सांगण्याचा प्रयत्न करू लागली. त्यांना ती समजावत होती की, सगळ्याच युरोपियन माणसांना दाढी असते आणि त्याच्या डोळ्यावरचे भिंग हे राजाच्या चश्म्याहून फारसे वेगळे नाही.

"नाही, नाही" त्या भयभीत होऊन ओरडत सुटल्या, "आम्ही त्याला आमच्या चेहऱ्याकडे बघू देणार नाही." ॲनाने त्यांना पुष्कळ समजावले, ओरडली, आर्जवे केली, पण सगळे व्यर्थ! अगदी राजाच्या रागाचीसुद्धा त्यांना अकारण भयापुढे पर्वा वाटत नव्हती. मंदिरामध्ये आलेल्या या राक्षसापुढे पुन्हा यायला त्यांना कोणीही भाग पाडू शकणार नव्हते. घाबरलेल्या मेंढ्यांच्या कळपासारख्या त्या इकडेतिकडे पसार झाल्या. ॲना हताश, निराश होऊन मंदिराकडे परत आली. आता तिला एकटीला राजाच्या रागाला तोंड द्यायचे होते. तोपर्यंत राजदूत आणि राजा परत गेले होते. पडदे काढले गेले होते. काही प्रौढ स्त्रियांनी तिला सांगितले की, मुलींना योग्य रीतीरिवाज न शिकवल्याबद्दल राजा तिच्यावर फार खवळला होता. थोड्याच वेळाने दहा-बारा जणी धापा टाकत मंदिरात पळत आल्या. "चला, चला लवकर. राजानं तुम्हाला बोलावलंय." मुलींना ज्या तऱ्हेचे भय वाटले होते, त्याच तऱ्हेच्या भय- आशंकेने

भरून जाऊन ॲना राजासमोर आली. एक दबदबा निर्माण करण्याच्या दृष्टीने त्याने जो एक भव्य प्रयत्न केलेला होता, त्याचा हा लाजिरवाणा शेवट पाहून तो आपल्याला काय-काय जहरी शब्द ऐकवेल याची ॲना कल्पना करू शकत होती. पण प्रत्यक्षात त्याने तिला जे झाडले ते फारच सौम्य होते.

"त्या मुलींना जास्त शास्त्रशुद्ध, योग्य पद्धतीनं का नाही शिकवलं?" त्याने विचारले आणि त्याला काय म्हणायचे होते ते तिला कळले. कारण पौर्वात्यांमध्ये चांगल्या चालीरीती शिकवणे हे एक शास्त्रच होते. मनातल्या मनात ती पुढच्या दोषांची आणि त्रुटींची उजळणी करत स्वत:ला तयार करत असतानाच तो पुढे म्हणाला,

"आणि इंग्लिश लोकांच्या त्या चश्म्याबद्दल तुम्ही त्यांना काहीच का सांगितलं नव्हतं? या धक्क्यासाठी त्या अजिबात तयार नव्हत्या आणि एखाद्या परक्या माणसाला आपल्या तोंडाकडे बघू देण्याच्या बाबतीत आमच्या स्त्रिया फार संकोची असतात."

■

राणी सोन क्लिन अंधारकोठडीत

या घटनेनंतर काही आठवड्यांनी, नेहमीप्रमाणे ॲना लेडी सोन क्लिनच्या घरी गेली. आठवड्यामध्ये ती तिच्या घरी जाऊन खासगीपणे तिला इंग्रजी शिकवत असे. राजपुत्र कृता एकटाच खिडकीत बसला होता आणि त्याचा चेहरा फार खिन्न होता.

''बाळा, तुझी आई कुठे आहे?''

''महाराजांकडे, वरती.'' तो तिच्याकडे न बघता म्हणाला. पण त्याच्या स्वरात अनिश्चितता होती. त्याची नजर रस्त्याच्या कोपऱ्यावर खिळलेली होती. जणूकाही कुठल्याही क्षणी त्याला त्याची आई दिसेल, असे त्याला वाटत होते.

''ती लवकर येणार आहे का?'' तिने पुन्हा विचारले.

''माहीत नाही मला, तिला जाऊन खूप वेळ झालाय.''

ॲना गोंधळात पडली. हा प्रसंग काहीतरी विचित्र आहे, अशी तिला शंका आली. लेडी सोन क्लिन प्रत्येक बाबतीत अतिशय वक्तशीर असताना ती असे करणे शक्य नव्हते. घरी परतताना ॲनाच्या मनात तेच विचार घोळत होते. ती जसजसा जास्त विचार करत होती, तसतसा गोंधळ अधिक वाढत होता आणि अनामिक भय तिला घेरायला लागले होते.

दुसऱ्या दिवशी सकाळी तिने मंदिरात प्रवेश केला तर तिची आवडती, राणी तलप तिची वाट पाहत तेथे उभी असलेली तिला दिसली. ॲनाचा हात पकडून तिला बाजूला ओढत ती म्हणाली, ''राणी सोन क्लिन फार संकटात आहे.''

''काय झालंय? काही माहीत आहे का तुम्हाला?''

लेडी तलपने तिला आणखी जवळ ओढले आणि कुजबुजत्या स्वरात म्हणाली, ''ती तुरुंगात आहे.''

''काय केलंय तिनं?''

''शऽऽ शऽऽ विचारू नका. कारण मी ते सांगू शकत नाही.''

''मी एकटी तिला भेटू शकेन का?''

''हो, पण तुम्ही तुरुंग अधिकाऱ्याला लाच दिलीत, तरच! प्रत्येकाला एकेक टिकल द्या. ते दोन-दोनपण मागतील आणि पटकन जा. लगेच!'' तिने ॲनाला

जवळजवळ आत ढकलले.

तुरुंगाच्या दरवाजाजवळ काही गुलाम रेंगाळत होते. दरवाजाजवळ दोन धिप्पाड रक्षक लढाऊ स्त्रिया उभ्या होत्या. त्या गुलामांशी बोलण्यात गुंग झाल्या होत्या. ॲनाला येताना पाहून त्या गप्प झाल्या. त्या सोन क्लिनबद्दल बोलत असतील का? अशी शंका तिच्या मनात आली. पण तिच्या कानावर कुणाचेच नाव पडले नाही. राणी तलपने सांगितल्यापेक्षाही आत जाणे अधिक कठीण होते. प्रत्येक पहारेकऱ्याला दोन-दोन टिकल मिळाल्याखेरीज त्यांनी तिला आत सोडले नाही. आतमध्ये आणखी एक धिप्पाड लढाऊ स्त्री होती. तिलाही लाच द्यावी लागली. मग तिने ॲनाला एका लांबलचक बोळकंडीतून आत नेले. त्यापलीकडे काही गुप्त कोठड्या होत्या, त्यांच्यात न्यायाधीश किंवा राजाकडून मरणाची शिक्षा झालेले कैदी अंतिम दिवसाची वाट बघत बसलेले असत.

त्या तेथे न थांबता पुढे गेल्या तसा ॲनाने एक खोल श्वास घेतला. तुरुंग वेड्यावाकड्या आकाराचा होता. बोळाच्या पुढे कुंपणे घातलेल्या दोन बंद जागा होत्या. त्या बोळात त्या उघडत होत्या. एकापुढे एक असलेल्या जागी ठरावीक वेळा कैद्यांना चालता-फिरता येत असे. एक बंद बाजू न्यायालय म्हणून उपयोगात येत होती. दुसऱ्या बाजूला कोठड्यांच्या तीन रांगा होत्या. त्यांपैकी एकीतही लेडी सोन क्लिन नव्हती.

पहारेकरणीने एका जागी थांबून तळघरातल्या एका अंधारकोठडीचे दार उघडले. ते पाहून ॲना अगदी भयभीत झाली. तिच्या मैत्रिणीने असा कोणता गुन्हा गेला होता की, तिला या ठिकाणी कोंडले होते? तुटक्या-मोडक्या दगडी पायऱ्या उतरून ती खाली गेली. पायऱ्या अतिशय निसरड्या होत्या. मोठ्या मुश्किलीने ती पाय संभाळू शकत होती. रस्ता अतिशय अंधारा असल्याने ती चाचपडत चालत होती. तळाशी पोचली तर पायाखाली जमीन लागेना. चिखलासारखी मऊ फळकुटे तेथे जमीन म्हणून पसरलेली होती. जवळच्या नदीच्या दलदलीने ती अगदी सडून गेलेली होती. कोठडीत एका छोट्याशा खिडकीतून प्रकाश येत होता. पण तिच्यावर इतके जाड गज बसवलेले होते की, त्यातून हवा यायला जागाच नव्हती. तिच्यावर जाळी-जळमटे धरलेली होती. अगदी अंधूकसा उजेड आत येत होता. वरचे छप्पर बुरशी आणि घाणीने काळे झालेले होते. भिंती म्हणजे ओबडधोबड दगड रचलेले होते आणि तेसुद्धा बुरशी, शेवाळ आणि पाली, झुरळांनी व्यापलेले होते.

कोठडीच्या दुसऱ्या टोकाला लाकडी घडवंची होती. तिच्यावर फळकुटे टाकून एक बिछाना तयार केलेला होता. त्यावर एक चटई पसरलेली होती आणि त्याच्यावर लेडी सोन क्लिन मृतवत निश्चल पडलेली हाती. पाय रेशमी शालीने झाकलेले होते. डोक्याखाली एक कमावलेल्या कातड्याची उशी होती. ओल

आलेल्या भिंतीकडे तिचे तोंड वळलेले होते. पायऱ्यांवरून अडखळत, धडपडत कोण येत आहे, हे पाहण्याचाही तिने प्रयत्न केला नाही. उशीपासून थोड्या उंचावर एक फुलदाणी होती; पण तिच्यातली फुले कोमेजलेली होती. सोन्याच्या शामदानात दोन मेणबत्त्या जळत होत्या आणि शेजारी एक बुद्धमूर्ती होती.

चिखलापलीकडे त्या कुजक्या फळ्यांवरून जाण्याचा ॲना सावकाशीने प्रयत्न करत होती. ती निजलेल्या सोन क्लिनशेजारी येऊन उभी राहिली. तिला हे सगळे पाहून एवढा जबरदस्त धक्का बसला की, बोलायचा प्रयत्न केला तरी तिच्या तोंडून शब्द फुटेना, "सोन क्लिन..." तिने हाक मारली.

आवाज ऐकून ती कशीबशी वळली. किंचित खडखळ आवाजामुळे, तिने पाय का झाकले आहेत ते कळले. तिचे पाय साखळदंडांनी खाटेच्या पायांना बांधलेले होते. उठून बसत तिने ॲनाला शेजारी जागा करून दिली. डोळे कोरडे होते. फक्त चेहऱ्यावरचे औदासीन्य आणखीनच दाट झाले होते.

ॲनाला पाहून सोन क्लिन अतिशय आश्चर्यचकित झाली होती. हात लांबवून तिने मैत्रिणीला स्पर्श केला. स्वत:च्याच डोळ्यांवर विश्वास बसत नव्हता. ही खरेच जिवंत ॲना आहे, अशी जेव्हा तिची खात्री झाली तेव्हा तिने हात जोडून आणि वाकलेले डोके त्यांच्यावर टेकवून ॲनाला नमस्कार केला. "मॅडम मॅडम," ती कळवळून म्हणायला लागली, "कृपा करून मला मदत करा. या तुमच्या गरीब विद्यार्थिनीला मदत करा."

त्या मॉन स्त्रीचे दोन्ही हात ॲनाने आपल्या हातात घेतले आणि म्हणाली, "मी प्रयत्न करीन सोन क्लिन, नक्कीच. पण निदान काय झालंय, ते तरी सांग."

सोन क्लिनने अगदी भावनाहीन सपाट स्वरात सांगायला सुरुवात केली. जणूकाही या यातनांनी तिच्या सगळ्या भावना नष्ट झाल्या होत्या. "मॅडम, तुम्हाला हे माहीतच आहे की, आम्ही आमच्या मुलांमार्फत राजाकडे अर्ज करू शकतो म्हणून." ॲनाने होकारार्थी मान हलवली. तिला ते माहीत होते.

"राजाकडे मी माझ्या सगळ्यात मोठ्या भावासाठी अर्ज करावा, अशी माझ्या माहेरच्या कुटुंबीयांची इच्छा होती. त्यांना असं वाटत होतं की, माझे काका वारल्यामुळे त्या जागी माझ्या भावाची महाराजांनी नेमणूक करावी, पण त्यांना किंवा मला हे ठाऊक नव्हतं मॅडम की, महाराजांनी तिथे दुसरा सरदार नेमलाय म्हणून!"

"काल सकाळी मी कृताला त्याच्या उत्तम कपड्यात सजवलं आणि महाराजांच्या न्याहारीच्या वेळेला अर्ज घेऊन त्याला त्यांच्याकडे पाठवलं. तो घरी परत आला तो रडतच. महाराजांनी तो अर्ज वाचला आणि त्यांना संतापाचा झटका आला. त्यांच्यासमोर वाकलेल्या, थरथर कापणाऱ्या माझ्या मुलाच्या अंगावर त्यांनी तो अर्ज फेकून दिला. त्यांची सत्ता कमी लेखण्यासाठी मी प्रयत्न करतेय असा त्यांनी आरोप केला आणि

मी मनोमन मॉन बंडखोरच आहे, असंही ते म्हणाले. ते ओरडून आणखी असेही म्हणत होते की, मी त्यांचा द्वेष करतेय, त्यांच्या साम्राज्याचा द्वेष करतेय. कारण माझे पूर्वज पेगूमधले असल्यामुळे आम्ही सगळे जण मुळातूनच सयामी लोकांचे शत्रू आहोत. ते बोलत होते, तसा त्यांचा संताप वाढतच होता. माझ्यावर बंडखोर म्हणून खटला चालवण्यासाठी त्यांनी एका न्यायाधीशांना मला बोलवायला पाठवले. मी कृताला घरी सोडून ताबडतोब तिकडे गेले, पण मी राजवाड्यात पोचण्यापूर्वीच दुसरे एक न्यायाधीश मला भेटले आणि माझ्यावर खटला न चालवता साखळदंड घालून मला तुरुंगात टाकायचा महाराजांचा हुकूम आहे, असं त्यांनी मला सांगितलं. कारण महाराजांच्या दृष्टीनं माझा गुन्हा सिद्ध झाला होता. साखळदंडांनी बांधून मला इथे कोंडल्यानंतर तिसरे एक न्यायाधीश आत आले. त्यांच्याजवळ मी माझा गुन्हा कबूल करून माझ्या साथीदारांची नावं सांगेपर्यंत मला फटके मारण्याची आज्ञा होती.''

''नाही, सोन क्लिन नाही! त्यांनी तुला फटके मारले नसतील! नाही ना?''

ॲनाच्या स्वरातले दुःख पाहून ती करुण हसली, ''मारलं त्यांनी. कारण त्यांना मारणं भाग होतं. पण त्यात काही जोर नव्हता. त्यामुळे ते फारसं दुखत नाहीये. कारण माझा काहीच दोष नाहीये हे त्यांना माहीत होतं.''

''आणि तू कोणता गुन्हा कबूल केलास?''

''की मी महाराजांची अतिशय हलकट गुलाम आहे आणि त्यांच्या आनंदासाठी मी माझे प्राणसुद्धा द्यायला तयार आहे, म्हणून!''

''मग पुढे?''

''मग महाराजांनी गर्जना करून सांगितलं की, खोटं बोलल्याबद्दल सोन क्लिनच्या तोंडावर जोडे मारले जावेत.''

''नाही!'' ॲना एकदम व्याकूळ स्वरात ओरडली, ''नाही!''

कारण सयामी लोकांच्या दृष्टीने हा अतिशय वाईट अपमान होता. कारण डोके आणि चेहरा या अतिशय पवित्र गोष्टी मानल्या जात असत. त्या वेळी सभ्य समाजात पाय आणि पायाबरोबरच्या वस्तूंचा उल्लेख करणे, हे अगदी हीनपणाचे समजले जात असे.

सोन क्लिन खाली मान घालून बसली होती. तिच्यात काही चैतन्यच शिल्लक नव्हते. ''मी आता कायमचीच अपमानित झाले आहे,'' ती कष्टी स्वरात म्हणाली.

या बाबतीत ॲना काहीच करू शकत नव्हती. तिचे जितके सांत्वन करता येणे शक्य आहे, तितके ती करण्याचा प्रयत्न करत होती. तिने तिला आश्वासन दिले की, ती ही गोष्ट आजच संध्याकाळी क्रालाहोमसमोर मांडेल.

क्रालाहोमने तिची खासगी बैठकीत भेट घेतली. पण तिने जेव्हा भेटीचे कारण सांगितले, तेव्हा त्यांनी तिची चांगलीच खरडपट्टी काढली. ''मॅडम, राजा आणि

त्याच्या बायका यांच्या भानगडीत पडायचं तुम्हाला काही कारण नाही,'' त्यांनी तिला सुनावले होते.

''पण ती माझी विद्यार्थिनी आहे,'' ॲना हटवादीपणे म्हणत राहिली. ''आणि दुसरी गोष्ट म्हणजे मी कशातच नाक खुपसत नाहीये. मी फक्त न्यायासाठी तुमच्याकडे खासगी भेट मागायला आलेय. राजवाड्याबाहेर इतर कुणालाही ही गोष्ट माहीत नाहीय. पण तुम्ही जर तिला मदत केली नाहीत तर मग मात्र मी ही गोष्ट तिच्या कुटुंबीयांपर्यंत लगोलग नेईन.'' प्रधानमंत्र्यांनी एकवार ॲनाकडे तीक्ष्ण नजरेने पाहिले. कारण सोन क्लिनचे कुटुंबीय जरी राजाच्या मर्जीतले नसले, तरी त्यांचे स्वत:चे गणगोत फार मोठे होते आणि त्यांच्यावर लादल्या गेलेल्या अपमानाचा बदला घेण्याचा मार्ग ते निश्चितच शोधून काढू शकत होते. तिकडे फ्रेंचसुद्धा अशा तऱ्हेच्या अधिकाऱ्यांच्या मानखंडतेच्या निमित्ताच्या शोधात बसलेलेच होते. क्रालाहोमनी अस्वस्थपणे हालचाल करत विचारले, ''तिच्यावर कसला आरोप आहे?''

''तिच्या भावासाठी एका नेमणुकीबाबत राजाची मुलाखत घेण्याचा प्रयत्न केल्याबाबत. पण ती नेमणूक म्हणे आधीच झालेली होती. महाराजांनी तिच्यावर, तिच्या कुटुंबीयांसह राजाच्या विरुद्ध कट करत आहे असा आरोप केला आहे. पण तिनं जेव्हा राजकुमार कृताला महाराजांकडे पाठवलं, तेव्हा तिच्या नातेवाइकांना किंवा तिला, कुणालाच त्या नेमणुकीबाबत माहीत नव्हतं आणि जी गोष्ट इतरांना करायची परवानगी तर असतेच, खेरीज ते करायला प्रोत्साहनपण दिलं जातं, त्याच गोष्टीसाठी तिला शिक्षा करणं, हा निव्वळ अन्याय आहे आणि त्यामुळे महाराजांचा परदेशी लोकांत जो लौकिक आहे, त्यात निश्चितच भर पडणार नाही.''

तिच्या या शेवटच्या वाक्यात जी गर्भित धमकी होती, ती ऐकून कपाळावर आठ्या घालत, पण गंभीरपणे क्रालाहोमनी तिचे बोलणे ऐकून घेतले अन् मग आपल्या सचिवाला बोलावणे पाठवले. ही नेमणूक अजून जाहीर झालेली नाही, याची खात्री पटवून घेऊन मग त्यांनी ॲनाला आश्वासन दिले की, ते ही गोष्ट महाराजांना समजावून सांगतील.

आता पुढे करण्यासारखे काही उरले नव्हते म्हणून ती घरी गेली. पण मनोमन ती कष्टी होती. अगदी असहाय वाटत होते तिला. तिच्या लक्षात आले नव्हते, परंतु तिचा प्रधानमंत्र्यांवर खूप भरवसा होता. ते स्वभावाने कोरडे, धूर्त आणि निर्दय होते, पण राजासारखे चक्रम, अविश्वसनीय किंवा पूर्वग्रहदूषित आणि चंचल स्वभावाचे नव्हते. या घटनेने तिच्या मनावर जणू मणामणाचे ओझे ठेवल्यासारखे होऊन तिचे अंत:करण अगदी जड झाले होते. तिच्या मनात हा विचार आला की, जर असे नेते असतील तर सयामी लोक कधीच न्याय आणि दयेवर आधारित समाज निर्माण करू शकणार नाहीत. राजाच्या दृष्टीने त्याच्या राण्या म्हणजे दुसरे-तिसरे काही नसून,

त्याच्या सामर्थ्याच्या बळावर त्याच्या सुखासाठी पाळलेला एक जनावरांचा कळप होता. त्याच्या लहरीनुसार त्याला, त्यांना केव्हाही खलास करता येणे शक्य होते. तरीसुद्धा सोन क्लिनला मदत करायची तिची इच्छा ती दडपून टाकणार नव्हती. ॲना पुन्हा राजवाड्यात जाईपर्यंत तिची सुटका झालेली नसेल तर तिच्या कुटुंबीयांना हे कळवून टाकायचे ॲनाने ठरवले होते.

सोमवारी सकाळी ॲनाने मंदिरात प्रवेश केला तो श्वास रोखूनच, फारशी आशा न बाळगता. पण तिला पाहून बऱ्याच जणी एकदम तिला चांगली बातमी सांगण्यासाठी धावल्या. सोन क्लिन तिच्या मुलाजवळ घरी परतली होती.

आज रोजचा पूजापाठ टाळायला हरकत नाही असे ठरवून ॲना घाईघाईने आपल्या मैत्रिणीकडे आली. ती सोन क्लिनच्या घराशी पोचते न पोचते तोच सोन क्लिन आतून धावत बाहेर आली आणि तिने तिला मिठी मारली. ''मॅडमऽ मॅडमऽऽ मी सुटले. केवळ तुमच्या चांगुलपणाने, दयेने तुम्ही मध्ये हस्तक्षेप केलात म्हणूनच!'' ती सयामी भाषेतल्या स्तुतिसुमनांचा तिच्यावर वर्षाव करत होती. मात्र ॲना अगदी ओशाळून गेली.

नंतर असे कळले की, क्रालाहोमला ती भेटून आली, त्याच रात्री ते राजाला भेटायला गेले. नेमणुकीची यादी प्रसिद्ध करायला उशीर झाला असे राजाला समजावून सांगितले. मात्र राजाने आपल्या रखेलीला शिक्षा दिल्याची गोष्ट त्यांना समजल्याचे त्यांनी कळू दिले नाही आणि आता ती यादी प्रसिद्ध केली जाईल, म्हणून सांगितले.

हे ऐकून तिला प्रधानमंत्र्यांबद्दल फार कृतज्ञता वाटली. सोन क्लिनच्या बाबतीत झालेल्या चुकीबाबत, ते दिसत होते त्यापेक्षा अधिक काळजीत होते तर!

''मग पुढे?''

''त्यामुळे रविवारी सकाळी राजाने तिची सुटका केल्याची बातमी घेऊन ॲमेझॉन्स आल्या आणि आता ही मी इथे आहे.''

तिने संथपणे आपल्या बोटातून पाचू जडवलेली मूल्यवान अंगठी काढली आणि ती ॲनाच्या बोटावर चढवली अन् म्हणाली, ''ही अंगठी पाहून तुम्हाला, तुम्ही मुक्त केलेल्या मैत्रिणीची सतत आठवण राहील.''

दुसऱ्या दिवशी सकाळी सोन क्लिनने ॲनाकडे जरतारी काम केलेला एक बटवा पाठवला, त्यात काही सयामी नाणी होती. राजघराण्यातील माणसे अशा भेटी देत असत. नाण्यांबरोबर एक छोटासा कागदाचा तुकडा होता. त्यावर काही गूढ चित्राकृती आणि अक्षरे काढलेली होती. माणसाचे दुःख आणि दारिद्र्यापासून रक्षण करण्यासाठी त्या चित्राकृती समर्थ असतात, असा त्या लोकांचा विश्वास होता.

■

राजाची न्याहारी

ॲनाचे सयाममधले एक वर्ष सरेपर्यंत तिला राजवाड्यातल्या जीवनाची धूसर कल्पना आली. राजवाड्यातल्या भिंतीआडच्या विश्वात एक सूर्य आणि अनेक चंद्र होते. राजा ही प्रकाशाची तबकडी होती आणि तिच्याभोवती सगळे फिरत होते. तो दररोज जे काही करी, त्यावरूनच जनानखान्यातल्या स्त्रियांनी काय करायचे ते ठरे. एवढेच काय, तिच्या इंग्रजी शाळेचे वेळापत्रकदेखील त्याच्या हालचालीनुसार, त्याच्या मर्जीनुसार ठरे. राजा सकाळी पाच वाजता उठे. त्यामुळे त्याच्या कुटुंबीयांपैकी सगळेच जण पाच वाजता उठत. रात्रभरच्या पहाऱ्यावर असलेल्या सेवक स्त्रियांपैकी कोणीतरी सकाळची थोडीशी न्याहारी राजासाठी घेऊन येत असे. ती खाऊन तो खाली प्रांगणात उतरत असे आणि राजवाड्याच्या आतल्या दरवाजापासून सगळ्या व्हरांड्यापर्यंत पसरलेल्या गालिच्यावर तो बसत असे. त्याची मुले त्यांच्या दर्जानुसार क्रमाने उजव्या बाजूला बसत. नंतर मग राजकन्या, त्याच्या बायका, सन्मान्य नोकराणी आणि गुलाम स्त्रिया या क्रमाक्रमाने बसत. प्रत्येक व्यक्तीसमोर एक मोठे चांदीचे तबक ठेवलेले असे. त्यात दान करण्यासाठी उकडे तांदूळ, फळे, मिठाया, विड्याची पाने ठेवलेली असत. हे सर्व तयार करण्यासाठी काही स्त्रिया खूप पहाटे उठलेल्या असत. कधीकधी त्या तबकात बिड्या, चिलमीपण असत.

पहाटे पाचनंतर 'गुणद्वार' नावाचा दरवाजा उघडला जाई आणि त्यातून एकशेनव्याण्णव बौद्ध भिक्षू आत प्रवेश करत. त्यांच्या दोन्ही बाजूंना तलवारी आणि हातोडे घेतलेले प्रतिहारी रक्षक म्हणून चालत. शाही कुटुंबीयांकडे येताना बौद्ध भिक्षू उद्घोष करत असत. "मांस घ्या, पण त्याला माती समजा. फक्त जीवनाला आवश्यक तेवढेच भक्षण करा. स्वत:ला ओळखण्यापुरतेच घ्या. आत तुम्ही काय आहात ते जाणा आणि मनात म्हणा की, मी ही माती खातोय आणि मातीला मी नवजीवन देतोय."

अग्रभागी प्रमुख भिक्षू असे. नजर खाली ठेवून तो पुढे येत असे आणि त्याच्या गळ्यात पिवळ्या वस्त्राआड दोरीने अडकवलेला वाडगा पुढे करत असे. वाडगा पुढे केल्यानंतर वाढणारा जर तयार नसेल तर कोणताही भिक्षू थांबत नसे. सगळे जण

हळूहळू पुढे सरकत असत. काय वाढलेले असेल ते घेऊन आभाराचा एकही शब्द न उच्चारता किंवा काय वाढलेले आहे तेही न पाहता ते शेवटच्या टोकाला पोचत असत. मग ती लांबलचक मिरवणूक मंत्रघोष करत, पृथ्वीदाराकडून नाहीशी होत असे.

त्यानंतर राजा स्वत:च्या खासगी मंदिरात निघून जायचा. हे मंदिर त्याच्या आईच्या स्मृतीला वाहिलेले होते. राजा एकटाच खाली गाभाऱ्यापर्यंतच्या पायऱ्या उतरून जायचा आणि घंटा वाजवायचा. त्यामुळे पूजेची वेळ झाल्याची सूचना सर्वांना मिळायची. तो पवित्र दिवा लावायचा आणि बरोबर आणलेले पांढरे गुलाब आणि कमळे तेथे वाहायचा. प्रार्थना आणि ध्यान यात तो एक तास तेथे घालवत असे.

हा नित्यक्रम संपल्यानंतर तो एक डुलकी घेण्यासाठी आपल्या महालात परतत असे. तेथे नव्या सेविका हजर असत. जेव्हा तो झोपून उठत असे तेव्हा त्याला यथोपचार न्याहारी दिली जायची. राजवाड्यासमोरच्या पदपथावर मांडलेल्या नजराण्यांचे निरीक्षण झाल्यानंतर तो बाजूच्या स्त्रियांच्या दालनाकडे वळत असे. तेथे जनानखान्यातल्या एवढ्या सगळ्या स्त्रिया त्याची वाट बघत असत. तेथे तो एका मोठ्या टेबलाशी बसत असे अन् बहुधा त्याच्या मांडीवर राजकन्या चन्थरा मन्थन बसलेली असे. आजूबाजूला बारा स्त्रिया, बारा प्रकारचे अन्नपदार्थ असलेली मोठाली चांदीची ताटे घेऊन बसलेल्या असत. मुख्य राणीकडे ही ताटे सरकवली जात. राणी थियांग त्यांच्यावरची चांदीची झाकणे काढून पदार्थांची चव घेऊन पाहत असे. मग ती गुडघ्यांवर सरकत-सरकत ती ताटे राजासमोरच्या टेबलावर ठेवत असे.

त्या उत्तमोत्तम पदार्थांतून राजा फारच थोडे खात असे. परंतु तो राजकन्येला त्यातले पदार्थ खाण्याचा आग्रह करत असे. त्याचा स्वत:चा आहार फारच थोडा होता. बौद्ध मठात दीर्घकाळ एकांतवासात राहिल्यामुळे त्याने मिताहाराची सवय लावून घेतलेली होती आणि ती त्याने पुढेही सोडलेली नव्हती. मजूर, हमाल खातील असा उकड्या तांदळाचा एक मध्यम वाडगाभर भात त्याला सोन्याच्या काड्यांनी खाताना पाहून तिच्या मनात नवल दाटून येत असे.

आरामशीरपणे चालणाऱ्या न्याहारीच्या वेळी ॲनाशी गप्पा मारणे ही त्याची रीत झाली होती. कधी ते तत्कालीन विशेष घटनेवर चर्चा करत – अमेरिकेचे स्वातंत्र्ययुद्ध हे अजून संशयास्पद स्थितीत होते. लिंकनने गुलामांची गुलामगिरीतून मुक्तता जाहीर केली होती. नेपोलियनच्या मेक्सिकोच्या दौऱ्याच्या संदर्भात इंग्लंड आणि स्पेनने अंग काढून घेतले होते. तायपिंगमधल्या बंडाळीमुळे निर्माण झालेल्या दीर्घ मनस्तापामुळे चीन अजूनही अडचणीतच होता.

इतर वेळेला ते राजाच्या अभ्यासातून, वाचनातून येणाऱ्या मनोरंजक विषयांवर

चर्चा करत असत किंवा ॲनाच्या संस्कृतच्या अभ्यासाबाबत. या वेळेस ॲनाला राजाची खरी ओळख पटत असे. त्यामुळे तिचा राजाची बुद्धिमत्ता आणि ज्ञानवैभव यांबद्दलचा आदर फारच वाढत असे. अतिशय पद्धतशीरपणे ज्ञान मिळवणारा, पुस्तकांचा जबरदस्त वाचक आणि त्या काळाच्या दरम्यान ज्या ज्या कुणाचा राज्याभिषेक झालेला असेल, त्या सर्व राजांपेक्षा अद्ययावत ज्ञानाचा भोक्ता असे त्याचे स्वरूप तिला जाणवे. पाश्चात्त्य आणि पौर्वात्य अशा इतर कुठल्याही राजापेक्षा त्याचे ज्ञान आणि बुद्धिवैभव दांडगे होते. पण त्याच्या आत्यंतिक संशयीपणामुळे तिला त्याचा उबगही यायचा. कुणाही व्यक्तीच्या संतुलितपणाबद्दल त्याला कधी विश्वास वाटला नाही. तत्त्व म्हणून कोणी विशिष्ट तऱ्हेने वागत असेल, यावर त्याचा विश्वास नव्हता.

अनेक वेळेला ती, त्याच्या मित्रांच्या कृतीचे त्याने केलेले तिरस्कारयुक्त विश्लेषण खोडून काढायचा प्रयत्न करायची आणि त्यात तिच्या वाट्याला मानखंडनाच यायची. कारण तिचे औदार्य, दिलदारपणा म्हणजे तिचे ते काही वैयक्तिक लाभ करून घेण्याचे साधन आहे, असे तो म्हणत असे. कारण तो '...हे म्हणण्यात तुझा स्वतःचा काही हेतू आहे!' असे खुशाल म्हणायचा. पुढे तो कडवट स्वरात म्हणायचा, '...पैसा-पैसा-पैसा! पैसा सर्वकाही विकत घेऊ शकतो.' जणूकाही तिच्या मित्रमैत्रिणींनी, राजाजवळ त्यांची तरफदारी करावी म्हणून तिला भरपूर लाच दिलेली असावी.

सकाळची वेळ तो अभ्यासिकेत किंवा पत्रव्यवहार पाहण्यात घालवी. त्या वेळेस ॲना तिची शाळा चालविण्यासाठी मोकळी असे. अपवाद फक्त महिन्यातून दोन वेळा, ज्या दिवशी टपाल यायचे ते दिवस. त्या दिवशी राजा जर दमलेला असेल तर तो दुपारी एक डुलकी काढायचा. पण जर झोपला नाही तर तो दुपारी दोन वाजेपर्यंत अभ्यासिकेत असे. नंतर तो पुस्तके, पत्रे बाजूला ठेवून पाचूच्या बुद्धाच्या मंदिरात सोन्याची, मेणबत्त्यांची शामदाने पाठवत असे.

ॲना पहिल्यांदाच राजवाड्यात आली होती, तेव्हाच तिने पाहिले होते की, राजा जेव्हा जनतेला दर्शन देण्यासाठी तयार होत असे, तेव्हा त्याच्या आगमनाची सगळीकडे सूचना जात असे. लगोलग राजवाड्यातील सर्व वयाच्या बायका आणि मुले सगळे जण एकही शब्द न बोलता झपाट्याने स्त्रियांच्या प्रेक्षागृहाकडे चालू लागत. त्यांपैकी कोणी रेशमी कपडे घातलेले असत, तर कोणी फाटक्यातुटक्या कपड्यांमध्ये असत. सगळ्यात खालच्या दर्जाच्या स्त्रिया बाहेरच्या फुटपाथवर गुडघे टेकून डोके लवून बसत आणि आतल्या महालामध्ये शेकडो राजकन्या, रखेल्या, दासी राजाच्या येण्याची वाट बघत तशाच गुडघे टेकून माना लववून बसलेल्या असत. दरम्यान राजाचे स्नान होई. त्याच्या जवळच्या स्त्रिया त्याच्या शरीरावर

विलेपन करत. जनतेला दर्शन देऊन झाल्यानंतर तो भोजनगृहात येई आणि तेथे त्याचे मुख्य जेवण होई. तेथून तो प्रेक्षागृहात जाई आणि आपल्या आवडत्या राण्या, मुले यांच्याबरोबर गप्पागोष्टी करे.

त्याचे मुलांबद्दलचे प्रेम ही त्याची एक कधीही बदल न होणारी गोष्ट होती. त्यांचे रूप आणि विश्वास या दोन गोष्टी त्याला फार आवडत. त्यांच्या वयाला शोभेशा निष्पाप धार्ष्ट्यानेच त्याची करमणूक होत असे. तो त्यांना वर उचलून घेऊन कवटाळत असे. लहान मुलांना तो चित्रविचित्र तोंडे करून दाखवत असे. मोठ्या मुलांना कोडी घालत असे आणि ती गंभीरपणे उत्तरे शोधायला लागली की, मोठ्याने हसे.

त्यानंतर मुले आणि स्त्रियांना निरोप दिल्यानंतर तो शासक मंडळाच्या सदस्यांबरोबर राजकारणाच्या विषयांवर चर्चा करण्यासाठी बाहेरच्या हॉलमध्ये यायचा. आठवड्यातून दोन सूर्यास्ताच्या वेळेला राजा, राजवाड्याच्या एका फाटकाशी लोकांचे अर्ज, विनंत्या ऐकायला हजर होत असे. कारण अन्य वेळी त्यांची गाऱ्हाणी, अर्ज त्यांच्यापर्यंत पोचू शकत नसत. त्याला पाहून त्याचे प्रजाजन अवाक झालेले असत. आपल्या राजासमोर गुडघे टेकून माथा जमिनीला लावलेल्या त्या भित्र्या प्रजेची ॲनाला अतिशय दया येत असे आणि जरी त्यांनी आपली गाऱ्हाणी मांडणारे बहुमोल अर्ज बरोबर आणलेले असले तरी ते सादर करण्याचे भान मात्र त्यांच्या अंगी नसे, एवढे ते भारावून गेलेले असत.

नऊ वाजता तो आपल्या महालात परतत असे. तेथे पोचल्या-पोचल्या तो तेथून घरगुती फतवे काढत असे. त्यात राजवाड्याच्या आतल्या जीवनाचे नियमन करणारे हुकूम असत. विशिष्ट अधिकाऱ्यांना सोपवलेली कामे असत. ज्या स्त्रिया त्याला हव्या असत, त्यांच्या नावाचे हुकूम असत आणि रात्रीच्या वेळी त्याच्यासोबत असलेल्या सैनिकांची यादी असे. रात्री बाराच्या सुमाराला त्याची पहिली झोप संपे. त्यानंतर काही तास तो वाचन किंवा पत्रलेखनात घालवत असे. वाचताना एखाद्या शब्दाने त्याला गोंधळून टाकले तर तो किमान डझनभर स्त्रियांना तरी ॲनाला घेऊन यायला पाठवत असे. बहुतेक वेळा हे शब्द म्हणजे काही तांत्रिक पारिभाषिक शब्द किंवा वैज्ञानिक संज्ञा असत. त्यामुळे ना ते शब्दकोशात सापडायचे ना ॲनाच्या डोक्यात असायचे. ती त्याला हे समजावू शकली नाही की, तो खवळला नाही असे कधीच होत नसे. तो तिच्याकडे रागाने पाहायचा आणि म्हणायचा, "का? तुला ते का माहीत नाहीत? त्यामुळे हे निश्चित होतंय की तू शास्त्रशुद्ध विचार करणारी बाई नाहीस." एवढे बोलून त्याचे समाधान व्हायचे नाहीच. ॲनाची खरडपट्टी काढूनही, तिचा आपण पुरेसा अपमान केला नाही असेच त्याला वाटायचे. शेवटी तो अगदी तिरस्कारपूर्ण शब्दांच्या विखारी बाणांनी तिला घायाळ करायचा आणि म्हणायचा,

"हं, शेवटी काय तू एक फक्त बाई तर आहेस!" अन् मग आणखी घायाळ करणारे शब्द न सुचून तितक्याच तिरस्काराने तो पुढे म्हणायचा, "जा, जा तू आता!"

आठवड्यातून दोन मध्यरात्री तो 'सान लुआंग' या गुप्त चौकशीच्या शाही मंडळाच्या दोन बैठकी घेत असे. त्या काळ्याकुट्ट, भयभीत करणाऱ्या गुप्त चौकशांची पूर्ण माहिती ॲनाला कधीच कळली नाही, कारण त्यांना हजर राहण्याची तिला परवानगी नव्हती आणि त्याबद्दल तिच्याशी कोणी बोलतही नसे. तरीसुद्धा काळाच्या ओघात तिला अनेक गोष्टी कळत गेल्या. हे सान लुआंग मंडळ अतिशय गोपनीय, धूर्त, कावेबाज होते. रोमच्या इन्क्विझिशनसारखे त्याचे काम उघड, उद्धट नव्हते, तर स्पेनच्या इन्क्विझिशनसारखे न दिसणारे गोपनीय असे रात्रीच्या अंधारात व्यवहार करणारे आणि सर्वसंचारी असे होते. कुठल्याही सूचनेशिवाय, साक्षीदाराशिवाय त्यांचे काम चाले. हव्या त्या व्यक्तींना पळवून नेणे, त्यांना खटला न भरता तुरुंगात डांबणे, साखळदंड घालून ठेवून हवे ते वदवून घेईपर्यंत किंवा पूर्ण शरणागती पत्करेपर्यंत आत्यंतिक छळ करणे असे त्यांच्या कामाचे स्वरूप होते.

राज्याचे कायदे फार असह्य होते असे नाही. पण 'सान लुआंग'च्या मर्जीत नसलेले कोणीही त्या कायद्यांवर अवलंबून राहू शकत नसत किंवा न्याय मिळवण्यासाठी न्यायालयावरही अवलंबून राहू शकत नसत. सान लुआंगची लोकांना एवढी दहशत वाटायची की, कोणीही मनुष्य तेथे साक्ष द्यायलासुद्धा तयार होत नसे. फक्त फार मोठे बक्षीस लावलेले असले तरच या नियमाला अपवाद निर्माण होत असे. शहाणी माणसे या अतिशय दरारा असलेल्या श्रीमंत आणि सान लुआंगच्या सदस्यांपैकी कोणीतरी आपला मित्र असेल, याची दक्षता घ्यायची. त्यामुळे प्रत्येक व्यक्ती, आपला शेजारी किंवा स्वत:चे नोकर किंवा अगदी बायकोसुद्धा यांच्याबद्दल फार संशयी असे.

अनेक प्रसंगी ॲना जेव्हा राजाच्या काही कृत्याने चिडून जायची, तेव्हा तिच्या भावना नजरेतून किंवा बोलण्यातून व्यक्त होत. पण लवकरच तिच्या हे लक्षात आले की, काही अधिकारी किंवा दरबाऱ्यांसमोर हे घडले की ते विशिष्ट पद्धतीने थाप मारतात आणि 'सान लुआंग'च्या सदस्यांची ती विशिष्ट खूण आहे, हेही तिच्या लक्षात आले. तो सावधानीचा इशारा होता आणि ती इन्क्विझिशनची सदस्य आहे, असे समजून तो दिला जात असे. तिचा राजावर चांगला प्रभाव होता, हे तिला यावरून जाणवले. हे घडायला लागल्यानंतर मात्र तिला हे कळून चुकले की, ती या खेळातले आता एक नाममात्र प्यादे राहिली नसून त्यामधील एक खेळगडी बनली आहे.

शाळेचे काम झपाट्याने वाढत होते. आकार घेत होते त्यामुळे राजादेखील

खूश होत होता. १८६२च्या हिवाळ्यापर्यंत शाळा सुरू होऊन काहीच महिने झाले होते. ॲनाचे विद्यार्थी, त्यांच्या शिक्षिकेच्या मुलीला, ॲव्हिसला छोट्या-छोट्या चिठ्ठ्या इंग्रजीतून लिहायला लागले होते. फुलहॅममधल्या शाळेतल्या मिसेस किंगच्या नावाने ही पत्रे जात. कारण ॲव्हिस तेथे शिकत होती. काही पत्रे राजाच्या मोहोरबंद कागदांवर लिहिलेली असत, काही जुन्या पद्धतीच्या व्हॅलेन्टाइन कार्डाप्रमाणे लेस वगैरे लावलेल्या कागदावर लिहिलेली असत, तर काही वहीच्या पानांवर. त्यांच्यात फारसे अर्थपूर्ण असे काही नसले तरी प्रेम मात्र फार होते आणि पत्र लिहिताना इंग्रजी शब्द आठवले नाहीत की, सयामी शब्द घुसडलेले असत. ॲव्हिसला आईपासून इतक्या दूर पाठवावे लागले आहे, या गोष्टीने राजवाड्यातल्या मुलांना विलक्षण दुःख होई. काही जणांनी तर तिला पाठवायला अंगठ्यांसारख्या छोट्या छोट्या वस्तूही आणल्या होत्या. त्यांना असे वाटायचे की, त्यामुळे तिच्या एकटेपणाचे दुःख थोडे तरी कमी होईल.

वर्ष असे संपत आले तसे हे निश्चित दिसायला लागले की, राजपुत्र चूला लाँग कोर्ण हा सगळ्या मुलांत श्रेष्ठ आहे. त्याचे काम अतिशय पद्धतशीर असे आणि प्रत्येक गोष्ट तो मनापासून करी. त्याच्या प्रगतीत सातत्य होते आणि ही गोष्ट त्याच्या शिक्षिकेबरोबर त्याच्या वडिलांनाही फार सुखावणारी होती. त्याच्याकडे एक प्रकारची स्वयंशिस्त होती. याबाबतीत इतरांहून तो फारच उजवा होता. त्याच्या या आदर्श वागण्यामुळेच त्याचा आपल्या बहीण-भावांवर वचक असे.

त्याच्याखेरीज लेडी तलपच्या दोन लहान मुलांकडेपण ॲना फार आकर्षित झालेली होती. लेडी तलप म्हणजे राजाने ॲनाला पहिल्या दिवशी जिच्याशी गाठ घालून दिलेली होती, ती राजाची बाहुलीसारखी लहानखुरी, देखणी, नाजूक व आकर्षक राणी. तसेच सोन क्लिनचा मुलगा राजपुत्र कृता, राणी थियांगची मोठी मुलगी राजकन्या सोमावदी आणि राजकन्या चन्थरा मन्थन किंवा फा यिंग म्हणजेच राजपुत्र चूला लाँग कर्णची बहीण. ही मुलगी फारच सुंदर होती आणि राजाची जी साठ-एक मुले होती, त्यांपैकी ही राजाची फारच आवडती होती. मृदू भावनेने भरलेल्या तिच्या डोळ्यात एक विश्वास होता. त्या निश्चिंततेनेच ती इतरांची मने जिंकून घेत असे. ऑलिव्ह रंगाची तिची त्वचा अतिशय नितळ, मुलायम होती. तिच्या त्वचेवर एक चमक होती. त्यामुळे तिच्या कायेची पारदर्शकता, नितळता आणखीच वाढत असे.

राजाची जी राणी कॉन्सोर्ट नुकतीच वारली होती, तिने मरणासन्न अवस्थेत असताना स्नेहार्द्र, करुण आणि अस्वस्थ नजरेने राजाकडे पाहत, ही चारी मुले त्याच्याकडे सोपवली होती. तिच्या या अबोल विनवणीने राजा मनोमन हलून गेला होता. तो तिच्यावर जितके प्रेम करायचा, तितकेच त्याचे या मुलांवर प्रेम होते. या

चार जणांपैकी फा यिंग तर त्याला फारच चिकटून असायची. जेवणासाठी तर ती कायमच त्याच्याबरोबर असायची. राजा जेव्हा ड्रॅगन बोटीतून किंवा पालखीतून शाही मिरवणुकीला निघे, तेव्हाही ती त्याच्याशेजारी असे. या छोट्या मुलीच्या आईची जागा घेण्याचा तो चाचपडत प्रयत्न करत असे आणि तिच्यावर आत्यंतिक प्रेमाचा वर्षाव करत असे. ती अगदी लहान असल्यापासूनच त्याने तिच्यासाठी जनानखान्यातल्या उत्तम शिक्षिकेची नेमणूक केली होती. अशा तऱ्हेने तिचा वयाच्या तिसऱ्या वर्षीच सयामी आणि संस्कृत भाषेचा अभ्यास सुरू झाला. ॲनाकडे आली तेव्हा ती सात वर्षांची होती. या वयात तिचे दोन्ही भाषांवर विलक्षण प्रभुत्व होते.

इंग्रजी पुस्तकातली चित्रे तिला फार आवडत. त्यातील बाल ख्रिस्ताची चित्रे तर तिची फारच आवडती होती. जेव्हा तिला अभ्यासाचा कंटाळा यायचा, तेव्हा ती उडी मारून ॲनाच्या मांडीवर चढून बसायची आणि मागणी करायची, 'मला गोष्ट सांगा, मला तुमच्या त्या छान जीझसची गोष्ट सांगा.'

ॲनाची गोष्ट सांगून संपल्यावर फा यिंग हसत-हसत तिचे गाल थोपटे आणि म्हणे, ''मी छोटीशी फा यिंग आहे ना, पण मला तुमचा देव जीझस खूप आवडतो. त्यालापण मी आवडेन का? थोडीशी? अगदी थोडीशी? मला आई नाहीय. गरीब बिचारी फा यिंग. त्यालातरी ही आवडेल का?''

ॲना जाणीवपूर्वक या छोट्या राजकन्येला प्रेमळपणा शिकवण्याचा प्रयत्न करी. यात तिला फा यिंगची आणि राजकन्या लमामचीही साथ मिळे. जर पुढे मोठी झाल्यावर फा यिंगने आपली राजावर असलेली अमर्याद सत्ता निःस्वार्थीपणे वापरली तर ती आवतीभोवती सतत दिसून येणारा क्रूरपणा कमी करू शकली असती. कारण चूला लाँग कोर्णप्रमाणेच तिच्या मनातही दुःखी, त्रस्त लोकांबद्दल कळवळ्याची भावना होती.

''मला तुम्ही चित्र काढायला शिकवाल का मेमचा? मला काही छान चित्रं काढायची आहेत.'' तिचे इतर विद्यार्थी संस्कृत शिकत असताना ॲना एकटीच स्वत:चे काही काम करत बसली होती, तेवढ्यात तिच्या कानात घंटेसारखा मंजूळ आवाज आला. फा यिंग तिच्याजवळ वाकून हसऱ्या चेहऱ्याने विचारत होती. ''संस्कृत शिकायला जाण्यापेक्षा तुमच्याजवळ बसायला मजा येते आणि माझ्या संस्कृतच्या बाई, माझ्या इंग्रजीच्या बाईसारख्या नाहीचेत मुळी.'' ही छोटी राजकन्या ॲनाच्या आणखी जवळ सरकून, आणखी वाकून डोळे मोठे मोठे करत, तिला जसेकाही विश्वासात घ्यायच्या आवाजात म्हणाली, ''तुम्हाला माहितेय त्या काय करतात? माझी काही चूक झाली की, त्या माझा हात पिरगळतात अन् मग दुखतो तो. मला त्याही आवडत नाहीत आणि संस्कृतपण आवडत नाही.'' ही गोड बडबड चाललेली असतानाच तिच्या कपाळाला आठ्या पडल्या. मग आठ्या नाहीशा होऊन

भुवया उंचावून तिने ॲनाकडे पाहिले आणि म्हणाली, "पण माझ्या इंग्रजीच्या बाई मला आवडतात आणि माझ्या इंग्रजीच्या पुस्तकातपण खूप छान-छान चित्रं आहेत आणि मलापण काही चित्रं काढायची आहेत. मग तुम्ही मला शिकवाल का मेमचा?"

बोलता-बोलता फा यिंग ॲनाच्या मांडीवर चढून एखाद्या मांजराच्या पिलासारखी वेटोळे करून बसली. तिला नीट बसता यावे म्हणून ॲनाने पेन बाजूला ठेवले. फा यिंग जरी आठ वर्षांची असली तरी चणीने ती चार वर्षांच्या इंग्लिश मुलाहून जास्त मोठी दिसत नव्हती. तिच्या अंगचा गोडवा काही तिच्या नाजूक पण परिपूर्ण अंगलटीमुळे आलेला नव्हता तर तिच्या आनंदी, हसऱ्या व्यक्तिमत्त्वामुळे आलेला होता.

"महाराजांची काही हरकत नसेल तर मी तुला चित्रं काढायलाच काय, पण रंगवायलापण शिकवीन," ॲनाने तिला कबूल केले तसे फा यिंगने तिच्या गळ्याभोवती हात टाकून मिठी मारत तिचा पापा घेतला. त्यासरशी ॲनाला एकदम ॲव्हिसची आठवण आली आणि तिला गलबलून आले.

"आणि मेमचा, तुम्ही जेव्हा खूप दूर इंग्लंडला जाल तेव्हा मलापण लुईबरोबर बोटीवरून तिकडे न्याल?"

"आता ती गोष्ट वेगळी आहे हं! कारण महाराज इतक्या दूर तर तुला जाऊच देणार नाहीत, अगदी माझ्याबरोबरपण नाही आणि त्यांनाही तुझ्याशिवाय कसं करमेल बरं?" तिच्याकडे हसून बघत ॲना म्हणाली. फा यिंग अगदी निरखून ॲनाच्या चेहऱ्यावरचे भाव वाचत होती. "होऽऽ ते येऊ देतीलच मला." अगदी पूर्ण खात्रीने फा यिंग म्हणाली, "मला जे-जे करायचं असेल ते-ते मला करू देतात. मी सोमदत्त याओ फा यिंग आहे आणि ते सगळ्यात जास्त माझ्यावरच प्रेम करतात, हे तुम्हाला माहीत आहे. म्हणून मला जर जायचं असेल तर ते मला नक्की जाऊ देतील."

"हे ऐकून तर मला आनंदच झालाय," ॲना म्हणाली. या मुलांची, दुसऱ्यांच्या मतांची जराही पर्वा न करणाऱ्या आपल्या वडिलांवर केवढी सत्ता आहे आणि ते तिने गृहीत धरलेले आहे, हे पाहून ॲनाला गंमत वाटली. "आणि तुला इंग्रजी आणि चित्रकला आवडतेय हे पाहूनही मला खूप आनंद वाटतो. चल, आपण जाऊन महाराजांना विचारू या की, तू संस्कृतऐवजी चित्रकला शिकलीस तर चालेल का म्हणून?"

फा यिंग टुणकन उडी मारून खाली उतरली आणि ॲनाचा हात घट्ट पकडून म्हणाली, "हो, हो आत्ताच जाऊ या."

दोघींनी मग जाऊन राजापुढे आपली मागणी ठेवली. तो त्याच्या वरच्या

अभ्यासिकेत होता. फा यिंगला पाहिल्याबरोबर त्याच्या चेहऱ्यावर मार्दव आले आणि ॲनाला आपल्या लाडक्या लेकीत रस आहे हे पाहून तो सुखावून तिच्याकडे बघून हसला. मुलीची ही मागणी पूर्ण करायला त्याची कोणतीच हरकत नव्हती. त्यानंतर इतर मुले संस्कृत शिकायला गेली की, फा यिंग दररोज ॲनाकडे चित्रकला शिकायला यायची. दोघींच्याही दृष्टीने शाळेच्या रोजच्या गडबडीत ही फार आनंदाची गोष्ट होती.

ती कधी चित्रे काढायची, कधी रंगवायची, तर काही वेळा नुसतेच बसून ॲना कशी चित्रे काढतेय, ते पाहायची. त्याचाही कंटाळा आला की, ॲनाच्या मांडीवर बसून बायबलमधली गोष्ट सांगायचा हट्ट धरायची. ॲनाला तिच्या एवढ्याशा; पण तल्लख बुद्धीचे आणि आध्यात्मिक जाणिवेचे मोठे नवल आणि कौतुक वाटायचे. गोष्टीतील मर्म ग्रहण करण्याची तिची क्षमताही दांडगी होती. एखादी गोष्ट लहान मुलांना सांगितल्यावर त्यांना जो आनंद होतो, त्याहून ती जास्तच आनंदित झालीय, गुंग झालीय हे ॲनाला जाणवायचे. इतर हुशार मुले तिला आवडायची, पण त्यांच्याहून काही वेगळे, दैवी या मुठीत आहे, असे तिला नेहमी वाटायचे या तिच्या वेगळेपणाला ॲनाचे मन प्रतिसाद द्यायचे. हा वेगळेपणा जसाकाही तिच्या अंतरंगाच्या गाभ्यातून उसळून यायचा. ही राजकन्या आणि तिचा भाऊ यांना त्यांच्या जन्मामुळे आणि स्थानामुळे जी सत्ता मिळालेली होती आणि तिला स्वत:ला त्यांच्याकडून ज्या अपेक्षा होत्या, त्याच्या कसोटीला ते उतरले तर आताच्या १८६३मधल्या सयामपेक्षा पुढच्या पिढीतला सयाम हा जास्त चांगला असेल, असे तिला वाटत होते.

■

पितळी दरवाजा

१८६३च्या मे महिन्याची दोन तारीख ॲना कधी विसरू शकली नसती. जसे मनोऱ्यावरच्या मोठ्या घड्याळात नऊ टोल पडले तशी ती नेहमीप्रमाणे मंदिरातल्या शाळेत गेली होती, पण विमुक्तांच्या मातेचे मंदिर रिकामे होते. राजवाड्याच्या दुसऱ्या बाजूला महाप्रासादात काही कार्यक्रम असल्यामुळे मुले तिकडे गेली होती आणि तिनेही तिकडेच यावे, असा निरोप ठेवलेला होता. बुद्धाचा जन्म, ज्ञानप्राप्ती आणि निर्वाणाचा तो बुद्ध पौर्णिमेचा दिवसच होता. राजा मॉंगकुतने जुन्या परंपरेला उजाळा देत या दिवसाला सर्वांत महत्त्वाच्या धार्मिक उत्सवाचे स्थान दिले होते.

ॲना ताबडतोब निघाली. ज्या-ज्या कार्यक्रमाला तिला बोलावलेले असेल, त्याला हजर राहण्याबाबत ती अतिशय दक्ष असे आणि तिच्या आवतीभोवतीच्या जीवनाचा अर्थ समजावून घेण्याची ती खटपट करत असे.

मे महिन्यातल्या त्या सकाळी आतला सगळा भाग निर्मनुष्य झालाय असे तिच्या लक्षात आले. ती महाप्रासादाचा रस्ता शोधायला निघाली, पण कोणत्या रस्त्याने जायचे हे तिला नेमके माहीत नसल्यामुळे तिला विश्वास वाटत नव्हता. थोडे इकडेतिकडे भटकल्यावर तिला फुलवाली मुलगी भेटली आणि तिने तिला रस्ता दाखविला. त्या रस्त्याने जाताना तिला एक अंधारी गल्ली लागली. तिच्या मागून दुसरी, तिसरी अशा गल्ल्या तिने ओलांडल्या. दहा मिनिटांत ती एका उदासवाण्या रस्त्यावर आली. रस्त्याच्या दोन्ही बाजूंना उंच उंच भिंती उभ्या होत्या. त्यामुळे सूर्यप्रकाश खालपर्यंत येऊ शकत नव्हता. रस्त्याच्या दोन्ही बाजूंना शेवाळे आणि बुरशीने काळवंडलेले दगडी बाक अंतराअंतरावर ठेवलेले होते. रंगहीन नाइटग्रासचा जणू गालिचाच तेथे अंथरला होता. ती आणखी हळू चालायला लागली. आपला रस्ता चुकलाय असे तिला वाटत होते. त्या रस्त्याला छेदणारे रस्ते तेथे नव्हतेच आणि तिला वाटेतही कोणी भेटले नव्हते. तिला अशी काहीतरी अस्वस्थ जाणीव होत होती की, हा रस्ता सर्वसामान्य लोकांसाठी नाहीय म्हणून. अचानक ती टोकाला पोचली. तिच्यासमोर एक उंच विटांची भिंत उभी राहिली होती.

थांबून तिने इकडेतिकडे पाहिले. तिच्यामागे तो निर्जन रस्ता अंधूकपणे पसरला

होता. समोरच्या भिंतीत एक पितळी दरवाजा दिसत होता. राजवाड्यातील गडबड गोंधळ पंधरा मिनिटे अंतराहून दूर नव्हता. पण या ठिकाणची शांतता मात्र विचित्र, दबकी वाटत होती. ॲना तेथे अनिश्चितपणे उभी होती. भिंतीवरचे वाळके गवत वाऱ्याने हलून त्यातून कण्हल्यासारखा, सुस्काऱ्यांसारखा आवाज येत होता. तिच्या अंगावर शहारा आला. 'हा काय मूर्खपणा आहे!' तिने स्वत:लाच दटावले आणि काही कारण नसताना एवढी भीती वाटली याबद्दल तिची तिलाच लाज वाटली.

त्या दणकट दरवाजाला आपल्या शरीराचे बळ लावून तिने तो लोटल्याबरोबर उघडला गेला, पण तेलपाणी केले जात असलेल्या दरवाजाप्रमाणे सावकाश! आवाज न करता उंच उंबरठा ओलांडून तिने आत दगडी आवारात पाऊल ठेवले. उजवीकडे बाग होती आणि डावीकडे एक इमारत. या दोन्हींभोवती तिच्या मागच्या भिंतीने वेटोळे केलेले होते. बागेतल्या रस्त्याच्या दोन्ही बाजूंना सरळ रेषेत छोटे बुटके चिनी वृक्ष लावलेले होते. त्या इंग्लिश स्त्रीला सारखे असे वाटत होते की, एखाद्या मनाई केलेल्या ठिकाणी तिने प्रवेश केलेला आहे. म्हणून ती अजूनही दरवाजाला धरून तेथेच उभी होती. त्या सगळ्या जागेला एक विनाशाची उदास आणि अशुभ कळा होती. खिडक्या बंद होत्या आणि वरच्या मजल्यावरच्या खिडक्यांना तुरुंगाच्या खिडक्यांसारख्या जाड झडपा लावलेल्या होत्या.

तेवढ्यात घराच्या बाजूला एका हालचालीने तिचे लक्ष वेधले गेले. ती मानवी आकृती तिने आधीतर कधी पाहिलेली नव्हती. बागेत एका छोट्या पुष्करणीजवळ एक स्त्री जमिनीवर बसलेली होती. ती चार-एक वर्षांच्या एका नागड्या मुलाला कुरवाळत होती. त्याच क्षणी तिने ॲनाला पाहिले आणि मानेला एक झटका दिला. मुलाला जवळ घट्ट धरून हिंसक नजरेने तिच्याकडे बघायला लागली. ती चांगली लांबरुंद, दणकट, काळीभोर स्त्री दिसत होती. लोकांना घाबरवण्यासाठी काळ्याभोर दगडातून एखाद्या हिंस्र पशूचे कोरलेले शिल्प असावे, तशी ती दिसत होती. चेहऱ्यावर ताणलेले भाव होते आणि गुंता झालेले लांबलचक घाण केस खांद्यावरून लोंबत होते.

ॲनाने दरवाजा हातातून सोडल्यावर पुन्हा बंद झाला. ती किंचित कापत त्या काळ्या उर्मट दिसणाऱ्या स्त्रीकडे बघत उभी राहिली. मंदिराकडे जाण्याचा मार्ग तिला विचारायचाच असा तिने निश्चय केला. या एकांतातल्या घरातल्या गुप्त गोष्टी शोधून काढायचा तिचा बिलकूल इरादा नव्हता.

पण ती जशी त्या मायलेकांजवळ आली तशी तिच्या भीतीची जागा आत्यंतिक करुणेने घेतली. कमरेच्यावर बाई उघडीच होती. जमिनीत गाडलेल्या एका खांबाला तिचा पाय साखळीने बांधलेला होता. मे महिन्याच्या एवढ्या तळपत्या उन्हात ती बसली होती. तिला कुठे एवढीशी सावलीही नव्हती. तिच्याखाली चटईचा एक

फाटकातुटका तुकडा होता. पलीकडे उशी म्हणून एक लाकडाचा तुकडा होता आणि बाजूला काही मोडक्यातोडक्या चिनी छत्र्या पडलेल्या होत्या.

त्या बाईच्या तोंडून काहीच आवाज तर निघाला नाही, पण ती अतिशय सावधपणे या अनोळखी गोऱ्या स्त्रीकडे पाहत होती. ॲना पुष्करणीच्या काठावर बसली आणि हताशपणे तिच्याकडे पाहायला लागली. पुन्हा एकदा तिला जनानखान्याच्या उदासीन वृत्तीचा आणि निर्दयतेचा अनुभव येत होता. एखाद्या अतिशय भयंकर गुन्हेगारालासुद्धा अशा तऱ्हेने तळपत्या उन्हात अंग झाकायलाही काही नाही, अशा अवस्थेत भाजत पडायला कोणी ठेवले नसते. ती चटई, ती उशी, त्या मोडक्या छत्र्या सगळ्या गोष्टी हेच सांगत होत्या की, ती गुलाम स्त्री खूप दिवसांपासून तेथेच आहे. तिला इतक्या खालच्या स्तरावर आणून सोडलेले होते की, तिच्याकडून कणभरही सभ्य वागण्याची अपेक्षा करणे चुकीचे होते. तरीपण तिला त्या मुलाबाबत जी काळजी दिसत होती, त्यात काहीतरी विशेष सुंदर, कोमल असे ॲनाला जाणवले. या खुनशी, पाशवीपणाला जबाबदार असलेल्या व्यक्तीचा स्वभाव कसा असेल?

संतापाने अनेक प्रश्न ॲनाच्या मनात उसळून आले. तिच्या मनात जे तुफान उसळले होते, त्याने तिला रडू कोसळले असते, पण ती काही वेळ अगदी गप्प राहिली, कारण तिला स्वतःच्या आवाजावर नियंत्रण आणता येत नव्हते. अखेरीस तिने त्या स्त्रीला तिचे गाव विचारले.

"जा, चालती हो इथून," हे हिंस्र आवाजातले उत्तर तिला मिळाले. पण ॲनाने विचलित न होता तिला पुन्हा विचारले, "तुला इथे बांधून का ठेवलंय? मला नाही सांगणार का तू? मला घाबरू नकोस तू."

"जा, जा, जा!" ती स्त्री किंचाळत होती. मुलाच्या तोंडून छाती ओढून घेत तिने ॲनाकडे पाठ फिरवली. त्या मुलाने जोरजोरात रडा-ओरडायला सुरुवात केली. त्या रडण्याओरडण्याचा आवाज भिंतींमधून घुमत होता. त्या स्त्रीने वळून पुन्हा मुलाला हातात ओढून घेतले आणि तो शांत झाला. हा मुलगा चांगलाच सुदृढ दिसत होता. जरी तो घाणीने माखलेला असला तरी निरोगी दिसत होता. त्याच्या कळकट गालावर डोके ठेवून ती आता त्याला डोलवत होती. तिच्या चेहऱ्याची, हाडांची ठेवण निरखून पाहताना ॲनाच्या मनात विचार आला, "अरे, ही तर पूर्वी सुरेखच दिसत असेल."

तळ्याच्या कट्ट्यावरून उठून ॲना त्या भाजल्या जमिनीवर, त्या मायलेकांशेजारी जाऊन बसली. त्या बसण्यात जणू एक आदराची भावना होती. तिने हलकेच त्या मुलाचे वय विचारले.

"चार वर्षांचा आहे तो," ती तुटक स्वरात म्हणाली.

"काय नाव आहे त्याचं?" तिने पुन्हा चिकाटीने विचारले.

"ठुक (दुःख)," अतिशय नाइलाजाने तिने तोंड वळवून उत्तर दिले.

"त्याचं हे नाव का ठेवलं आहेस, बाई तू?"

यावर ती काही न बोलता, उदास गंभीर चेहऱ्याने हवेत बघत बसली. कितीतरी वेळ तिघे जण असेच बसले होते. पण हा अबोलपणा म्हणजे अखेर आहे, असे मानायला ॲना तयार नव्हती. त्या गुलाम स्त्रीच्या मनात इतरांच्या हेतूबद्दल काही शंका असल्या तर नवल नव्हते. तरीही तिच्या मनाच्या बंद कवाडांची किल्ली कुठेतरी होतीच.

ही इंग्लिश स्त्री एक नाही तर दुसरा मार्ग चाचपडून बघत होती. मनात काही निश्चित ठरवायच्या आधीच तिला त्या दुसऱ्या स्त्रीचा दबका हुंदका ऐकू आला. तिचा कठोर चेहरा विदीर्ण झाल्यासारखा दिसत होता. डोळ्यांतून घळघळा अश्रू वाहत होते. आपल्या उघड्या हातांनी तिने ते पुसले. तिच्या या कृतीने ते मूल पुन्हा हावरेपणाने ओरडले. तिने त्याला शांत केले आणि अचानक बोलायला सुरुवात केली. ते पाहून ॲना अतिशय आश्चर्यचकित झाली.

"बाईसाहेब, तुम्ही मुद्दाम मला शोधत इथे आलात का? तुम्हाला मला बघायला नायकोडानं पाठवलं आहे का? तो माझा नवरा आहे." आणि शरीर झटक्यात वळवून तिने ॲनापुढे लोटांगण घातले. "बाईसाहेब, अहो, दयाळू बाई, तुम्ही मला विकत घ्या, मला विकत घ्या आणि मला माफी मिळवायला मदत करा."

ॲनाने आपल्या भाजल्या चेहऱ्यावरून केस मागे सारले आणि त्या स्त्रीच्या असंबद्ध बोलण्यातून अर्थ शोधण्याचा ती प्रयत्न करायला लागली. तिने अडखळत विचारले, "तुला इथे बांधून का ठेवलंय? कोणता गुन्हा केला आहेस तू?"

त्या स्त्रीला तो प्रश्न अतिशय भयंकर वाटला असावा. तिच्या चेहऱ्यावर अतिशय वेदना उमटली. तिचे काळे ओठ हलले, पण त्यातून शब्द फुटला नाही. तिचे अंग गदगदले, तिने आपले हात डोक्यावर आपटले आणि हमसाहमशी रडायला लागली. तिचे सगळे शरीर तिच्या रडण्याबरोबर पुढे-मागे डुलत होते. ॲना अगदी घाबरून गेली होती. तिला असहाय वाटत होते. पण थोड्या वेळाने ती स्त्री शांत झाली. आपले तोंड ॲनाकडे वळवून ती कडवट स्वरात म्हणाली, "माझा गुन्हा काय होता, हे तुम्हाला समजून घ्यायचंय? तो म्हणजे, मी माझ्या नवऱ्यावर प्रेम करणं हा होता."

ॲना आणखीनच गोंधळून गेली. "मग त्याला तू सोडून का दिलंस? आणि गुलाम कशी झालीस?"

"बाईसाहेब, मी गुलाम म्हणूनच जन्माला आले होते. अल्लाची तीच मर्जी होती."

'अल्ला?' या शब्दाबरोबर ॲनाला आणखी एक संदर्भ मिळाला. "तू मुसलमान आहेस का?"

"माझे आईवडील मुसलमान होते. माझ्या मालकिणीच्या वडिलांचे ते गुलाम होते. माझी मालकीण म्हणजे 'चाओ चोम मन्दा उंग'. जेव्हा मी आणि माझा भाऊ अगदी लहान होतो, तेव्हा तिच्या मुलीकडे म्हणजे राजकन्या बुत्रीकडे आम्हाला गुलाम म्हणून पाठवलं गेलं."

"जर तू, तुझे आईवडील मुसलमान होते हे सिद्ध करू शकलीस तर मी कदाचित तुला मदत करू शकेन. इथले सगळे मुसलमान ब्रिटिशांच्या संरक्षणाखाली आहेत आणि ब्रिटनची कोणतीही प्रजा गुलाम असू शकत नाही."

"पण बाईसाहेब, माझ्या आईवडिलांनीच मला माझ्या मालकिणीच्या आजोबांना विकलंय."

"ते त्यांचं कर्ज होतं आणि वर्षानुवर्षं विश्वासपूर्ण सेवा करून त्यांनी ते फेडलंय. तुझी मालकीण तुझ्या विक्रीचा पैसा घेईल, याच्यावर तू जोर लाव."

"जोर लावू?" पुन्हा तिच्या डोळ्यात संताप उसळला. "माझी मालकीण कोण आहे, ते तुम्हाला माहीत नाही. ती चाओ चोम मन्दा उंग आहे, हे मी तुम्हाला आत्ताच सांगितलंय, नाही का? ती उत्तरेकडच्या प्रधानाची मुलगी आहे, हे तुम्हाला माहीत नाही का? आणि तो. या राज्यात क्रालाहोमच्या खालोखाल ताकदवान असलेली व्यक्ती म्हणून ओळखला जातो आणि मी जोर लावणार?" ती तिरस्काराने हसली. "ती राजा फ्रा नांग क्लाओची बायको होती, हे तुम्हाला माहीत नाही का? आत्ताचे महाराज तिचे जावई लागतात आणि तिची मुलगी बुत्री ही तर राजांची फार काळ आवडती स्त्री होती आणि अजूनही तो तिचा फार मान ठेवतो आणि मी तिला आग्रह करू? त्यातून मी तर एक जन्मापासून गुलाम असलेली बाई!" तिच्या डोळ्यात जो अंगार पेटला होता, तो आता निवला. "मला स्वातंत्र्य मिळण्याची एकच संधी आहे, ती म्हणजे माझ्या मालकिणीकडून मला स्वातंत्र्य मिळणं. पण ती ते कधीच देणार नाही."

"पण राजवाड्याबाहेर तुझी काही मित्रमंडळी असतील न?" ॲनाने विचारले. "तू इथे कैद आहेस, असं तू त्यांना कळवलं आहेस का?"

"नाही, त्यांनी मला अचानक पकडलं. त्यांना वाटत असेल की, मी मेलेय म्हणून. मला इथे कुणाशी बोलायला मिळत नाही. अगदी जी गुलाम माझ्यासाठी जेवण आणते, तिच्याशीसुद्धा नाही. तिचं स्वतःचंच आयुष्य इतकं खडतर आहे की, माझ्यासाठी तिनं माझा निरोप बाहेर नेऊन तिचा स्वतःचा जीव धोक्यात घालावा, असं मला वाटत नाही. चार वर्षं होऊन गेली, पण माझं नाहीसं होणं हे बाहेरच्यांसाठी अजून एक रहस्यच आहे आणि तीही कधीतरीच आपल्या अगदी

विश्वासू गुलामांना घेऊनच इथे येते. आता ती म्हातारी झालीय म्हणून राजाकडून तिला आवडेल तेव्हा राजवाड्याबाहेर जायची परवानगी मिळालीय...'' बोलताना तिचा स्वर अगदी निराश होता. ''...मला कोणीच मदत करू शकणार नाही. मरेपर्यंत मी अशीच साखळदंडांनी बांधलेली राहणार आहे. माझा नवरा जिवंत असेल तर, त्यालाच फक्त माझी काळजी वाटेल, इतर आणखी कुणालाही नाही. पण त्याला तर मी कुठे आहे, हेही माहीत नाही.''

त्या निर्जन जागेतून, अकरा वाजल्याचे टोल घुमले. त्या समारंभाला ॲना जायला निघाली होती, ते ती विसरून गेली होती. ती बाई झोपलेल्या मुलाशेजारी आडवी झाली. त्या बोलण्याचा तिला अतिशय मानसिक ताण येऊन ती थकून गेल्यासारखी दिसत होती. पुन्हा एकदा तिने मदतीचे आवाहनही केले नाही. तिच्या एवढ्या जबरदस्त मालकिणीसमोर ही परकी व्यक्ती काय करू शकणार हा विचार तिने जणू मनोमन मान्य करून टाकला होता. ॲनाने आपली छोटीशी छत्री, निदान त्या दोघांचे चेहरे तरी झाकले जातील अशा रितीने धरली होती. पण तिच्या त्या छोट्याशा कृतीने त्या गुलाम स्त्रीचे अंतःकरण इतके उचंबळून आले की, ती एकदम उठून बसली आणि ॲनाने काही म्हणायच्या आत तिने तिच्या मळक्या, खराब झालेल्या बुटांचे चुंबन घेतले. ॲनाचे डोळे एकदम भरून आले.

''माझ्या धाकट्या बहिणी,'' भावनांची मोकळीक दाखवणारे हे सयामी संबोधन वापरत ती एका निश्चयाने म्हणाली, ''तुझी सगळी हकिकत मला पुन्हा पहिल्यापासून सांग. मी तुझ्यासाठी राजाकडे दाद मागेन.''

ती चटकन उठून बसली. तिने झोपलेल्या मुलाच्या डोक्यावरची छत्री नीट केली. तिने हकिकत सांगायला सुरुवात करताच तिचे डोळे चमकून उठले. ''बाईसाहेब, माझे नाव 'ल ओर' आहे. मी आणि माझा भाऊ आम्ही दोघंही गुलाम म्हणूनच जन्माला आलो. आम्ही दोघं इतके विश्वासू होतो की, आम्ही चाओ चोम मन्दा उंगचे अगदी आवडते बनलो. माझा भाऊ त्यांच्या अयुथियाच्या भाताच्या शेताचा प्रमुख बनला आणि मी राजकन्या बुत्रीची प्रमुख सेविका बनले.

एक दिवस माझ्याजवळ चाओ चोमनं विश्वासानं पैशांची एक थैली दिली आणि नायकोडा इब्राहिमकडून मुंबईचं रेशीम आणायला मला पाठवलं. कित्येक वर्षांनी मी पहिल्यांदा राजवाड्याबाहेर जात होते. मला पुन्हा नवा जन्म घेतल्यासारखं वाटलं आणि माझं मागचं आयुष्य जणूकाही स्वप्नच आहे, असं मला वाटायला लागलं होतं. नदीच्या पाण्याचा खळखळाट आणि लहरी अधिकच मधुर आहेत, असं मला वाटत होतं. ती आणखी रुंद आणि सुंदर भासत होती. झाडाची पानं, कळ्या रसरसून येऊन माझं स्वागत करीत होती. गवत किती हिरवंगार होतं! आणि कुरणावरचे न् झाडातले पक्षी किती मधुर गात होते. नदीच्या पलीकडून वाऱ्याबरोबर

उमलत्या फुलांचा सुगंध दरवळत येत होता. त्या सगळ्या गोष्टींनी माझं मन अनिर्वचनीय आनंदानं भरून आलं होतं. त्या आनंदाच्या जाणिवेनंच मी गप्प झाले होते. त्या दिवशी पूर्वेकडे नवा प्रकाश उसळला. पण तो माझं पुढचं सगळं आयुष्य उजळवून टाकण्यासाठी आणि काजळवण्यासाठीही होता.''

तिच्या बोलण्याची ही पद्धत पाहून ॲनाला विलक्षण आश्चर्य वाटले. राजवाड्यातल्या स्त्रियांना अतिशय हवाहवासा वाटणारा गुण – तो म्हणजे काव्यात बोलण्याचा. ही दुर्मीळ देणगी तिला लाभलेली होती. त्यातूनच तिची कहाणी सहजपणे पुढे सरकत होती. तिचा हिंसक चेहरा, जटा झालेले मळके केस, या सगळ्या पार्श्वभूमीवर तिच्या तोंडून येणारे हे देखणे शब्द विचित्र वाटत होते. मग ॲनाला आठवले की, सयामच्या राजकन्या, त्यांच्या परिवारात जन्मलेल्या मुलांना शिकवण्यासाठी विशेष कष्ट घेत. अशा या गुलाम स्त्रिया म्हणजे राज्यातल्या अतिशय सुसंस्कृत सुशिक्षित स्त्रिया असत. चाओ चोम मन्दा उंग किंवा राजकन्या बुत्री यांच्यापैकी कोणीतरी ल ओरला निश्चितपणे गायिका म्हणून शिक्षण दिले असावे. तिच्या डोळ्यासमोर ल ओरचे तसे रूप उभे राहिले – ती जमिनीवर वीणा घेऊन बसलीय आणि तिची मालकीण बुटक्या आरामशीर आसनावर विसावलीय.

ती पुढे सांगायला लागली, ''आम्ही नदीच्या काठाला नाव ठेवून नायकोडाच्या दुकानाकडे गेलो. माझ्या जोडीदारणी आत शिरल्या. मी मात्र बाहेर पायऱ्यांवर बसले. त्यांचा सौदा बनत नव्हता. अखेरीस त्या म्हणत होत्या त्या किमतीत त्यानं कापड द्यावं म्हणून मध्यस्थी करायला मी आत शिरले. मला वाटलं होतं की, पैसे पाहिले की तो लगेच हो म्हणेल, पण आत शिरले तर माझेच डोळे दीपले. मी माझी फाटकी ओढणी अंगाभोवती गच्च ओढून घेतली आणि खाली बसले. मी मनाशी नवल करत होते की, यापूर्वी मी त्याला कुठे पाहिलंय आणि त्याचा माझ्या मनावर एवढा का परिणाम झालाय, म्हणून.

खूप घासाघीस झाली. अखेरीस आम्ही रेशमी कापड न घेताच निघालो. पण दुसऱ्याच दिवशी आम्ही दुकानात जाऊन तो सांगत होता त्याच किमतीला कापड आणलं. मी पैसे दिले तसं त्यानं माझ्या हातात पाच टिकल ठेवले. ती आमची कमाई आहे, असं इतर बायका म्हणाल्या. त्यांनी ते माझ्याकडून ओढून घेतले. अनेक वेळेला चाओ चोम आम्हाला त्या दुकानात पाठवायची आणि तो व्यापारी मला फार मान द्यायचा. तो प्रत्येक वेळी न चुकता आम्हाला पाच टिकल द्यायचा पण मला मात्र तो नफा नको असायचा. आता तो व्यापारी माझं बारकाईनं निरीक्षण करू लागला. असंच एके दिवशी आम्ही सुगंधी मेणबत्त्या आणि कांड्या विकत घेतल्या. मी त्याला नेहमीप्रमाणे सगळे पैसे दिले. पण त्यानं माझ्याशेजारी जमिनीवर वीस टिकल ठेवले. माझ्या जोडीदारणींनी ते पैसे मला दाखवले, पण मला मात्र ते

घ्यायची इच्छा होईना. त्याच्याही ते लक्षात आलं. मग त्यानं पंधरा टिकल उचलून घेऊन नेहमीप्रमाणे पाचच टिकल तिथे राहू दिले.

"नेहमीप्रमाणे आम्ही नदीच्या मार्गानं परत आलो. स्वातंत्र्याचा प्रत्येक क्षण आम्हाला अतिशय मोलाचा अन् मधुर वाटत असे, त्यामुळे आम्ही नाव अगदी हळूहळू वल्हवत होतो. मला राजवाड्यात परत जाणं नको वाटत होतं. मला तर पाण्यात उडी मारून निसटून जायची इच्छा होत होती. पण माझ्यावर पैशांची जबाबदारी असल्यामुळे मी कचरत होते. तरीही मनात कुठेतरी नकळत आपलं स्वातंत्र्य परत मिळवण्याचे विचार सुरू झालेले होते. केव्हा आणि कसं ते मला माहीत नाही."

ती पुन्हा बोलायची थांबली. ॲना तिची हकिकत ऐकायला अगदी पुढे वाकली होती. पुन्हा त्याच सुरेल स्वरात ती आपली पुढची कहाणी सांगायला लागली, पण आता तिच्या स्वरात अस्वस्थता, हुरहुर होती; खिन्नता होती. "बाईसाहेब, आपण सर्वच जण अल्लावर प्रेम करतो, तोपण आपल्यावर प्रेम करत असतो, तरीपण त्यानं काहींना गुलाम बनवलंय तर काहींना मालक. तुम्हाला हे ऐकायला विचित्र वाटेल, पण माझी स्वातंत्र्याची आस पूर्ण होणं अशक्य आहे असं जसजसं मला वाटायला लागलं तसतशी ती ओढ अनावर व्हायला लागली. पुढे काही दिवसांनी एक गुलाम स्त्री नायकोडाकडून काही नवं सामान घेऊन माझ्या मालकिणीकडे आली. तिनं मला पाहिलं आणि माझ्याकडे पाणी प्यायला मागितलं. मी तिला पाणी देताच ती हलक्या आवाजात मला म्हणाली, 'तू तर मुसलमान आहेस. या फसव्या लोकांच्या जोखडातून तू मोकळी हो. तुझे भरपाईचे पैसे माझ्या धन्यांकडून घे. या नव्या राजवाड्यातून बाहेर पड आणि ज्यांचा देवावर खरा विश्वास आहे, त्या लोकांमध्ये पुन्हा येऊन राहा.' मी आश्चर्यानं ऐकतच राहिले. मी तिला काही प्रश्न विचारले तर तिच्या शब्दांच्या जादूचं वलय नष्ट होईल अशी भीती मला वाटत होती. जणूकाही ती वाजवीपेक्षा जास्त बोलली आहे असं वाटून ती पटकन तिथून निघाली किंवा माझ्या मालकिणीच्या मनात काही संशय निर्माण झालाय की काय, असंही तिला वाटलं असेल. माझ्या मनात पूर्वीपेक्षाही जास्त खळबळ माजली होती. मी अस्वस्थ झाले होते.

"मी जेव्हा दुसऱ्यांदा त्या बाईला भेटले तेव्हा मी तिला विचारलं, 'मी माझ्या खरेदीसाठी पैसा कसा काय मिळवू शकेन? पटकन सांग आणि तुझे धनी मला त्यांची गुलाम तर बनवणार नाहीत ना!' ती म्हणाली, 'ते तुला पैसे देतील आणि एखाद्या मुसलमानाला किंवा मुस्लीम धर्मावर श्रद्धा असणाऱ्या मुलीला गुलामगिरीतून मुक्त केल्याबद्दल त्यांना कधीही दु:ख होणार नाही.' मी तिच्या गळ्याला मिठी मारली. मी आनंदानं थरथरत होते. पण तिनं तिला माझ्या मिठीतून चटकन सोडवून

घेतलं. तिनं तिच्या ओढणीतून काही पैसे काढले आणि पटकन माझ्या ओढणीच्या टोकाला बांधले आणि पुढे एकही शब्द न बोलता ती झटकन निघून गेली. मी तर अगदी घाबरून गेले होते की, माझ्याकडे जर पैसे सापडले तर माझी काही खैर नाही म्हणून. त्यामुळे त्या रात्री मी इकडे आले आणि आता आपण जिथे बसलो आहोत, त्या फरशीखाली पैसे लपवले.

"काही दिवस गेले. आमची तरुण राजकन्या अयुंग मरण पावली होती आणि तिच्या अंत्यसंस्कारासाठी चंदनाच्या काड्या, फुले आणायला आम्हाला नायकोडाकडे पाठवलं गेलं. कधी नव्हे ती त्या वेळेस मला माझ्या घाणेरड्या, फाटक्या कपड्यांची जाणीव झाली. माझ्या त्या गुलाम मैत्रिणीचं नाव दामिनी होतं. मी तिच्या दारात जाऊन उभी राहताच तिनं खुणावून मला आत बोलावलं. तिचा मालक आमच्यापाठोपाठ, माझ्याशी बोलण्यासाठी आतल्या दालनात आला. त्याचा प्रत्येक शब्द मला अगदी स्पष्ट आठवतोय. 'ल ओर, तू इतक्या सरळ स्वभावाची आणि सुंदर आहेस की, त्यामुळे मला तुझ्याबद्दल आणखीनच दया वाटतेय. हे बघ, हे आता तू मला दिलेले पैसे. तुला स्वातंत्र्य मिळवण्यासाठी जितके द्यायला लागतील, त्याच्या दुप्पट आहेत हे! हे घे आणि तुला मुक्त करणाऱ्या व्यक्तीला विसरू नकोस.'"

"'अल्ला तुम्हाला बरकत देवो.' दामिनी अवाक होऊन म्हणाली. पण मी, मात्र काहीच म्हणू शकले नाही. मला फक्त रडू कोसळलं. तो व्यापारी त्याला सर्व समजल्यासारखं हसला आणि पुन्हा दुकानात परत गेला. दामिनीनं तेवढ्यात एक रुमाल शोधून माझे डोळे पुसले. त्या दिवसापासून आजपर्यंत मी फक्त वाट पाहत, आशेवर जगत होते. आता संपूर्ण मुक्तता मला माझ्या आवाक्यातली वाटायला लागली होती. पण माझ्या हृदयात मात्र नवे बंध निर्माण झाले होते. 'आता तर पहिल्यापेक्षा अधिकच जास्त गुलाम बनलेय की मी' स्वत:शीच विचार करायचे. कारण या धगधगत्या प्रेमाच्या गोड गुलामगिरीतून सुटका करण्यासाठी कोण खंडणी देऊ शकेल? मी तर आता त्या व्यापाऱ्याची आयुष्यभराची गुलाम बनलेय.

"आई आपल्या एकुलत्या एक मुलाची घरी येण्याची जशी वाट बघत असते, तशा अधीरतेनं मी कसाबसा वेळ घालवत होते. चाओ चोम चांगल्या मूडमध्ये असल्याखेरीज मला स्वतंत्र करण्याबाबत मी तिला गळ घालू शकत नव्हते, हे मला कळत होते. कारण ती अतिशय गर्विष्ठ, तापट स्वभावाची होती आणि मी तिच्या फार उपयोगाची होते. म्हणून मी अस्वस्थपणे खूप दिवसांपर्यंत वाट पाहिली. मी रोज, 'हे बुद्धा, परमेश्वरा, मायबापा' असा धावा करत देवाची सतत 'मला स्वतंत्र कर' म्हणून व्याकूळतेनं प्रार्थना करत असायचे.

"एक दिवस चाओ चोम माझ्याशी इतक्या दयाळूपणे वागत होती की, मला वाटले आता माझी संधी आली. मी तिच्या पायावर स्वत:ला झोकून दिलं आणि

म्हणाले, 'दयाळू राणीसाहेब, तुमच्या या लेकरावर दया करा आणि तिची प्रार्थना ऐका. जसा एखादा तहानलेला पांथस्थ दूरवरच्या कधीही न आटणाऱ्या झऱ्याकडे आशेने पाहत असतो किंवा एखाद्या मरत्या माणसानं पूर्वी जर अमरतेचा अनुभव घेतलेला असेल, त्याप्रमाणे ही ल ओर आपली गुलाम असूनसुद्धा तिनं आपल्या कृपेमुळे स्वातंत्र्याची चव चाखलेली आहे आणि तिला ते आता पूर्णपणे हवंसं वाटतं आहे. ही तिच्या मनात एकमेव इच्छा आहे; तिच्या गुलामगिरीच्या आयुष्यात जपलेलं एक स्वप्न आहे आणि ही माझ्या स्वातंत्र्याची किंमत. बाईसाहेब, आपण थोर आहात. कृपा करून ही किंमत घेऊन दयाळू होऊन मला मुक्त करा.'

"माझी त्यांच्या चेहऱ्याकडे पाहायची हिंमत होत नव्हती. पण त्यांनी बोलायला सुरुवात केल्याबरोबर मला कळलं की, त्या रागावल्या आहेत. तिला सोडून जाण्याच्या माझ्या विचाराबद्दल, माझ्या कृतघ्नपणाबद्दल त्यांनी माझी खरडपट्टी काढली. तिनं माझ्याबद्दल जो दयाळूपणा दाखवला होता, त्याचा पाढा वाचला. मी पुन:पुन्हा विनवणी केली, रडलेपण. पण 'तू गुलाम म्हणून जन्माला आली आहेस,' असं त्यांनी मला थंड, कोरड्या आवाजात सांगितलं. 'मी तुझ्यासाठी पैसे घेणार नाही. कारण पैशांपेक्षा तूच मला जास्त उपयोगाची आहेस.' मी अधिकाधिक कळवळून विनंती करत राहिले. नेहमीच्या पद्धतीनुसार मी तीन वेळा त्यांच्यासमोर पैसे ठेवले आणि ते त्यांनी घ्यावेत म्हणून वारंवार विनंती केली. माझ्या थोर बाईसाहेब, हवं तर दुप्पट पैसे घ्या पण मला मुक्त करा. मला जाऊ द्या, म्हणून पाहिलं, पण व्यर्थ.

"'मी तुला कधीच मुक्त करणार नाही,' त्या किंचाळल्या. मग त्यांनी मला एकदम विचारलं, 'तुला लग्न करायची इच्छा आहे का? मी तुझ्यासाठी चांगला नवरा शोधून काढीन. तुझ्या आईसारखीच तूही माझ्यासाठी मुले जन्माला घालशील. तुझे पैसे उचल न् तू चालू लाग. नाहीतर मी तुला चाबकानं फोडून काढेन.'

"अशा तऱ्हेनं माझे सगळे प्रयत्न व्यर्थ गेले. मी निराशेतून पुन्हा सावरले तरी तिथून पुढे निसटून जाण्याचा मी निश्चय केला. या घटनेला वर्ष होऊन गेलं तरी चाओ चोमला माझा संशय येतच होता. मी आज्ञाधारक आहे, आनंदी आहे हे दाखवायचा मी जास्तीत जास्त प्रयत्न करत होते. दोन वर्षांनंतर चाओ चोमनं मला पुन्हा विश्वासात घ्यायला सुरुवात केली. तरीही ती मला कधी राजवाड्याच्या बाहेर जाऊ देत नसे. अखेरीस तिनं तिच्या मर्जीतल्या एका गुलामाशी लाइ थिमशी माझं लग्न ठरवलं. मी त्याला विरोध दर्शवला नाही. उलट मी असंच भासवत राहिले की, दर वर्षी मला सहा महिने नवऱ्याबरोबर घालवायचं स्वातंत्र्य मिळाल्यामुळे मी खूपच खूश आहे.

"लग्नाच्या आदल्या दिवशी माझ्या मालकिणीनं माझ्याजवळ माझ्या भावी

नवऱ्याच्या आईसाठी एक भेटवस्तू देऊन मला तिच्या भेटीला पाठवलं. दोन दांडग्या बायका माझ्याबरोबर होत्या. माझ्या खरेदीसाठी जमवलेले पैसे मी माझ्या पातुगच्या टोकाला बांधून घेतले होते. आम्ही माझ्या भावी सासूच्या घरात शिरताच मी तिच्याशी एकटीशी बोलण्याची इच्छा व्यक्त केली. तिला वाटलं की, ती तिला चाओ चोमचा काही निरोप सांगणार आहे म्हणून ती मला मागच्या दारी घेऊन गेली. तिचं घर ज्या तराफ्यावर तरंगत होतं, त्या तराफ्याच्या एका टोकाला मी बसले. तिला प्रश्न विचारायला काही वेळ न देता मी तिला भराभरा माझी सगळी हकिकत सांगितली. लगेच मी माझ्या पातुगमध्ये बांधलेले पैसे काढले आणि ते तिच्या हातात कोंबले आणि ती नाही, नको वगैरे काही म्हणायच्या आतच मी पाण्यात उडी मारली. पाण्याखाली नाहीसे होता-होता तिनं घाबरून फोडलेली किंकाळी मी ऐकली.

"मी फार चांगली पोहते आणि त्या वेळेस तर माझा जीव वाचवण्यासाठी मी अगदी जीव तोडून पोहत होते. प्रवाहाबरोबर मी वेगानं खालच्या अंगाला गेले. अधूनमधून मी फक्त श्वास घेण्यासाठी वर यायचे. त्या म्हाताऱ्या बाईचं घर राजवाड्याच्या खूप खालच्या अंगाला होतं. त्यामुळे शहरात जशा खूप नावा असतात तशा तिथे नव्हत्या. जेव्हा माझी ताकद संपतेय, असं माझ्या लक्षात आलं, तशी मी दुसऱ्या किनाऱ्याला जाऊन तिथली सरळ दरड चढून वर गेले. वाहत्या वाऱ्यात मी कपडे, अगं वाळवलं. त्या वेळेस तो वारा मला स्वर्गातून येणाऱ्या वाऱ्यासारखा वाटला. आजूबाजूला एकही घर नव्हतं. त्यामुळे मला खात्री झाली होती की, मी ज्या क्षणी पाण्यात बुडी मारली, तेव्हापासून मला कोणीही पाहिलेलं नाही. ती म्हातारी बाई समजेल की, मी पाण्यात जीव दिला आणि बाकी गुलाम स्त्रिया चाओ चोमकडे गेल्यानंतर तिला ही हकिकत सांगतील आणि तीसुद्धा मी मेलेय म्हणून समजेल. दोन वर्षांपासून मी मनात घोळवत होते, ते मी साध्य केलंय, असं मला वाटत होतं. सुरुवातीला हा विचार मला खूप स्वप्नवत वाटत होता. आज तो तसा नाहीय, हे मला कळलं होतं. मला एवढा अपरिमित आनंद झाला होता की, त्या आनंदानं मी हसले, नाचले, गाणी गायले.

"त्या दिवसापर्यंत माझे हृदय दिवसेंदिवस सुकून चाललं होतं. पुन्हा आता ते एवढं प्रसन्न झालं की, जणूकाही आत्तापर्यंत त्यानं काही दु:खच पाहिलं नव्हतं. माझं मावळलेलं हसू पुन्हा परत आलं. आनंद आणि आनंद. आनंदी होण्याखेरीज मी दुसरं काहीच करू शकत नव्हते. मी किती तास तिथे बसले हे मला माहीत नाही. पण ते सगळं मला क्षणांसारखे वाटलं. अचानक सूर्य मावळला, सगळीकडे रात्र पसरली. मला चित्रविचित्र आवाज ऐकू येत होते. पण मला हेही माहीत होतं की, त्या अंधारात दीनदु:खितांचे आवाज ऐकणारे देवदूतही होते. म्हणून त्यांनी इथे येऊन

माझ्या आसपास राहावं, यासाठी मी त्यांची प्रार्थना केली. प्रार्थना करत असतानाच मला झोप दाटून आली आणि मी गाढ झोपून गेले.''

पुन्हा काही विचार करत ती थांबली आणि पुन्हा तिच्या तोंडून शब्द यायला लागले, ''स्वातंत्र्याच्या कल्पनेनं माझी मती गुंग झाली होती. पण दिवस उजाडल्यानंतर माझ्यासमोर हा प्रश्न उभा राहिला की, आता मी जावं कुठे? मला कोण नोकरी देईल? तो व्यापारी आणि त्याची ती गुलाम स्त्री यांच्याखेरीज या एवढ्या मोठ्या शहरात मला मदत करणारे कोणी नव्हते. दुसऱ्या दिवशी संध्याकाळी थकली-भागलेली, पायाच्या चिरफळ्या झालेली अशी मी दामिनीच्या घरात शिरले. मला पाहून तिला फार आनंद झाला. तिनं मला जेवू-खाऊ घातलं. उत्तम कपडे दिले. आश्रय दिला.

''काही दिवसांनी तो व्यापारी मला भेटायला आला. मला तर असं वाटले की, मी त्याच्या दयाळूपणाला प्रतिसाद दिला नाही तर मी अगदी दगड असेन. तरीदेखील त्याच्यासारख्या श्रीमंत व्यापाऱ्यानं माझ्यासारख्या वाळीत टाकलेल्या गरीब गुलाम मुलीशी लग्न करण्याची इच्छा बाळगावी यावर माझा विश्वास बसेना. पण एके दिवशी सकाळी मला माझ्या झोपडीत पांढरी साडी दिसली. दामिनीनं ती मला नेसवली आणि जिथे मुल्ला, तो व्यापारी आणि त्याचे इतर मित्र वाट बघत बसले होते, त्या खोलीत मला घेऊन गेली.

''आम्हाला पाहताच मुल्लानं हुक्का खाली ठेवला आणि तो उभा राहिला. त्यानं तोंडासमोर हात धरून काही प्रार्थना म्हटली. मग माझ्या साडीच्या पदराचं एक टोक हातात घेऊन ते व्यापाऱ्याच्या अंगरख्याच्या टोकाला नीट बांधलं. जुई-मोगऱ्याची फुलं बुडवून ठेवलेलं पाणी आम्हाला दिलं आणि माझ्या बोटावर सोन्याची अंगठी चढवली. मग आम्हाला आशीर्वाद देऊन तो निघून गेला. असा हा माझा लग्नसमारंभ होता.

''त्यानंतर काही दिवस माझी अवस्था दारू पिऊन नशा चढल्यासारखी झाली होती. सूर्य आणि चंद्र, प्रकाशानं भरलेले दिवस आणि सोनेरी आकाश, उषःकालाचा ताजेपणा आणि संध्याकाळी तृणपात्यांवर दिसणारे दवबिंदू या प्रत्येक गोष्टीबद्दल मी अल्लाचे आभार मानत होते. परमेश्वराच्या कृपेचा माझ्यावर वर्षाव होत होता आणि माझं अंत:करण अनिर्वचनीय आनंदानं भरून आलं होतं. सुंदर आकृतिबद्ध देखण्या बागेप्रमाणे ते बहरून आलं होतं.

''माझं लग्न झाल्यानंतर तीन-चार महिन्यांनंतरची ही गोष्ट आहे. मी घराच्या पायऱ्यांवर बसले होते. मला काही आवाज कानी पडल्याचं जाणवलं, पण मला वळून बघायलाही अवकाश मिळाला नाही. मी पकडली गेले. माझ्या तोंडात बोळा कोंबला गेला. हातपाय बांधले गेले आणि पुन्हा इथं राजवाड्यात मला आणलं गेलं

तेव्हा तिनं मला इथे खांबाला साखळदंडानं बांधून ठेवायची आज्ञा दिली. माझ्या बाळंतपणाची वेळ येऊन माझं मूल जन्माला येईपर्यंत मी इथेच बांधलेली होते. त्यानंतर पुन्हा एक महिन्यानं मला इथं बांधलं गेलं आणि मुलाला फक्त स्तनपानासाठी इथं आणलं जाई. तो एकटा माझ्याजवळ येऊ लागेपर्यंत हाच क्रम होता. पण त्या काही अगदी निर्दय नाहीत. जेव्हा इथे खूप ओलं होतं, तेव्हा ती गुलामबाई त्याला तिच्या खोपटात झोपायला घेऊन जाते.''

तिचा आवाज हळूहळू क्षीण होऊन ऐकू येईनासा झाला. ''मी जर पुन्हा कधीही राजवाडा सोडणार नाही, असं वचन दिलं तर मी यातून सुटू शकेन. पण मी ते कधीच करणार नाही,'' अतिशय थकलेल्या, अस्पष्ट कुजबुजत्या आवाजात ती म्हणाली. तिचे डोके छातीवर झुकले होते. जणू तिला ग्लानी आली होती.

ॲना पुन्हा तळ्याच्या उतरत्या दगडी कोपऱ्यावर अवघडलेले पाय सरळ करण्यासाठी आणि विचार करण्यासाठी बसली. दगडी तळपत्या रस्त्यावर निश्चल पडलेल्या तिच्यासमोरच्या या स्त्रीकडे पाहताना तिच्या मनात सतत आश्चर्य दाटून येत होते. अखंड क्रूरपणाची चार वर्षे. या वर्षांमध्ये सतत ऊन, वारा, पाऊस यांचे तडाखे खाऊनही हिचे धैर्य कमी झालेले नाही; ना तिला शरणागती पत्करण्याची इच्छा होत होती. पण असे अजून ती किती दिवस सहन करील? तिच्या मनाला हे जाणवले की, ल ओरच्या व्याकूळ प्रार्थनेला ती स्वतःच उत्तर आहे. नाहीतर ती या पितळी दरवाजाजवळ कशी आली असती?

ॲनाने खाली वाकून हलकेच ल ओरच्या खांद्याला स्पर्श केला. त्या गुलाम स्त्रीने आपला थकला-ओढलेला चेहरा तिच्याकडे वळवला आणि तिला स्वप्न पडत होते का, असे विचारले. तिच्या सुकलेल्या, ताणलेल्या चेहऱ्याकडे पाहत, तिला धीर द्यायचा बेत ॲनाने रद्द केला. कृतीलाच काहीतरी अर्थ असतो आणि पुढे काय करता येईल, हे आत्ताच सांगता येणे शक्य नव्हते.

त्या जळत्या रस्त्यावर तोंड खाली करून पडलेल्या ल ओरला तसेच सोडून ॲना आलेल्या निर्जन रस्त्याने माघारी वळली. जनानखान्याच्या रस्त्यांमधून पुढे-मागे भरकटत ती वीस मिनिटांनी ओळखीच्या रस्त्यावर येऊन पोचली. शाळेत ती पोचली तेव्हा बारा वाजले होते आणि तिचे विद्यार्थी तेथे येऊन तिची वाट पाहत होते.

■

गुलाम स्त्रीची मुक्तता

शाळा संपल्यानंतर दुपारी ॲना नायकोडा इब्राहिमचे दुकान शोधायला गेली. तिला ते सापडायला फारशी अडचण आली नाही. कारण ते भारतीय कापड दुकानदारांच्या 'मुसलमान मोहल्ला' नावाच्या वस्तीत होते. दुकान अगदी श्रीमंती दिसत होते. उत्तम रेशीम, अत्तरे, धूपदाने, सुगंधी कांड्या, मेणबत्त्या यांनी ते गच्च भरलेले होते. नायकोडा हा चांगल्यापैकी उंच असा भारतीय होता. त्याचे डोळे कनवाळू होते. त्याच्याशी एकट्याशी ॲनाने बोलण्याची इच्छा व्यक्त केली. आपली बायको आणि ज्या मुलाचे अस्तित्वही त्याला माहीत नव्हते त्यांच्याबद्दलची बातमी ऐकून त्याला अतिशय आनंद झाला. पण नंतर त्यांच्या दु:स्थितीबद्दल ऐकून त्याच्या डोळ्यांतून पाणी वाहायला लागले.

त्या रात्री लगेच मुसलमानांचे एक मंडळ ॲनाला भेटायला आले. राजाला उद्देशून त्यांनी सर्वांनी मिळून एक अर्ज लिहिला. दुसऱ्या दिवशी सकाळी तो राजाकडे सादर करायचे ॲनाने कबूल केले. ज्या अदृश्य शक्तीने तिला ल ओरकडे खेचून नेले होते, तीच शक्ती अजून काम करते आहे, असे तिला वाटले. कारण सकाळी सकाळीच राजाने तिला भेटायला बोलावले. तो अर्ज आणि राजाला भेट देण्यासाठी म्हणून 'विज्ञानाची रहस्ये' हे पुस्तक अशा दोन गोष्टी घेऊन ती निघाली.

पुस्तक पाहून राजा फारच खूश झाला आणि तिचा अर्ज त्याने आदराने स्वीकारला. तो काळजीपूर्वक वाचून परत देत तो म्हणाला, ''मी याबाबतीत चौकशी करतो.''

दुसऱ्या दिवशी लगेचच तिला त्याच्याकडून चिठ्ठी आली –

लेडी लिऑनओवेन्स,

आपण तक्रार केलेल्या बाबतीत मी चौकशी केली. चाओ चोम मन्दा उंगची मुलगी राजकन्या फ्रा ओंग बुत्रीकडून मला उत्तराची अपेक्षा होती. कारण चाओ चोम इथे नाहीय. राजकन्येने कळवले की, नायकोडाच्या बायकोबद्दल तिला काही माहीत नाही, पण तिच्या आजोबांकडून त्यांच्या गुलाम स्त्रियांची काही मुले तिच्याकडे

आली आहेत. ती तिची नोकर आहेत. म्हणून मला चाओ चोम मन्दा उंगला भेटून चौकशी करावी लागेल.

एस.एस.पी.पी.महा माँगकुत

राजा आपल्या शब्दाला जागणारा होता. चाओ चोम मन्दा उंग परतताच त्याने राजवाड्यातल्या स्त्रियांच्या मुख्य न्यायाधीश स्त्रीला – खुन थाओ आप यांना या बाबतीत चौकशी करण्याचा आदेश दिला.

राजाच्या आदेशावरून तिथल्या मुसलमानांच्या सह्या असलेला अर्ज ॲना, खुन थाओ आपकडे घेऊन गेली. ॲना जेव्हा त्यांच्या न्यायालयात गेली, तेव्हा त्या काही कायद्याची कागदपत्रे वाचत होत्या. त्यांनी मान उचलून ॲनाकडे पाहिले.

"अरे, तुम्ही का मेम!" चश्मा काढत त्यांनी तिचे स्वागत केले. "या. मला तुमच्याशी बोलायचं होतं."

"आणि मलाही काही गोष्टी तुमच्यासमोर मांडायच्या होत्या," ॲना आपले धैर्य एकवटून म्हणाली. त्या करारी स्त्रीबद्दल जनानखान्यातल्या स्त्रियांकडून तिच्या कडकपणाच्या ज्या गोष्टी ऐकल्या होत्या त्यामुळे ती विस्मित तर झालीच होती, पण तिला तिच्याबद्दल थोडे भयही वाटत होते.

"हो. मला माहीत आहे. तुम्हाला काही म्हणणं मांडायचं आहे आणि तुम्ही ते महाराजांकडे दिलेलं आहे आणि तुमचा अर्ज मंजूर झालाय."

"मंजूर झालाय? कसा काय?" तिने आश्चर्यचकित होऊन विचारले. "राजवाडा सोडून जायला 'ल ओर'ला परवानगी मिळालीय?"

"नाही. अजून नाही. पण महाराजांनी चाओ चोम मन्दा उंगविरुद्ध खटला चालवण्याच्या अधिकाराचं पत्र दिलं आहे."

"पण मला तर वाटलं होतं की, जनानखान्याच्या सगळ्या स्त्रियांच्या बाबतीत तुम्हाला अधिकार आहेत!"

"हो, काही प्रमाणात तसंच आहे. आम्हाला हे सांगितलं गेलं आहे की, राजवाड्यातल्या कोणत्याही स्त्रीला आमच्यासमोर यायला भाग पाडायचा अधिकार आम्हाला आहे. पण मोठ्या मानकरी बायका, हे असं शाही समन्स असल्याशिवाय बोलावणं गेलं तरी स्वत: होऊन येणार नाहीत." हातातले पत्र ॲनाला दाखवत ती म्हणाली, "त्या फक्त काहीतरी सबब पाठवून देतील." ॲनाच्या चेहऱ्यावरचा गोंधळ पाहून तिने पुढे खुलासा केला.

तिला खरंतर ल ओरनं सांगितलं होतं की, चाओ चोम मन्दा उंग (राजबालक उंगची आई) ही बँकॉकच्या एका मोठ्या घराण्यातली मुलगी होती. खेरीज ती दिवंगत राजाची आवडती महाराणी होती. दरबारातले तिच्या घराण्याचे वर्चस्व

आणि तिचे स्वत:चे स्थान यांचा दबदबा इतका जास्त होता की, राजाचा तिच्यासाठी म्हणून खास हुकूम असल्याखेरीज ती कशालाच दाद देत नसे. कारण त्याचा हुकूम हा प्रत्येकासाठी कायद्याप्रमाणे असे. त्याखेरीज तिची एकुलती एक मुलगी राजकन्या बुत्री राजाची राणी होती आणि तिच्यावरही राजाची फार मर्जी होती. राजकुमार चूला लाँग कर्णाच्या आईची ती शिक्षिकाही होती. त्यामुळे ती विशेष सन्मान, अधिकार असलेली स्त्री होती आणि राजवाड्याच्या चालीरीती, उत्तम काव्य याबाबतीत विशेष प्रभुत्व असलेली स्त्री म्हणून तिचा मान वेगळाच होता.

खुन आपच्या शब्दांवर ॲना पुसटसे हसली. ल ओरची बोलण्याची पद्धत म्हणजे काही योगायोग नव्हता, हा तिचा तर्क खरा होता तर! तिला जे विशेष शिक्षण मिळालेले होते, त्याचा परिणाम होता तो!

खुन आपने तिच्या एका न्यायाधिकारिणीला जवळ बोलावून तिला चाओ चोम मन्दा उंग, राजकन्या बुत्री आणि ल ओर ही गुलाम स्त्री या तिघींना घेऊन यायला पाठवले. राजकन्या आणि राजविधवा आपल्या प्रचंड लवाजम्यासकट तेथे हजर होईपर्यंत दोन तास उलटून गेले होते. कित्येक गुलाम स्त्रिया आपल्या शाही मालकिणीची सुखोपभोगाची साधने, पानदाने, पिंकदाण्या, खाण्यापिण्याच्या सामानाची तबके, उश्या, गाद्या, पंखे इ. सामान घेऊन तेथे आल्या होत्या. न्यायाधिकारिणी स्त्री अगदी खाली वाकून, आदराने त्यांच्यात आणि आपल्यात अंतर राखून त्यांच्या मागोमाग येत होती.

भरतकाम केलेल्या रेशमी, मखमली गाद्या, गिरद्या, त्यांची हांजी हांजी करणाऱ्या गुलामांकडून तेथे अंथरल्या गेल्या आणि शाही स्त्रिया त्यांच्यावर विसावल्या. ॲना त्यांच्याकडे कुतूहलाने पाहत होती. त्या दोघीही लहान चणीच्या; पण सुरेख अंगकाठीच्या होत्या. वयातला फरक सोडला तर दिसायलाही खूप सारख्या होत्या आणि सयामी लोकांच्या तुलनेत त्यांची नाके सरळ, फारच चांगली होती. दाट पापण्यांनी झाकलेले बारीक डोळे आणि इतरांकडे तुच्छतेने, तिरस्काराने पाहणाऱ्या उंचावलेल्या भुवया, त्यांचे पातळ ओठ घट्ट मिटलेले होते. त्यांच्या सर्व हालचालींतून अधिकाराचा दर्प जाणवत होता आणि त्या न्यायाधिकारिणीकडे पाहताना नजरेत तुच्छता, दर्प, उर्मटपणा पुरेपूर भरलेला होता.

पण त्या गोष्टींचा खुन थाओ आपवर यत्किंचितही परिणाम जाणवत नव्हता. तिच्या भरीव चेहऱ्यावरचे डोळे मृदू दिसत होते, तरीपण त्यांच्यात एक तटस्थ भाव होता. फक्त तिच्या रेखीव हातांनी चेहऱ्यावरचा चश्मा नीट केला. जणूकाही तिला या स्त्रियांकडे नीट पाहून घ्यावयाचे होते. तिने त्या शाही स्त्रियांकडे काही क्षण स्थिर नजरेने पाहिले आणि विचारले, "ती गुलाम बाई कुठे आहे?" राजविधवेने एक खुनशी नजर न्यायाधीशांकडे टाकली, पण काही उत्तर दिले नाही. तोंडात नवे पान

कोंबण्यापूर्वी ती आधी तंबाखूची चिमूट ओठाखाली दाबण्यात गर्क झाली. एक गुलाम मुलगी गुडघे आणि कोपरे टेकून तिच्यासमोर ते नवे पान धरून बसली होती. न्यायालयातल्या त्या शांततेत तिने उत्तर न देणे हा न बोलता केलेला अवमान अधिक बोलका होता.

शाळेच्या उघड्या आवारात, फाटकेतुटके, मळके कपडे घातलेल्या स्त्रियांचा आणि त्यांच्या मुलांचा घोळका जमला होता. ते सगळे वेगवेगळ्या मन:स्थितीत होते. सगळे जण गुडघे, कोपरे टेकून बसलेले होते. डोक्यावर घेरा ठेवून त्यांची बाकी डोकी तासलेली होती. त्यांच्या चेहऱ्यांवरचे भाव पाहून ॲनाचे अंत:करण हेलावले. त्यांच्यासारखीच अवहेलना, उपेक्षा वाट्याला आलेल्या एकीने राजवाड्यातल्या या वजनदार स्त्रियांना आव्हान दिले होते. मात्र तिला स्वातंत्र्य मिळेल की नाही, याबद्दल त्या साशंकच होत्या. त्या सगळ्या जणी तिची हकिकत तर जाणूनच होत्या.

त्या सगळ्या जणींनी राजविधवा आणि तिची मुलगी यांच्या चेहऱ्यावरचा उद्दामपणा आणि तुच्छता पाहिली. त्यांनी त्यांच्या चेहऱ्यावरून भयमिश्रित उत्सुकतेने न्यायाधिकारिणीच्या तटस्थ, कडक चेहऱ्याकडे नजर वळवली. त्यांच्याकडे त्या अगदी एकाग्रतेने पाहत होत्या. त्यांच्या चेहऱ्यावरचे धाष्टर्याचे भाव पाहून त्या विस्मित झाल्या होत्या आणि त्या अनाकलनीय भावांचा अर्थ लावण्याचा प्रयत्न करत होत्या. राजविधवेने तर उघडपणे न्यायाधीशांबद्दल तुच्छता दर्शवली होती. खुन चाओ आपची त्यांच्याविरुद्ध बोलण्याची खरेच हिंमत होणार होती? निश्चल नजरांमध्ये आशा उजळल्या होत्या, पण त्यांच्यापैकी एकीलाही हे माहीत नव्हतं की, या चेहऱ्यावरून अतिशय कठोर दिसणाऱ्या काळ्या न्यायाधीश स्त्रीच्या मनात राजविधवा आणि गरीब दुबळ्या स्त्रिया, दोहोंच्या हक्कांच्या सारखेपणाविषयी जराही किंतू नव्हता आणि गरीब स्त्रियांच्या हक्कांबद्दल पूर्ण आदराची भावना होती. अतिशय शांतपणे, प्रत्येक शब्दावर जोर देत न्यायाधिकारिणींनी राजाकडून आलेले पत्र मोठ्याने वाचले. पत्रवाचन संपल्यावर राजविधवा आणि तिच्या मुलीने डोके तीन वेळा जमिनीवर टेकवून पत्राबद्दल आदर व्यक्त केला.

मग न्यायाधीशांनी त्या बायकांना विचारले, "जेव्हा ल ओर या गुलाम स्त्रीनं तिच्या स्वातंत्र्याबद्दलची पूर्ण किंमत देऊ केली होती तरी तिला तेव्हा मुक्त का केलं गेलं नाही, याबद्दल सयुक्तिक कारण तुम्ही देऊ शकाल का?"

मंडपाच्या बाहेर गुडघे-कोपरांवर वाकलेल्या समूहातल्या प्रत्येक जणीची नजर राजविधवेवर खिळली होती. चाओ चोम संतापाने थरथरत होती. मोठ्या मुश्किलीने आपला राग आवरत तिने बोलायला सुरुवात केली. डोक्यापासून पायापर्यंतच्या हालचालींनी ती जणू न्यायाधीशांची कुचेष्टा करत होती. "ल ओर ही गुलाम, गुलाम

म्हणून जन्माला आली. तिला मुक्त करायची आमची इच्छा नाही. कारण आमच्या मुलीला ती उपयुक्त आहे.''

खुन थाओ आपचा चेहरा अधिकच कठोर बनला. त्यावर अधिक निर्विकार भाव आले. या स्त्रियांनी जाणीवपूर्वक केलेल्या उद्दामपणाकडे त्यांनी दुर्लक्ष केले आणि अतिशय संथपणे, खालच्या स्वरात बोलायला सुरुवात केली, ''या देशाचा कायदा आणि रीत अशी आहे की, बांधून घेतलेल्या प्रत्येक गुलामाला स्वातंत्र्य मिळवता येते.'' आणि त्यांनी शेजारच्या पेटीतून कायद्याच्या काही कागदपत्रांची भेंडोळी बाहेर काढून त्यातून वाचायला सुरुवात केली.

''बौद्ध सालाच्या १५५७ वर्षातील सहाव्या चांद्रमहिन्यातील कृष्णपक्षातल्या शनिवारी महाराज बरोमा बापित सिंहासनाधिष्ठित झाले. त्या वेळेस त्यांनी त्यांच्या चार मुख्यमंत्र्यांना आज्ञा केली की, त्यांनी वेठबिगारी कायद्याला एक पुरवणीपत्र लिहावे. या पुरवणीपत्राचे सहावे कलम खालीलप्रमाणे आहे, 'कराराने बांधलेला नोकर, जर मालकासमवेत काम करायला नाखूश असेल, त्याच्याजवळ जर या करारातून मुक्त करून घेण्याइतकी रक्कम असेल आणि त्याच्या या गुलामगिरीतून स्वत:ची सुटका करून घेण्यासाठी जर त्याने मालकाला योग्य ती रक्कम देऊ केली आणि त्या वेळेस जर मालकाने ही रक्कम घेऊन त्याची सुटका करायला नकार दिला आणि नियमाचा भंग केला तर तो दंडास पात्र ठरेल.'''

हे ऐकताच त्या राजविधवेने जोरात किंचाळून विचारले, ''आणि माझ्याकडील प्रत्येक गुलाम जर माझ्याकडे मुक्त होण्यासाठी पैसे घेऊन आली तर?'' पुन्हा सगळे डोळे न्यायाधीशांकडे वळले. त्या अतिशय शांतपणे आपल्या छोट्याशा चटईवर बसल्या होत्या. प्रत्येक जण जिवाचा कान करून त्यांचे उत्तर ऐकायला सज्ज झाली होती. ''तर मग महाराणी, त्यांच्यापैकी प्रत्येकीला मुक्त करायला तुम्ही बांधलेल्या आहात. तो कायदा आहे.''

''आणि माझी कामं मीच करायची?'' राजविधवा पुन्हा किंचाळली. तिला आता राग-संताप अनावर झाला होता.

एखाद्या संथ जलाशयाइतका न्यायाधीशांचा आवाज शांत होता. ''तसं असलं तरीही महाराणी!'' मान लववून त्यांनी सांगितले. बाहेरच्या हातपाय दुमडून असलेल्या गर्दीतून एक सुस्कारा उमटला. चाओ चोम मन्दा उंगचा चेहरा पांढरा फटफटीत पडला. तिचा एकदम तोल गेल्यासारखे झाले.

बाहेरच्या गुलामांच्या गर्दीत उसळलेली आनंदोत्सुकतेची लहर आणि या दोघींचा संताप या दोन्ही गोष्टींकडे दुर्लक्ष करत खुन थाओ आप पुढे संयत स्वरात म्हणाली, ''गुलामगिरीत बांधल्या गेलेल्या ल ओरला मुक्त व्हायची इच्छा आहे. क्रुयई तिचे भरपाईचे पैसे द्यायला तयार आहे आणि सेवकांच्या नियमावलीनुसार ही

गोष्ट केली जावी, अशी महाराजांची इच्छा आहे. म्हणून मी असं जाहीर करते आणि आज्ञा देते की, यापुढे ल ओर ही चाओ चोम मन्दा उंग यांची गुलामगिरीत बांधलेली नोकर असणार नाही तर ती क्रु यईची मालमत्ता असेल आणि तिच्या मुक्ततेची किंमत चाळीस टिकल असेल, अशी मी आज्ञा करते.''

चाओ चोमने ॲनाकडे अतिशय खुनशी नजरेने पाहिले आणि म्हणाली, ''तिला आत्ताच्या आता माझ्यासमोर सुटकेचे पैसे ठेवू दे आणि ती कायमची मोकळी झालीय, असं समजा.''

ॲनाला एकदम कोंडीत पकडल्यासारखे झाले. कारण तिने तेवढे पैसे बरोबर आणले नव्हते. पण न्यायाधीशांनी एकदम तिच्याकडे वळून बोलायला सुरुवात केली. जणूकाही चाओ चोमचा हलकटपणा ही फारशी लक्ष देण्यासारखी गोष्टच नव्हती. ''आता तुम्ही ल ओरच्या मालकीण आहात, म्हणून मी आता तिच्या सुटकेचे कागदपत्र तयार करते. तुम्ही उद्या पैसे आणा, बाकी गोष्टी उद्या केल्या जातील.''

''आभारी आहे मी, अतिशय आभारी आहे मी तुमची,'' ॲना हलक्या स्वरात म्हणाली.

दुसऱ्या दिवशी ती पुन्हा न्यायालयात हजर झाली. तेथे फक्त तीन न्यायाधिकारिणी स्त्रिया आणि बऱ्याचशा शेरीफ स्त्रिया किंवा पा-कुम हजर होत्या. खुन थाओ आपने तिला ताबापत्राचा कागद दिला आणि पैसे दिले गेल्यानंतर ल ओरला मुक्त केले जाते की नाही, हे पाहण्यासाठी एका पा-कुमला ॲनाबरोबर जायला सांगितले.

पुन्हा एकदा ॲना त्या तापदायक गठ्ठ्यांमधून जात पितळी दरवाजासमोर थांबणाऱ्या त्या गूढ रस्त्यावर आली. तिने दरवाजा लोटून आत पाऊल टाकले, पण तिचे हृदय अतिशय धडधडत होते. तेथे ल ओर पहिल्यासारखीच बांधलेली होती, पण पूर्वीच्या त्या रिकाम्या घराचे अंगण आता लोकांनी गच्च फुलले होते. ॲनाचे हृदय एकदम आनंदाने उसळून आले. राजकन्या बुत्री आणि चाओ मन्दा उंग या तेथे त्यांना सहानुभूती दाखवणाऱ्या गराड्यात बसल्या होत्या. ॲना आल्याचे जणू त्यांना दिसलेच नाही असे त्यांनी दर्शवले. पण तेथे हजर न राहण्याची त्यांची हिंमत नव्हती. ॲनालासुद्धा त्या एखादवेळेस हजर राहणार नाहीत, अशी भीती वाटत होती.

पा- कुमला अतिशय भय वाटत होते. आपण आपले कर्तव्य पार पाडले तर त्याचे परिणाम काय होतील या भयाने ती पुढे व्हायलासुद्धा कचरत होती. शेवटी ॲना एकटीच पुढे झाली. तिने आपली हँडबॅग उघडली आणि चांदीची चाळीस नाणी बाहेर काढली. तिने ती चाओ चोमच्या समोर ठेवताक्षणीच तिने ती संताप आणि तिरस्काराने लाथेने उडवली. ॲनाने त्या बालिश मूर्खपणाकडे दुर्लक्ष केले आणि

तिच्या चेहऱ्याकडे नजर रोखून उभी राहिली. नाइलाजाने पण संतापाने धुमसत तिने ल ओरला मुक्त करण्याची आणि तेथून निघून जाण्याची आज्ञा दिली.

एक काळी भलीदांडगी लोहार स्त्री तेथे आली आणि तिने ल ओरच्या बाजूला जाऊन तिच्या बेड्या कापून काढल्या. अखेर एकदाची ल·ओर मुक्त झाली. पण ती जागची हलेना हे पाहून ॲना आश्चर्यचकित झाली. ल ओर दया भाकण्याच्या आविर्भावात तशीच पडून होती. ॲना पुढे होऊन तिच्याशी काही बोलली, पण तरी ती हलली नाही. जणूकाही तिच्या हातापायातल्या बेड्या गळलेल्या असल्या तरी मनाच्या बेड्या तशाच होत्या. त्यामुळे ती जणू पूर्वीसारखीच असहाय होती.

ल ओरशी ॲना जेव्हा पहिल्यांदा बोलली होती तेव्हा ॲनाला असे वाटले होते की, इतके दिवस तिने सहन केलेल्या शारीरिक आणि मानसिक त्रासामुळे तिची ही मुक्तता तिचे मानसिक संतुलन व्यवस्थित राखू शकणार नाही. ती ल ओरला तेथून ओढून तर काही नेऊ शकणार नाही, पण तिला तसेच सोडून जाणे म्हणजे अतिशय अपमानात सोडून जाणे होईल. तसेच अनेक जणींच्या हृदयात पल्लवित झालेल्या आशा कायमच्या मरून जातील.

तिने पा-कुमला अगदी हलक्या आवाजात विचारले, ''काय भानगड आहे? काय चुकलंय?'' पण त्या भित्र्या शेरीफनं नजर खाली वळवली. काहीच उत्तर दिले नाही.

ॲना फारच विचारात पडली. मनात विचारांचे वादळ सुरू झाले. या घटनेचा अर्थ तिला दुःखी करत होता. जनानखान्यात असताना तिला नेहमीच पायाखालची वाळू सरकतेय, असे वाटत असे आणि त्यामुळे सतत एक अस्वस्थ भावना असे. चौकातल्या इतर शाही स्त्रिया तिच्याकडे किंवा ल ओरकडे न बघता जोरजोरात गप्पा मारत होत्या. ल ओर मृतवत जमिनीवर पडली होती. कुठल्याही परिस्थितीत त्यांनी आपल्याला पळवून लावता कामा नये किंवा मात करता कामा नये अशा निश्चयाने ॲना तेथे उभी असतानाच कडेवर एक मूल घेतलेली बाई तिच्या मागून गेली आणि जाता-जाता पुसट आवाजात कुजबुजली, ''तिचा मुलगा त्यांच्या ताब्यात आहे.''

ही भानगड होती तर! ही चाल तिच्या लक्षात आली नव्हती. राजवाड्यातल्या स्त्रियांनी मोठ्या हिकमतीने आणि दुष्टपणाने ही चाल रचली होती. राजाची आज्ञा आहे म्हणून त्या, या स्त्रीला मुक्त करतील, पण मुलाबाबत काहीच सांगितले गेले नव्हते. दर मिनिटाला तेथील गर्दी वाढत होती आणि प्रत्येकीच्या चेहऱ्यावर दुःख आणि सहानुभूतीचे भाव होते. अखेरीस ल ओरची मुक्तता म्हणजे कधीही वास्तवात न येणारे स्वप्न ठरणार होते तर! ॲनाला पुन्हा हलकी कुजबुज ऐकू आली. तीच स्त्री तिला सांगत होती, ''परत जाऊन पुन्हा मुलगा विकत घ्यायची तयारी दाखवा.''

ॲना खुन थाओ आपजवळ जेव्हा पुन्हा पोचली, तेव्हा ती अजूनही छोट्या

चटईवर बसलेली होती. ॲनाने पुन्हा तिला सगळी हकिकत सांगितली. काही न बोलता तिने पेटी उघडून न्यायपत्रिका बाहेर काढली आणि पितळी दरवाजाकडे चालू लागली. ॲना आणि न्यायाधीशांचे दर्शन झाल्याबरोबर स्त्रियांचा जमाव उत्सुकतेने पुढे सरसावला. न्यायाधीश आता काय करताहेत हे बघण्यासाठी सगळ्यांच्या नजरा उत्सुक झाल्या होत्या.

तिने आदर दर्शवीत राजस्त्रियांपुढे मस्तक लववले आणि हस्तलिखित काढून वाचायला सुरुवात केली. "एखादी स्त्री बंधनात असताना तिला जर मुलं झाली तर ती मुलंपण गुलाम असतील आणि स्वत:बरोबर त्यांच्या स्वातंत्र्याचीसुद्धा किंमत तिला द्यायला लागेल. तान्ह्या बाळाची किंमत एक टिकल असेल आणि प्रत्येक वाढत्या वर्षानुसार एकेक टिकल जास्त मोजून ती किंमत द्यावी लागेल."

या फतव्याच्या नेमक्या शब्दांचा गर्दीवर फारच मोठा परिणाम झाला. पण शाही स्त्रियांवर त्याचा यत्किंचितही परिणाम झाला नाही. पण अनेक पानदाने उघडली जाऊन मुलाची किंमत ॲनाच्या हातात खुपसली जायला लागली. कोणीतरी दिलेले, हाती आलेले पहिले पैसे घेऊन ॲनाने ते चौकातल्या स्त्रियांसमोर ठेवले. पण त्या बायका आरशात बघत बसल्या. न्यायाधीशांनी हे पाहिले की, त्या काही हालचाल करायला तयार नाहीत तेव्हा त्यांनी एका पा-कुमला मुलाला आणायला पाठवले.

अर्ध्या तासात मुलगा आईजवळ आला, पण ल ओर आश्चर्याने किंवा आनंदाने उसळली नाही. तिने उल्हसित चेहरा वर करून परमेश्वराचे आभार मानले. मायलेकरांनी राजवाड्यातल्या स्त्रियांपुढे मान तुकवली, पण त्यांनी पुन्हा त्यांच्याकडे साफ दुर्लक्ष केले. ल ओरने मग उठून चालण्याचा प्रयत्न केला, पण ती पडली. मग ती स्वत:च त्या गोष्टीवर हसली. अनेक हात तिला आधार द्यायला पुढे आले. त्यांच्या आधाराने ती अडखळत, लंगडत चालायला लागली. पुढे न्यायाधीश, मागे या उत्साहित झालेल्या स्त्रिया आणि त्यांच्या आधाराने चालणारी ल ओर असे सगळे जण बाहेर पडले. तिला चालता येत नव्हते, पण तिचा चेहरा आनंदाने फुलून आला होता. मुलाच्या गालावर गाल टेकवून ती स्वत:शीच बोलत होती, "आता आपण किती आनंदात असू. तुझ्या बाबांच्या घरी बाग असेल मग तिथे माझा ठुक बागेत खेळेल. तो गवतावरच्या फुलपाखरांमागे धावेल आणि मी त्याला दिवसभर डोळे भरून पाहीन."

ॲना आणि ल ओर बाहेर जायला फाटकापाशी येताच दरवानाने मुलाच्या हातात फुले दिली. ॲनाबरोबर बाहेर पडताना ल ओर "दयाळू बुद्धदेवा, आम्ही अतिशय सुखी आहोत, खरोखर अतिशय सुखी आहोत," असे म्हणत होती.

काही गूढ रितीने ही बातमी राजवाड्याबाहेरही पसरली होती. हे तिघे बाहेर पडून नदीच्या रस्त्याला लागतात न लागतात तोच मलायी, भारतीय, सयामी आणि काही

चिनी लोकांच्या थव्यांनी त्यांना घेरले. घोषणा देत, कमरबंद सोडून त्यांनी ते हवेत निशाणासारखे फडकवायला सुरुवात केली.

अशा तऱ्हेने रंगीबेरंगी निशाणे उडवत मुले, माणसे, स्त्रिया सगळे ओरडत, घोषणा देत चो फ्या नदीच्या काठाने धावत होते. तरंगत्या घरांच्या खिडक्यांमधून लोक हे दृश्य पाहत होते. लोकांनी मायलेकरांना होडीत बसवून त्यांच्या घरी नेले.

दुसऱ्या दिवशी नायकोडा इब्राहिम ॲनाच्या घरी पैसे परत करण्यासाठी आला. त्याने तिला हेही सांगितले की, आता त्यांनी मुलाचे 'ठुक' हे नाव बदलून 'मुक्त' हे नाव ठेवले आहे.

■

फा यिंगचा मृत्यू

ल ओरचे आपल्या नवऱ्याकडे अद्‌भुत रितीने परत येणे, याचा विलक्षण आणि दूरदूरपर्यंत परिणाम झालाय, हे ॲनाला अनुभवायला मिळाले. एका रात्रीत ती प्रसिद्ध स्त्री बनली होती. कामासाठी, खरेदीसाठी राजवाड्यातून बाहेर बाजारात जाणाऱ्या गुलाम स्त्रियांनी ही हकिकत दुकानदारांना सांगितली आणि दुकानदारांनी ती इतर गिऱ्हाइकांना. काही शाही स्त्रिया कडवटपणे त्याबाबत बाहेरच्या नातेवाइकांकडे तक्रार करत होत्या. गुलामांजवळ पैसे आहेत म्हणून ते जर स्वतंत्र व्हायला लागले तर समाजाचे पुढे काय होईल? आणि तेव्हापासून ॲना क्रांतिकारक विचारांची आहे, असे मानून तिला शाही घराण्यात जबरदस्त शत्रू निर्माण झाले.

पण हे ज्ञान भविष्यात उपयोगी पडणार होते. १८६३च्या वसंत ऋतूपासून तिला सामान्य लोकांबद्दल अधिकाधिक ज्ञान होऊ लागले. ती रस्त्याने जायला लागली की, ते तिच्या पाया पडू लागले. संध्याकाळी ती आपल्या घराच्या अंगणात बसलेली असली की, ते रांगत येऊन आपले अर्ज तिच्यापुढे सादर करायचे. जेव्हा ती मंदिरातल्या शाळेच्या हॉलमध्ये यायची तेव्हा तिच्या जागेवर, खुर्चीवर गुलाम स्त्रियांनी फुले किंवा हार ठेवलेले आहेत असे तिला आढळायचे. हे जणू असेकाही भासत होते की, राजवाड्यातल्या आणि शहरातल्या लोकांनी नव्या दिवसांची सूचना देणारा घंटानाद दुरून ऐकला आहे आणि त्यांना माहीत असल्यापेक्षा काही नवे चांगले ऐकण्यासाठी त्यांनी माना उंचावून कान टवकारले आहेत.

पण ही नवी प्रसिद्धी तिला त्रासदायक आणि धोकादायक ठरणार आहे असे तिला जाणवत होते. असहाय करुणेने तिचे मन पुन:पुन्हा पिळवटून यायचे. रोजच्या रोज दु:ख-कष्टांचा जो पाढा तिच्यासमोर वाचला जायचा, त्यातून उद्‌भवणाऱ्या करुणेतून लोकांना मदत करण्यासाठी तिचा पगार अपुरा पडायला लागला की, तिच्या साठवणीतून तिला पैसे काढायला लागायचे. 'गोरी देवता' असे त्यांनी तिचे नाव ठेवले होते. "त्या गोऱ्या देवतेच्या घरी जा, ती तुम्हाला मदत करील." दु:खी, कष्टी लोकांच्या कानात हा संदेश हळूच सांगितला जायचा. जे लोक तिच्याकडे यायचे, त्यांना तिचे नावही माहीत नसे. परंतु त्यांची तिच्यावर पक्की श्रद्धा होती.

असे म्हणतात की, पन्नास वर्षांनंतर, जेव्हा तिचा नातू, ती राहत असे ते घर पाहण्यासाठी आला आणि त्याने 'मेम लिऑनओवेन्स'चे घर कुठे आहे म्हणून विचारले तेव्हा तेथील लोकांना काहीच उमगले नाही. पण जेव्हा त्याने 'गोऱ्या देवते'च्या घराची चौकशी केली, तेव्हा अनेक जण आनंदाने घर दाखवायला त्याच्याबरोबर निघाले.

ल ओरची सुटका झाल्यानंतर एकाच आठवड्याने दरबारातल्या लोकांचे लक्ष ॲनाकडून दुसऱ्या गोष्टीकडे वेधले गेले आणि तिला जरा सुटल्यासारखे वाटले. राजाचा दुसरा मुलगा राजकुमार वित्सनुनत याच्या अंत्यसंस्काराच्या तजविजीत सगळे गुंतून गेले. तो राजाच्या फार जवळचा होता. तो गेली काही वर्षे राजाच्या खासगी मालमत्तेचा कारभार पाहत होता. त्यामुळे त्याच्या अंत्यसंस्काराचा कार्यक्रम फार मोठ्या प्रमाणात व्हायचा होता. राजवाड्यातल्या मुलांना या समारंभाला हजर राहता यावे आणि त्यानंतरच्या समारंभातही सहभागी होता यावे म्हणून शाळा बंद ठेवलेली होती.

या थोड्याशा बदलानेही ॲनाला खूप बरे वाटले. १४ मेच्या दुपारी ती आणि लुई दोघेही त्यांच्या घराच्या अंगणात बसले होते. तेवढ्यात लुई एकदम ओरडला, "बघ, ममा बघ!" त्याने उत्साहाने नदीच्या राजवाड्याकडच्या भागाकडे बोट दाखवले. अनेक नावाडी असलेली शाही नौका, इतर सगळ्या नावांमधून अतिशय वेगाने पाणी कापत त्यांच्याकडे येत होती.

एक मिनिटभराने एक गुलाम राजाचे सील असलेले पत्र देण्यासाठी वेगाने धावत आला. तिने पत्र फोडून वाचायला सुरुवात केली.

माय डियर माम,

आमची लाडकी कन्या आणि तुमची लाडकी विद्यार्थिनी ही कॉलऱ्याने आजारी आहे आणि तिने तुम्हाला भेटायचा एकच ध्यास घेतला आहे. ती सतत तुमच्या नावाचा जप करतेय. आपण तिची इच्छा पूर्ण करावी, अशी मी आपणांस विनंती करतो. तिचे दुखणे घातकी आहे आणि सकाळपासून या आजाराने इथे बरेच मृत्यू झालेले आहेत. ती माझी फार आवडती मुलगी आहे

आपला जिव्हाळ्याचा मित्र

एस.एस.पी.पी.महा मॉंगकुत

बरोबर आलेली गुलाम स्त्रीदेखील विनवणी करत, रडत ॲनाला सांगायला लागली, "बाईसाहेब, राजकन्येच्या महालात तीन गुलाम मरून पडल्या आहेत. फा यिंगला आज सकाळी लागण झाली. ती रडत सारखी तुम्हाला हाका मारतेय. कृपा

करून लवकर चला.''

ॲनाने लुईला हे सांगितले की, त्याला तिच्याबरोबर येता येणार नाही आणि लगेच ती त्यांच्यापाठोपाठ नावेत चढली. तिचे हृदय अगदी गारठून गेल्यासारखे झाले होते. हात घामाने भिजले होते. नाव फारच हळू चालतेय, असे तिला वाटत होते. चौकशी केल्यानंतर तिला हे कळले की, आदल्या संध्याकाळी ती राजवाड्यातल्या इतर मुलांबरोबर अंत्यसंस्काराचा भाग असलेल्या मेजवानी, नाटक, दारूकाम या सगळ्या कार्यक्रमांना गेली होती. त्या वेळेस ती अगदी चांगली होती. दर वर्षीप्रमाणेच याही वर्षी काही आठवड्यांपासून शहरात कॉलऱ्याची साथ सुरू होती, परंतु साथ जोरात नसल्यामुळे कोणीच त्या गोष्टीचा फारसा विचार केलेला नव्हता.

ॲनाने वल्हेकऱ्यांना जोरात वल्ही मारण्याची विनंती केली. खरे म्हणजे ते अगदी जीव तोडून वल्ही मारत होते. पण ते पाण्याच्या प्रवाहाविरुद्ध चालले होते. जेव्हा ती त्या जडशीळ दरवाजांशी पोचली तेव्हा ते तो दरवाजा फारच हळू उघडताहेत असे तिला वाटले. वेगाने, छोट्या राजकन्येच्या महालांशी येईपर्यंत तिला श्वास घेवेनासा झाला होता. ब्रिटिश दूतावासामधून आलेले डॉ. कॅपबेल दरवाजाशी उभे होते. ॲनाकडे बघून त्यांनी मान हलवली आणि नुसतेच ओठ हलवून तिला सांगितले, ''ती मरणाच्या वाटेवर आहे.''

खाली गालिच्यावर एका चटईवर फा यिंग निजली होती. तिच्यावर मच्छरदाणीचे गोलाकार आच्छादन अडकवलेले होते. तिच्या आजूबाजूला सगळे नातेवाईक, गुलाम स्त्रिया 'फ्रा अर्हन्' (परा अर्हत् परा अर्हत्) असा जप अस्वस्थ व अधीरपणे करत बसल्या होत्या. जाणाऱ्या जिवाच्या कानाशी हा जप करून त्याला सांगितले जात होत की, त्याने रस्ता न चुकता स्वर्गाला जायचे आहे. जिने फा यिंगला वाढवले होते, ती वयस्क राजकन्या ल मॉम तिच्या पायाशी जवळजवळ पसरलीच होती. ती दुःखाने इतकी व्याकूळ झाली होती की, जपाचे शब्द तिच्या तोंडून कसेबसे उमटत होते.

ॲना हलकेच बिछान्याजवळ सरकली. तिच्या डोळ्यांतून घळघळा पाणी वाहत होते. हृदय जणू विदीर्ण होत होते. ''नाही, ही जायला नकोय. राजवाड्यातल्या सगळ्या मुलांमधून हीच का?'' फा यिंगने डोळे उघडले. तिच्या डोळ्यांत ओळखीची चमक आली आणि तिने हात पसरले. ॲनाने तिला कवटाळून आपल्या छातीशी धरले. फा यिंग तिच्या कुशीत शिरली. तिच्या तोंडून एक पुसटसा निःश्वास उमटला आणि ती निश्चल झाली. आपले अश्रू आवरण्यासाठी ॲना डोळे घट्ट मिटून घ्यायचा प्रयत्न करत होती. तिने जेव्हा पुन्हा खाली पाहिले तेव्हा फा यिंगचा प्राण गेलेला होता.

ॲनाने तिचा हलकेच मुका घेत तिला पुन्हा खाली चटईवर ठेवले. तिच्या

दाटलेल्या अंत:करणात एकच विचार आला की, आता हिला हा जप ऐकायची काही जरूर नाही. कारण ती आता कधीच रस्ता चुकणार नाही. ते छोटेसे शरीर चटईवर ठेवत ती उठून उभी राहिली. तिच्या या कृतीचा अर्थ ताबडतोब सगळ्यांच्या ध्यानी आला आणि जपाच्या ऐवजी एकदम सगळ्यांच्या तोंडून रडण्याचा करुण स्वर उमटला. दुपारच्या त्या हवेत, बाहेर वाटेवर डोके, गुडघे टेकून बसलेल्या जनानखान्यातल्या इतर स्त्रियांच्या कानी तो पडला आणि ती वार्ता पसरताच सगळीकडून तिच्या कानी विलापाचे स्वर यायला लागले.

"डॉ. ब्रॅडले आणि मी आम्हाला जेवढं काही करता येणं शक्य होतं तेवढं आम्ही केलं." आपली बॅग उचलत जड स्वरात डॉ. कॅंपबेल म्हणाले, "आम्ही येईपर्यंत फार उशीर झालेला होता. वाईट! फार वाईट झालं!"

कॉलऱ्याचा हा प्रकार पाहून ॲना अगदी सुन्न होऊन गेली होती. कालच तर ही मुलगी अगदी धडधाकट होती न् हसत होती. काही तासांपूर्वीच तर तिने राजा असलेल्या आपल्या वडिलांच्या आणि तिच्या इंग्लिश शिक्षिकेच्या मनात तिच्या भविष्याबद्दल सुंदर आशा निर्माण केल्या होत्या. आता त्या सगळ्या सुंदर गोष्टी अचानक नाहीशा झाल्या होत्या.

तेथील एका स्त्रीने ॲनाला, राजाकडे जाऊन काय झालेय ते कळवायची विनंती केली. त्यांची लाडकी मुलगी मरण पावलीय ही भयंकर बातमी राजापर्यंत जाऊन सांगायची कुणाची हिंमत नव्हती. ॲनाने थोडा विचार केला, पण अखेर त्या स्त्रियांची भीती पाहून ती 'हो' म्हणाली.

सेवक तिला राजाकडे घेऊन गेले. त्याच्या अभ्यासिकेत तो एकटाच बसला होता. त्याच्या मुलाच्या अंत्यसंस्काराच्या वेळी त्याने अंगावर चढवलेले पांढरे कपडे अजून तसेच होते. अग्नी देऊन तो नुकताच परतलेला होता. ॲनाने त्याच्या महालात प्रवेश करताच ती बातमी त्याला हळुवार शब्दांत सांगण्यासाठी ॲना शब्द शोधायला लागली. पण तिला शब्द सुचेनात आणि त्यांची तिला गरजदेखील उरली नाही. त्याने तिच्या चेहऱ्याचे निरीक्षण केले आणि आपला चेहरा हातांनी झाकत असतानाच त्याच्या तोंडून आक्रंद उमटला. त्याच्या डोळ्यांतून अश्रू अनावरपणे उसळत होते. ते पाहून तिला तेव्हाही नवल वाटत होते की, त्याचे हृदय काही वेळेस इतके कोरडे ठाक आणि संकुचित वाटत असे की, फक्त अहंकाराखेरीज तेथे काही शिल्लक आहे असे कधी वाटतही नसे.

ती काय म्हणू शकणार होती? असहायपणे ती तेथेच बसून राहिली. तिला तेथून, राजाला त्याच्या दु:खात एकटे सोडून जाणे नको वाटत होते. संध्याकाळ झाली होती. मावळत्या सूर्याचे किरण खिडक्यांमधून आत आले होते. जवळच्या मनोऱ्यावरून सहाचे ठोके ऐकू आले. राजा हातांमध्ये डोके खुपसून आपल्या

लाडक्या मुलीसाठी शोक करत होता. जणूकाही ती त्याच्या मांडीवर आहे आणि ऐकते आहे, अशा कोमल स्वरात तो तिच्याशी बोलत होता; हाका मारत होता. ते ऐकताना ॲनाच्या डोळ्यांना धारा लागल्या होत्या.

असे ते जवळजवळ एक तास बसले होते. काहीही न बोलता पण मनाने जवळ. त्या तेवढ्या कालावधीपुरती तरी, न ती एक शिक्षिका होती न तो पौर्वात्य सम्राट. ते दोघे जण फक्त त्यांच्या आवडत्या सुंदर मुलीसाठी शोक करणारे एक स्त्री आणि पुरुष होते. अखेरीस ॲना तेथून निघाली.

राजा स्वत:ला सावरून फा यिंगच्या दर्शनाला जाईपर्यंत जवळजवळ सकाळ उजाडली. फा यिंगच्या महालात सोन्याची किनार असलेल्या पांढऱ्याशुभ्र रेशमी उशीवर फा यिंगचा देह ठेवलेला होता. राजकन्या ल मॉम अजूनही फा यिंगच्या पायाशी तशीच पडलेली होती. राजाने मूकपणे प्रवेश करताच तिने सरकून केविलवाणेपणे त्याच्या पायावर डोके ठेवले. 'बुद्ध, बुद्ध' एवढेच ती पुटपुटत होती. थरथरत्या ओठांनी काहीही न बोलता राजाने तो इवलासा देह आपल्या हातात उचलून घेतला आणि समारंभपूर्वक तिला थंड पाण्याने अंघोळ घालायला सुरुवात केली.

त्याच्यापाठोपाठ राजघराण्यातील नातेवाईक, जनानखान्यातील स्त्रिया, सख्या, दासी सर्व जण आपापल्या स्थानानुसार एकापाठोपाठ एक पुढे येत तिच्या मृतदेहावर चांदीचे एकेक भांडे भरून पाणी घालू लागले. त्यानंतर राजाच्या दोघी बहिणींनी तिला बसल्या स्थितीत केले आणि तिचे शरीर त्या मेण लावलेल्या आणि अस्तरे, ऊद, धूप, कापूर इत्यादींनी सुगंधित केलेल्या तलम, लांबलचक कपड्याच्या पट्ट्यांनी घट्ट गुंडाळू लागल्या.

जेव्हा सर्व तयारी पूर्ण झाली तसे प्रत्येक जण तिच्या मृत देहाजवळ सरकून 'आता तू स्वर्गारोहण कर' असे म्हणत तिचा निरोप घेऊ लागला. हा निरोप घेणे संपल्यावर पांढरेशुभ्र कपडे घातलेल्या तीन तरुण मुली दोन मोठी सुवर्णपात्रे घेऊन आल्या. त्यांनी ते शरीर हळूच उचलून एका पात्रात ठेवले. मग हे पात्र दुसऱ्या पात्रात ठेवले गेले. हे दुसरे पात्र अतिशय उत्तम सोन्याचे, सुंदर कलाकुसरीचे होते आणि ते मूल्यवान रत्नांनी सुशोभित केलेले होते. आतल्या भांड्याच्या तळाला लोखंडी जाळी बसवलेली होती आणि बाहेरच्या भांड्याच्या खालच्या अंगाला एक तोंड होते, ज्यातून दररोज नळी आणि तोटीच्या साहाय्याने शरीरातून वाहणारे द्रव काढून टाकता येत असे.

ॲनाने हा असला प्रकार कधी पाहिलेला नव्हता. त्यामुळे ते तिला गुदमरवून टाकत होते. परंतु ती या विचारांनी आपल्या मनाचे समाधान करून घेत होती की, या सगळ्या प्रकारांनी त्या दिवंगत मुलीची शांती निश्चितच भंग पावत नसेल.

ही दुहेरी पात्रे मुलामा दिलेल्या मेण्यात ठेवली गेली आणि शाही छत्रीखालून

महाप्रासादाच्या मंदिरात नेली गेली. तेथे ती पायऱ्या-पायऱ्यांनी उंच चढत जाणाऱ्या एका सहा फुटी पीठावर ठेवली गेली. त्याच्या आवतीभोवती पलिते, सुगंधित उंच मेणबत्त्या आणि सुगंधी तेलाचे लामणदिवे लावले गेले. हे दिवे सहा महिने रात्रंदिवस जळत असत आणि अंत्यसंस्कारापूर्वी ते विझवले जात.

राजा या मिरवणुकीने चाललेल्या त्याच्या या लाडक्या मुलीपाठोपाठ राजवाड्यापासून मंदिरापर्यंत कष्टी अंत:करणाने चालत होता. त्याचा चेहरा व्याकूळलेला होता. सर्व कार्यक्रम चालू असताना तो एकटाच बाजूला बसलेला होता. त्याने आपला चेहरा हातांनी झाकून घेतलेला होता. तुताऱ्या आणि शंख वाजवणारे, आपले कष्टपूर्ण कार्य पार पाडत होते. त्या छोट्या राजकन्येची जी मानचिन्हे होती, ती क्रमाने रक्षापात्रांखाली लावून ठेवली गेली. जणूकाही ती तिच्या पायाशीच ठेवलेली होती. मग संगीतकारांनी एक करुण धून वाजवायला सुरुवात केली. तिची अखेर एका करुण, संथ शोकगीतात होत होती. हे सगळे सोपस्कार पूर्ण झाल्यानंतर राजा आणि सगळा परिवार सुंदर फा यिंगचे जे काही नाशवंत होते ते त्या महाप्रासादाच्या रमणीय शांततेत सोडून राजवाड्याकडे परतला.

पण ती तेथे अगदीच एकटी नव्हती. कारण दिवसातून तीन वेळा म्हणजे पहाटे, दुपारी आणि संध्याकाळी मृताच्या आत्म्याला शांती लाभावी म्हणून संगीतकार तेथे प्रार्थना करायला येत असत. ज्यामुळे तिचा आत्मा सुगंधित उसळत्या ज्वाळातून वर जाईल आणि पुन्हा आपल्या मूळ जन्मदात्यांना म्हणजे पृथ्वी, आप, तेज, वायू आणि आकाश यांना जाऊन मिळेल अशी सयामींची श्रद्धा होती. मग शोक करणाऱ्या स्त्रिया संगीतकारांना येऊन मिळत आणि त्या तिचा अकाली मृत्यू, तिचे रूप, सौंदर्य, तिचा अभिजात डौलदारपणा, तिचे गुण यांचे आळवून-आळवून गुणगान करीत. चार बौद्ध संन्याशांची त्यांच्या नित्य पूजापाठातून दर चार तासांनी काही काळ सुटका केलेली असे. ते तेथे येऊन बुद्धस्तुती गात आणि त्या मुलीच्या आत्म्याला 'पुढे चल, पुढे चल' असे म्हणत आणि त्याला गुंतागुंतीच्या चक्रव्यूहातून पळवत. उंच, खोल, प्रसिद्ध, चांगल्या आणि वाईट गोष्टींमधून खरेपणा मिळव, चुका-खोटेपणातून शहाणपणा मिळव, मूर्खपणामधून दु:ख, कष्ट, आशा, सत्य, जीवन, प्रेम, मृत्यू अशा असंख्य द्वंद्वांमधून अनंत अशा अशाश्वततेतून शाश्वततेकडे तू जा, असे त्याला सांगत.

काही दिवस गेले आणि पुन्हा एकदा ती शाही नौका ॲनाला बोलावून आणण्यासाठी घाईने तिच्या बाजूच्या काठावर दाखल झाली. तिच्यात त्याच गुलाम स्त्रिया होत्या. महाराजांनी ॲनाला ताबडतोब बोलावले होते.

"पुन्हा कोणी कॉलऱ्यानं आजारी पडलंय का?" तिने भिऊन विचारले, पण त्या काही सांगायला तयार नव्हत्या. मात्र त्या काहीतरी आनंदाची, विशेष गोष्ट

सांगायची अनावर ऊर्मी मोठ्या कष्टाने दाबताहेत हे तिच्या लक्षात आले.

ती जेव्हा शाळेच्या मंडपात आली तेव्हा तो तिला फुलांनी सजवलेला दिसला. तिच्या खुर्चीला लाल रंग दिला गेला होता आणि खुर्चीची पाठ, हात आणि पायांवर ताज्या फुलांच्या माळा चढवलेल्या दिसत होत्या. ॲनाच्या बसण्याच्या जागेच्या पुढच्या टेबलावर फा यिंगची पुस्तके व्यवस्थित लावून ठेवलेली होती. त्यांच्या पलीकडे गुलाब आणि पांढऱ्या कमळांचा गुच्छ ठेवलेला दिसत होता.

तिची मती गुंग झाली होती. पण या प्रकारात रस घेऊन ॲनाने जनानखान्यातल्या आनंदाने उसळून इकडेतिकडे लगबग करणाऱ्या बायकांकडून हे काय चालले आहे, ते जाणून घ्यायचा प्रयत्न केला, तेव्हा तिला कळले की, तिला आता एक अतिशय खास असा सन्मान दिला जाणार आहे. गोंधळून आणि बिचकून तिने स्वत:ला निमूटपणे त्या सजवलेल्या खुर्चीत बसवून घेतले. तिच्यावरचा रंग वाळलेलाही नव्हता. त्यामुळे आपला ड्रेस खराब झाल्याबद्दल ती मनातल्या मनात वैतागून गेली होती. लुई मुळातच परंपराप्रिय मुलगा असल्याने तो हलक्या आवाजात तक्रार करत होता.

थोड्याच वेळात ॲना तेथे पोचली आहे की नाही ही चौकशी करण्यासाठी राजाकडून दूत आला. तिला तिच्या आसनावर प्रस्थापित केले गेले आहे हे कळल्याबरोबर जनानखान्यातल्या श्रेष्ठ स्त्रिया म्हणजे सन्मान्य विधवा, त्याच्या बहिणी, चुलत बहिणी, आत्या, मावश्या इ. सर्वांसमवेत तो तेथे येऊन पोचला.

ॲना आणि लुईशी हस्तांदोलन केल्यानंतर त्याने या समारंभाचे कारण स्पष्ट केले. आत्तापर्यंत त्याने इतर कोणत्याही परदेशी माणसाला ज्या सन्मानाने सन्मानित केले नव्हते तो सन्मान आज ॲनाला देऊन तो तिचा गौरव करणार होता. त्याच्या लाडक्या मुलीबद्दल आणि तिच्या मृत्युसमयी तिने जी आस्था आणि धैर्य दाखवले, ती ज्या तऱ्हेने वागली त्याबद्दल हा सन्मान होता, असे त्याने सांगितले. त्यानंतर त्याने ॲनाला जागीच बसायला सांगून न पिंजलेल्या कापसाचे सात धागे हातात घेतले आणि ते तो तिच्या मस्तकापासून ते फा यिंगच्या पुस्तकांना असे गुंडाळत गेला. त्यांची टोके त्याने आपल्या सात मोठ्या बहिणींच्या हातात दिली. त्यानंतर त्याने तालबद्ध हालचालींनी सोन्याची नाणी तिच्यावरून ओवाळून टाकली. त्यानंतर रत्नजडित शंखातून त्याने पाण्याचे एकवीस थेंब तिच्यावर शिंपडले. त्यानंतर काही संस्कृत श्लोकांचे हलक्या स्वरात गायन केले आणि ॲनाच्या हातात एक रेशमी बटवा देऊन ती सर्वोत्तम शिक्षिका असल्याचे जाहीर केले.

या बटव्यातून तिला सरदारकीची सनद दिली गेली आहे, असे तिला नंतर कळले. तसेच तिला बक्षीस म्हणून कित्येक एकर जमीन त्याने लिहून दिली होती. ही जमीनदारी खूप दूर लोपचुरी जिल्ह्यात होती. चौकशी केल्यावर तिला कळले की,

या ठिकाणी पोचण्यासाठी तिला हत्तीच्या पाठीवरून घनदाट जंगलातून प्रवास करावा लागणार होता. त्या जमिनीचा तेथील रहिवाशांना वाघ, हत्ती, गेंडे, रानडुकरे, माकडे, पाणघोडे इत्यादींना विनादखल करमुक्त उपभोग घेता यावा म्हणून ती तशीच मोकळी सोडायची आणि आपले जीवन आहे तसेच चालू ठेवायचे तिने ठरवले. तसेच या प्रसंगाबद्दल कुठेही, कुणाशीही कधीच बोलायचे नाही, असे दोघा मायलेकांनी ठरवले. ती कष्ट आणि विरोध यांना इतकी सरावली होती की, त्या समारंभात तिची जी अफाट स्तुती चाललेली होती ती ऐकून तिला फारच अस्वस्थ तर वाटत होते. तसेच आपल्याला अगदी हास्यास्पद बनवले जात आहे, असेही वाटत होते. त्या समारंभाचे गांभीर्य आणि सयामी लोकांना त्याचे वाटणारे महत्त्व लक्षात येऊन तिची अस्वस्थता आणखीनच वाढली.

घरी परतताना तिने लुईला विचारले, ''डोक्याभोवती एखाद्या पार्सलासारखे दोरे गुंडाळून मी कशी दिसत होते रे?''

''अगदी बावळट, ममा!'' तो खदाखदा हसत म्हणाला होता.

■

राजाचा वाढदिवस

ऑक्टोबरचा मध्य होता. दुपारभर पाऊस चालू होता. ॲना विमुक्तांच्या मातेच्या मंदिरात होती. शाळा भरत होती. तेवढ्यात एक छोटा निरोप्या ॲनाला बोलवायला आला. "महाराजांनी मेमसाहेबांना ताबडतोब प्रेक्षागृहात बोलावलंय, काहीतरी घडलंय."

शिकवत असताना ते अर्धवट सोडून जावे लागतेय म्हणून ॲनाला थोडा रागच आला होता. पण त्याला काही पर्याय नव्हता. तिने आपली छत्री उचलली आणि वादळ-पावसातून राजाकडे चालू लागली. प्रेक्षागृहाशी पोचेपर्यंत ती निम्मी तरी भिजून निथळत होती. राजा वाजवीपेक्षा जास्त अस्वस्थ दिसत होता. त्यामुळे त्याचे बोलणेपण संदिग्ध, तुटकतुटक होते. अतिशय रागात तो वेगाने फेऱ्या मारत होता. तो तीक्ष्ण आणि वैतागलेल्या आवाजात खेकसत होता, "अठरा ऑक्टोबर अठराशे त्रेसष्ट... अठराशे त्रेसष्ट."

जेव्हा तो महालाच्या दुसऱ्या टोकाला पोचला तेव्हा तो उडी मारूनच वळला आणि जणूकाही झेपा घेत, तेच ओरडत ॲनाजवळ आला. ती गोंधळून उभी होती. त्याच्या डोक्यावर काही परिणाम झाला आहे की काय, असे तिला वाटले. कारण कधीपासून तिला ही भीती वाटत होती की, एखाद्या दिवशी तो अतिसंतापाने वेडा होईल. त्याने तिच्या येण्याकडे लक्षही दिले नव्हते. त्याचे ते विचित्र तऱ्हेने फेऱ्या घालणे जवळजवळ अर्धा तास चालू होते आणि तो वारंवार तेच ओरडत होता, "अठरा ऑक्टोबर अठराशे त्रेसष्ट! अठरा ऑक्टोबर अठराशे त्रेसष्ट!" ती गोंधळली तर होतीच, पण थोडीशी घाबरलीही होती. राजाला वेड लागले आहे असे तिला पुन:पुन्हा वाटत होते. तिथून पळून जावे की तो शांत होईपर्यंत थांबावे, हे तिला निश्चित करता येत नव्हते. जेव्हा त्याने तिच्याजवळ उडी मारली आणि ओरडून विचारले, "मेम, तुम्हाला 'ॲजिलिटी' या शब्दाचा अर्थ माहीत आहे का?" तेव्हा तर तिच्या गोंधळात आणखीच भर पडली.

पण तिने शांतपणे उत्तर दिले, "महाराज, मला त्या शब्दाच्या अर्थाचं प्रात्यक्षिक करून दाखवत आहेतच की!"

''हो, हो!'' आणि राजा एकदम हसला. ''बरोबर आहे. एकदम बरोबर! म्हणजे तुला 'ॲजिलिटी' या शब्दाचा अर्थ माहीत आहे तर!'' आणि बोलता-बोलता तो पुन्हा आधीच्या संतापाच्या झटक्यात शिरला. ''अठरा ऑक्टोबर त्रेसष्टला मी एकोणसाठ वर्षांचा होईन आणि तुला तर हे दिसतंच आहे की, मी कायम तरुण आणि सामर्थ्यवान आहे, म्हणून.'' तिच्या आश्चर्यचकित चेहऱ्यासमोर त्याने एक वर्तमानपत्र फडकवले. ''पण काही इंग्रजी मिशनऱ्यांनी इंग्रजी वर्तमानपत्रात माझ्याबद्दल काही मजकूर प्रसिद्ध केलाय आणि त्यात त्यांनी म्हटलंय की, मी 'स्पेअर मॅन' आहे म्हणून!... मी!... एक राजा 'स्पेअर मॅन' कसा काय असू शकतो? मी माझ्या राज्यापासून वेगळा कसा काय केला जाऊ शकतो? मग माझी जागा कोण घेईल? तुला विचारतोय मी! मग माझ्या जागी कोण असेल?'' आणि पुन्हा संतापाने धगधगत त्याने आपल्या येरझारा सुरू केल्या.

ॲनाला मनातल्या मनात हसू येऊ लागले. ''पण महाराज,'' ती त्याच्या पाठीकडे बघत म्हणायला लागली, ''स्पेअर या शब्दाचे दोन अर्थ आहेत. एक अर्थ 'जास्तीचा' हा आहेच, पण दुसरा 'बारीक, सडपातळ' असाही आहे आणि तुमच्या म्हणण्यानुसार तुम्ही आता पेन्शनीत निघालात,'' तिने कितीही प्रयत्न केला तरी तो ऐकायलाच तयार नव्हता.

''मी हे सिद्ध करून दाखवीन की, मी 'स्पेअर मॅन' नाहीय म्हणून!'' त्याच्या ओरडण्यात तिचे शब्द वाहून गेले. ''मी पूर्वीसारखाच तरुण आहे, हे मी त्यांना दाखवून देईन.''

त्याने मग तिला खाली बसवून तीन दिवसांनंतर अठरा तारखेला येणाऱ्या त्याच्या वाढदिवसाच्या मेजवानीच्या निमंत्रणपत्रिका तयार करायला सांगितले. बँकॉकमधल्या सगळ्या युरोपियनांना आणि अमेरिकनांना निमंत्रणे तयार करायची होती. त्याखेरीज प्रेक्षागृहात जेवणाची टेबले तिनेच लावायची होती. कारण सगळ्या गोष्टी युरोपियनांच्या उत्तम पद्धतीने आणि त्यांच्या रीतीरिवाजांनुसार व्हायला हव्या होत्या. अगदी बारीकसारीक गोष्टीसुद्धा अत्यंत व्यवस्थित व्हायला हव्या होत्या. राजाचे गुलाम स्वयंपाक करतील, वाटप करतील आणि तिला जे-जे काही आवश्यक वाटेल, ते सर्व पुरवतील. पण सगळ्या व्यवस्थेची जबाबदारी तिच्यावर असेल.

''पण महाराज, तुमचा वाढदिवस तर रविवारी येतो आणि ते मिशनरी रविवारी येणार नाहीत,'' तिने अडचण पुढे केली.

''ठीक आहे, मग आपण तो सोमवारी करू, मग ते येतील आणि त्यांना दिसेल की मी 'स्पेअर मॅन' नाहीय म्हणून!''

आपल्या कामाचा हा आणखी वाढलेला विस्तार पाहून ॲनाने एक उसासा

टाकला. पावसातून ती तशीच घरी गेली आणि डॉ. ब्रॅडलेंच्या 'बँकॉक कॅलेंडर'ची स्वत:ची कॉपी बाहेर काढली. त्यातून 'परदेशी' रहिवाशांची यादी बघत तिने लिहायला सुरुवात केली. हे अगदी कंटाळवाणे काम होते. इंग्लिश, फ्रेंच, अमेरिकन, स्पॅनिश, जर्मन आणि पोर्तुगीज... शहरातल्या एकूणएक परदेशीयांना निमंत्रणे पाठवायची होती.

काम संपवून निमंत्रणपत्रिका राजाच्या मुख्य संदेशवाहकाकडे पोचवण्यासाठी दिल्या गेल्या आणि तिने टेबलांच्या व्यवस्थेची चौकशी करायला सुरुवात केली. ब्रिटिश दूतावासाचे सर रॉबर्ट शॉमबर्गक राजाच्या वयाचे होते आणि तेथील राजनैतिक वर्तुळातही सर्वांत ज्येष्ठ होते. त्यामुळे त्यांना राजाच्या शेजारी मुख्यस्थानी बसवायचे तिने ठरवले आणि टेबलाच्या दुसऱ्या टोकाला ती बसणार होती.

ब्याऐंशी जण जेवणासाठी यावेत, अशी अपेक्षा होती. एकोणीस तारखेला सकाळी टेबले लावली गेली. सुंदर कोरीव काम केलेल्या खुर्च्या आणल्या गेल्या. जनानखान्यातल्या स्त्रिया अतिशय घट्ट विणीचे, भरपूर जरीकाम केलेले पांढरेशुभ्र रेशमी कापड घेऊन आल्या. सर्व टेबलांना टेबलक्लॉथ म्हणून पुरेल एवढे ते कापड होते. पण सामानात टेबलनॅपकिन्स मात्र नव्हते. ॲनाने काही जणांना नॅपकिन शोधून आणायला पाठवले. तेवढ्यात काही जणी शुद्ध सोन्याची, अतिशय कलाकुसर केलेली अशी अत्यंत सुंदर अशी पाश्चात्त्य डिनर सर्व्हिस घेऊन आल्या. त्यात प्लेट्स, डिशेस, मद्य घ्यायची सुवर्णपात्रे, फुलदाण्या, स्टँड्स, शामदाने आणि विविध आकार-प्रकारांच्या सुंदर शोभेच्या वस्तू होत्या. त्यांच्यावर अप्रतिम सुंदर कोरीव काम होते आणि त्यांच्यावर ठिकठिकाणी रत्ने बसवलेली होती.

त्या सुंदर भांड्यांनी टेबल सजवायला ॲनाला फार छान वाटत होते. तिने जेव्हा काम संपवले तेव्हा ते टेबल राजाला शोभेल असे सजले होते. तिने जेव्हा काट्या-चमच्यांची मागणी केली तेव्हा त्यांनी तिच्यासमोर टोपली भरून सोन्याच्या चॉपस्टिक्स आणून ठेवल्या. "आम्ही युरोपियन लोक काही चॉपस्टिक्सनी खाऊ शकत नाही. तेव्हा चमचे शोधून आणा," ॲना म्हणाली.

त्या बायकांनी नवलाने माना हलवल्या आणि साशंकपणे तेथून निघाल्या. त्या सगळ्या जेवणाच्या सरंजामाबरोबर शोभून दिसतील असे काटे, चमचे, सुऱ्या कुठे ठेवल्या गेलेल्या आहेत हे बघण्यासाठी खूप शोधाशोध झाली, पण त्यांना खूप दिवस वापरले न गेल्यामुळे गंजून गेलेल्या अतिशय साधारण अशा जुन्यापुराण्या कटलरीचे फक्त एक खोके सापडले. दुसरे काही न आढळल्यामुळे त्यांच्या साहाय्यानेच काम धकवावे लागेल असे दिसत होते. दुपार उलटल्यावर ॲना डिनर पार्टीसाठी कपडे बदलायला म्हणून घरी निघाली, पण तोपर्यंत तरी टेबल नॅपकिन्स आले नव्हते. मात्र बाकी सगळे तयार होते. निशाणे आणि चकचकीत चिलखतांनी

सजवलेला हॉल झगमगत होता. सगळीकडे फुलांचे हारच हार लावलेले होते आणि असंख्य सोन्या-चांदीचे दिवेही होते. त्या प्रचंड दिवाणखान्यात एका टोकापासून दुसऱ्या टोकापर्यंत पसरलेले जेवणाचे टेबल झगमगत होते आणि असे वाटत होते की, त्याच्यावरच्या सोन्या-चांदीच्या भांड्यांनी ते वाकून जाईल की काय? उदबत्त्या आणि अत्तराच्या वासाने वातावरण सुगंधित झाले होते. तेथे असलेल्या सुस्त नोकरांना नॅपकिन्स आणण्याबाबत पुन:पुन्हा सांगण्याव्यतिरिक्त ॲना काहीही करू शकत नव्हती आणि त्यांनाही तिला एवढी काळजी का वाटते आहे हे कळत नव्हते.

पाहुणे यायला सुरुवात झाली. राजा स्वत: एका दिवाणखान्यात सर्वांचे स्वागत करत होता. राजवाड्यातल्या स्त्रियांनी अप्रतिम पुष्परचना केलेल्या होत्या. त्या पाहून सर्वांच्या तोंडून आश्चर्योद्‌गार निघत होते. सगळीकडे हलक्याफुलक्या गप्पा चालू होत्या. दुसऱ्या एका सजवलेल्या दिवाणखान्यात ॲना स्त्रियांना घेऊन जात होती. त्याच वेळेस राजाने स्वत:च्या वाढदिवसाच्या सन्मानार्थ स्वत:च एकवीस बंदुकांची फैर झाडून स्वत:ला सलामी दिली आणि पाहुण्यांचे मनोरंजन केले.

तेथे जमलेले बहुसंख्य पाहुणे प्रदीर्घ सहवासामुळे एकमेकांना ओळखत होतेच, पण त्यांच्यात दोन नव्या व्यक्ती होत्या. एक म्हणजे सर रिचर्ड मॅककॉजलंड जे सिंगापूरचे रेकॉर्डर होते आणि त्यांची बहीण. हे दोघे जण सयाम आणि ब्रह्मदेशातून प्रवास करत होते आणि 'चो प्या'ने कर्मधर्म संयोगाने ते १६ ऑक्टोबरलाच बँकॉकला आले होते. सर रिचर्ड हे कधीपासून राजाचे मध्यस्थ होते आणि मलाक्का, सिंगापूर आणि पेनांगचा गव्हर्नर असलेल्या कर्नल ऑर्फ्युअर कॅव्हेनागच्या दांडगाईच्या धोरणांना त्यांचा नेहमी विरोध असायचा. त्यामुळे ते राजाच्या जास्तच मर्जीतले होते आणि ते कॅव्हेनागच्या दांडगाईच्या धोरणांना शह बसेल अशा रितीने नेहमी राजाला सावधगिरीचा आणि योग्य असा सल्ला देत असत. त्यामुळे या मेजवानीला सर रिचर्ड आणि त्यांची बहीण हे दोघे अनायासे हजर झाल्यामुळे राजाला फार आनंद झाला होता.

सर रिचर्ड यांची बहीण तत्कालीन फॅशनप्रमाणे पूर्ण इव्हिनिंग ड्रेसमध्ये होती. हा तिचा गाउन खोल गळ्याचा आणि आखूड बाह्यांचा होता. इतर स्त्रिया तिच्यासमोर अगदीच कशातरी दिसत होत्या. कारण तिचे हात आणि मान फारच प्रमाणबद्ध होते. तिचे गोरेपण अगदी झगमगत होते. ॲनाने काही पाहुण्यांशी तिची ओळख करून दिली आणि ती डायनिंग हॉलकडे निघाली. ती आतातरी नॅपकिन्स आले असतील अशी आशा मनोमन करत होती. सगळे पाहुणे आले. जेवायला बसायची वेळ झाली आणि राजा दोन्ही हातांत गुलाबपाण्याच्या दोन बाटल्या घेऊन उपस्थित झाला. पाहुण्यांचे स्वागत करायची ही सयामी लोकांची एक छान पद्धत होती. सर्वांकडे बघून तो ओळखीचे स्मित करत होता.

तो अचानक थांबला. सर रिचर्ड आपल्या बहिणीला घेऊन येणार आहेत हे त्याला माहीत होते, पण राजाने तिला कधी पाहिले नव्हते. या आयरिश मुलीच्या सौंदर्याच्या अनपेक्षित दर्शनाने तो अवाक झाला. बँकॉकमध्ये त्या इतर गोऱ्या स्त्रिया होत्या, त्यांचा गोरेपणा खूप वर्षे उष्ण प्रदेशात राहिल्यामुळे कधीच नष्ट झाला होता आणि त्याच्यावर एक काळसर छटा आली होती, पण मिस मॅककॉजलंडच्या चेहऱ्यावर गावातल्या बागेत फुललेल्या गुलाबाचा ताजा गोडवा होता आणि तेथील प्रत्येक जण मनोमन तिच्या रूपाची प्रशंसा करत होता, तिच्या रूपाचा आनंद लुटत होता. राजा तर अगदी भारून गेल्यासारखा दिसत होता. त्याचे तोंड थोडे उघडेच राहिले होते. तो जेव्हा भानावर येऊन काही बोलू शकला तेव्हा त्याने विचारले, "इतरांहून कोणत्या वेगळ्या गोष्टीनं तुम्ही स्वतःला सजवलंय, हे मी नीट पाहावं म्हणून आहे का?"

मिस मॅककॉजलंडचा चेहरा लाज आणि शरमेने एकदम लालबुंद झाला. उत्तर द्यायला तिला काही शब्द सुचेना. राजा मात्र आपण इंग्लिश रीतीभातींचे नियम मोडतोय, हे विसरून जाऊन तिच्याभोवती गोल चकरा मारत तिचे निरीक्षण करत होता आणि स्वतःशीच हसत, "ती छान आहे, ती फारच छान आहे," असे सारखे म्हणत होता. अचानक त्याने निरीक्षण रपेट बंद केली आणि तिला विचारले, "तुम्ही एक आख्यायिका आहात का?"

त्या मुलीच्या डोळ्यातली संकोचाची भावना आता सावधपणाने घेतली. ॲना स्वतःच्या जागी जाऊन बसायला निघाली होती, परंतु ती एकदम परत राजाकडे वळली. मिस मॅककॉजलंडने ॲनाकडे एक विनवणीचा कटाक्ष टाकला. राजाच्या मनात कोणते विचार चालले होते ते ॲनाच्या नीटपणे लक्षात आले होते आणि तिच्या मनातला हा विचार खरा असेल, तर तिने ताबडतोब हस्तक्षेप करायला हवा होता. फक्त त्या मुलीसाठी नाही तर राजासाठी तरी. कारण सर रिचर्डना सर्वांसमोर राजाला त्यांच्या मित्राला नकार देणे भाग पडले असते आणि त्यातून फक्त संकटांचीच निष्पत्ती झाली असती.

फा यिंगच्या मृत्यूनंतर राजाकडून ॲनावर कृपेचा वर्षाव होत होता. अगदी सुरुवातीला तिने जनानखान्यात राहायला नकार दिल्यामुळे तिच्याबद्दल जी एक आकसाची भावना होती, ती जाऊन तिच्यावर भेटवस्तूंचा वर्षाव सुरू झाला होता. आधी सुरुवातीला तिला एक सन्मान्य किताब दिला गेला अन् तो वर्षाव नुकताच एका हिऱ्याच्या मूल्यवान अंगठीबरोबर संपला होता. तो किताब स्वीकारतानासुद्धा ती साशंक होती आणि भेटवस्तूंच्या वर्षावाने तर चिंतेत पडली होती. पण राजा ज्याच्यावर खूश असेल त्याच्यावर भेटवस्तूंचा वर्षाव करण्याची ही त्याची पद्धत असल्यामुळे त्या नाकारण्याचा उद्धटपणा करून सध्याचे चांगले वातावरण बिघडवण्याची

तिची इच्छा नव्हती म्हणून तिने अंगठीही स्वीकारली.

त्या प्रसंगानंतर लगेचच एका फ्रेंच स्त्रीकडून राजाला एक पत्र आले होते आणि तिने कळवले होते की, राजाच्या जनानखान्यातील एक घटक व्हायला तिला आवडेल. त्या दरम्यान ॲना सेक्रेटरी म्हणूनही काम पाहत होती आणि निदान वीस तरी फ्रेंच मुलींकडून राजाला अशा तऱ्हेचे प्रस्ताव आले होते. बहुतेक पत्रांबरोबर अतिशय सुंदर फ्रेंच मुलींचे फोटो होते आणि इतर प्रस्तावांपेक्षा मुलींचे प्रस्तावच धाडसी असायचे, अन् राजाही ती तितक्याच जोरात नाकारायचा. एक फ्रेंच सयामी अपत्य राज्याचे वारस असेल ही कल्पनाही त्याला भयंकर वाटायची.

एक विशिष्ट प्रसंग तिच्या खास लक्षात राहिला होता. तिने जरासे हसून एक पत्र राजापुढे ठेवले होते. त्याने ते वाचून तिला परत केले आणि घाईघाईने म्हणाला, ''नाही, नाही तिला पत्र लिहून 'नाही' म्हणून कळव.'' आणि हे बोलता-बोलता त्याने एक अर्थपूर्ण कटाक्ष ॲनाकडे आणि त्याने दिलेल्या अंगठीकडे टाकला. ती रेंगाळणारी नजर काही आडाखे बांधत होती, असे तिला वाटले. ''ती... जर इंग्लिश स्त्री असती तर... पण फ्रेंच मुली नाहीत...'' बोलता-बोलता तो अडखळला. पुन्हा त्याने ॲनाकडे एक कटाक्ष टाकला होता, पण मग नंतर त्याने विचार बदलला असावा, असे तिला वाटले. कारण पुढे काही न बोलता तो दुसरीकडे वळला होता आणि त्याचक्षणी तिला हिऱ्याच्या अंगठीचा हेतू कळला. दर वर्षी सिंगापूर आणि बँकॉकच्या वकिलातींना राजाकडून ज्या मोठमोठ्या रकमा चांगल्या घराण्यातल्या इंग्लिश मुलीसाठी म्हणून दिल्या जात होत्या त्याचा अर्थ एकदम उलगडला आणि आता ती येथे होती. ती अठ्ठावीस वर्षांची असल्यामुळे मुलगी तर नव्हती, पण इंग्लिश होती, चांगल्या घराण्यातली होती आणि केव्हाही उपयोगाची होती!

दुसऱ्या दिवशी लगेच तिने शांतपणे ती अंगठी परत केली आणि पुढे खुलासा केला, ''महाराज, ही एवढी मूल्यवान वस्तू भेट म्हणून स्वीकारावी की नाही, याबद्दल मी मुळातच साशंक होते, पण आता एक आठवडाभर या गोष्टीवर विचार केल्यानंतर मी या निर्णयाप्रत आलेय की, मुळातच मी ही वस्तू घ्यायला नको होती,'' पण पुढे ती लगेचच म्हणाली होती की, ''पण जर तुम्हाला कधी असं वाटलं की, माझ्या चांगल्या कामासाठी माझा पगार वाढवावा... तर... ते मी नक्कीच आनंदाने स्वीकारेन.'' राजाने काही न बोलता, अंगठी परत घेतली. ते दोघेही काही क्षण एकमेकांकडे बघत होते, पण दोघांच्याही चेहऱ्यावर वरकरणी कुठलाही भाव नव्हता. मनोमन मात्र दोघांनीही एकमेकांची मने ओळखली होती. पण तिच्याशी वागण्याच्या बाबतीत दुसऱ्या दिवसापासूनच तो मूळ पदावर आला आहे, हे तिला दिसून आले.

मिस मॅककॉजलंडपाशी पोचेपर्यंत हे सगळे विचार तिच्या मनात एका झटक्यात

येऊन गेले. इंग्लंडहून ही एक नवी, सुंदर रसरशीत मुलगी आलेली होती आणि आणखी काय सांगावे, ती तर मित्राचीच बहीण होती. राजाच्या या अचानक उफाळून येणाऱ्या लहरीच्या बाबतीत आपण हस्तक्षेप केलाच पाहिजे असे ॲनाला वाटले. कारण सर रिचर्डसारख्या माणसाला आपली बहीण जनानखान्यात जाणे, ही कल्पना किती हास्यास्पद वाटेल? आणि ते बाकी सगळे जण ॲनाला काय वाटेल, याची पर्वा न करता ज्या औत्सुक्याने हा सगळा तमाशा पाहत होते. त्यांनाही ते किती आचरटपणाचे वाटेल? त्यामुळे हे सगळे टाळणे अत्यावश्यक होते. पण ती तेथे पोचायच्या आतच राजा पुढे म्हणाला, "म्हणजे तुम्ही अविवाहित आहात का?"

सगळी परिस्थिती हिमतीने आपल्या हातात घेत ॲना राजाला कणखर स्वरात म्हणाली, "महाराज आख्यायिका आणि अविवाहित मुलगी या दोन गोष्टी इंग्रजीत एकच नाहीत. या दोन्ही शब्दांचा इंग्रजीत फार वेगळा अर्थ आहे."

राजाने अतिशय त्रासून तिच्याकडे पाहिले. "नाही, तसे नाही." आणि टोमणा मारायच्या स्वरात तो म्हणाला, "आख्यायिका म्हणजे जी गोष्ट अजून कुणाला सांगितली गेलेली नाहीये आणि अविवाहित मुलगी म्हणजेही जी अजून कुणाला दिली गेली नाहीये. दोन्ही सारखंच. त्यांच्यात फरक नाही हे मी सांगतोय." तिला तिची जागा दाखवून देण्यासाठी राजाने तिच्याकडे खुनशी नजरेने पाहिले, पण ॲनाने तिकडे दुर्लक्ष केले.

पण त्यानंतर त्याने जणू वादावर पडदा टाकण्यासाठी गुलाबपाण्याच्या दोन्ही बाटल्या हातात घेतल्या आणि एका झटक्यात त्या आपल्या समोरच्या सुंदर मुलीवर रिकाम्या केल्या. तिला नखशिखांत भिजवून टाकले. "चला, बसा आता सगळे जण," असे समाधानाने सगळ्यांना म्हणत विजयी मुद्रेने तो दुसरीकडे वळला.

मिस मॅककॉजलंडच्या डोळ्यांतून अश्रू ओघळायच्या बेतात होते. ॲनाने तिला नीटनेटके व्हायला मदत केली. सर रॉबर्ट शॉमबर्गकने स्त्रीदाक्षिण्य दाखवत तिला आपल्या उलट्या हाताला बसवून घेतले. "छान, मिस मॅककॉजलंड, आता तुम्हाला आख्यायिकेचा अर्थ नक्कीच कळला असेल आणि तो तुम्हाला आवडलेला नसला तरी तुमच्या इंग्लंडच्या मित्रमंडळींना नक्कीच आवडेल." किंचित रडक्या मुद्रेने का होईना, पण ती हसली आणि तिच्या डोळ्यातली भयाची भावना गेली.

हे जेवण एखाद्या दुःस्वप्नासारखे आहे, असे ॲनाला आपल्या जागी जाता जाता वाटत होते. मिस मॅककॉजलंडची अनपेक्षित गुलाबपाण्याच्या अंघोळीची गोष्ट बँकॉकमध्ये कित्येक दिवस चर्चेचा विषय होणार होती. कोणीतरी सिंगापूरच्या वर्तमानपत्राला पत्र लिहील किंवा लंडनच्यासुद्धा! आणि राजा पुन्हा खवळेल. तरीपण पाहुण्यांच्या चेहऱ्यांवरून त्यांचे लक्ष दुसरीकडे वेधले गेले आहे, हे जाणवले. टेबल नॅपकिन्स अजून आले नव्हते.

मिस मॅकक्जलंडने लग्नाचे वचन देण्याबाबतीत पाहुण्यांचा अजून एकमेकांत पण दबत्या स्वरात हास्यविनोद चालू होता. तेवढ्यात तेथे राजाचा विदूषक लोकांचे मनोरंजन करण्यासाठी हजर झाला. त्याला पाहून ॲना मनोमन एकदम घाबरी झाली. 'नइ लक' (म्हणजेच विदूषक) हा या कार्यक्रमात भाग घेणार आहे, हे तिला सांगितले गेले नव्हते; नाहीतर तिने त्याला जोरदार विरोध केला असता, कारण त्याला पाहून अनेकांना जेवताना किळस आली असती.

राजाच्या दूधभावांपैकी कोणीतरी त्याला बँकॉकला आणले होते. शिकारीसाठी उत्तरेकडे गेले असता त्यांना तो सापडला होता. त्याला कवायती आणि कसरतीमधल्या क्लृप्त्या शिकवल्या जायच्या होत्या. त्यांच्यात तरबेज झाल्यावर त्याला विदूषक आणि मूर्ख म्हणून राजासमोर सादर केले गेले.

त्याला पाहून ॲनाला घृणा यायची. त्याच्या डोक्यावर दाट कुरळे केस होते. त्याचे कपाळ खालच्या बाजूला उतरते आणि मागे लांबट होते. डोळे चिंपाझी (एप) सारखे अगदी जवळ होते. ते जंगली दिसत आणि सारखे भिरभिरत असत. नाक मोठे, हनुवटी बारीक अन् टोकदार होती. त्याच्या मोठ्या तोंडातून दोन मोठे दात डोकावत असायचे. कानही मोठे अन् पसरट होते. तीन फुटाहून एक-दोन इंच जास्त इतकी त्याची उंची होती. अन् पाय तर इतके आखूड होते की, त्याच्या अतिशय रुंद, फताड्या पावलांखेरीज त्याचे एवढे मोठे डोके आणि रुंद खांद्यांचे वजन त्याच्या शरीराला पेलणे अशक्य ठरले असते. चिंपाझीशी त्याचे असलेले साधर्म्य दाखवण्यासाठीच म्हणून की काय, त्याचे हात जवळजवळ त्याच्या पावलापर्यंत लांबीचे होते. त्याचे नुसते दर्शनही एखाद्याची जेवणावरची वासना उडवायला पुरेसे होते.

हा विदूषक आता एका सुंदर सजवलेल्या टेबलाजवळ जाऊन पोचला आणि त्याने सूपचे भांडे उचलले आणि इतक्या भीतिदायक पद्धतीने ते सहजतेने फिरवायला सुरुवात केली की, आश्चर्यचकित झालेल्या पाहुण्यांचे श्वास रोखले गेले. प्रत्येक जण बोलणे थांबवून तो खेळ पाहायला लागला. नंतर त्याने ते एका बोटावर ठेवून डोक्याच्या वर गरगरा फिरवायला सुरुवात केली, तरी त्यातून एक थेंबही सांडला नाही. मग ते भांडे पुन्हा टेबलावर ठेवून तो नाहीसा झाला. पण क्षणभराने लगेच दुसरी बशी घेऊन तो उगवला आणि त्याने खेळ सुरू केला. दर वेळी तो पहिला खेळ थांबवून नाहीसा होत असे आणि नंतर पुन्हा दुसरा खेळ सुरू करायला अवतरत असे. सर्व जण फार खूश होते, पण ॲना मात्र आतून फणफणत होती. जेवणाची सगळी व्यवस्था अतिशय नेटकी करण्यासाठी तिने खूप कष्ट घेतले होते, पण त्या संदर्भात एखादा जरी कुचेष्टेचा किंवा दोष काढण्याचा शब्द समारंभ संपल्यानंतर राजापर्यंत पोचला तर तिला शिव्या खाव्या लागणार होत्या.

तेवढ्यात एका नोकराने तेथे येऊन तिला बोलावले अन् सांगितले की, टेबल नॅपकिन्स आलेले आहेत. आता ते लोकांना द्यायचे कसे, हा विचार करत ती बाहेर गेली. कॉरिडॉरमध्ये तिला राजपुत्र चूला लाँग कोर्ण भेटला. त्याच्यापाठोपाठ तिला राजा झपाट्याने येताना दिसला. त्याच्या हातात टेबल नॅपकिन्सचे गठ्ठेच्या गठ्ठे होते. त्याने ते ॲनाच्या हातात खुपसले आणि तो दिवाणखान्यात त्याच्या पाहुण्यांकडे वेगाने धावला. त्याच्या समारंभाचा मूळ हेतू आता त्याला पुन्हा आठवला होता. मिस मॅककॉजलंडच्या सौंदर्यामुळे तो सगळेकाही विसरला होता. ॲनाने बाहेरून त्याचा नाटकी उद्‌गार ऐकला, ‘‘कोण म्हणतं की मी स्पेअर मॅन आहे म्हणून!’’ आणि टेबलाच्या दुसऱ्या टोकाला बसलेल्या मिशनऱ्यांकडे त्याने पाहिले. त्यांच्याकडून काही गुन्हा घडला आहे, याची त्यांना जाणीवही नव्हती, त्यामुळे या सगळ्या गोष्टींना काही विशेष अर्थ आहे, हे त्यांच्या गावीही नव्हते.

ॲनाची त्या नॅपकिन्सशी झटापट चालू होती. युरोपातून आल्यापासून ते जसे गोदामात पडले होते, ते तसेच्या तसे आता उचलून आणले होते. बारा बारा नॅपकिन्सच्या त्या लांब पट्ट्या होत्या आणि तेथे कापायला कात्रीही नव्हती. अखेरीस या नव्या अडचणीला वैतागून ॲनाने प्रत्येक पाहुण्याला एकेक गुंडाळीच दिली आणि पुढची अडचण कशी सोडवायची ते त्यांच्यावर सोपवले.

त्यानंतर सगळे व्यवस्थित, नीट झाले. जेवण फार उत्तम होते. युरोपियन आणि सयामी दोन्ही तऱ्हेचे आंबट पदार्थ घालून केलेली भाज्यांची सॅलड्स सोन्याच्या तबकांमधून आली होती. त्या भाज्या, फळे अगदी हुबेहूब फुलांच्या आकारात कापून रचलेली होती. जेवणात भाजलेली हाडेविरहित बदके, सुंदर छोटे-छोटे केक, बारा तऱ्हेच्या पेस्ट्रीज आणि असे कितीतरी चविष्ट पदार्थ होते. तो बुटका विदूषक स्वत:च्या खेळाला कंटाळून केव्हातरी नाहीसा झाला होता. बाकी सर्व नोकर अतिशय चांगल्या तऱ्हेने वागत होते.

संध्याकाळी पाऊस पडला होता. त्यामुळे उंच, उघड्या खिडक्यांमधून येणारी ताजी थंड हवा मादक फुलांच्या वासाने सुगंधित होऊन येत होती. पाहुणे हसत, गप्पागोष्टी करत होते. सदासर्वकाळ चालणारी भांडणे विसरून ते मेजवानीचा आनंद लुटत होते. अगदी मिस मॅककॉजलंडचेसुद्धा मन स्थिर झाल्यासारखे दिसत होते. कारण ती नीट जेवत होती.

जेवण संपायला आले, स्वत: राजा पुन्हा एकदा आत आला. सर्व जण त्याचे आरोग्य चिंतायला म्हणून उठून उभे राहिले. राजाने जी मध्येच विचित्र घोषणा केली होती, त्याबाबत ब्रिटिश वकिलातीच्या प्रतिनिधीने ॲनाकडे चौकशी केली आणि त्यांना या मेजवानीचे प्रयोजन समजले... ताबडतोब उठून उभे राहून त्यांनी एक निवेदन जाहीर केले. ‘‘आमचे यजमान सयामचे श्रेष्ठ महाराज हे कधी ‘स्पेअर मॅन’

बनतील तो या देशासाठी दुर्दैवी दिन ठरेल.''

सगळ्या पाहुण्यांच्या चेहऱ्यावर एकदम आश्चर्य झळकून गेले. सर रॉबर्ट हे जरा जास्तीच घेणारे म्हणून प्रसिद्ध होते. आज जरा त्यांना जास्त झाली की काय? आणखीनच जास्त...?

पण राजाच्या चेहऱ्यावर मात्र लहान मुलासारखा आनंद पसरला होता. त्याने विजयी मुद्रेने पुन्हा एकदा मिशनऱ्यांकडे पाहिले. तरी त्यांना अजून आपल्याकडून काही चूक झालीय हे कळले नव्हते. मात्र त्याने आपली क्षमता सिद्ध करून दाखवली होती!

■

दुभाष्याचा हल्ला

काही महिने ॲना राजाच्या फार मर्जीत होती. त्यामुळे रोजचे जीवनही अतिशय कठीण करणाऱ्या काही गोष्टींपासून ती मुक्त झाली होती. पण राजकन्या फा यिंगच्या मृत्यूनंतर निर्माण झालेले हे सुखद मध्यांतर अल्पजीवीच ठरले. कारण तिच्या शेजारीच राहणाऱ्या खुनशी स्वभावाच्या दुभाष्यामुळे तिला अधूनमधून, पण सतत त्रास होतच असे. त्याचे सतत काही न काही उद्योग सुरू असत. आता ऑक्टोबरमध्ये पुन्हा एकदा तिचे कौटुंबिक जीवन विसकळीत झाले.

डिनर पार्टीनंतर काही दिवसांनीच एके दिवशी सकाळी तिच्या कंपाउंडच्या शेजारच्या गल्लीत आरडाओरडा ऐकून ती दचकली. त्या गोंधळातून तिच्या कानी जो काही आवाज, शब्द पडले होते त्यावरून मुन्शी काहीतरी संकटात आहे, हे तिला कळले. काय चाललेय ते बघायला ती बाहेर धावली. बाहेर जमिनीवर मुन्शी अर्धवट बेशुद्धावस्थेत पडला होता. त्याचे पागोटे त्याच्या शेजारी पडले होते, कपडे फाटले होते आणि रक्ताने माखले होते. चेहऱ्यावर वळ दिसत होते. एक डोळा अतिशय सुजला होता. बीबी आणि शेजारपाजारचे इतर लोकही धावत आले आणि सगळ्यांनी मिळून त्याला त्याच्या खोलीत उचलून नेले.

"काय झालं? त्याला कोणी मारलं? तुम्ही कुणाला पाहिलंत का?" ॲनाने तिच्या शेजाऱ्यांना विचारले.

एक जण सांगू लागला की, मुन्शी फाटकात उभा होता, त्याच वेळी दुभाष्या आणि त्याचे नोकर नदीवरून घरी जात होते. दुभाष्याने थांबून आदरणीय मुन्शीला खाली वाकायला सांगितले. मुन्शीने नकार दिला. त्यावर दुभाष्याने आपल्या नोकरांना तो खाली लोटांगण घालेपर्यंत पिटून काढायचा हुकूम दिला. त्यामुळे त्याला, त्याच्यासारख्या व्यक्तींसमोर कसे वाकावे ते कळेल, असे त्याला वाटत होते. हुकमासरशी नोकरांनी हातातल्या सोट्यांनी मुन्शीला सडकून काढायला सुरुवात केली.

हे अतिच झाले होते. बारीकसारीक गोष्टींकडे दुर्लक्ष करता येते, पण या अपमानाकडे नाही. ॲना मनोमन अतिशय संतापून गेली होती. म्हातारा अभिमानी

पारशी काही सयामी नव्हता. तिच्या घरातल्या लोकांवर जर कोणी लोटांगण घालायची सक्ती करणार असेल तर तिला ते खपणारे नव्हते. स्वत:च्या बाबतीत तर तिने ते सुरुवातीपासूनच नाकारले होते आणि तिने मुन्शी आणि बीबी यांच्यासाठीही तो प्रकार नाकारला होता. ते कोणीच हा प्रकार करणार नव्हते. मुन्शी तर त्याच्या देशाच्या रिवाजानुसार नेहमीच अदबशीर, सभ्यपणे लोकांना पुरेसा मान देत असे आणि ते पुरेसे होते. लोटांगण घालणे या पद्धतीचा तिला कायमच अतिशय तिरस्कार वाटत असे. ते तिला गुलामगिरीचे प्रतीक वाटायचे. प्रत्येक माणसाने आपल्याहून श्रेष्ठ माणसासमोर लोटांगण घालायचे आणि आपल्या कनिष्ठांकडून तीच अपेक्षा करायची.

मुन्शीच्या जखमा धुऊन त्यांना मलमपट्टी केल्याबरोबर लगेच ॲनाने कपडे करून डोक्यावर टोपी घातली आणि तक्रार नोंदवण्यासाठी ती क्रालाहोमच्या राजवाड्याकडे निघाली. गेले अठरा महिने ती सयाममध्ये राहत होती आणि अनेक गोष्टींत सल्ला घेण्यासाठी अनेक वेळा ती क्रालाहोमकडे गेलेली होती. राजाच्या या प्रधानाची कायमच न्यायाबद्दल आदर बाळगण्याची भूमिका पाहून तिलाही त्यांच्याबद्दल फार आदर वाटायला लागला होता. राजाचा दूधभाऊ, लट्ठ वाँगसा हा वैद्य होता. त्याचे वागणे मित्रत्वाचे होते आणि स्वभाव हसरा होता. त्यामुळे सयामी लोकांचा आणि बँकॉकमधल्या युरोपियन, अमेरिकन लोकांचा तो फार आवडता होता. पण क्रालाहोमची गोष्ट वेगळी होती. क्रालाहोम या दुसऱ्या राजासारखा सभ्य, सुसंस्कृत किंवा त्याच्यासारखा दयाळू नव्हता, पण त्याच्याजवळच्या तीक्ष्ण बुद्धिमत्तेच्या सामर्थ्याने त्याची ही उणीव भरून काढलेली होती. ॲना अनेकदा इतर लोकांसाठी दाद मागायला त्याच्याकडे गेलेली होती आणि त्याच्या न्यायीपणाचा प्रत्यय तिला आलेला होता. तसा तो खूप सभ्यपणे किंवा मित्रत्वाने वागत असे, असे नाही किंवा सत्यासत्यतेच्या कल्पनांबाबत तो फार दक्ष होता, असेही नाही. तरीपण तो सर्वसाधारणपणे न्यायीपणाने वागत असे आणि ज्या देशात अजूनही प्राचीन पद्धतींचा वरचश्मा होता, तेथे या गोष्टीला फार महत्त्व होते. कारण न्यायालयातसुद्धा जो जास्तीत जास्त लाच देऊ शकेल, त्याच्या बाजूने निकाल दिला जात असे. सरकार दरबारी कायदा हा फक्त नावापुरताच होता. प्रत्यक्षात मात्र राजा किंवा सरदार, जमीनदारांच्या मर्जीनुसार गोष्टी घडत असत. प्रत्येक मोठ्या सरदार जमीनदाराकडे त्याचे स्वत:चे न्यायालय आणि न्यायाधीश असत आणि तेथे त्यांच्या पद्धतीनुसार न्यायदान होत असे. एवढेच नव्हे तर मि. ॲमीसच्या हाताखालच्या नुकत्याच नेमल्या गेलेल्या पोलीसदलाचे, मोठा बाजार हेच फक्त अधिकारक्षेत्र होते. नदीपलीकडे त्यांना कोणताही अधिकार नव्हता. त्यामुळे मुन्शीची केस एकतर क्रालाहोमकडे न्यायची किंवा ब्रिटिश वकिलातीकडे न्यायची, एवढाच पर्याय ॲनासमोर होता. पण

आतापर्यंततरी ॲना ब्रिटिश वकिलातीपर्यंत काही प्रकरण न्यायला फारशी उत्सुक नसे.

क्रालाहोमच्या अभ्यासिकेत तिला नेल्याबरोबर कुठल्याही पूर्वप्रस्तावनेशिवाय तिने एकदम बोलायला सुरुवात केली. ''महाराज, आपल्या भावाच्या नोकरांनी माझ्या घरासमोरच माझ्या मुन्शीला मारहाण केली, त्याने लोटांगण घालायचे नाकारले म्हणून! मुन्शी पारशी आहे आणि त्याला कुणासमोर लोटांगण घालायची सवय नाहीय. यात माझा आणि माझ्या म्हाताऱ्या नोकराचा फार अपमान झालाय आणि ते मला आवडलं नाहीय म्हणून मी आपल्याकडे न्याय मागायला आलेय.''

क्रालाहोमने तिच्याकडे त्याच्या नेहमीच्या थंड, कोरड्या नजरेने पाहिले. तिला त्याच्या नजरेचा अर्थ उमगला नाही, पण ती विश्वासाने वाट पाहत उभी राहिली. पण आज क्रालाहोमने आपल्या भावाच्या या अन्यायाची, कायदा मोडण्याच्या कृतीची दखल घ्यायचे नाकारले.

''तो म्हातारा मूर्ख आहे,'' तो जोरात म्हणाला. ''त्याच्याबाबतीत काय घडतंय ते पाहायला मी बांधील नाही. त्याला जर या देशाचे नियम पाळायचे नसतील तर मी त्याचे रक्षण करण्याचं कारण नाही आणि तुमच्या त्या म्हाताऱ्या नोकराला कोण काय करतंय या असल्या क्षुद्र गोष्टीकडे लक्ष द्यायला मला वेळ नाही. यापुढे भविष्यात तुम्हीपण हे असलं काही माझ्यापर्यंत आणून मला सतावत जाऊ नका. ज्या गोष्टीत तुमचा काही संबंध नाही, त्यात तुम्ही वाजवीपेक्षा जास्त दखल देत असता. तुम्ही जाऊ शकता.''

हे ऐकून ॲना अतिशय संतापून गेली. ''नाही,'' ती उसळून म्हणाली, ''मी जाणार नाही. मला जे सांगायचंय ते सांगितल्याशिवाय मी जाणार नाही. शहराचा हा भाग आणि इथले लोक तुमच्या अधिकाराखाली येतात म्हणून मी दाद मागण्यासाठी तुमच्याकडे आले. तुम्हीच इथला सर्वश्रेष्ठ कायदा आहात आणि अशा घटनांच्या बाबतीत निवाडा करणं हे तुमचं काम आहे. दिलेल्या शब्दाला जागणारे तुम्ही न्यायी गृहस्थ आहात म्हणून बँकॉकमध्येच काय, पण सर्व सयामभरचे लोक तुमच्याकडे आदराने पाहतात. मी तुमचा जास्त वेळ घेत नाहीये. जेव्हा एखाद्या गरीब माणसाला तुमच्या न्यायाधीशांकडून न्याय मिळायची शक्यता नसते, कारण ते लाच देऊ शकत नाहीत, तेव्हाच मी कधीकधी तुमच्याकडे येत असते. कारण तुम्ही लाच घेत नाही. माझ्यावर विश्वास ठेवा की, हे मी तुम्हाला सतावण्यासाठी करत नाहीये, तर तुमच्या न्याय्य बुद्धीवर माझा विश्वास आहे म्हणून करते आणि आतापर्यंततरी माझी निराशा झाली नव्हती. पण आज मात्र माझी फार निराशा झालीय. तुम्ही म्हणताय, माझ्या म्हाताऱ्या मुन्शीच्या बाबतीत जे घडलं, ते तुमच्या दृष्टीनं महत्त्वाचं नाही, पण माझ्या दृष्टीनं त्याला महत्त्व आहे. कारण मुन्शीच्या बाबतीत जे घडलंय, ते तुमच्या

भावानं केलंय आणि तुमच्या नातेवाइकांना तुम्ही जर कायदा हातात घ्यायची परवानगी दिलीत तर त्यामुळे तुमच्या न्यायीपणाच्या लौकिकाला धक्का लागेल. तुम्ही म्हणताय, ही गोष्ट क्षुल्लक आहे, पण मी म्हणतेय, ही गोष्टी मोठी आहे. कारण जेव्हा तुमच्यासारखा, मोठ्या पदावर असलेला मनुष्य आपल्या भावाच्या गुंडगिरीकडे दुर्लक्ष करतो आणि जे काही घडलंय त्याबद्दल दखल घेणं, शिक्षा करणं नाकारतो तेव्हा एकापरीनं तो पाशवी अत्याचारांना मान्यताच देत असतो.''

ती वळून दरवाजाकडे चालू लागली, एक क्षणभर तेथे थांबून ती म्हणाली, ''आणखी एक गोष्ट. या देशाचं सरकार न्यायाची अंमलबजावणी करायला समर्थ आहे, हे माझ्या कृतीतून दाखवण्यासाठी मीपण विश्वासाने तुमच्याकडे आले, पण माझा हा विश्वास किती चूक होता हे आत्ताच तुम्ही मला दाखवून दिलंत. ठीक आहे. माझ्या तक्रारी मी पुन्हा तुमच्याकडे आणणार नाही. मी त्या सरळ रॉबर्ट शॉमबर्गककडे नेऊ शकतेच. गुड मॉर्निंग.'' आणि क्रालाहोमला पुढे काही बोलायची संधी न देता ती झटक्यात निघून गेली. राजवाड्यातून बाहेर पडत असताना तिला आत येणारा दुभाष्या भेटला पण तिने त्याच्याकडे दुर्लक्ष केले.

त्याच दिवशी संध्याकाळी ती बाहेर अंगणात बसली होती. आतल्यापेक्षा बाहेर थंड वाटत होते. लुईचा वाढदिवस जवळ आला होता. त्यासाठी ती त्याच्या कोटावर भरतकाम करत होती. वाढदिवसाचा छोटासा समारंभ करून बँकॉकमधल्या काही युरोपियन मुलांना त्यासाठी बोलवावे, असा तिचा विचार होता. तिच्याशेजारी एका छोट्या टेबलावर मोठा जड 'आरगन्ड' दिवा होता. त्या दरम्यान तिला फाटक उघडबंद करण्याचा कुठलाच आवाज ऐकू आला नाही किंवा काही पायरवही ऐकू आला नाही. पण अचानक तिच्या डोक्यावर एक जोरदार तडाखा बसला. ती बाजूला कोसळली आणि तिच्या धक्क्याने टेबल उलटून दिवापण खाली पडला.

आपण किती वेळ बेशुद्ध होतो हे तिला समजले नाही. बहुतेक ते काही सेकंदच असावे. पण ती जेव्हा शुद्धीवर आली तेव्हा आजूबाजूला पूर्ण काळोख होता. दिवा विझलेला होता. नशीब बलवत्तर म्हणून उलटलेल्या दिव्यामुळे कुठे आग लागली नव्हती. लुई तिच्याशेजारी बसून आपली सर्व ताकद लावून तिला उचलायचा, उठवायचा प्रयत्न करत होता आणि रडत-रडत बीबीला जोरजोरात हाका मारत होता. ''बीबी मारी! बीबी मारी!'' (बीबी इकडे ये.) अतिशय घाबरल्यामुळे त्याने पुन्हा मलायी भाषेचा आधार घेतला होता. एक-दोन मिनिटांतच नदीवर अंघोळीला गेलेल्या बीबीच्या पावलांचा, धावत येत असल्याचा आवाज ऐकू आला. ॲनाने उठायचा प्रयत्न केला, पण तिच्या डोळ्यांसमोर अंधारी येत होती आणि उठण्याची ताकद तिच्या अंगात राहिली नव्हती. ''लुई शांत हो, मी ठीक आहे,'' ती खोल आवाजात म्हणाली आणि धीर देण्यासाठी तिने त्याला आपल्याजवळ

ओढून घेतले.

बीबी जेव्हा दिवा घेऊन आली, तेव्हा तिला अ‍ॅनाच्या डोक्यावर खोल आणि मोठी जखम झालेली दिसली. तिच्यातून वाहिलेले रक्त सगळ्या फरशीवर पसरले होते. तिच्याशेजारी चार-पाच इंच लांबीचा आणि दोन-तीन इंच रुंदीचा रक्ताने माखलेला मोठा दगड पडला होता. बीबीने दिवा खाली ठेवला आणि हातांना आळोखेपिळोखे देत जोरात गळा काढून रडायला सुरुवात केली. ''आधी माझा नवरा, मग माझी मालकीण आणि पुढची पाळी माझी असेल, मग छोट्या बाबाचं काय होईल?''

''बीबी, बस्स कर ते!'' अ‍ॅनाने खोल आवाजात हुकूम सोडला. ''मला घरात पलंगापर्यंत जायला मदत कर आणि बँडेज घेऊन ये.''

बीबी आणि लुई यांच्या मदतीने अ‍ॅना थरथरत्या पावलांनी आत गेली. तिच्या जखमेतून रक्त वाहतच होते. बीबी आपल्या कामात अतिशय चपळ अन् वाकबगार होती. तिने झटपट जखम स्वच्छ करून अ‍ॅनाच्या डोक्याला पट्टी बांधली. अ‍ॅना इतकी अशक्त झाली होती. दमल्यामुळे तिला ताबडतोब गाढ झोप लागली. सकाळी ती जेव्हा जागी झाली तेव्हा लुई तिच्याशेजारी खुर्चीवर बसला होता. तिच्याच उशीवर, तिच्या डोक्याशेजारी त्याने डोके ठेवले होते. खूप रक्त गेल्यामुळे तिचे हातपाय जरी थरथरत होते, तरी तिला पुष्कळ बरे वाटत होते. कपाळाला, डोक्याला खूप सूज आली होती. पण परिस्थिती आणखीही गंभीर होऊ शकली असती. एवढा मोठा दगड जवळून खूप जोरात फेकलेला होता आणि वर्मी बसला असता तर तो जीव घ्यायलाही पुरेसा होता.

बीबी आत आली. त्या वेळेसही तिच्या डोळ्यातून अश्रू ओघळत होते. ''मुन्शी बहुतेक मरणार आहे,'' ती हुंदके देत म्हणाली. अ‍ॅना ताबडतोब थरथरत्या पायांनी; पण धडपडत उठून उभी राहिली. स्वत:ला स्थिर करण्यासाठी तिने लुईच्या खांद्यावर हात ठेवून बीबीचा दंड पकडला आणि त्यांच्या आधाराने मुन्शीला – आपल्या पर्शियन भाषेच्या शिक्षकाला पाहायला गेली. तो मरणार नाही, हे कळून तिला धीर आला पण तो अजूनही फार आजारी होता. त्याच्या शारीरिक जखमांबरोबरच, मार खाल्ल्याबद्दलचा राग आणि शरम यांनी त्याचे आजारपण वाढले होते. ''मेमसाहेब,'' तो हलक्या, अस्पष्ट आवाजात तिला म्हणायला लागला. ''आपण पुढच्याच बोटीने सिंगापूरला परत जाऊ या, नाहीतर हे काफिर इथे आपल्या सगळ्यांनाच ठार मारतील. आधी मला मारलं नंतर आता तुम्हाला.''

म्हातारा अतिशय भयभीत झालेला होता. त्यामुळे अशा तऱ्हेची दुर्घटना पुन्हा घडणे अशक्य आहे हे अ‍ॅनाने कितीही पटवले तरी त्याला ते पटणे अवघड होते. कारण आता जर क्रालाहोमने काही केले नाही तर ती ब्रिटिश दूतावासात संरक्षण

मागणार होती. पण त्याचे तसे समाधान होऊ शकत नव्हते. "एवढा क्रूरपणा! दुष्ट! हलकट! पशू!" तो रडत-रडत म्हणत होता. "आपण इथे आणखी एखादा दिवस जरी राहिलो तरी ते रात्री चोरून आपल्या घरात घुसतील आणि अंथरुणातच आपले गळे चिरतील. मेमसाहेब, त्यांना आपले गळे कापायची संधी मिळण्याआधी आपण पहिल्या बोटीनं इथून निघून जाऊ या."

ॲनाने त्याला धीर देत सांगितले की, तिची जखम खोल नाहीय आणि यापुढे असे काही घडणार नाही, याची तिला खात्री आहे, पण त्याची खात्री पटण्यापूर्वी, धीर देण्यापूर्वी तिला स्वत:लाच आधी धीर द्यावा लागला होता. मुन्शीला मात्र तिचे शब्द ऐकून अजिबात धीर वाटला नव्हता. अगदी खालच्या हीन पातळीवर उतरलेल्या या पापी लोकांच्या बाबतीत ब्रिटिश लोक काही करू शकतील याबद्दल त्याला मुळीच विश्वास वाटत नव्हता. अखेरीस ॲनाला बीबी आणि मुन्शीला हे कबूल करावे लागले की 'चो फ्या' बोट आली रे आली की ते दोघं लगेच सिंगापूरला निघू शकतील, पण त्यांच्याशिवाय ती इथे कशी काय राहू शकेल, हे तिला कळेना. मात्र त्यांना ठेवून घेण्यासाठी, त्यांची समजूत घालणेही तिला शक्य होत नव्हते आणि ते दोघेही जण ॲनानेसुद्धा इथे राहू नये, त्यांच्याबरोबर तिनेही परत जावे, तिच्यासाठी नाही तरी तिच्या मुलासाठी, असे तिला सारखे पटवायचा प्रयत्न करत होते.

सर रॉबर्टना काही पत्र लिहिण्यापूर्वी, क्रालाहोमचे सेक्रेटरी या नात्याने जबाबदारी असलेल्या मि. हंटरना तिने बोलावणे पाठवले. तिने त्यांना काय घडले ते सांगितले. ते तिच्या कपाळावरच्या बँडेजकडे, फिकट पडलेल्या चेहऱ्याकडे गंभीरपणे टक लावून पाहत राहिले. मग एकदम झटक्यात ते राजाच्या प्रधानाकडे, क्रालाहोमकडे निघाले. दुसऱ्या दिवशी सकाळी ते, सयामी भाषेतल्या क्रालाहोमच्या सहीच्या एका फतव्यासह परत आले. फतवा असा होता – "जी कोणी व्यक्ती मिसेस लिऑनओवेन्सच्या परिवारातील कुणाचाही अपमान करताना किंवा इजा करताना दिसेल, त्या व्यक्तीला क्रालाहोम स्वत: कडक शिक्षा करतील."

ज्या ठिकाणी ही पत्रके ठळकपणे दिसतील, अशा आसपासच्या ठिकाणी ती लावण्यासाठी ते निघणार तेवढ्यात ॲनाने त्यांना सुचवले, "आणखी एक गोष्ट सांगायचीय. मि. हंटर, माझ्या डाव्या बाजूला माझे जे शेजारी आहेत, त्यांना मित्रत्वाच्या नात्यानं ही एक-दोन पत्रकं देऊन याल का?" मि. हंटरच्या चेहऱ्यावर हळूहळू खरी गोष्ट काय आहे, ते उमजल्याचे भाव उमटले आणि त्यांच्या चेहऱ्यावर एकामागून एक असे संताप, राग, तिरस्काराचे भाव झळकत गेले. "तो भेकड हरामखोर का!" ते अतिशय रागाने उद्‌गारले आणि झटकन दुभाष्याच्या घराकडे जायला निघाले.

बरी होऊन पुन्हा कामावर जाण्यास ॲनाला खूप दिवस लागले. फ्रेंचांशी काही

तातडीचा पत्रव्यवहार करायचा होता म्हणून राजाने तिला दोन वेळा बोलावणे पाठवले, पण मी अजूनही आजारीच आहे, म्हणून येऊ शकत नाही, असा निरोप प्रत्येक वेळी ॲनाने पाठवला.

फ्रेंचांनी सयामी प्रदेशावर जे पहिलेच उघडउघड आक्रमण केलेले होते, त्याने राजा अतिशय अस्वस्थ झाला होता. बँकॉकमध्ये सगळ्यांना हे माहीत झाले होते की, ऑगस्टमध्ये कंबोडियाच्या राजा नोरोडमबरोबर कोचीन चीनचा गव्हर्नर ॲडमिरल 'डी.ला. ग्रॅन्डियेरे'ने काही करार केले होते. त्यावर दोघांच्या सह्या झालेल्या होत्या. इतर कंबोडियन राजपुत्रांप्रमाणेच राजा नोरोडम हासुद्धा सयाममध्ये वाढला होता. राजा माँगकुतचा तो जवळचा मित्र होता आणि राजाने कंबोडियाचा व्हाइसरॉय म्हणून त्याची नेमणूक केलेली होती आणि आता कंबोडियाचा राजा म्हणून त्याचा सयामच्या राजाकडून राज्याभिषेक होण्याची तो वाट पाहत होता. त्याने अतिशय तातडीचा खलिता पाठवून राजा माँगकुतला कळवले होते, की त्याने या करारावर, अतिशय सक्ती झाली म्हणून सही केली होती आणि डी.ला. ग्रॅन्डियेरेला त्याने पुन्हा पुन्हा सांगितले होते की, नियमानुसार त्याने बँकॉकमार्फतच कोणताही करार केला पाहिजे. पण त्याचा काही उपयोग झाला नाही आणि कंबोडियाला सयामपासून स्वतंत्र करण्यासाठी फ्रान्सने तयारी केलेली आहे. अशी खुशामत करण्याचाही ॲडमिरलने प्रयत्न केला, हेही त्याने कळवले होते. या मखमली खुशामतीमागे मेकाँग नदीच्या मुखाशी उभ्या असलेल्या साठ जहाजांचे आणि त्यांच्यावरच्या तोफांचे पोलाद होते. या कारणांमुळे भ्यायलेल्या नोरोडमला, अनिश्चिततेच्या दबावाखाली फ्रेंचांनी सुचवलेल्या करारावर सही करायला लागली. त्यामध्ये फ्रेंचांच्या बादशहाने, त्यांच्या अधिराज्याचे अधिकार, त्यांच्या संरक्षणाखालील प्रदेश या नात्याने कंबोडियाला बहाल करण्याच्या हेतूने त्यांनी ठरवलेल्या अटींवर आणि करारनाम्यावर त्याने सही केली होती.

जेव्हा ॲना पुन्हा कामावर आली तेव्हा राजाने गंभीर चेहऱ्याने तिचे बारकाईने निरीक्षण केले. तिचा चेहरा अजूनही फिकट दिसत होता. अजूनही डोक्यावर बँडेज होते. फ्रेंच पत्रव्यवहारात गुंतून जाण्यापूर्वी राजा तिला म्हणाला, "मेम, आमच्या राजवाड्याजवळ, एक घर किंवा अपार्टमेंट-बिल्डिंग आहे. तुम्हाला जर तिथे राहणं पसंत असेल तर हे संपल्यावर तुम्ही तिथे राहायला येऊ शकता. त्यामुळे मला जेव्हा तुमची गरज पडेल तेव्हा तुम्हीपण चटकन येऊ शकाल. ती जागा तुम्ही पाहून या आणि तुम्हाला आवडतेय का, ते बघा."

ही तर फारच चांगली बातमी होती. डोक्यावर पडलेल्या घावाच्या दुःखाची भरपाई करणारी ही बातमी होती. त्यामुळे नदीच्या ज्या बाजूला राजवाडा होता, तिकडेच तिला राहायला मिळणार होते. एवढेच नव्हे तर ब्रिटिश वकिलातही त्याच

बाजूला होती आणि पुन्हा ती दुभाष्यापासून खूप लांब असणार होती. खेरीज या भागात मि. ॲमीस आणि त्यांच्या पोलीसदलाच्या पहाऱ्याच्या विभागात ती येऊ शकत होती. तेथून जवळच नदीला समांतर असा महामार्ग बांधायचे काम सुरू होते. बँकॉकमधला हा पहिला आधुनिक महामार्ग राजा बांधत होता. या रस्त्यामुळे ती नव्या घरून ब्रिटिश वकिलातीमध्ये जमिनीवरच्या मार्गाने जाऊ शकणार होती. त्यामुळे तिला जास्त सुरक्षित वाटले असते. आजारी पडली तरी डॉ. कँपबेल जवळच असणार होते आणि जरी चुकून शहरात अतिशय गंभीर, धोकादायक परिस्थिती निर्माण झाली तरी शहरातली उत्तम सुरक्षितता तिला लाभू शकणार होती.

मुन्शी आणि बीबी या दोघांना गमावण्याने तिचे जे नुकसान होऊ घातलं होतं, त्याची भरपाई झाल्यासारखे तिला वाटले. मुन्शी अजूनही परत जायचा आग्रह धरून बसला होता. म्हणून ॲनाने 'चो फ्या'वर त्यांचे रिझर्व्हेशन केले होते. पण अखेरच्या क्षणी बीबीच्या डोळ्यांत पाणी उभे राहिले आणि तिने नवऱ्याबरोबर सिंगापूरला परतायला नकार दिला. तिने आपले सामान सोडून पुन्हा तेथेच राहण्याची तयारी केली. ती रडताना पाहून मुन्शीने पुन्हा तिला 'चल' म्हणून आग्रह केला नाही. ती म्हणत होती, ‘‘जेव्हा मालकीण इतकी वर्षं माझ्याशी चांगली वागलीय तेव्हा या भयंकर देशात त्यांना आणि छोट्या बाबाला एकटं सोडून मी कशी येऊ शकेन? माझ्याखेरीज त्यांची काळजी कोण घेऊ शकेल?'' बायको बरोबर आली नाही तरी मुन्शीला फारसे दुःख झाले नाही आणि तो एकटाच परत गेला. त्याच्या दृष्टीने बायको ही अशी एक गोष्ट होती की, चांगल्या मुसलमानाला तिची जागा घेणारी दुसरी बायको सहजासहजी मिळू शकत होती.

नदीपलीकडे राहायला जाण्याची तयारी करण्याअगोदर त्यांच्यावर दुसरे संकट ओढवले. ॲनाला पुन्हा जबरदस्त ताप चढला. एक दिवस नावांच्या धक्क्याकडे त्या निसरड्या रस्त्यावरून जाताना तिचा पाय घसरला. ती धडपडली, स्वत:ला संभाळायचा तिने प्रयत्न केला, पण पुन्हा अडखळून डोके खाली, पाय वर अशी ती नदीत फेकली गेली. तिने स्वत:चीच किंकाळी ऐकली. डोक्याच्या वर पाणी चढले होते. ओहोटी जोरात सुरू होती. तिने खूप धडपड केली पण ती पाण्यावर येऊ शकेना. एकामागून एक असंख्य विचार, एका क्षणात वेगाने तिच्या मनात येऊन गेले आणि ती बेशुद्ध झाली.

तिने जेव्हा पुन्हा डोळे उघडले तेव्हा ती स्वत:च्या खोलीतल्या बिछान्यावर होती, पण कपडे अजून ओलेच होते. तिच्याशेजारी टेबलावर एक दिवा जळत होता आणि तिच्याभोवती सगळे नावाडी, नोकर आणि लुई उभा होता. नावाड्यांनी ॲनाला पाण्याबाहेर ओढून काढले होते. बीबीने त्यांना चांगली बक्षिसी द्यायचे कबूल करून त्यांना परत पाठवले आणि त्यानंतर अर्धवट बेशुद्धावस्थेत बरळत असलेल्या

ॲनाची ती काळजी घेत होती.

आपली मालकीण फार आजारी झालीय हे जेव्हा बीबीच्या लक्षात आले, तेव्हा ती मदतीसाठी मॅटून्सकडे धावली. ते लगेच येऊन तिला आपल्या घरी घेऊन गेले. दुखण्याचे गांभीर्य कमी होईपर्यंत ते सगळे जण रात्र-रात्र आळीपाळीने ॲनाजवळ बसून असायचे.

गेल्या बऱ्याच दिवसांपासून लेडी सोन क्लिन एका कामात गुंतून गेली होती. आठवड्यातून दोन दिवस ॲना तिला तिच्या कामात मदत करायची. तिच्या शिक्षण आणि अभ्यासाच्या दरम्यान तिला 'अंकल टॉम्स केबिन' हे पुस्तक मिळाले होते आणि ते वाचून ती मोहून गेली होती. तिने ते पुस्तक इतक्या वेळा वाचून काढले होते की, अखेरीस ती त्या पात्रांबद्दल अशा तऱ्हेने बोलू लागत असे की, जणू ती त्यांना कित्येक वर्षांपासून ओळखते आहे. लहानग्या इव्हाच्या मृत्यूचा प्रसंग वाचताना तिला दुःख इतके अनावर होत असे की, जणूकाही ती तिचीच मुलगी होती. ती जेव्हा-जेव्हा तो भाग वाचत असे, तेव्हा-तेव्हा तिला रडू कोसळायचे आणि त्यानंतर ती अनेक दिवस शोकात असलेल्या व्यक्तीप्रमाणे कष्टी, करुण चेहरा करून इकडेतिकडे फिरायची. अन् अचानक एक दिवस आपण या पुस्तकाचा अनुवाद करावा, अशी कल्पना तिच्या मनात चमकली. या कल्पनेने अतिशय प्रभावित होऊन मोठ्या उत्साहाने या कथेचा तिने सयामी भाषेत अनुवाद करायचे काम सुरू केले.

'अंकल टॉम्स केबिन'च्या लेखकाबद्दल तिला जे कौतुक वाटत असे, ते जरा जास्तीच होते. एके दिवशी दुपारी गप्पा मारताना तिने ॲनाला सांगितले की, तिने 'हॅरिएट बीचर स्टोवे' हे एका अमेरिकन लेखिकेचे नाव, तिचा सन्मान करण्यासाठी म्हणून धारण करायचे ठरवले आहे आणि त्या दिवसापासून ती ॲनाला अधूनमधून ज्या छोट्या-छोट्या चिठ्ठ्या पाठवायची, त्यांच्यावर 'हॅरिएट बीचर स्टोवे सोन क्लिन' अशी सही करायला लागली, पण स्टोवेचा उच्चार मात्र ती, स्टो-आ असा करत असे.

तो जवळजवळ महिनाभर ॲना राजवाड्यात जाऊ शकली नाही आणि लेडी सोन क्लिन तिला रोज चिठ्ठी लिहीत असे. त्या पत्रांमधून प्रेम आणि ॲनाबद्दल वाटणारी काळजी भरभरून ओसंडत असे. मात्र ती विरामचिन्हांच्या बाबतीत जरा कमी पडायची. सयामी भाषेत विरामचिन्हांचा वापर होतच नसे. त्यामुळे राजवाड्यातल्या सर्वच मुलांना ती का वापरली पाहिजेत हे समजणे फार अवघड जात असे.

गुरुवार सकाळ

माझ्या प्रिय शिक्षिका,

मी काल रात्री तुमच्यासाठी आणि लाडक्या लुईसाठी देवाजवळ प्रार्थना केली,

हे ऐकून तुम्हाला नक्की आनंद होईल. मला तुमचेच स्वप्न पडले. तुम्ही लवकर बऱ्या व्हाल. माझ्या प्रिय शिक्षिका, तुम्ही दुःख करू नका आणि माझ्या प्रिय शिक्षिका, तुम्ही मला विसरू नका आणि माझ्या प्रिय बाई, तुम्ही एक औषध घ्यावे, असे मला स्वप्न पडते किंवा तुम्हाला आवडले नाही तर तुम्ही ते घेणार नाही पण तुम्हाला ते घेतल्यावर आवडेल. तुम्ही एकदा तरी ते घ्यायला पाहिजे.

आपली प्रिय, अतिशय प्रिय

हॅरिएट बीचर सोन क्लिन

मंगळवार सकाळ

माझ्या प्रिय मैत्रिणी,

तुम्ही खूप आजारी आहात हे मला कळले. मी अतिशय दुःखी आणि कष्टी आहे. तुम्ही तुमच्या लाडक्या लुईबद्दल आनंदी होऊ शकत नाही आणि जर तुम्ही माझ्या आईने तयार केलेले औषध तीन दिवस प्यायलात तर आम्हाला आनंद होईल. ते तुम्हाला दिले, तर कदाचित तुम्हालाही ते आवडेल आणि कदाचित आमचे ते औषध खरेतर तीन दिवस पिऊ शकणार नाही आणि मी माझी आई, भाऊ आणि नोकर यांना भेटायला पाठवू शकत नाही आणि तुम्ही आमचे औषध प्यायला नाहीत म्हणून आम्ही तुम्हाला खरे आवडत नाही असे समजू.

तुमच्या प्रिय मैत्रिणीकडून प्रेमपूर्वक

हॅरिएट बीचर स्टोवे

तिच्या या चिठ्ठ्यांमधून ॲनाला औषध घेण्यासाठी आग्रह करण्याखेरीज ती सर्वकाही ठीक होईल, असे आश्वासन देत होती आणि ॲनाने काळजी करू नये असे सांगत होती. लेडी सोन क्लिन तिच्यासाठी प्रार्थना तर करत होतीच; पण तिने असा एक नवसही केला होता की, ज्यामुळे ॲना खात्रीने बरी होईल.

लेडी सोन क्लिनच्या मते ॲनाचा मृत्यू निश्चित होता, पण केवळ तिच्यामुळेच ती वाचली होती. तिने ॲनाला भेटल्यावर तिच्याभोवती हातांचा विळखा घालून तिला कवटाळले आणि म्हणाली, "मी तुम्हाला बरं केलं! मी तुम्हाला बरं केलं!"

"कसं काय बरं केलंस तू मला?" तिच्या प्रेमाने भारावून जाऊन ॲनाने तिला विचारले.

ती जेव्हा ॲनावर वाकून तिला सांगायला लागली, तेव्हा तिचा नितळ, काळा चेहरा उजळून आला होता. "मी माझ्या आवडत्या मंदिरात नवस केला होता की, माझी प्रार्थना ऐकून देवानं तुला वाचवलं तर मी सात हजार जिवांना जीवनदान देईन म्हणून!"

पण ॲना हसली नाही. ही बालिश श्रद्धा पाहून तिला आनंद वाटत नव्हता पण

उत्सुकता मात्र होती. "कुणी, सात हजार प्राण कसं काय वाचवू शकेल?" तिने कुतूहलाने विचारले.

आपल्या मैत्रिणीला गोंधळात पाडले, या कल्पनेने लेडी सोन क्लिन एकदम खूश झाली व हात उडवत ती म्हणाली, "त्यात काहीच कठीण नाही. एक मिनिटभर थांबा म्हणजे तुम्हाला कळेलच." तिने एका गुलाम स्त्रीला जवळ बोलावले आणि तिच्या कानात ती काहीतरी कुजबुजली.

एका तासाभरात ती गुलाम स्त्री घट्ट विणीच्या सात टोपल्या घेऊन आली. प्रत्येकीत टोपली भरून फडफडणारे मासे होते. प्रत्येक टोपलीत हजार हजार मासे होते. लगेच ॲना, लेडी सोन क्लिन आणि इतर गुलाम स्त्रिया नदीकडून जनानखान्यापर्यंत आलेल्या अरुंद पात्राकडे निघाल्या. मग तेथे थाटामाटाने, संगीताच्या तालात वाद्ये वाजवत, नाचत गात जात सगळ्यांनी ते मासे समारंभपूर्वक पाटाच्या पाण्यात सोडले. अशा तऱ्हेने सात हजार जीव वाचवले गेले!

■

शाही टोळधाड

नवे घर राजवाड्याच्या पूर्वेला होते. दुमजली आणि वीटकाम केलेल्या रो-अपार्टमेंट्सपैकी ते एक होते. नदीपलीकडून राजवाड्यात यायला आणि घरी जायला अंतरही फार जास्त होते, त्यामुळे वेळही फार जायचा आणि घरून कामावर जायला फक्त पाच मिनिटे पुरेशी होती.

पण त्यात एक तोटाही होता. ती राजवाड्यापासून केवळ दोन-चारशे फुटांवरच राहत असल्यामुळे तिला कामासाठी बोलावणे फार सोपे झाले होते. त्यामुळे राजा तिला अनेकदा संध्याकाळी बोलवायला लागला होता. अनेकदा मध्यरात्री एक-दोन वाजता गुलाम स्त्रियांची झुंडच्या झुंड तिला उठवायला यायची. त्या आरडाओरडा करत तिचे दार ठोठावत असत आणि त्यांच्याबरोबरच त्या तिला राजाकडे घेऊन जात.

जेव्हा सुरुवातीला अशी मध्यरात्री बोलावणी यायची, तेव्हा जनानखान्यात काही भयंकर घडले की काय, या भीतीने ॲनाचे हृदय धडधडायला लागे. पण अनुभवांती तिला हे कळले की पुढे काय आहे, हे कळून घेण्याचा तिच्याजवळ कोणताच मार्ग नव्हता. असेच एकदा राजाचा निरोप्या आल्यामुळे मध्यरात्री तिला अतिशय गाढ झोपेतून जागे व्हावे लागले. राजाने तिला लवकरात लवकर राजवाड्यात यायला सांगितले होते. तिने घाईघाईने कपडे केले. तिला मनातल्या मनात ही भीती वाटत होती की, राजवाड्यातल्या मुलांपैकी कोणीतरी पुन्हा कॉलऱ्याने आजारी झाले असावे.

ती राजाजवळ पोचली तेव्हा राजा पालथा होऊन पलंगावर आडवा पसरला होता. कोपरे खाली टेकवून, हाताच्या ओंजळीत हनुवटी टेकवून समोरचे भलेमोठे पुस्तक तो वाचत होता. ॲना जवळ गेल्यानंतर ते बायबल आहे हे तिला दिसले. समोर जेनेसिस हे प्रकरण होते. ती जमिनीवर बसली. राजा जेव्हा अशा त्याच्या आवडत्या स्थितीत अभ्यास करत असेल तेव्हा तिने तेथे जमिनीवर बसावे अशी तिला सूचना होती. तो अधीरपणे तिच्याकडे वळून म्हणाला, "मेम, तुमचा मोझेस मूर्खच असला पाहिजे."

"पण महाराज..."

"मी म्हणतोय," राजा तिला तिखट स्वरात म्हणाला, "तुमचा मोझेस मूर्खच असला पाहिजे." बायबलवर बोटे आपटत तो पुढे म्हणाला, "इथे असं लिहिलं आहे की, देवानं सहा दिवसांत जग निर्माण केलं आणि सातव्या दिवशी विश्रांती घेतली. पण तुम्हाला आणि मला हे माहीत आहे आणि सगळ्या शास्त्रज्ञांनाही हे माहीत आहे की, जग तयार व्हायला युगं लागली आहेत म्हणून. त्यामुळे हे असं काही लिहिणारा मोझेस मूर्ख असला पाहिजे. जा, जाऊ शकता तुम्ही."

जेव्हा ती त्याला काही उत्तर द्यायला निघाली तेव्हा त्याने रागारागाने हातवारे करून तिला थांबवले आणि बाहेर काढले. तिला एकही शब्द बोलू दिला नाही. पुन:पुन्हा तिला मध्यरात्री झोपेतून उठवले जायचे आणि राजा काही शेवटचा श्वास घेत नाहीये, हे तिला आढळून यायचे. वेबस्टरच्या शब्दकोशात जर एखादा शब्द सापडत नसला तर, तो विचारण्यासाठीही ॲनाला मध्यरात्री बोलावलेले असायचे. कारण तो फक्त त्याचा सुपीक डोक्यातून निघालेला असायचा किंवा त्याला एखादे वैज्ञानिक उपकरण लंडनहून मागवायचे असे आणि त्यासाठी तो एखादा सुंदर शब्द शोधत असायचा.

ती बँकॉकला येण्यापूर्वी तो नेहमी, काही गरज पडली की मिशनऱ्यांपैकी कुणालातरी बोलावणे पाठवत असे. बिचाऱ्या त्या मिशनऱ्याची एकतर खुशामत केली जाई किंवा सरळ त्याला बिछान्यातूनच उचलून चार मैल अंतरावरच्या राजवाड्यात नावेने घेऊन जात. कारण काय? तर राजाला हा प्रश्न विचारायचा असे की, 'ऑब्स्क्युअर (obscure)पेक्षा मर्की (murky) हा शब्द जास्त भारदस्त वाटेल का किंवा 'नॉट क्लिअरली ॲपरंट' (not clearly apparent)च्या ऐवजी 'ग्लुमिली डार्क' (gloomily dark) हे शब्द वापरावेत?' आणि जर झोपाळलेल्या मिशनऱ्याने सामान्य शब्दरचना आणि वैशिष्ट्यपूर्ण शब्दरचना यातला फरक सांगून सर्वसाधारण शब्दरचना वापरणे कसे योग्य आहे, हे सांगायचा प्रयत्न केला तर त्याला उद्धटपणे कुजके-नासके बोलून घालवून दिले जाई किंवा कधीकधी अतिशय पाणउताराही केला जाई. पण चुकूनही कधी त्याच्या खासगी आयुष्यावरच्या उन्मत्त अतिक्रमणाबद्दल एकही दिलगिरीचा शब्द नसायचा किंवा त्याच्या मदतीबद्दल, कधी आभारही मानले जायचे नाहीत.

एवढेच काय, सर रॉबर्ट शॉमबर्गकसुद्धा यातून सुटले नव्हते. एके दिवशी, रात्री बारानंतर राजा झोपायला निघाला होता. अचानक त्याच्या मनात विचार आला की, 'फी' (phi) सारख्या त्रासदायक शब्दासाठी इंग्रजीत कोणता नेमका प्रतिशब्द वापरावा? घोस्ट, स्पिरिट, मोल, डेव्हिल, इव्हिल, एंजल की आणखी दुसरा कोणता? एक तासभर स्वत:शी विचार केल्यानंतर त्याला त्या शब्दाने झपाटल्यासारखे

झाले. जसा त्या शब्दाचा (evil) सैतानी, दुष्ट असा अर्थ होता, त्याप्रमाणे त्याला झपाटल्यासारखे होऊन त्याने लगेच आपल्या राज्यातल्या दुसऱ्या क्रमांकाची शाही नौका तयार करण्याचा हुकूम दिला आणि नदीच्या खालच्या भागात राहणाऱ्या ब्रिटिश वकिलातीच्या प्रतिनिधीला ताबडतोब घेऊन येण्यासाठी त्यांना पाठवले. त्या प्रतिनिधीला सतत असे वाटत होते की, काहीतरी राजकीय पेचप्रसंग निर्माण झाला आहे. म्हणून कुठल्याही उपचाराचे पालन न करता त्यांनी भराभर कपडे केले आणि राजवाड्याकडे घाईने निघाले. रस्ताभर ते राजकारण, उद्‌भवू शकणाऱ्या विविध समस्या, आक्रमणे, क्रांती, लोकप्रक्षोभ अशा अनेक शक्यतांवर विचार करत होते. अशा कोणत्या कारणामुळे राजाला मध्यरात्री त्यांना बोलवायची गरज पडली असावी?

राजवाड्यात पोचल्यावर त्यांना असे समजले की, राजा सयामी-इंग्रजी शब्दकोश घेऊन बसला होता आणि ड्यूस (duece) का डेव्हिल (devil) यातला कोणता शब्द योग्य असावा यावर त्याचा निर्णय होत नव्हता. राजाने अतिशय गांभीर्याने त्याची अंतिम निवड सर शॉमबर्गकसमोर ठेवली. ते पाहून आणि राजाचा थंडपणा पाहून, संतापाने मनात खवळत त्यांच्या मनात त्या शब्दांचे असंख्य योग्य उपयोग करणारी वाक्ये आली. पण त्यांचा प्रत्यक्ष उपयोग ते करू शकत नव्हते. स्वरात शक्य तितका आदर आणून त्यांनी त्याचा 'डेव्हिल' हा योग्य अर्थ आहे, असे सांगितले आणि झोपायला घराकडे परत गेले.

पण तिच्या नव्या घराचा एक विशेष मोठा फायदा ॲनाला असा झाला की, तिच्या मनात ज्या काही विशिष्ट योजना होत्या, त्या तिला प्रत्यक्षात आणणे शक्य होते. कधीपासून लुईला एक शिंगरू हवे होते, ते आता त्याला देणे शक्य होते. अनेक मैल लांबीचा नवा रस्ता तयार झाला होता आणि मोठ्या समारंभपूर्वक त्याचे मार्चमध्ये राजाकडून उद्‌घाटन होणार होते. त्यामुळे कोणत्याही ऋतूत त्या रस्त्यावरून घोडदौडीला जाणे शक्य होणार होते. लुईने आपल्या घोड्याचे नाव 'पॉम्पे' ठेवले होते. कारण त्याची आई लहान असताना, तिच्या वेल्स शिंगराचे नाव तेच होते.

ॲनाला आणखी एक गोष्ट करायची होती. तिचे वर्गातील जे नित्य शिकवणे होते, त्याला आपल्या इतर ओळखीच्या मदतीने बऱ्याच गोष्टींची तिला जोड द्यायची होती. त्यामुळे राजवाड्यातल्या मुलांना युरोपियन चालीरीती शिकवल्या जाव्यात, ही राजाची इच्छा पूर्ण होणार होती. तिला असे वाटत होते की, एका वेळी थोड्याच मुलांवर लक्ष केंद्रित करावे आणि त्यांना युरोपियन शिष्टाचार नीट उदाहरणे आणि प्रात्यक्षिके देऊन शिकवावेत. त्यांचे आयुष्य एवढ्या मर्यादित वर्तुळात फिरत होते की, त्यांच्या अनुभवाहून किंवा सयामी शिक्षणाहून वेगळी किंवा विरुद्ध कल्पना त्यांना शिकवणे वा त्यांच्या गळी उतरवणे, फार अवघड होते.

नकाशे आणि पृथ्वीच्या गोलामुळे त्यांच्या भूगोलाच्या आणि खगोलाबद्दलच्या मूळच्या कल्पना पूर्ण नष्ट झाल्या होत्या आणि तरीही वर्गात येणाऱ्या प्रत्येक नव्या विद्यार्थ्यासोबत ही लढाई लढावी लागे. अलीकडे वाणी रत्ना कन्या नावाची एक अतिशय सुंदर लहान मुलगी वर्गात दाखल झाली होती. ॲनाने वर्गात ज्या काही नव्या गोष्टी सांगितल्या, त्या मान्य करण्याचे तिने सपशेल नाकारले. ''मला माहीत आहे.'' तिने अगदी ठाम आवाजात सांगितले, ''चंद्रमा म्हणजे अयुथियाच्या राजाची अतिशय सुंदर मुलगी आहे. तो राजा हजारो वर्षांपूर्वी होऊन गेला आणि पृथ्वी म्हणजे सूर्याची पट्टराणी आहे. तुम्ही म्हणताय तसा माती न् दगडाचा आकाशात विनाकारण घरंगळणारा मूर्ख गोळा नाही आणि तसे असलेच तर त्याच्यावर सूर्यप्रकाश पडून चमकण्यासाठी असेल.''

पण मुलांना चित्रे बघायला आवडत. त्यामुळे त्यांचे ज्ञानाचे क्षेत्र विस्तारायला मदत होत होती. इतर देशांचे देखावे आणि तेथील लोकांची चित्रे बघून त्यांना बाह्य जगाचे ज्ञान व्हायला मदत होत होती. ही चित्रे ॲना मोठ्या चिकाटीने, कष्ट घेऊन शोधून वर्गात आणत असे. जेव्हा-जेव्हा तिला एखादी वेगळी वस्तू मिळायची, तेव्हा-तेव्हा ती सकाळी शाळेत बरोबर घेऊन यायची आणि मुलांना तिचे निरीक्षण करू द्यायची. कोळशाचा मोठा तुकडा, मेंढीच्या लोकरीचा पुंजका, लोकर व कापूस पिंजायच्या व त्यापासून सूत-धागा काढण्याच्या यंत्राची चित्रे आणि आधुनिक कापड गिरणी, लोकरीच्या धाग्यांचे आणि लोकरी कापडाचे नमुने आणि असेच काही. एके दिवशी 'चो फ्या' जहाजावरून राजासाठी सिंगापूरहून बर्फ आणला गेला. मुलांना प्रत्यक्ष दाखवावा म्हणून तिने त्यातून काही बर्फ मिळवला. ही अद्‌भुत गोष्ट मुलांनी मोठा रस घेऊन पाहिली आणि ही बातमी जनानखान्यापर्यंत पोचताच तेथील सगळ्या बायकांनी तो पाहायला मंदिरात गर्दी केली, त्यांनी त्याला पुन:पुन्हा हात लावून पाहिला आणि तो थंड-थंड लागल्यामुळे त्यांना हसू आवरेना. तो विरघळून त्याचे पाणी होतेय हे नवल पाहून त्या थक्क झाल्या. समोर बर्फ पाहिल्यानंतर आता त्यांना या गोष्टीवर विश्वास ठेवणे शक्य झाले की, जगातल्या अतिशय थंड प्रदेशात पाणी इतके गोठते की, त्याच्यावरून चालणे शक्य होते. हॉलंडमधल्या गोठलेल्या कॅनॉलवरून मुलेमुली स्केटिंग करताहेत अशी चित्रे ॲनाने त्यांना दाखवली आणि ती पाहून त्यांना फारच गंमत वाटली. पण जेव्हा तिने सांगितले की, या देशामध्ये पाऊससुद्धा गोठतो आणि तो जमिनीवर पडल्यावर लोक त्याला 'हिम' म्हणतात. तेव्हा वर्गातल्या कुणालाच ते खरे वाटेना आणि ती आपल्या मनाने अशा गोष्टी रचून सांगते आहे असे त्यांना वाटायला लागले. 'हिम' या विषयावरचे धडे, अनेक दिवसांपर्यंत शिकवण्यातला एक अडथळा होऊन बसले होते. दुर्दैवाने तिला हिमाचे एकही चित्र मिळू शकले नाही. तिच्या विद्यार्थ्यांनी हिमाची दहशत घेतली होती

आणि या साध्याशा विधानावर त्यांना विश्वास ठेवायला लावणे अवघड होऊन बसले होते. ती जे काही शिकवायचा प्रयत्न करत होती, त्याला त्यांचा होणारा विरोध हा एवढा मोठा अडथळा होऊन बसला होता की, शेवटी तिने तिची अडचण राजाच्या कानावर घातली. मग राजा स्वत: तिच्या मदतीला धावून आला. एके दिवशी सकाळी तो खुद्द स्वत: वर्गात दाखल झाला आणि त्याने मुलांना समजावून सांगितलं की, 'हिम' तयार होणे किंवा 'हिमवर्षाव होणे' ही खरी गोष्ट आहे, कारण त्याने जी इंग्रजी प्रवासवर्णने वाचली आहेत, त्यात खूपदा हिमवर्षावाचे वर्णन आलेले आहे.

नदीच्या पूर्व काठावर राहायला आल्यानंतर थोड्या दिवसांनी तिला आणि लुईला तिच्या शाही विद्यार्थ्यांकडून चहाचे निमंत्रण आले. एका दिवंगत राणीच्या निवासस्थानी ही टी-पार्टी होती. शाही निवासासमोर एक उघडे प्रेक्षागृह होते. त्याच्याभोवती करवंदी आणि कण्हेरीचे दाट कुंपण होते. तेथे अतिशय भारी किमतीचे गालिचे पसरलेले होते. तेथील वाटेच्या टोकाला दगडी बाकांवर दोन गुलाम स्त्रिया बसल्या होत्या. त्यांनी लाल आणि पांढऱ्या रंगाचा गणवेश घातला होता. लुई आणि ॲना तेथे पोचताच त्यांच्यापैकी एकीने उठून त्यांना गालिच्यावर बसायची विनंती केली. तेथे ते दोघे जण अर्धा तास वाट बघत बसले होते. ॲनाच्या मनात विचार आला की, इंग्लंडप्रमाणे येथेसुद्धा शाही स्वाऱ्यांनी उशिराच यायचे असा प्रघात असावा. अखेरीस बऱ्याच जणांचे आवाज त्यांच्या कानी पडले. राजवाड्याचे दरवाजे पूर्णपणे उघडले गेले. प्रथम ॲनाच्या दोन सगळ्यात मोठ्या विद्यार्थिनी राजकन्या यिंग येओवालक आणि राजकन्या सोमावदी नजरेस पडल्या. त्यांचे कपडे रंगीबेरंगी लाल, निळे, सोनेरी रंगाचे आणि हिरे, मूल्यवान रत्ने जडवलेले होते. मावळतीला निघालेल्या सूर्याच्या तिरप्या किरणात ते चमचमत होते. त्यांच्या पाठोपाठ गुलाम स्त्रियांचा घोळका आला. त्यांनीही चांदी-सोन्याचे उत्तम कपडे घातले होते. हसऱ्या चेहऱ्याने दोन्ही राजकन्या ॲना आणि लुई जेथे बसले होते तेथे आल्या. यिंग येओवालक जी दोघींमध्ये मोठी होती, ती आधी पुढे झाली. तिने अत्यादराने ॲनाचे दोन्ही हात आपल्या हातात घेतले आणि वाकून आपले डोके त्यांच्यावर टेकवले. नंतर तिची दूधबहीण राजकन्या सोमावदीनेही तेच केले. मग दोघी जणी ॲनाच्या दोन्ही बाजूंना बसल्या. आता आपली पाहुणी असलेल्या त्यांच्या शिक्षिकेबद्दल त्यांना वाटणारे प्रेम, उत्सुकता त्यांच्या या कृतीतून अतिशय गोडव्याने व्यक्त होत होती.

त्यानंतर तिचे आणखी तीस शाही विद्यार्थी फाटकातून आत आले. प्रत्येकाबरोबर किमान एक डझनभर गुलाम स्त्रिया होत्या. बहुतेक जणी लहान मुलीच होत्या. मुलांनी क्रमाक्रमाने ॲनाला नमस्कार केला आणि मग ती गालिच्यावर आरामात

पसरली आणि त्यांच्या गुलाम मुली त्यांच्यामागे गुडघे, कोपरे टेकून बेडकांसारख्या बसल्या. ही पार्टीसाठी फारच विचित्र व्यवस्था होती. उघड्या आकाशाखाली पसरलेल्या किंवा गुडघे, कोपरे टेकून बसलेल्या शांत आणि शिस्तशीर अशा पाचशे व्यक्ती पुढच्या छान कार्यक्रमाच्या उत्सुकतेने हुरळून गेल्या होत्या. तो आनंद त्यांच्या चेहऱ्यावरून ओसंडत होता.

त्यांच्यापाठोपाठ लगेचच कण्हेर व करवंदीच्या कुंपणामधल्या मोकळ्या जागेतून इतर मुली येताना दिसल्या. त्यांचे झगमगीत रंगीबेरंगी रेशमी कपडे झुळझुळत चारी बाजूला पसरत होते. त्या तंबोरे, बासऱ्या, गिटार, झांजा आणि ढोलकी घेऊन अतिशय तालबद्ध पावले टाकत येत होत्या. रेशमी उत्तम कपड्यांमधील त्यांचं रानवट सौंदर्य आणि त्यांच्या शरीरांच्या सुंदर लयबद्ध हालचाली पाहून ॲनाच्या मनात अशी कल्पना आली की, जणूकाही त्या जंगली लोकांच्या जंगली राण्या आदिम जंगलातून रांगेने बाहेर येत आहेत. शाही चहापानासाठी जमलेल्या या सगळ्यांजवळ आल्यानंतर त्या कडेच्या रस्त्यावर खाली गुडघे टेकून बसल्या आणि त्यांनी चेहरे झाकून घेतले. राजकन्या सोमावदीने इशारा करेपर्यंत त्या उठल्या नाहीत, त्यांनी मग वेगवेगळे गट केले, काही तंबोरा वाजवत होत्या, काही बासरी, काही वाद्यमेळात होत्या तर काही गात होत्या आणि काही जणी नृत्य करत होत्या. हा कार्यक्रम अर्धा तास चालला.

उत्तम भारी कपडे घातलेल्या गुलाम मुलींनी नंतर चहाची सामग्री आणली. त्यात विविध आकाराची जी चहाची पात्रे होती, ती सगळी सोन्याची होती. जी काही मीनाकाम केलेली होती ती चित्रविचित्र आकर्षक आकाराच्या सोन्या-चांदीच्या तबकातून ठेवली होती. त्या गुलाम मुली त्यांच्यातील विविध चवींचा चहा सुंदर रत्नजडित कपातून ओतत होत्या. ॲनाच्या लक्षात आले की, तिने प्रत्येक प्रकारचा निदान एकेक कप तरी चहा प्यावा, अशी त्यांची अपेक्षा दिसत होती. तेथे डझन किंवा त्याहूनही जास्त प्रकारचे चहा दिसत होते. गुलाबांनी सुवासिक केलेला मोगऱ्याच्या सुवासाचा जीवनामृत चहा, मैत्री चहा, आनंद-संतुष्टीचा चहा, जागृततेचा चहा आणि आणखी कितीतरी. जागृततेचा चहा फारच उत्साह देणारा होता. चहाची अगदी कोवळी पाने खुडून ती तांब्याच्या कढयांमध्ये सुकवली जाऊन हा चहा बनवला जाई. आपल्या यजमानणी कोणत्याही तऱ्हेने दुखावल्या जाऊ नयेत, याबद्दल ॲना फार दक्ष होती. त्यामुळे सर्व चहांच्या चवी घ्यायचा जो समारंभ चाललेला होता, त्या सगळ्यात तिने भाग घेतला आणि प्रत्येक प्रकारची स्तुतीही केली, प्रत्येक प्रकारच्या चहाला त्याची स्वत:ची विशिष्ट चव होती. त्यातल्या काही चवी तिला खूप छान वाटल्या तर काही अगदी त्याच्या विरुद्ध.

त्यांच्यासमोर इतर कित्येक खाद्यपदार्थांची छोटी छोटी तबके ठेवली गेली. पण

एक गोष्ट सोडून बाकी सर्व कार्यक्रम तिला खूप आनंददायक वाटला. राजकन्या येओवालकची नखे लांब-लांब वाढवलेली होती आणि तिला ॲना आणि लुई यांच्याशी फार प्रेमादराने वागावेसे वाटत होते. म्हणून ती आपली नखे मुरांब्याच्या वाडग्यात घालून त्यावर फळांचे काही भाग जणूकाही काट्यावर उचलल्याप्रमाणे उचलत होती आणि मोठ्या प्रेमाने ॲना व लुईच्या तोंडाजवळ नेत होती. तोंड उघडून ते भरवून घेणे आणि अतिशय सन्मान झाल्यासारखे ते खाणे याखेरीज त्यांच्यासमोर दुसरा पर्यायच नव्हता. सयामी रीतीरिवाजानुसार नखांच्या टोकावर वस्तू घेऊन दुसऱ्यांना भरवणे हा अतिशय सन्मानाचा, प्रेमळपणाचा आणि काव्यमय रितीने भावना व्यक्त करण्याचा प्रकार होता.

अखेरीस सूर्य मावळला आणि ती व लुई जाण्यासाठी उठले. निघण्यापूर्वी त्यांनी पुढच्या शनिवारी जर राजाने हो म्हटले तर राजघराण्यातल्या सर्व मुलांना तिच्याकडे इंग्लिश पद्धतीच्या टी-पार्टीला यायचे निमंत्रण दिले. ॲनाच्या घरी जाण्याच्या कल्पनेने मुले आनंदाने जणूकाही वेडी होऊन गेली आणि घर राजवाड्याबाहेर असल्यामुळे तर फारच. राजानेही अगदी आनंदाने हो म्हटले. त्याच्या मुलांसाठी त्याने आखलेल्या योजनेचा भागच होता की, त्यांनी इंग्रज लोकांचे रीतीरिवाज, पद्धती नीट पाहाव्यात, जाणून घ्याव्यात आणि त्याप्रमाणे वागावे. तिच्याकडच्या पार्टीच्या संध्याकाळी ॲनाने तिचे जेवणघर ब्रिटिश निशाणांनी सजवले होते. ज्या टेबलावर चहा-कॉफी मांडलेली होती, ते विविध तऱ्हेच्या भरपूर फुलांनी सजवले होते. त्याचबरोबर घरी बनवलेले केक, इंग्रजी पद्धतीचे मुरांबे, ब्रेड, लोणी अशा तऱ्हेच्या वस्तू तेथे ठेवलेल्या होत्या. ॲनाने तीस मुलांना बोलावले होते. त्यांना टेबलाभोवती बसवून जुन्या इंग्रजी पद्धतीने चहा, खाण्या-पिण्याचा कार्यक्रम करायचा अशी तिची कल्पना होती.

मुलांच्या बरोबर येणाऱ्या गुलामांची संख्या कमी करावी असे तिच्या मनातही आले नव्हते. पण जेव्हा राजघराण्यातली मुले यायला लागली, तेव्हा प्रत्येकाबरोबर असंख्य गुलाम होते, इंग्लिश घरात इंग्लिश टी-पार्टी हा मुलांच्या दृष्टीने अनोखा अनुभव होता, त्यामुळे त्यांची उत्सुकता अगदी अनावर झाली होती. समारंभाला आल्याप्रमाणे त्यांनी झगमगीत रेशमी कपडे घातले होते. प्रत्येक जण सोने आणि रत्नांच्या दागिन्यांनी मढला होता. जेव्हा गुलामांनी त्यांच्या मालक-मालकीण, मुलांसोबत घरात यायचा आग्रह धरला, तेव्हा ॲना त्रासून वैतागून गेली. त्या छोट्याशा घराच्या उघड्या दारांमधून ते सगळे जण आत घुसले. गर्दीमुळे ज्यांना तेथून आत जाता येईना, ते उड्या मारून खिडकीतून आत आले. आतमध्ये इतकी गर्दी झाली होती की, कुठे सरकायलाही जागा उरली नव्हती.

ॲनाचा त्यांना काही शिस्त लावण्याचा निष्फळ प्रयत्न चालू होता. तिला

वाटत होते की, ती जर मुलांना खाली नीट बसवू शकली तर ती पुन्हा परिस्थिती आटोक्यात आणू शकेल, पण त्या नोकरांच्या आरडाओरड्यात तिचा आवाज लपून गेला, ते सगळे गुलाम किंकाळ्या फोडत होते, आरोळ्या ठोकत ढकलाढकली करत होते. कोपराने एकमेकांना ढुश्या देत होते, कारण तेथे कुणालाच नीट उभे राहता येत नव्हते. ते घर एका वेळेस चारशे जणांना सामावून घेऊ शकेल अशा तऱ्हेने बांधलेले नव्हते. राजकन्या आणि राजपुत्रांना हे समजत नव्हतं की, त्यांनी टेबलाभोवतालच्या खुर्च्यांवर बसायला हवे होते. ती चहाच्या टेबलांजवळ जाऊन तेथे उभी राहून त्या सर्व वस्तूंकडे आश्चर्य आणि कुतूहलाने पाहत होती. काही जणांनी मुरांब्यामध्ये बोटे खुपसून तो किती दाट आहे, ते पाहण्याचा प्रयत्न केला. काही जणांनी केक उचलून हाताळून पाहिले आणि पुन्हा ठेवून दिले. काही जण किटल्या न्याहाळत होते. मग काहीही न खाता ते सर्व जण इतर खोल्यांमध्ये शिरले आणि त्यांच्यामागे त्यांचे गुलामही एखाद्या टोळधाडीसारखे शिरले. त्यांनी हाती लागेल, आवडेल ती प्रत्येक गोष्ट प्रत्येकाने हस्तगत करण्याचा प्रयत्न सुरू केला.

त्या घोंघावणाऱ्या लोंढ्यात ॲनाची अवस्था लाटेबरोबर हेलकावणाऱ्या काटकीसारखी झाली होती. तिच्या सर्व बाजूंनी, वरून, खालून ते आरडाओरडा करत धुमाकूळ घालत होते, हसत होते. वस्तू पाहून आश्चर्य वाटले की, ओरडत होते, त्या पळवत होते आणि त्यांच्या गुलाम स्त्रिया अतिशय खूश होऊन आपल्या ताब्यातल्या या शाही मुलांचा धुमाकूळ पाहत होत्या. ॲनाने हे गृहीत धरले होते की, राजवाड्यात पाहुणी म्हणून गेली असताना ते ज्या शांतपणे आणि शिस्तीने वागत होते, तसेच ते तिच्या घरी वागतील. पण ते तिची कपाटे, फडताळे, ड्रेसिंग टेबल, टेबलाचे खण हे सर्व उपसताना पाहून तिची वाचाच बसल्यासारखे झाले. तिच्या पलंगावर एक सुरेख क्रोशाच्या सुईने विणलेली, गुलाबी रेशमी किनार लावलेली दुलई होती. सगळ्यात छोटी राजकन्या तिला आवडेल असे लुटायला काही सापडले नाही म्हणून ती दुलईच तिच्या छोट्या-छोट्या दोन्ही हातांनी ओढत होती. ते पाहिल्यावर ती तिच्या हातून काढून घेण्यासाठी ॲना एकदम तिकडे धावली.

रस्त्यापलीकडच्या उंच मनोऱ्याच्या घड्याळाने जर मोठ्याने टोल देत दिवस संपल्याचे जाहीर केले नसते तर ॲनाच्या घरात एखादी सुई किंवा फ्लॉवर पॉट किंवा एखादे चित्र किंवा एखादा रुमाल अशी कोणतीही वस्तू शिल्लक राहणे किंवा सुस्थितीत सापडणे अशक्य होते. अचानक राजवाड्यात परत जाण्याची धावपळ सुरू झाली. गुलाम स्त्रियांनी आपापल्या ताब्यातल्या मुलांना ताबडतोब खेचून घेतले. त्या प्रत्येकाजवळ ॲनाच्या घरातल्या वस्तूंची भरपूर लूट होती आणि ते सगळे जण निरोपसुद्धा न घेता झपाट्याने तेथून चालते झाले. घर नुसते उद्ध्वस्त आणि रणांगणासारखे दिसत होते. तेथे मुलांनी ज्याला अजिबात हात लावला नाही अशी

फक्त एकच गोष्ट होती, ती म्हणजे तिचे सुंदर खाद्यपेयांनी भरलेले, सजवलेले टेबल. पार्टीला मुले यायच्या आधी टेबलांच्या रांगा जशा लावलेल्या होत्या, तशाच त्या पदार्थांनी ब्रेड बटरनी केक आणि मुरांब्यांनी भरलेल्या जशाच्या तशाच, हाताचा स्पर्शसुद्धा न होता उभ्या होत्या.

ॲना अगदी थकून खाली बसली आणि आवतीभोवती बघत झालेल्या नुकसानीचा अंदाज घ्यायला लागली. तिने यापूर्वीही सयामी लोकांच्या कडक शिस्तीचा आणि पूर्णपणे बेशिस्तीचा अनुभव घेतला होता. तिला हेही माहीत होते की, राजघराण्यातल्या व्यक्तींना त्यांना हवे ते घेण्याचा अधिकारही होता. तरीपण तिचे जे विद्यार्थी दररोज अतिशय आनंदाने तिची आज्ञा पाळत, शिस्तीने राहत ते घराच्या आणि मर्यादाक्षेत्राच्या बाहेर पडून तिच्या घरी आल्यानंतर सगळी बंधने झुगारून देऊन, मवाली गुंडांसारखे वागतील असे तिला कधीच वाटले नव्हते. तिच्याजवळ आता एकही कात्री किंवा रीळ, पिना किंवा टोपण यांपैकी काहीही शिल्लक राहिले नव्हते. कारण त्या गोष्टींचे मुलांना विशेष आकर्षण वाटले होते.

पुढचा दिवस रविवारचा होता. राजवाड्यातून त्या दिवशी गुलामांची एक पलटणच्या पलटण तिच्या घरी दाखल झाली. जेव्हा एक जण पुढे आली तेव्हा ॲनाच्या मनात एक अंधूक आशा निर्माण झाली की, त्या सगळ्या जणी बहुतेक लुटीचा माल परत करायला आल्या असाव्यात. आदल्या दिवशी आलेल्या मुलांपैकी एकाच्या आईने तिला धाडले होते, पळवलेल्या वस्तू परत करण्यासाठी नाही, तर चहाचा एक मोठ्ठा खोका देण्यासाठी. इतर जणींजवळ तंबाखू, कापूर, तपकीर अशा तऱ्हेतऱ्हेच्या वस्तूंची खोकी होती. तिच्याकडल्या ज्या वस्तू पळवल्या गेल्या होत्या त्याची भरपाई म्हणून! अनेक वस्तूंचे मूल्य ठरवले गेले असते तर वास्तविक ते तिच्या पळवल्या गेलेल्या वस्तूंच्या किमतीहून दसपटीने जास्त होते. अडचण फक्त इतकीच झाली होती की, त्या कोणत्याच वस्तू तिच्या कोणत्याही उपयोगाच्या नव्हत्या.

■

मंदिरातील सेवा

आपल्या जवळजवळ सर्वच विद्यार्थ्यांच्या आयांशी ॲनाचे खूप चांगले आणि विविध तऱ्हेचे संबंध होते. पण काही निवडक जणींशी तिचे फार निकटचे संबंध होते. लेडी सोन क्लिन वगळता, या सर्व जणींत एक समान गुण होता, तो म्हणजे त्या जनानखान्यातल्या विशेष स्थान असलेल्या स्त्रिया होत्या. पण या कारणाकरिता ॲनाने त्यांना मैत्रिणी म्हणून निवडले नव्हते, तर तिच्यात आणि त्यांच्यात बरेच साम्य होते. त्या सगळ्या जणी आपल्या कोशातून बाहेर पडून इतरांची मने जिंकून घेऊ शकत होत्या. आजूबाजूच्या स्त्रियांची त्यांना काळजी असायची, त्यामुळे ती त्यांच्याकडे आकर्षित झाली होती.

ॲनाच्या सयामी भाषेच्या अभ्यासात लेडी सोन क्लिनची फार मोलाची मदत झाली होती. ॲना तिच्या घरी गेली की, तिला मनापासून आनंद व्हायचा आणि ॲनासमोर पटकन गरमागरम चहा, केक हजर व्हायचे. शाळेत दिवसभर अत्यंत थकून गेल्यानंतर या प्रसन्न स्वागताने ॲनाच्या चित्तवृत्ती खुलायच्या. तिचा सल्ला नेहमी हुशारीचा, सावधगिरीचा आणि पुढचे अंदाज घेऊन दिलेला असायचा. जनानखान्यात चालणाऱ्या राजकारणाचे बारकावे तिला लक्षात येत असत आणि ती आपल्या या मैत्रिणीला तितक्याच हुशारीने त्यातून बाहेर काढत असे. तिच्या या छोट्या-छोट्या सावधगिरीच्या सूचनांमुळेच ॲना तिच्या हातून घडू शकणाऱ्या मोठ्या चुका टाळू शके.

राजकन्या सोमावदीची आई लेडी थियांगबरोबरची ॲनाची मैत्री तशीच अगदी जवळची, पण थोडी वेगळ्या प्रकारची होती. तिच्याशी थोडा जास्त परिचय झाल्याबरोबरच ॲनाच्या हे लक्षात आले की, ही स्त्री फार थोर हृदयाची आहे. केवळ तिच्या अतिशय दयाळूपणामुळे आणि अतिशय दक्ष स्वभावामुळेच जनानखान्यातल्या अनेक स्त्रियांचे अंतर्गत आयुष्य सुसह्य होत होते. पाच-सहा वर्षांपूर्वी स्वत: लेडी थियांगच्या बहिणीच्या, चोईच्या जवळजवळ जिवावर बेतले होते. ती त्या वेळी राजाची प्रिय पात्र होती. दरबारात जी नाटके सादर केली जात त्यात ती काम करत असताना एक सरदार तिच्या प्रेमात पडला. त्याच्या बायकोने नि:स्वार्थ प्रेमभावनेने

स्वत:ला चोईकडे गुलाम म्हणून विकून घेतले आणि ती त्या दोघांमध्ये निरोप्याचे काम करायला लागली. त्या सरदाराचा चोईला राजवाड्यातून पळवून नेण्याचा बेत तडीला जायच्या आतच त्यांच्या गुप्त पत्रव्यवहारातील एक पत्र पकडले गेले आणि तो कट उघडकीला आला. तो सरदार आणि त्याची पत्नी दोघांना भयानक यमयातना देण्यात आल्या आणि अखेरीस त्यांना मरणाला सामोरे जावे लागले. केवळ रॉबर्ट शॉमबर्गक मध्ये पडल्यामुळे चोई वाचली.

इतर सर्व गोष्टी गृहीत धरल्या तरी या प्रसंगाने तिच्या मनात घर केले असावे. ते तिला खात असावे, कारण अनेकदा ॲना कुणीही काहीतरी अडचणीत असल्याची गोष्ट घेऊन तिच्याकडे गेली की, ती चटकन म्हणायची, ''मेमचा, काही काळजी करू नका. मी त्याबाबतीत स्वत: लक्ष घालीन.''

या मुख्य राणीने स्वत:च एक नाटक तयार केले होते आणि त्यात ॲनाला मुख्य भूमिका दिली होती. ॲनाला ते नाटक पुन:पुन्हा करावे लागे आणि त्यात ती चांगल्या तऱ्हेने यशस्वी होई. जेव्हा जेव्हा राणी थियांगच्या हे लक्षात यायचे की, राजा जनानखान्यातल्या कुणावर तरी भयंकर भडकला आहे आणि आता कुणीतरी आसुडाखाली यायचे आहे, तेव्हा ती चटकन ॲनाला निरोप पाठवायची मग ॲनाचे हे काम असायचे की, तिने राजा ज्या महालात असेल तेथे एखादे संस्कृत किंवा सयामी भाषेतले पुस्तक घेऊन जायचे आणि त्याच्या भाषांतराच्या, अर्थाच्या काहीतरी अडचणी त्याला विचारायच्या. अशा शंकांचा तिने एक वेगळा संग्रहच करून ठेवला होता. अडचणीच्या वेळेस, त्यातली शंका राजाकडे घेऊन जायची. ही युक्ती एवढी पारदर्शी होती किंवा इतकी सोपी होती की, बहुधा त्यामुळे त्यांचा हेतू साध्य होत असे.

आजतागायत तरी राजाला कधी ही युक्ती आहे, हे कधीच कळलेही नव्हते आणि कळण्याचा मार्गही नव्हता. ती संभ्रमित चर्येने हातात पुस्तक घेऊन त्याच्या दरवाजाशी उभी राहायची आणि त्याचे संतापातले तार स्वरातले ओरडणे ऐकायची तेव्हा ती मनोमन भेदरून गेलेली असायची. दरवेळी तिला वाटायचे आता या वेळेस हा माझा बहाणा नक्की ओळखणार. पण त्याच्या ही गोष्ट कधी लक्षात आली नाही.

ॲनाला विशेषकरून आवडणारी तिसरी स्त्री होती, राजकन्या लमाम. ही राजकन्या, राजपुत्र चूला लाँग कोर्ण आणि त्याचे इतर भाऊ यांच्या सोबतीत नियमितपणे ॲनाचा सल्ला घेत असे. तिच्या सहकार्याशिवाय, चूला लाँग कर्णाच्या मनात मानवतेची तत्त्वे आणि भावना रुजवणे हे ॲनाला केवळ अशक्य होते. ॲना ज्या-ज्या दुर्दैवी व्यक्तींना अशा तऱ्हेने राजाच्या रागापासून वाचवण्यासाठी साहाय्य करत असे, त्या सर्व प्रयत्नांची माहिती चूला लाँग कर्णाला द्यायचीच हा परिपाठ ॲनाने ठेवला होता. काळजीपूर्वक ते सर्व ऐकत असताना त्याच्या डोळ्यात

उत्सुकता आणि सावधपणा झळकत असे. राजवाड्यात गुलामांना ज्या क्रूरपणे वागवले जाई त्याबद्दल त्याला वाईट वाटते, हे कळल्यानंतर तिच्या शिकवण्याचा योग्य परिणाम त्याच्यावर होतो आहे, याबद्दल ॲनाची खात्री होत असे. याबाबत त्याचे डोळे उघडले गेले आहेत, हे जाणवून ॲनाला तिने फार मोठी गोष्ट साध्य केली आहे, हे लक्षात आले.

राजा तिचे नेहमी वाऱ्यात फडफडणारी मेणबत्तीची ज्योत असे वर्णन करत असे. ते वर्णन तिच्या या कार्याला अगदी योग्य तऱ्हेने लागू पडत होते. त्यामुळे ती जर एक ज्योत पेटवू लागली तर एके दिवशी ती राज्याचा प्रत्येक कोपरा उजळवून टाकू शकेल, याबद्दल तिला खात्री होती. तिचे सयाममधले कार्य वरवर पाहता वाटत होते तेवढे क्षुल्लक नक्कीच नव्हते. सयाममधल्या तिच्या मित्रमैत्रिणींपैकी कुणा एकालाही तिचे आयुष्य किती एकाकी आहे, याची कल्पना नव्हती. अनेकदा हे सगळे अगदी निरर्थक आहे, ही भावना तिला घेरून टाकत असे. कामाचे ओझे, अधूनमधून होणारे उद्रेक, महिनोन्‌महिने साचत जाणारी भीती या कशातूनच सुटका नव्हती. बँकॉकमधला सगळा समाज संकुचित वृत्तीचा, बालिश होता. ती जेथे-जेथे राहिली होती त्या इतर कुठल्याही ठिकाणापेक्षा येथे चांगली मैत्री लाभणे फार कठीण होते. भोवतालच्या साचलेल्या डबक्यासारख्या समाजात नवीन कोणी फारसे येतही नसे. एवढेच काय येथे नवी पुस्तकेसुद्धा क्वचितच मिळत. येथे एखादे चित्रपटगृहही नव्हते किंवा संगीताचा कार्यक्रमही नव्हता. सिंगापूर कसे चैतन्यपूर्ण वाटायचे. तेथे दररोज काहीतरी नावीन्यपूर्ण असायचे. कारण जगातले सगळे रस्ते सिंगापूरवरून जात. बँकॉक मात्र जणूकाही अशा रस्त्याच्या टोकाला होते की, जेथे रस्ता संपतो. ॲनाकडे तिची मदत मागण्यासाठी अनेक जण येत आणि त्यांना मदत करण्यात ती यशस्वी झाली की, त्या आनंदातली रोमहर्षकता तिला जाणवे. पण दुसऱ्याच दिवशी हा सगळा आनंद नासून जाई. कारण ती एक अन्याय दूर करत असताना तोपर्यंत तिकडे तशा दहा घटना घडलेल्या असत. तिच्या आजूबाजूला जी सडकी दुर्गंधी समाजव्यवस्था होती ती बदलण्याचे सामर्थ्य तिच्या अंगी नव्हते. या व्यवस्थेतून फक्त दुःखच जन्माला येत होते. तरीपण त्यातही एक आशेचा किरण तिला दिसत असे, तो म्हणजे राजपुत्र चूला लाँग कोर्ण आणि जेव्हा-जेव्हा ती निराश, अस्वस्थ होत असे तेव्हा-तेव्हा त्याचाच विचार तिच्या मनाला अनेकदा धीर देत असे.

त्यामुळेच राजाकडून तिला मिळणाऱ्या एवढ्याशा पगाराच्या तुलनेत तिच्या या प्रयत्नांचे फळ म्हणून फार मोठे इनाम मिळत आहे, असे तिला वाटे. कारण हा एवढासा राजपुत्र आपल्या स्वतःच्या कृतीने गुलामांशी दयाळूपणे वागले पाहिजे, हे इतरांना शिकवत असे. त्याने आपल्या गुलामांना चांगले कपडे दिले होते. त्यांना

पोटभर आणि चांगले जेवायला मिळेल याची तो दक्षता घेई. धाकटे भाऊ आणि रक्षक यांनाही तसेच वागण्याची त्याने सूचना दिली होती. एके दिवशी तो ॲनाला म्हणाला, "त्यांना गुलाम म्हणावं, हे मला पटतच नाही. उलट आपल्यापेक्षा ते जास्त उदार आहेत, हे म्हणणं जास्त योग्य ठरेल. कारण सहन कसं करावं हे ते शिकले आहेत, पण आम्ही राजकुमार मात्र असे आहोत की, आमच्या बांधवांना लोकांना दडपण्यात, अत्याचार करण्यात काहीही मोठेपणा नाही, हे आम्ही कधी शिकलोच नाही."

खुन थाओ आप आणि लेडी तलप या राजवाड्यातल्या आणखी दोघी जणी ॲनाच्या जवळच्या मैत्रिणी होत्या. १८६४च्या सुमारास लेडी तलपच्या वडिलांचे स्थान एकदम उंचावले. बँकॉकच्या मेयरपदावरून त्यांना एकदम उत्तरेकडल्या राज्याचे मंत्रिपद मिळाले. त्यामुळे लेडी तलपचा दर्जाही फार उंचावला. तिच्या वडिलांचे स्थान क्रालाहोमच्या बरोबरीचे होते आणि हे दोघेच राज्याच्या दोन सर्वोच्चपदावर होते.

लेडी तलपची बौद्ध धर्मावर नितांत श्रद्धा होती. तिच्या या इंग्लिश मैत्रिणीला बौद्ध धर्म समजावा अशी तिची उत्कट इच्छा होती. त्यामुळे ती अनेकदा ॲनाला, जनानखान्यात साजऱ्या केल्या जाणाऱ्या बौद्धांच्या धार्मिक उत्सवांना निमंत्रित करत असे. "मेम, तुम्ही या बरं का आज," ती हातवारे करत म्हणायची, "आज आमच्या मंदिरात जाण्याचा दिवस आहे. तुम्हीसुद्धा आलंच पाहिजे. मी तुम्हाला सगळं समजावून सांगीन." तिचा उत्साह पाहून, ती तरुण मुलगी नसूनही कायम लहान मुलांसारखी अतिशय उल्हसित दिसते, कधीही दुर्मुखलेली नसते हे पाहून ॲनाला मोठे नवल व आश्चर्य वाटत असे.

अशाच एका प्रसंगी दोघी जणी सकाळच्या थंड उत्साहवर्धक वातावरणात 'वॅट फ्रा काईओ'च्या मंदिरात निघाल्या. दोघींनी तेथे प्रवेश केला. तेव्हा तेथे जनानखान्यातल्या इतर स्त्रिया आधीच जमल्या होत्या. सगळ्या जणी तांब्याचे षटकोनी तुकडे जडवलेल्या फरशीवर बसल्या होत्या. त्यांनी शुभ्र पातुंग परिधान केलेले होते आणि पांढऱ्याशुभ्र रेशमी ओढण्यांच्या चुण्या करून डाव्या खांद्यावरून मागे टाकून उजव्या खांद्यावरून पुढे घेतलेल्या होत्या. त्यांच्या चुण्यांनी त्यांची छाती व पाठ झाकलेली होती. गुलाम स्त्रिया जरा बाजूला बसल्या होत्या. पण त्यांचाही पोशाख तसाच होता, मात्र तो रेशमी नव्हता. खरे सांगायचे तर बऱ्याचशा गुलाम स्त्रिया, मुली या राजघराण्यातल्या स्त्रियांच्याच दूधबहिणी होत्या. त्यांचे वडील एकच होते, पण त्यांच्या आया राजघराण्यातल्या गुलाम होत्या.

सर्व स्त्रिया गोल करून बसल्या होत्या. प्रत्येकीसमोर फुले भरलेली फुलदाणी आणि पेटलेल्या मेणबत्त्या होत्या. स्त्रियांच्या जरा पुढे ॲनाच्या विद्यार्थ्यांचे वर्तुळ

होते. अर्थात त्यांच्या आयांपेक्षा त्या मुलांचा दर्जा जास्त वरचा होता. वेदीजवळ चाओ खुन सा हा पुजारी बसला होता. त्याच्या हातातल्या अर्धवर्तुळाकार पंख्यावर रत्ने, जर यांचे सुंदर भरतकाम केलेले होते आणि कडेला फिकी हिरवी, रेशमी किनार लावलेली होती. तो पंखा त्याच्या दर्जाचा – स्थानाचा निदर्शक होता आणि बौद्ध रिवाजानुसार त्याने तो तोंडासमोर धरला होता. त्याची पिवळी कफनी पोटापर्यंत उघडी होती आणि कमरेवर ती दोरीने बांधलेली होती. त्याच्याशेजारी सोन्याचे एक उघडे घड्याळ ठेवलेले होते, जे महाराजांकडून भेट म्हणून आलेले होते. त्या पुजाऱ्याच्या पायाशी त्याचे सतरा शिष्य बसले होते आणि त्यांनीही त्यांच्या चेहऱ्यासमोर पंख्याचा आडोसा धरलेला होता. मात्र त्यांचे पंखे कमी सजवलेले होते.

ॲना आणि लुईनेही इतरांचे अनुकरण करत आपले बूट काढून ठेवले. लुईला गप्प राहायला सांगायची वेळच आली नाही, कारण तेथील पावित्र्य आणि पूजेला आलेल्यांच्या भक्तिभावनेच्या दर्शनाने त्यानेही एक गांभीर्य धारण केलेले होते. पुजारी धर्मगुरू अतिशय स्तब्ध बसलेले होते. चेहरा पंख्याच्या आड होता, जणू विचार इकडेतिकडे भरकटू नयेत म्हणून तो तसा धरलेला होता. ॲनाला अनेक बाबतीत या धर्मगुरूबद्दल नेहमीच कुतूहल वाटत असे. त्याच्या चेहऱ्यावरील हावभावांचे नीट निरीक्षण करता यावे म्हणून ॲनाने अंगाची जरा चाळवाचाळव केली. पण ताबडतोब त्यांचे तिच्याकडे लक्ष गेले आणि त्यांनी नजरेने तिला खुणावले. आणि लगेच चेहरा पूर्ण झाकला जाईल, अशा रितीने पंखा धरला. नंतर स्तोत्र म्हणायला सुरुवात केली.

लगोलग तेथे जमलेल्या सगळ्यांनी गुडघ्यावर बसून आदरभावाने त्या धर्मगुरूंसमोर डोके टेकवले. मस्तके खाली लवलेली, डोळे मिटलेले, हात जोडलेले अशा त्या सगळ्या जणी अतिशय स्तब्ध बसल्या होत्या. चर्चमध्ये होणाऱ्या प्रवचनासारखेच हे सगळे होते. तेथील काही गोष्टी, काही शब्द तिला कळले नाहीत. पण धर्मोपदेशक आणि सर्व भाविक स्त्रिया खाली मान लववून बसल्या होत्या. आधी धर्मोपदेशकाने बोलायचे, कृती करायची, नंतर भाविकांनी आणि सर्वांनी मिळून पुन:पुन्हा त्याच शब्दांची पोकळ पुनरावृत्ती करायची. तिला कळले की, ते धर्मगुरू सर्वांना सहानुभूतीने वागण्याचा आणि दानधर्म करण्याचा उपदेश करत आहेत. चाओ खुन साचे वक्तृत्व फार चांगले होते आणि तो नव्या धार्मिक विचारसरणीचा दिसत होता. या लोकांना पुरातन काळापासून कानावर पडत आलेली रटाळ प्रवचने आवडत नव्हती आणि त्यांनी नव्या महत्त्वाच्या जिव्हाळ्याच्या विषयावर नवीन प्रवचने तयार केली होती.

ते धर्मोपदेशक बोलत असताना तगड्या रक्षक बायका मंदिराबाहेरच्या बंद व्हरांड्यात किंवा त्या बाहेरच्या आवारात फेऱ्या मारत होत्या. ही येथील भक्ती-

भावना, तल्लीनता त्यांच्यापर्यंत पोचली नव्हती. त्या आपापसांत गप्पा मारण्यात गुंग होत्या. काही जणी जुगार खेळत होत्या, तर काही मंदिराच्या विश्वस्तांबरोबर थट्टामस्करी करत होत्या. अमर्याद विरोधाभास हा सयामी जीवनाचा आणखी एक पैलू ॲनाला कोड्यात पाडत असे आणि त्या गोष्टीची तिला गंमत वाटत असे.

चाओ खुन सा हा अगदी लहान मुलगा असतानाच संन्यास धर्माची दीक्षा घेऊन धर्मोपदेशक झाला होता. त्यातूनच तो उच्च पदावर चढला. त्यानंतर सहा वर्षांपर्यंत त्याने हा मार्ग सोडला. जनानखान्यातल्या स्त्रियांनी हलक्या, कुजबुजत्या आवाजात ॲनाला सांगितले होते की, चाओ खुन सा हा एका मुलीच्या अतिशय प्रेमात पडला होता, पण ती पुढे राजाची राणी बनली. तिच्या घरच्यांनाही चाओ खुन साशी तिचे लग्न होणे पसंत नव्हते. ती मुलगी जेव्हा राजाला नजर केली गेली तेव्हा चाओ खुन साने संन्यास स्वीकारला. मंदिरासमोर सोन्याच्या उच्चासनावर बसून उपदेश देणाऱ्या शांत बुद्धिमान व्यक्तीकडे ॲना निरखून बघत होती. तो शांत पण जोरकस शब्दात बोलत होता आणि तेथे बसलेल्या सर्व स्त्रिया अगदी मन:पूर्वक ते बोलणे ऐकत होत्या. त्याचे जीवन, आयुष्याचा शोध याबद्दल राजवाड्यातील आणि शहरातील प्रत्येक व्यक्तीच्या मनात त्याच्याबद्दल फार आदर होता.

तोंडासमोर पंखा धरलेल्या या व्यक्तीकडे पाहताना त्याच्याबद्दल ज्या प्रणयरम्य कथा सांगितल्या जात होत्या, त्या खरेच खऱ्या आहेत की काय याबद्दल ॲना मनात विचार करत होती. जरी ते खरे असेल तरीही राजापासून त्याला वेगळे केले गेलेले नाहीये हेही तिच्या लक्षात आले. राजा एक नवे मंदिर बनवत होता. त्याचे नाव होते, 'वाटराचप्रदित सहित महा सयामराम' म्हणजे सयामच्या राजाने (सयाममध्ये राजाला राम म्हणतात) उभारलेले मंदिर. मंदिर पुरे झाल्या-झाल्या या धर्मगुरूने या मंदिरात प्रमुख म्हणून जायचे होते. त्यामुळे राजाचे बोलावणे आल्या आल्या तो राजासमोर हजर होऊ शकणार होता. नव्या मंदिराची जागा पूर्वेला नदीच्या राजवाड्याच्या बाजूलाच होती. ॲनाचे घरही त्याच बाजूला होते आणि मंदिर तिच्या घरापासून जवळच होते. पूर्वी ती जागा कॉफीची बाग म्हणून ओळखली जायची. ॲना अशा अनेक समारंभांना हजर राहिली होती. पण तिला पुढे हे लक्षात यायला लागले की, तिला मोठे वाटणारे हे समारंभ क्षुल्लक होते.

मंदिराच्या पायाभरणीचा समारंभ फारच मोठा होता. रेशमी शामियाने उभारले गेले होते. सकाळी आणि संध्याकाळी दोन्ही वेळेला राजा हजर होता. राजाच्या आवडत्या स्त्रियांसाठी एक विशेष शामियाना उभारला गेला होता. तेथे बसून त्या समारंभ पाहू शकत होत्या आणि नंतरच्या गुणप्रदर्शनाच्या आणि गमतीच्या कार्यक्रमात भाग घेऊ शकत होत्या.

तेल आणि पाण्याच्या अभिषेकानंतर कोनशिला बसवली गेली. तेथे सात उंच

समया सात दिवसांपर्यंत जळणार होत्या. साता-साताच्या गटात धर्मोपदेशकांनी एक सुंदर वर्तुळ बनवले होते आणि प्रत्येकाने हातात सात-सात मंतरलेले धागे धरले होते व ते स्तोत्रपठण करत होते. कोनशिलेवर अर्पण करण्यासाठी सुंदर मुली धान्य, मध, फुले आणि फळे यांच्या भेटी घेऊन आल्या होत्या. फुलदाण्या, कप, वाडगे, सुरया, रक्षापात्रे, कढया अशा तऱ्हेची सर्व चिनी मातीची भांडी आणल्यानंतर ती सगळी पायात टाकली गेली आणि त्या मुलींनी कांडून कांडून त्यांचा बारीक भुगा केला. इतर लोकही अशाच तऱ्हेच्या भेटी आणत होते. मोठा भव्य समारंभ होता तो. टिपऱ्यांच्या तालावर वाद्यसंगीत आणि गायन चालू होते. राजाने सोन्या-चांदीच्या लगडी पायात टाकल्या होत्या.

धर्मोपदेशकांनी घुमणाऱ्या धारदार आवाजात सर्वमांगल्याची प्रार्थना सुरू केली आणि ॲनाला एक जुनी आठवण आली. एक दिवस ती आणि राजा नव्या फ्रेंच वकिलातीच्या प्रतिनिधीबाबत चर्चा करत होते. तो ८ एप्रिलला तेथे हजर झाला होता. मॉन्सूर जी ऑबर हा भडक डोक्याचा, तापट होता. आपलेच म्हणणे खरे करणे हा त्याचा स्वभाव होता. या दुपारी या फ्रेंच प्रतिनिधीवर राजा फार खवळलेला होता.

ऑबरची आणि त्यामुळे सर्व फ्रेंचांची राजाला अतिशय भीती आणि तिरस्कार वाटत असे. आता तर या प्रतिनिधीच्या उद्धट वागण्याने राजा संतापाने उकळत होता. तो त्याच्या राज्याचा पूर्व हिस्सा गिळंकृत करत होता पण त्याबाबत इंग्रज काही हस्तक्षेप करत नव्हते आणि काही बोलतही नव्हते आणि जरी सगळे भूगोलतज्ज्ञ सयामच्या प्रशासनाला सार्वभौम राज्य म्हणत असले तरी त्यातली निरर्थकता राजाला जाणवत होती.

''मी सार्वभौम राजा आहे का? कारण माझी तर काही फ्रेंचांवर सत्ता चालत नाही. हत्तीसमोर उंदीर जसा दिसावा तसा हा सयाम वाटतो आणि मी खरोखर सार्वभौम आहे? तुझं काय म्हणणं आहे?'' राजा संतापून म्हणाला.

राजा हा विशेषकरून हुकूमशहा आणि एकतंत्री आहे हे ॲनाला माहीत असले तरी ती काही बोलली नाही आणि त्यालाही तिच्या उत्तराची अपेक्षा नव्हती. ''माझ्या हाती तर कोणाचीच सत्ता नाहीय,'' तो फुत्कारला. ''त्यामुळे मी सर्वसत्ताधीश नाहीच. एखादा मनुष्य माझा शत्रू आहे आणि तो मरावा म्हणून माझ्या काठीनं मी त्याच्याकडे निर्देश केला तरीही तो मरणार नाही आणि माझ्या सर्व सत्तेला आव्हान देऊन तो जगतच राहील, मग मी कुठला सर्वसत्ताधीश? मग मी सार्वभौम राजा आहे, असं म्हणण्यात आणि ते दाखवणाऱ्या त्या भूगोलाचा तरी काय उपयोग?'' आपल्या हातातल्या काठीने मि. ऑबरकडे निर्देश करता येत नाही म्हणून तो आपल्या सार्वभौमत्वाचा धिक्कार करत होता आणि त्याच वेळी मंदिरामध्ये काम

करणाऱ्या मुलींमध्ये निरर्थकपणे सोने आणि चांदी फेकत होता.

राजाचे ते विदारक रूप आठवून ॲनाला मनोमन हसू येत होते. पण त्यापुढचा छोटासा प्रसंग आठवून तिचे हसू मावळले. राजाचे वागणे अचानक बदलले. तिच्या लक्षात आले की, राजा फ्रेंच वकिलात आणि भूगोलतज्ज्ञांचा मूर्खपणा विसरला आहे. तो एका अतिशय सुरेख मुलीकडे टक लावून बघत होता. ती मुलगी अत्यंत रसरशीत आणि तजेलदार दिसत होती. तिच्या चेहऱ्यावर ओसंडून जाणाऱ्या आनंदाचे भाव होते. त्या कढया, ताटल्या, फुलदाण्या कुटण्यात तिला खूप मजा वाटत होती असे दिसत होते, पण ज्या क्षणी त्या मुलीच्या हे लक्षात आले की, राजाचे लक्ष तिच्याकडे वेधले गेले आहे, त्या क्षणी ती मटकन खाली बसली आणि त्या मडक्या-घागरींचे तुकडे अंगावर उडताहेत याची पर्वा न करता तिने मातीत तोंड लपवले. ॲना राजाकडे बारकाईने पाहत होती, पण त्याने फक्त तिचे नाव विचारले. 'तपलीम' त्याला उत्तर मिळाले. मग त्यांनी तिच्या आईवडिलांचे नाव विचारले व तो माघारी वळला. 'वॅट फ्रा काईओ'मधील प्रार्थना संपली. एका विषयावरून दुसऱ्या विषयावर भरकटणाऱ्या मनाला तिने आवरले आणि लेडी तलपबरोबर जनानखान्यात परतण्याची तयारी सुरू केली.

"मेमचा, आमच्या गुरूंचं प्रवचन तुम्हाला समजलं का?"

"थोडंफार समजलं. खासकरून ते तुम्हाला दया-धर्माचं आचरण करायला सांगत होते, ते समजलं," ॲनाने सांगितले.

"बरोबर आहे," लेडी तलप समाधानाने म्हणाली आणि "मेम, पुढच्या आठवड्यात धर्मगुरूंनी सांगितल्याप्रमाणे मी करणार आहे. 'विशाखा बुद्ध' (वैशाखी बौद्ध पौर्णिमा)च्या दिवशी दर वर्षी माझ्याकडे एक उत्सव असतो. लवकरच हा कार्यक्रम होणार आहे. तुम्ही तो पाहायला नक्की या. विसरू नका."

२१ मेला शनिवार होता. ॲनाला राजवाड्यात नेण्यासाठी आकर्षक कपडे घातलेल्या कित्येक सुंदर गुलाम स्त्रिया न्यायला आल्या होत्या. बरोबर एक वर्षापूर्वीच बुद्धाच्या जन्म, ज्ञान आणि निर्वाण समारंभाच्या दिवशीच ल ओरची हृदय हेलावून टाकणारी हकिकत घडली होती. सकाळच्या थंड हवेत लेडी तलपच्या घरी चालत जाताना ॲनाच्या मनात मागच्या वर्षीचे विचार घोळत होते. लेडी तलपचे राहण्याचे ठिकाण आतल्या शहरातल्या अतिशय श्रीमंत दिमाखदार वस्तीत होते.

लेडी तलप ॲनाच्या स्वागतासाठी दरवाजात उभी होती. अंगावर पांढराशुभ्र पोशाख होता. नाजूकपणामुळे सव्वीसऐवजी ती सोळाचीच वाटत होती. तिच्या दोन्ही हातांशी तिचे मुलगे उभे होते. राजकुमार थावी थावन्य लाप हा आठ वर्षांचा आणि राजकुमार काप कनकरत्ना हा सहा वर्षांचा होता. ॲनाचे स्वागत करून तिने तिला आतील दिवाणखान्यात नेले आणि ती स्वत: आतील दरवाजाजवळ बसली.

त्यामुळे तिला आतल्या बाजूस संपर्क ठेवणे सोपे जाणार होते. लेडी तलप एका संगमरवरी पुष्करणीशेजारी उभी राहिली. तिच्या आवतीभोवती प्रचंड मोठी चिनी मातीची पुष्पपात्रे ठेवली होती. त्याच्यातली रोपटी फुलांनी बहरलेली होती आणि त्यांच्यामध्ये पाण्याने भरलेले चांदीचे मोठ- मोठे घडीव रांजण होते. हे रांजण इतके मोठे होते की, त्यात दोन माणसे सहज मावू शकली असती. त्यातून पाणी घेण्यासाठी चांदीच्याच दांडीची भांडी होती आणि तीस तरुण गुलाम मुली, बागेतल्या विहिरीतून पाणी काढून आणून ते सतत भरत होत्या.

दिवाणखान्यात ज़मिनीवर पट्ट्यापट्ट्याच्या सतरंज्या अंथरलेल्या होत्या आणि त्यांच्यावर शंभर जणांना पुरतील इतक्या बसण्याच्या गाद्या आणि लोड ठेवलेले होते. दिवाणखान्याच्या दरवाजांच्या पलीकडे गवती छपराची गोल बाग होती. त्या बागेला तंबूप्रमाणे मध्यभागी उंच खांबांनी आधार दिलेला होता. काही कार्यक्रमांसाठी तयार केलेले ते प्रेक्षागृह होते. त्याच्या रंगमंचाच्या एका बाजूला कळसूत्री बाहुल्यांच्या खेळासाठी जरा उंच असा मंच उभारलेला होता. दोन्ही रंगमंच अतिशय सुंदर सजवलेले होते.

ॲना ते सगळे न्याहाळत होती. आतल्या प्रांगणातून पन्नासहून अधिक स्त्रिया डोक्यावर मिठाया, फळफळावळ इ. अनेक स्वादिष्ट वस्तू भरलेली प्रचंड मोठी मोठी चांदीची ताटे घेऊन बाहेर आल्या. त्यांच्यापाठोपाठ पांढरीशुभ्र वस्त्रे परिधान केलेल्या मुली सोन्याच्या फुलदाण्या घेऊन आल्या आणि त्या प्रत्येक आसनाशेजारी ठेवून त्यात त्यांनी फुले रचली. हे आटोपल्यावर त्या आपल्या धनिणीच्या मागे जाऊन उभ्या राहिल्या. त्या सर्व मुली चांगल्या घरातून आलेल्या होत्या. काही जणी नात्यातल्या होत्या, तर काही नव्हत्या. त्या सर्व जणी तिच्या विश्वासू सख्या होत्या. ॲना विलक्षण कुतूहलाने ते सर्व न्याहाळत असताना तिची उत्सुकता वाढतच होती की, या मेजवानीचे सन्माननीय पाहुणे आहेत तरी कोण? आता सकाळचे फक्त सात वाजले होते. या घरच्या स्त्रिया सर्व परिपूर्ण तयारीसाठी कितीतरी लवकर उठलेल्या होत्या. प्रत्येक ठिकाण, वस्तू अतिशय स्वच्छ, नीटनेटकी सुंदर होती. सगळी तयारी झालेली होती.

त्या सगळ्या परीकथेतल्यासारख्या फुले, सूर्यप्रकाश आणि सुगंध यांनी नटलेल्या बागेचे सर्व दरवाजे उघडले गेले आणि पाहुण्यांना एकामागून एक असे सन्मानपूर्वक आत आणले गेले. अतिशय फाटक्यातुटक्या कपड्यातल्या शंभर कळकट-मळकट भिकारणी! त्यांच्या अंगावर मातीचे व घाणीचे थर आणि चिंध्या होत्या. आपल्या पाहुण्यांचे स्वागत करण्यासाठी लेडी तलप अतिशय अदबीने पुढे आली. तिच्या हालचालीत, वागण्यात कोमल सौजन्य, डौलदारपणा होता आणि तिच्या चेहऱ्यावर जराही अहंभाव किंवा श्रेष्ठत्वाची भावना दिसत नसल्यामुळे ती फार लोभस दिसत

होती. तिने त्यांना पुष्करणीजवळ ठेवलेल्या बैठ्या स्टुलांवर नेऊन बसवले. त्यानंतर आपल्या सख्यांच्या मदतीने तिने त्यांच्या अंगावरच्या चिंध्या उतरवल्या आणि चांदीच्या रांजणामधील पाणी आणि सुगंधी साबण लावून, चोळून अंघोळ घालायला सुरुवात केली. त्यांचे केसही धुतले गेले. मग कोरडे करून, विंचरून भांग पाडले गेले, डोक्यावर फुले माळली गेली आणि त्यांना पांढरेशुभ्र नवीन कपडे चढवले गेले. मग तेथील दिवाणखान्यातल्या गाद्यांवर त्यांना बसवले गेले. त्यांच्यासमोर चांदीची ताटे आधीच ठेवली गेली होती. मग लेडी तलप आणि तिच्या सख्यांनी त्यांना, त्यांच्यासाठी खास तयार केलेले पदार्थ वाढायला सुरुवात केली. न्याहारी झाल्यानंतर संगीत सुरू झाले. अभिनय करणारी पात्रे आणि कठपुतल्या रंगमंचावर अवतीर्ण झाल्या आणि करमणुकीचे कार्यक्रम सुरू झाले. या कार्यक्रमासाठी अंत:पुरातल्या सर्व स्त्रिया तेथे आल्या होत्या आणि क्रमाक्रमाने एकेकीला मोकळे करत होत्या. नाट्यप्रवेशांच्या मध्ये हृदयंगम, सुमधुर संगीत होते.

अनेक तासांच्या या कार्यक्रमानंतर अखेरीस पडदा पडला. गायन-वादनाचे सूर विरले आणि वृद्ध स्त्रियांच्या तोंडून मोठ्याने आनंदोद्‌गार ऐकू यायला लागले. त्या सगळ्या जणी जायला निघताच, लेडी तलपने त्यांना पैशाच्या भेटी दिल्या. शेवटी त्या म्हाताऱ्याकोताऱ्या स्त्रिया आनंदाने बडबडत एकमेकींना हलकी धक्काबुक्की करत बाहेरच्या दरवाजाकडे निघताना ॲनाला दिसल्या.

ॲनाही जाण्यासाठी जागेवरून उठली. लेडी तलपने तिचे दोन्ही हात आपल्या हातात घेतले आणि म्हणाली, "आज तुम्ही जे पाहिलंत, ती गोष्ट मी दर वर्षी करत असते. माझ्या गुरूची आणि बुद्धाची आज्ञा पाळण्यासाठी म्हणून!"

■

जुगार खेळणाऱ्या रखेलीची हकिकत

१८६४च्या अखेरीपर्यंत ॲनाला सयाममध्ये राजवाड्यात येऊन जवळजवळ तीन वर्षे पूर्ण होत होती. जेव्हा तिचे येथील काम सुरू झाले होते, तेव्हा तिचे काम पाहून पगारवाढ केली जाईल, असे राजाने म्हटले होते. ती पगारवाढ आता मागावी, असे तिने ठरवले. तिचे कामाचे स्वरूप ठरल्यापेक्षा दुप्पट-तिप्पट झाले होते यात काहीच शंका नव्हती. ज्या बाबतीत राजाला फक्त आठवण करून देण्याचीच जरूर आहे, अशा विश्वासाने तिने जेव्हा राजाजवळ हा विषय काढला तेव्हा त्याला एकदम संतापलेलं पाहून ती अतिशय आश्चर्यचकित झाली. त्याने सांगितले की, 'तिचं काम मुळीच समाधानकारक नाहीये,' आणि त्याने पुढे पुस्ती जोडली की, ती अतिशय जहांबाज, आवरता येणार नाही, अशी बाई आहे आणि आज्ञाधारकपणा व राजाविषयीच्या निष्ठेऐवजी तिच्या मनात चूक-बरोबर, न्याय-अन्याय या गोष्टींना जास्त स्थान आहे.

त्याने पुढे विचारले, "पगाराचा प्रश्न पाहिला तर मला असं विचारायचं आहे की, तू गरीब का आहेस? माझ्याकडे तर तू कुणाचा न कुणाचा तरी अर्ज घेऊन येत असतेस, काही तक्रारी कष्टप्रद जीवनाच्या असतात, तर काही अन्यायाच्या आणि मागणी करतेस – 'महाराज, कृपा करून याबाबतीत चौकशी करा, त्याची भरपाई होईल असं करा.' आणि तुझं ते म्हणणं मी मान्य करतो, कारण अनुवाद करण्यासाठी आणि इतर गोष्टींसाठी म्हणून तू माझ्या दृष्टीनं महत्त्वाची आहेस आणि तुला पगारवाढ मिळालीच पाहिजे, हे तू मला सांगते आहेस, तर या जगातली प्रत्येक गोष्ट तुला मिळालीच पाहिजे का? त्या लोकांकडून पैसे का घेत नाहीस? मी जर तुझ्या सगळ्या विनंत्या मान्य करतो, तू तर श्रीमंत असायला पाहिजेस. तुला काही अक्कल नाही, असं मी म्हणेन."

अशा रितीने तो विषयच खुंटला. राजाने त्या विषयावर पुढे काही बोलायचेच नाकारले. ॲनाला पुढे काय बोलावे हेच सुचेना. तिच्याकडे तिने काही करावे म्हणून दुःख, गाऱ्हाणी घेऊन येणाऱ्या रांगाच्या रांगा लावणाऱ्या व्यक्तींकडून पैसे वसूल करावेत, हे राजाला खरोखरच अभिप्रेत आहे, हे कळून ती खरोखरच अवाक झाली होती. ती काहीही न बोलता माघारी वळली, जणूकाही तिच्या डोक्यावर कोणी

जोरात वार केला आहे, अशा रितीने ती सुन्न होऊन गेली होती.

पण सर्व प्रकारात फक्त एक बारीकसे समाधान एवढेच होते की, खरोखरच तिचा प्रभाव वाढलेला होता. अंत:पुरातील स्त्रिया आणि मुले अशा अनेकांना हे दिसत होते की, राजाला विरोध करायला ती घाबरत नाही. त्यामुळे तिच्याजवळ काही अतिमानुषी शक्ती असाव्यात, असेही त्यांना वाटत होते. त्यामुळे केवळ गरीबच नाही तर अंत:पुरातल्या अगदी श्रेष्ठ दर्जाच्या स्त्रियासुद्धा, तिने आपले गाऱ्हाणे राजाच्या कानावर घालावे म्हणून गुपचूप तिच्याकडे येत असत. तशी कुठलीच इच्छा नसतानाही जुलूमकर्ते आणि भरडले जाणारे लोक यांच्या कात्रीत आपण जवळजवळ दररोज सापडत असतो, हे तिला जाणवले होते. दिवसांमागून दिवस उलटत असताना न्यायाधीशांच्या क्रूरपणाला आवर घालण्यासाठी तिला हस्तक्षेप करावा लागे. छळ, तुरुंगवास आणि पिळवणुकीच्या बाबतीत ढवळाढवळ करण्यापासून स्वत:ची सुटका करून घेण्यासाठी ती फार प्रयत्न करत असे. पण कुणाच्या आया, कुणाच्या बहिणी तिला इतकी गळ घालायच्या की, त्यांना मदत केल्यावाचून तिच्यासमोर काही पर्याय राहत नसे. कधीकधी ती तिच्याकडे येणाऱ्या या सर्वांपैकी काहींना आपल्या मुलांबरोबर – लुईबरोबर न्यायाधीशांकडे पाठवत असे, तर कधीकधी ती स्वत:ही त्यांच्याबरोबर जाई. लुई राजाचा फार लाडका होता. एकदा त्याने ॲव्हिसला लिहिले होते, "मला राजा आवडतो. महाराजांनी मला तुला देण्यासाठी म्हणून सोन्याची पाने दिली आहेत, ती मी या पत्राबरोबर तुला पाठवत आहे." ॲनाला अनेकदा हे मान्य करावे लागे की, अनेकांना जो न्याय मिळतो तो योग्यायोग्यतेचा विचार करून नव्हे, तर ॲनाच्या राजावरच्या प्रभावाच्या भीतीमुळे किंवा लुई राजाचा आवडता असल्यामुळे.

जेव्हा तिच्या ओळखीचे सयामी किंवा ब्रिटिश लोक हे कुजबुजायला लागले की, ती यातून फार पैसा गोळा करत आहे, तेव्हा ते ऐकून घेणे, तिच्या सहनशक्तीच्या पलीकडचे होते. तरीपण याबाबत कोणापुढे आपली बाजू मांडणे, तिच्या मानी स्वभावाला रुचेना. तरीपण हा प्रकार म्हणजे सुखासीन आत्मकेंद्रित लोकांच्या संशयी स्वभावाचे प्रतीक होता, हे कळण्याइतका अनुभव तिच्याजवळ नव्हता आणि जे आपल्यासारख्या बांधवांना मदत करायला निघाले होते किंवा जे जुन्या समाजात रूढ असलेल्या वाईट प्रथा तोडायला निघाले होते, त्यांच्या दृष्टीने हा संशय म्हणजे अनाकलनीय प्रकार होता.

या अशा बाहेरच्या व्यक्तींखेरीज तिच्या काही विद्यार्थ्यांनाही तिच्या विशेष मदतीची जरूर होती आणि त्यांच्यापैकी एक होती – एक छोटीशी राजकन्या फा यिंगसारखीच सुंदर. १८६२मध्ये तिच्याकडे राजघराण्यातली जी मुले सुरुवातीला आणली गेली होती, त्यांच्यात ती नव्हती. ती एक-दीड वर्षानंतर शाळेत आली

होती. बरोबर एक गुलाम होती आणि तिने इतक्या भित्रेपणाने वर्गात प्रवेश केला होता की, जणूकाही तिला कोणी रागावणार होते. सहाएक वर्षांची ही मुलगी नाजूक चणीची होती. दाट पापण्यांच्या खालून मोठ्या काळ्याभोर डोळ्यांनी ती समोरच्याकडे भित्र्या आर्जवी नजरेने पाही. तिचा भित्रा दबलेला आवाज आणि भित्र्या हालचाली अवेळी भोगलेले दुःख आणि क्रूरपणा दर्शवत होत्या.

तिचे नावही मोठे गोड होते. वाणी रत्नकन्या (रत्नाप्रमाणे मौल्यवान बोलणे असलेली कन्या). तिच्या भित्र्या, बुजऱ्या गोडव्यामुळेच ॲनाचे लक्ष तिच्याकडे वेधले गेले. ती अतिशय संथ संयत वृत्तीची दिसत होती. त्यामुळे ॲना तिचा विश्वास संपादन करण्याचा कसोशीने प्रयत्न करायला लागली. शाळेत ती ॲनाकडे अवघडून बघून हसायची. पण तिने आपला अबोल अलिप्तपणा मात्र कायम ठेवला. शाळेत ती नित्यनेमाने येत होती आणि तिला प्रोत्साहन देण्यासाठी, बोलते करण्यासाठी ॲना जरा जास्तच मेहनत घेत होती. अखेर एके दिवशी महाराणी थियांगने ॲनाला बाजूला घेऊन याबाबतीत तिने कोणाच्या डोळ्यात येईल, असे काही करू नये, म्हणून सांगितले. कारण, ती थोड्या नाटकीपणानेच ॲनाला पुढे म्हणाली, "त्या गरीब कोकरावर आणखी संकटे यावीत असे तुला नक्कीच वाटत नसेल, नाही?"

"नाही! नक्कीच नाही." ॲना सावधपणाने म्हणाली, "ती इतकी कष्टी अन् केविलवाणी दिसतेय की, तिला काहीतरी मदत करावी, असे मला वाटले." महाराणी थियांगने जी धोक्याची सूचना दिली होती, त्यामागे काय रहस्य असावे, हे ती जाणून घ्यायचा प्रयत्न करू लागली. वाणीच्या आयुष्यावर इतकी दाट, काळोखी छाया पडली होती की, ती आतल्या आत मिटून गेली होती. तिच्या चेहऱ्यावरचे भाव पाहून ॲनाला सोन क्लिनच्या भेटीची जेव्हा तिची 'ही मॉन राजकन्या' म्हणून ओळख झाली होती, त्या वेळची आठवण यायची.

त्यानंतर वर्गामध्ये तिच्याबद्दल जास्त आस्थेचे प्रदर्शन होणार नाही, याबद्दल ती दक्ष असायची, पण तिने तिला प्रोत्साहन देणे बंद केले नाही. फक्त तिने तिचे लक्ष त्या मुलीच्या घराकडे वळवले. तिचे घर लांबलचक एकमजली होते. सभोवती रुंद व्हरांडा होता. त्या घराच्या बाजूने असणाऱ्या बागेभोवती उंच भिंत होती. बागेत दुर्मीळ वृक्ष अन् फुलझाडे लावलेली होती. ॲना पहिल्यांदा जेव्हा तिच्याकडे गेली, तेव्हा बागेत चिंचेच्या झाडाखाली चटईवर पुस्तके पसरून वाणी अभ्यासात अगदी गढून गेल्याचे तिला दिसले. आपल्या शिक्षिकेला पाहून तिला अतिशय आनंद झाला आणि आश्चर्यही वाटले. आपल्या शेजारी चटईकडे बोट दाखवत ती तिला म्हणाली, "इथं, माझ्याशेजारी बसा ना!"

ॲना जवळजवळ तासभर तिथे बसली होती. हळूहळू वाणीचा लाजरेपणा कमी झाला आणि ती सर्वसाधारण लहान मुलांप्रमाणे गोड बडबड करायला लागली.

तिला प्राण्यांची खूप आवड आहे, असे तिने सांगितले. तिच्याकडे खूप मांजरी होत्या. तसेच तिने ससे आणि खारीपण पाळल्या होत्या. तिच्या घराच्या वळचणीत चिमण्यांची घरटी होती आणि बागेतल्या झाडावर पोपट आणि मैना होत्या. बागेप्रमाणेच ते सगळे जण घरातही येत, उडत कारण त्यांना कोणीच घाबरवत नसे. तिने अकासिया या वृक्षावरचे बुलबुल पक्ष्याचे घरटेही अॅनाला दाखवले. हा वृक्ष बागेच्या मध्यभागी होता आणि हा बुलबुल पक्षी दर वर्षी नित्यनेमाने त्याच झाडावर येत असे. आता तो सगळ्यांना इतका सरावला होता की, तो उंबरठ्यावर येऊन बसायचा, त्याला मलबेरीच्या झाडावरून पडणारे किडे हवे असायचे. वाणी ते मेलेले किडे गोळा करायची आणि तो बुलबुल ते किडे तिच्या हातातून खात असे. किडे घेऊन तो बुलबुल आपल्या पिलांना द्यायला जायचा आणि लगेच वाणीकडे यायचा.

त्यानंतर अॅना खूपदा वाणीकडे जायची. तिला नेहमी अशी आशा वाटायची की, कधीतरी वाणीची आई तिला भेटेल आणि तिच्याकडून तिला वाणीच्या पूर्वायुष्याबद्दल काहीतरी कळेल, पण तिला ती कधीच भेटली नाही. काही दोन-चार गुलामांखेरीज आसपास कोणी नसायचे आणि वाणीनेही आपल्या आईचा कधी उल्लेख केला नाही. पण अॅनाला हे माहीत होते, की तिची आई खुन चाओ काईओ जिवंत आहे. म्हणून जेव्हा-जेव्हा ती त्या गुलामांकडे तिच्याबाबत चौकशी करायची तेव्हा-तेव्हा, ''ती बाहेर गेलीय,'' असेच उत्तर मिळायचे. वाणीलाही तिच्या पाळलेल्या पक्षी-प्राण्याखेरीज कोणी मित्रमैत्रिणी होत्या, असे नव्हते. त्यांच्यावर जणूकाही तिने जादू घातली होती आणि ते सर्व सारखे तिच्या आजूबाजूला राहत असत, उडत असत. तिच्या दाईने तिच्यासाठी एक पाळीव कासवासारखे कबुतर आणले होते. ते कायम तिच्या खांद्यावर विसावलेले असायचे आणि तिच्या हातातून धान्य खायचे. काही वेळा तर ते कबुतर तिच्या तोंडावर आपली चोच घासायचे. जणूकाही ते त्या छोट्याशा मुलीला धीर देत असायचे.

जरी राजवाड्यातली लाड केली जाणारी इतर मुले आणि वाणी यांच्यात एक दरी असली, तरी ती सुकलेली फिकट अशी दिसत नसे. तिच्या घरात ती संतुष्ट होती, असे दिसायचे. ती विशेष खुशीत असली किंवा कशाचीतरी उत्सुकता लागलेली असली की, तिच्या तजेलदार गालांवर गुलाबी लाली यायची. तिची आई तिची काळजी घेत नसेल किंवा घेऊ शकत नसेल, पण तरीही ती रसरशीत निरोगी होती. हे निश्चित जाणवत होते की, तिच्या काही गुलामच तिची खूप काळजी घेत होत्या. राजवाड्यातल्या इतर मुलांच्या दिमतीला खूप गुलाम स्त्रिया असायच्या, पण वाणीकडे चार-पाचच होत्या. त्यांच्यातली मोई-नोई ही पंचविशीच्या आसपासची गुलाम स्त्री. तिने जणूकाही वाणीला अगदी वाहून घेतलेले दिसत होते. जणूकाही

ती तिचीच सख्खी मुलगी होती. त्यांच्यातील प्रेम पाहून ॲनाला खूप बरे वाटायचे, कारण या मुलीच्या सततच्या एकटेपणामुळे तिला तिची फार चिंता वाटायची. मोई-नोई वाणीला कडेवरून शाळेत नेत आणत असे. ती तिला खाऊ-पिऊ घालायची. ती झोपली की, तिला वारा घालायची. रोज रात्री उटणे लावून अंघोळ घालायची आणि नंतर थोपटून झोपवायची. मोई-नोईची चाहूल लागली की, वाणीचा चेहरा उजळायचा, मोठे-मोठे डोळे चमकायचे आणि गालावर रंग येत-जात राहायचा.

वाणीच्या टेबलाजवळ बसून मोई-नोईही शिकत असे. एकदा काही दिवस मोई-नोई वाणीबरोबर शाळेत येऊ शकली नाही, पण वाणीने घरी जाऊन शाळेत शिकवलेला भाग रात्रीच्या वेळी मोई-नोईला शिकवून टाकला. ॲनाच्या जेव्हा हे लक्षात आले की, मोई-नोई तिच्या मालकिणीप्रमाणेच वेगाने वाचू शकते आणि भाषांतर करू शकते तेव्हा ती आश्चर्यचकित झाली.

हे स्पष्ट दिसत होते की, मोई-नोई आणि इतर नोकर हे राजाच्या नजरेपासून तिला दूर ठेवण्याचा कसोशीने प्रयत्न करत होते. ती राजा असलेल्या आपल्या वडिलांच्या मर्जीत नव्हती हेही दिसत होते. पण त्या लेकराला मात्र त्याची काही कल्पना असल्याचे दिसत नव्हते. तिला राजाबाबत आदरयुक्त भय आणि प्रेम होते. राजाच्या दरवाजासमोरून जाताना ती दरवाजासमोर हात जोडून, वाकून नमस्कार करत असे आणि तो जणूकाही परमेश्वर असावा, अशा श्रद्धेने ती बोलत असे. ती ॲनाला नेहमी म्हणायची, "मला इंग्रजी वाचायला यायला लागलं की, माझ्या वडिलांना किती आनंद होईल!" अशा वेळेस बाकी मुले खसखस हसत एकमेकांना कोपराने ढोसायची, कारण वाणीने केलेली कोणतीही गोष्ट राजाला आवडेल, ही अतिशयोक्तीच आहे, असे त्यांना वाटायचे. तिच्या आशावादी डोळ्यांकडे बघून तिच्या या विश्वासाबद्दल आणि नाउमेद न होता तिच्या स्वत:ला फसवून घेण्याबद्दल ॲनाला सतत नवल वाटायचे.

अखेरीस वाणीची कहाणी जाणून घेण्यात ॲना यशस्वी झाली. नेहमीप्रमाणे ती अगदीच साधी होती. ती खुन चोम काईओची एकुलती एक मुलगी होती. पण तिच्या सतत जुगार खेळण्यामुळे ती राजाच्या मर्जीतून उतरली. जेव्हा राजाला हे कळले की, तिने काही गुलाम सोडून आपल्या मुलीचे सर्व वारसाहक्काचे पैसे, सर्व गोष्टी गमावलेल्या आहेत, तेव्हा त्याने तिला तुरुंगात टाकलं आणि आपल्या आईच्या अवमूल्यनाचा फटका वाणीलाही बसला. राजाला तिच्याबद्दल यत्किंचितही दया किंवा सहानुभूती वाटत नव्हती आणि तिच्याबद्दल त्याच्या मनात तिटकारा निर्माण झाला होता.

जेव्हा वाणीच्या आईची शिक्षा संपून ती तुरुंगातून बाहेर आली, तेव्हा ॲना तिला भेटायला गेली. ती दुर्मुखलेली होती आणि उदास दिसत होती. वाणीच्या

चेहऱ्यावरच्या गोडव्याच्या पुसट रेषा तिच्या चेहऱ्यावरही दिसत होत्या. त्याच्या दुसऱ्याच दिवशी राजासमोर सगळी मुले आली होती. निष्पाप, अजाण वाणीही इतर मुलांबरोबर तेथे आली. बहुतेक मोई-नोईचे लक्ष नसेल किंवा तिच्या आईने तिला राजासमोर जाण्याची परवानगी दिली असेल. पण ज्या क्षणी राजाने तिला इतर मुलांबरोबर आपल्यासमोर लोटांगण घातलेले पाहिले, त्याच क्षणी तो एकदम संतापून गेला. आईच्या दुर्वर्तनाबद्दल तो तिला टोचून बोलला. तो इतक्या वाईट शब्दांत बोलत होता की, ते ऐकून ॲनाला उबग, किळस आली. नंतर त्याने अतिशय वाईट शब्दांत तिला समोरून हाकलून दिले.

वाणी त्यानंतर कित्येक दिवसांपर्यंत अतिशय उदास तर होतीच, पण सतत काहीतरी विचारात गढलेली असायची. ॲनाचे मन तिच्यासाठी कळवळून यायचे आणि तिच्या मनात राजाबद्दल विलक्षण तिरस्कार दाटून यायचा. त्याच्या क्षुल्लक पूर्वग्रहाने वाणीला तर घायाळ केले होतेच. पण त्याच्या सत्तर किंवा सत्तरहून जास्त मुलांत ती एकच मुलगी राजकन्या होती की, जी सौंदर्य आणि बुद्धिमत्तेत फा यिंगच्या तोडीची होती. वाणीची स्मरणशक्ती अतिशय दांडगी होती. तिची झपाट्याने प्रगती होत होती. तिला इंग्रजीचे स्पेलिंग करता येत होते. इंग्रजी लिहिता-वाचता येत होते आणि भाषांतर तर ती अगदी सहजपणे करीत असे. हे सगळे तिच्या तीक्ष्ण बुद्धिमत्तेमुळे तर होत होतेच, पण दुसरे म्हणजे सोन क्लिनप्रमाणेच तिच्यासमोरही इंग्रजी पुस्तकातून नवी अद्भुत दुनिया उलगडली गेली होती.

राजाच्या मेजवानीच्या दिवशी ती एकमेव विद्यार्थिनी उपस्थित असायची, बुहतेक मोई-नोईचे हे काम होते आणि वाणीलासुद्धा या नव्या अनुभवातील काहीही चुकवायची इच्छा नसे. बहुतेक तिच्या गुलामांची ही इच्छा असावी की, त्या दिवशी तरी ती राजाच्या नजरेस पडू नये. तिच्या गरिबीतील तिची जी संपत्ती होती, त्यातून आपल्या शिक्षिकेसाठी ती भेट आणत असे. कधी फळे, तर कधी तिच्या बागेतली फुले, पण त्यातून जे प्रेम व्यक्त व्हायचे, त्याने या देखण्या नाजूक मुलीबद्दल करुणेने तिचे मन भरून यायचे. ही इतकी प्रेमळ मुलगी पण हिच्याबद्दल कुणालाच प्रेम नाही.

एका छोट्याशा पण अतिशय करुण केविलवाण्या प्रसंगाने वाणीला आपल्या वडिलांच्या वागण्यात आपल्याबद्दल किती तिरस्कार असतो, हे जाणवले असल्याचे दिसून आले. तिने आपले दुःख शिंपल्यातल्या मोत्याप्रमाणे लपवले होते. बायबलमधला एक उतारा वाचत असताना एक वचन त्यांच्या वाचनात आले, ''ज्यांच्यावर देव प्रेम करतो, त्यांना तो शिक्षा करतो.'' ॲनाने राजाला हे कबूल केले होते की, जनानखान्यातल्या स्त्रियांना ख्रिश्चन धर्माचा उपदेश करणार नाही. परंतु ती वापरत असलेल्या रीडर्समधल्या सूक्तांच्या ओळींचाही अर्थ स्पष्ट करून सांगणार नाही,

असे तिने सांगितले नव्हते किंवा मुलांना बायबलमधल्या गोष्टी सांगणार नाही, असेही तिने सांगितले नव्हते.

वाणीने पुन्हा ते पद वाचले, ती त्यांच्यावर विचार करत होती. Whom the Lord Loveth, He Chastened. तिने जेव्हा त्यांचा अनुवाद करून वर ॲनाकडे पाहिले तेव्हा तिच्या चेहऱ्यावर गोंधळ आणि विषण्णतेचे भाव होते. ''तुमचा देव असं कसं करू शकतो? सगळे देव असेच रागीट आणि दुष्ट असतात का? जी लहान मुलं त्यांच्यावर प्रेम करतात, त्यांच्याबद्दल त्यांच्या मनात जरापण दया नसते का?'' तिने विचारले. मग ती खिन्नपणे म्हणाली, ''देव माझ्या वडिलांसारखाच असेल. तो आमच्यावर प्रेम करतो म्हणून आम्हाला वाईट गोष्टींना घाबरायला शिकवण्यासाठी आणि आम्ही ते टाळावं म्हणून तो आमच्याशी दुष्टपणानं वागतो.'' तिचे डोळे भरून आले होते, पण त्याच वेळी त्या सत्याचा असाह्य स्वीकारही तिच्या स्वरात होता.

त्यानंतर काहीतरी घडले. तो बदल सुरुवातीला संदिग्ध, धूसर होता. ही छोटी राजकन्या नेहमीप्रमाणे शाळेत येत होती, पण तिच्याबरोबर आता नवी बाई असायची. मोई-नोई पुढे कधी दिसली नाही. काही दिवसांनंतर हे स्पष्ट दिसायला लागले की, या मुलीची नीट काळजी घेतली जात नव्हती. हळूहळू ती अगदी वाळून गेली. तिच्या कुठल्याच गोष्टीत चैतन्य, आनंद दिसेनासा झाला. ॲना सुरुवातीला तिच्यात रस घेत नाही असे दाखवत होती. कारण जनानखान्याच्या हेव्यादाव्यांपासून तिला वाणीला वाचवायचे होते. ''वाणी, मोई-नोई कुठे आहे?'' अखेरीस तिने तिला विचारलेच आणि त्याच क्षणी वाणी घळघळा रडायला लागली. तिच्या तोंडून एकही शब्द फुटेना. मग ॲना त्या अनोळखी स्त्रीकडे वळली व तिच्याकडे चौकशी केली. पण ती खांदे उडवून म्हणाली, ''माई रू'' (मला माहीत नाही) या गूढतेने काळजीत पडलेल्या ॲनाने मग प्रश्न विचारणे थांबवले.

पण तिला उत्तरासाठी फार वेळ थांबावे लागले नाही. मोई-नोईचे येणे बंद झाल्यानंतर जवळजवळ तिनेक आठवड्यांनी एक दिवस ॲना वर्गात शिरली आणि तिला एकदम जाणवले की, काहीतरी वेगळे घडलेय. राजवाड्यातल्या सगळ्या स्त्री न्यायाधिकारिणी तेथे हजर होत्या. तसेच स्त्रिया, मुलांचा मोठा घोळकाही होता. पायऱ्यांवर असंख्य तरण्या, म्हाताऱ्या गुलाम स्त्रिया बसलेल्या होत्या आणि गुडघे, कोपरे टेकून त्यांनी चेहरे खाली लपवले होते. त्या गर्दीतून शिरून ॲना टेबलाकडे निघाली आणि एकदम थबकली. तिचा श्वासही अडकला. वर्गात राजा होता आणि तो अतिशय खवळलेला दिसत होता. त्याचे वर्गात फेऱ्या मारणे सुरू होते.

पण सगळ्यात जास्त गूढ वाटणारी गोष्ट म्हणजे तेथे वाणीची आई होती. तिच्या हातापायात बेड्या होत्या आणि ती गुळगुळीत संगमरवरी फरशीवर पालथी

पडली होती. राजकन्या वाणी तिच्याशेजारी गुडघे टेकून बसलेली होती. हात असहायपणे एकमेकांत गुंतलेले होते. ती कोरड्या भावनाशून्य डोळ्यांनी अपमानित थरथरत उभी होती. भय आणि दु:खाने या मुलीचा नूरच पालटून टाकलेला आहे, ते पाहून ॲनाला अतिशय धक्का बसला होता. राजा वेगाने येरझारा घालत शब्दांचे जे फटकारे मारत होता, त्यावरून ॲनाच्या हे लक्षात आले की, वाणीची आई पुन्हा जुगार खेळली होती. तिने मुलीचे गुलाम पणाला लावलेले होते आणि ती ते हरलेली होती. तेवढेच गुलाम आता तिच्या मालकीचे उरलेले होते. कुठल्यातरी प्रकारे बहुतेक हेरांच्या मार्फत ही गोष्ट राजाच्या कानापर्यंत आली होती. त्याचा संताप अनावर झाला होता; तो या छोट्या मुलीवर प्रेम करत होता म्हणून नाही, तर तिच्या आईचा तो तिरस्कार करत होता म्हणून! त्याने ओरडून आपल्या रखेलीला फटके मारण्याची आज्ञा सोडली. तत्काळ दोन दांडग्या स्त्रिया जड, लांबलचक आसूड घेऊन पुढे आल्या. अंगातल्या पूर्ण ताकदीनिशी आणि कौशल्याने मारलेल्या आसुडाच्या पहिल्याच फटक्याने तिच्या उघड्या पाठीवर रक्ताळलेला वळ उमटला. पुन्हा दुसरा फटका पडायच्या आतच वाणीने उठून एकदम स्वत:ला आपल्या आईच्या थरथरत्या अंगावर झोकून दिले. तिने आईच्या गळ्याभोवती घट्ट मिठी मारली आणि दु:खाने व्याकूळ होऊन ती ओरडली, "आईऐवजी मला मारा, पिताजी आईऐवजी मला मारा."

तेथे एकदम स्मशानशांतता पसरली आणि त्या शांततेला लुईच्या तोंडून उमटलेली करुण किंकाळी भेदून गेली. आपल्या या छोट्याशा आयुष्यात त्याने पाहिल्यांदाच इतके अमानुष क्रौर्य पाहिले होते. भयातून निर्माण झालेली त्याची ती मर्मभेदी किंकाळी जणू हवेतच तरंगत राहिली आणि त्याबरोबरच त्या ॲमेझॉन्सचा आसूडपण. त्यातल्या व्याकूळतेने आणि नि:शब्द धिक्काराने तेथे असलेल्या प्रत्येकाचे हृदय थरथरले आणि क्षणभर प्रत्येकाच्या हृदयाची धडधड थांबून गेली. लुईने जणूकाही त्या क्रूरतेची किळस वाटून मळमळल्याप्रमाणे आपले तोंड आईच्या स्कर्टच्या घेरात लपवले.

एक क्षणभर काहीच घडले नाही. ती जमिनीवर पडलेली रखेल, तो नि:शब्द आसूड, गुडघे टेकून बसलेल्या स्त्रिया, मुले आणि राजासुद्धा. सगळेच क्षणभर स्तब्ध होते. परंतु दुसऱ्याच क्षणी त्याचा चेहरा उसळलेल्या संतापाने लाल झाला. हिंसकपणे त्याचे दात विचकले गेले, शिरा तटतटून फुगल्या. त्या छोट्याशा मुलीची विनंती आणि लुईचे हुंदकेच फक्त त्या हॉलमध्ये ऐकू येत होते आणि बाहेरच्या पायरीवरच्या गुलाम स्त्रियांच्या, खोलवर रुजलेल्या मातृत्वाच्या भावनेतून राजाची करुणा भाकणारे, दया दाखवण्याची विनंती करणारे स्वर उमटायला लागले.

ॲनाला वाटले, बहुतेक या विनवण्यांचा उपयोग होणार नाही. राजाच्या विचारशीलतेवर बहुतेक भावनेचा उद्रेक कुरघोडी करणार नाही. पण एका क्षणात त्याला त्या आवाहनातला धोका लक्षात आला. तो लोकांना दोषी ठरवत असे, पण आता त्यालाच त्यांच्यासमोर या दोन मुलांच्या सहज विरोधामुळे गुन्हेगार म्हणून उभे राहण्याची वेळ आली आहे. या स्त्रीच्या पाठीवर जर आसूड पडला तर तो येथे त्याच्या पायाशी बसलेल्या प्रत्येक स्त्रीच्या सहानुभूतीच्या भावनेवर पडलेला आसूड असेल. त्याचा राग पुन्हा उसळून आला आणि त्याने विचार करणे किंवा दया दाखवणे दोन्ही नाकारले, त्याने जड घोगऱ्या आवाजात ओरडून सांगितले. "त्या मुलीला बाजूला घेऊन बांधून टाका."

वाणीने तिच्या आईच्या गळ्याला जी घट्ट मिठी मारलेली होती, ती सोडवून तिला बाहेर न्यायला तीन बायकांना अतिशय सायास करावे लागले. त्यांनी तिला बाहेर व्हरांड्यात आणले. तिचे हातपाय बांधून टाकले. ॲना तिच्या चेहऱ्याकडे पाहत होती. आपल्या बापाच्या रूपातल्या सैतानाकडे वाणी एकटक पाहत होती. त्याच्याबद्दलचे तिचे सर्व प्रेम आणि विश्वास नष्ट होऊन गेले होते. तिचा देव मेला होता. ॲनाला मनात क्षणभर असे वाटून गेले की, त्या मुलीचे हृदय दुभंगण्याचा आवाज तिला ऐकू आला आहे.

त्यानंतर तेथे फक्त आसुडाच्या फटकाऱ्यांचाच आवाज ऐकू येत राहिला. वाणीने पुन्हा शाळेत यावं म्हणून ॲना कित्येक आठवडे दररोज तिची मनधरणी करत होती. वाणीची जी शून्य विमनस्क अवस्था झाली होती, त्यातून तिला बाहेर काढण्याचे ॲनाने हजार प्रकारे प्रयत्न केले, पण वाणी तिच्याकडे शून्य नजरेने पाहायची आणि एकही शब्द बोलत नसे. ॲना या गोष्टीवर जितका विचार करायची, तितके तिला मोई-नोईला शोधून काढणे जास्त महत्त्वाचे वाटू लागले.

ॲनाच्या मनात जसे या घटनेबाबत विचार घोळायला लागले, तशी एक बाब तिला कायम गोंधळवून टाकायला लागली – वाणीची आई जुगार खेळत होती, तर ती काही एकटी खेळत नव्हती. ती कुणाकडेतरी हरली होती. त्यामुळे जुगाराच्या बाबतीत ती दुसरी व्यक्तीदेखील तितकीच दोषी होती. पण जाहीरपणे फटके मारण्याची शिक्षा फक्त खुन चोम काईओला झाली होती, का?

या 'का?'ला फक्त एकच उत्तर होते. हा अशोभनीय निंदाजनक प्रकार करणाऱ्या त्या दुसऱ्या व्यक्तीला शिक्षा व्हायचीच नव्हती. मग ती अगदी वरच्या स्तरातली, राजाच्या मर्जीतली असल्यामुळे तिचे गुन्हे क्षुल्लक समजून दुर्लक्षिले जात होते का? सर्व शक्यतांचा विचार करता असे लक्षात आले की, ती रखेल तर नक्कीच नव्हती, जर ती नुकतीच राजाच्या मर्जीत आलेली नसेल तर! म्हणून मग सगळ्यात जास्त शक्यता ही होती की, ती बहुतेक एखादी राजकन्या असेल,

कदाचित राजाची बहीण किंवा पुतणी असेल.

मोई-नोईला कोणी जिंकून घेतले, हे कोणी ॲनाला सांगणार नव्हते. त्यामुळेच ती जिंकणारी स्त्री राजघराण्यातली असेल हा ॲनाचा संशय आणखी पक्का झाला. तो सगळा व्यवहार आणि त्याच्याशी संबंधित असलेल्या प्रत्येक जणाने, फक्त वाणीची आई सोडून मौन पाळले होते आणि याचे कारण एकच असणार होते की, कोणत्यातरी मोठ्या व्यक्तीचे काहीही करून संरक्षण व्हायला हवे होते. अन् अचानक एक दिवस जणूकाही सुदैवानेच मोई-नोई आणि एका राजकन्येचे नाव एकत्र घेतले गेलेले तिने ऐकले.

त्या बोलण्याच्या अनुषंगाने विचार करत मोई-नोईच्या नव्या मालकिणीच्या नावापर्यंत ती पोचली. ती लगेच तिला भेटायला गेली आणि मोई-नोईला वाणीकडे पाठवावे म्हणून तिने तिला विनंती केली.

तिने मोई-नोई तिच्याकडे असल्याचे नाकारले नाही. तिला परत पाठवण्याबाबत ॲनाने तिला विनंती केली, लालूच दाखवली. धमक्याही दिल्या. अखेरीस दोघींचा समझोता झाला. ॲनाने मोई-नोईला तिच्याकडून विकत घ्यावे, असे ठरले आणि दरमहा दहा टिकल देऊन तिला ती मुक्त करणार होती, त्या वेळेस दहा टिकल हे सहा अमेरिकन डॉलरच्या बरोबरीचे होते. वर्षाच्या शेवटी हे सगळे कर्ज फिटले असते, पण त्याच दिवशी मोई-नोईला तिने ॲनाच्या स्वाधीन करायचे मान्य केले. मात्र त्याऐवजी ॲनाला कर्जदार म्हणून बांधून घेतले. त्याप्रमाणे कागदपत्र तयार केले गेले आणि ॲनाने त्यांच्यावर खुशीने सही केली. मोई-नोई आता तिची मालमत्ता झाली होती. ॲनाला स्वत:ला गुलामगिरी या शब्दाची खूप चीड होती आणि आता ती एका गुलामाची मालकीण झाली होती, हा मोठाच विनोद होता. तिच्यावरची मालकी कायम ठेवायची, हे तिने ठरवले होते, कारण शक्यता ही होती की, तिने जर ते कागदपत्र वाणीच्या स्वाधीन केले असते तर तिच्या आईने पुन्हा तिला जुगारात लावले असते आणि पुन्हा घालवून बसली असती.

राजकन्येने मोई-नोईला बोलावून ॲनाच्या स्वाधीन केले. माई-नोईला भावना इतक्या अनावर झाल्या होत्या की, तिने ॲनाला घट्ट मिठी मारली, तिने तिचे हात धरून मुके घेतले, तिच्या पाया पडून पायाचेही मुके घेत सुटली. तिच्या डोळ्यांतून पाणी वाहत होते. दोघी जणी वाणीकडे निघाल्या. वाणीचे डोळे या अनपेक्षित आनंददायक दृश्याने चमकायला लागले. धावत येऊन एकही शब्द न बोलता तिने जगातल्या तिच्या एकमेव विश्वासाच्या प्रेमाच्या व्यक्तीला घट्ट मिठी मारली. तीच तिचं एकमेव आश्रयस्थान होती. पुढे ॲना तेथे असेपर्यंत शेवटपर्यंत ती तेथेच राहिली.

■

फ्रेंच वकिलातीचे प्रकरण

फ्रेंचांचा राज्यविस्तार ही राजाची एक कायमची डोकेदुखी होती. पूर्वेकडच्या एखाद्या राज्यावर ब्रिटिशांनी वर्चस्व प्रस्थापित करण्यापूर्वी आपणच तेथे चटकन कब्जा करावयाचा, या हेतूने फ्रेंचांच्या झपाट्याने हालचाली होत होत्या. भारत आणि ब्रह्मदेशातील सत्ता तर ते गमावून बसले होते. हाँगकाँगवर तर कधीचेच ब्रिटिशांचे वर्चस्व होते. त्याचबरोबर दक्षिण चीनच्या व्यापार उद्योगाचे लोणीही त्यांच्याच घशात गेले होते. मग राहिले अन्नान आणि सयाम अन् सयामची मांडलिक राज्ये.

१८६२मध्ये फ्रेंचांनी अन्नानच्या राजा – तुन्दुकबरोबर जो तह केलेला होता, त्यातून तीन संपन्न प्रांतांची आणि त्यांनी आधीच हडप केलेल्या एका बेटाची लूट मिळवली होती. अन्नानचे दुबळे राज्य फ्रेंचांचे सैन्य, आरमारी बोटींचा काफिला आणि तोफा यांचा मुकाबला करू शकत नव्हते. अन्नान द्वीपकल्पाच्या दक्षिणेकडे असलेल्या या तीन सुभ्यांनी सायगाव वेढलेले होते. युरोपियन लोकांमध्ये सर्वसाधारणपणे कोचीन-चायना म्हणून ओळखले जात होते.

फ्रेंचांनी नुकतेच कब्जा केलेले सायगाव हे बंदर फार उपयोगी आणि पैसा आणणारे होते, पण त्याच्या आजूबाजूचा प्रदेशही जर त्यांच्या ताब्यात आला असता तर त्यांना ते फारच फायदेशीर ठरणार होते आणि त्याच्या पुढचे भक्ष्य कंबोडिया असणार हे निश्चित होते. १८५६मध्ये फ्रेंच वकिलाने सयामबरोबर तह आणि वाटाघाटी करून राजा मॉंगकुतजवळ हे मान्य केले होते की, कंबोडियावर सयामचे पूर्ण स्वामित्व आहे, हे फ्रेंच बादशाहाला पूर्णपणे मान्य आहे. पण त्याने काय फरक पडणार होता?

कंबोडिया या तीन नव्या सुभ्यांच्या अगदी लगत उत्तरेला होता. हाँगकाँगजवळच्या चिनी समुद्राला मिळणाऱ्या पर्ल नदीला मेकाँग नदीची प्रतिस्पर्धी म्हणून विकसित करण्याचा फ्रेंचांनी निश्चय केला होता आणि आणखी एक अशी गोष्ट घडली होती की, सत्ता प्रस्थापित करण्याचा मार्ग आणखीनच सोपा झाला होता. १८६०मध्ये कंबोडियाचा राजा वारला, पण त्याच्यामागे त्याचे खूप मुलगे होते. जवळजवळ एक शतकभर तेथील वारसदार ठरवण्याचे काम सयामचा राजा करत असे आणि त्याला

कोणी आक्षेप घेतलेला नव्हता. कंबोडियाच्या दिवंगत राजाने निम्मे आयुष्य बँकॉकला काढले होते आणि त्याचे मुलगेपण तेथेच वाढले होते. राजा मॉंगकुत याने राजा नोरोडम नावाच्या त्याच्या मोठ्या मुलाला अधिकारपद दिलेले होते, पण धाकट्या मुलांपैकी एकाने त्याविरुद्ध बंड केले. जेव्हा राजा नोरोडमला राजधानीतून पळून जायला लागले तेव्हा सयामच्या राजाने तेथे सैन्य पाठवून बंडखोर वारसदारांचा पराभव केला आणि मूळ राजाला गादीवर बसवले.

फ्रेंचांनी कंबोडियावर आपला अधिकार प्रस्थापित करण्याचे निश्चित करून सैन्यबळ आणि धूर्तपणा दोन्हीचा उपयोग केला. त्यांनी नोरोडमला असे सुचवले की, त्याने एक अट मानली आणि त्यांना जर त्याने विनंती केली तर ते त्याला सयामच्या राजासारखाच स्वतंत्र राजा मानतील आणि त्याच्या भावांच्या घुसखोरीपासून त्याचे संरक्षण करतील, पण त्याने फक्त एकच करायचे की, त्याने फ्रेंचांचे संरक्षण घ्यायचे आणि त्यांना काही छोट्या व्यापारातल्या सवलती द्यायच्या. नोरोडमच्या मनामध्ये, शंकेचे हे भूत रुजवणे तुलनेने सोपे झाले होते की, त्याने जर या गोष्टी नाकारल्या तर हे युरोपियन लोक त्यांचा तोफांच्या बोटींचा काफिला आणि सैन्य यांचे वजन दुसऱ्या सहज वश होऊ शकणाऱ्या त्याच्या एखाद्या भावावर टाकतील. त्यामुळे ११ ऑगस्ट १८६३ या दिवशी एका गुप्त करारावर सह्या झाल्या आणि राजा नोरोडमने लगेच राजा मॉंगकुतला खालीलप्रमाणे पत्र लिहिले.

या करारासंबंधी बँकॉकला (आपल्याला) माहिती देण्याच्या हेतूने मी त्यांना हा करार थोडा उशिरा करण्याची विनंती केली, पण त्यांना ती मान्य नव्हती. मी जर त्या करारावर सही करायला नकार दिला असता तर आम्हाला त्याच्या काही अत्याचारांना, संतापाला तोंड द्यावं लागलं असतं. महाराजांनी मला हे सांगितलं होतंच की, फ्रेंच अशा तऱ्हेचा तह बँकॉकला करू शकतील, पण फ्रेंचांचा सायगावचा कमांडर-इन-चीफ डी.ला. ग्रॅन्डियेरे यानं मला कंबोडियातच हा तह करणं भाग पाडलं. तरीपण मी पूर्वीप्रमाणेच आपणाशी एकनिष्ठ आहे आणि माझ्या अंतापर्यंत तसंच राहण्याची माझी इच्छा आहे. त्यासंबंधीचे माझे विचार मुळीच बदललेले नाहीत.

पण उंटाचे नाक आता तंबूत शिरले होते. आता फ्रेंचांनी कंबोडियाच्या रक्षणाची जबाबदारी उचलली होती, पण त्यामुळे राजा नोरोडम स्वतंत्र बनण्याऐवजी त्यांच्या हातचे बाहुले बनला होता. उलट सयामच्या आधिपत्याखाली असताना सरंजामदार म्हणून असलेली कर्तव्ये पार पाडल्यानंतर तो त्याला आवडेल ते करायला मोकळा होता, पण फ्रेंचांच्या वर्चस्वामुळे त्याच्यावर अधिकाधिक बंधने यायला लागली. हा

करार सांगत होता की, फ्रेंचांच्या परवानगीशिवाय इतर कुठल्याही देशाची वकिलात उघडायला राजाला परवानगी देता येणार नाही. फ्रेंच मालावर आयात-निर्यातीसाठी कुठलाही कर लावता येणार नाही आणि फ्रेंचांच्या स्थानिक प्रतिनिधीला दरबारातल्या सर्वांत श्रेष्ठ सरदाराचा दर्जा मिळाला पाहिजे.

पण फ्रेंचांचे अधिकार आणि महत्त्वाकांक्षा स्पष्ट होण्यापूर्वीच १ डिसेंबर १८६३ला राजा नोरोडमने सयामच्या राजाबरोबरच्या एका करारावर सही केली होती. खरेतर त्या करारात पूर्वीच्या कराराहून नवीन काहीच नव्हते. त्यामध्ये फक्त गेल्या काही शतकांपासून आजतागायत कंबोडिया आणि सयाम यांच्यामध्ये कोणत्या तऱ्हेचे संबंध होते, याचे वर्णन केलेले होते. त्याच्यात अगदी स्पष्टपणे म्हटले होते की, कंबोडिया हे सयामचे मांडलिक राज्य आहे आणि कंबोडियन राजांची बँकॉककडून नेमणुका करून घ्यायची पद्धत आहे. गुन्हेगारांची हद्दपारी, नियमितपणे खंडणी देणे, व्यापार वा सरकारशी संबंधित इतर गोष्टी या सर्व बाबतीत हेच धोरण होते. हा करार आणि धोरण जेव्हा सिंगापूरच्या 'स्ट्रेट्स टाइम्स'मध्ये २० ऑगस्ट १८६४ला प्रकाशित झाले तेव्हा फ्रेंचांनी त्याला जोरदार हरकत घेतली.

मि. ऑबर एप्रिलमध्ये बँकॉकला आले आणि त्यांनी ताबडतोब हा करार रद्द करण्यासाठी जोरात प्रयत्न सुरू केले. त्यांचा स्वभाव अतिशय तापट, असभ्य आणि त्यांच्याबाबत कुणालाही ताबडतोब तिरस्कारच निर्माण होईल असा होता. काही महिन्यांच्या अवधीतच बँकॉकमधील प्रत्येक जण त्याचा तिरस्कार करायला लागला होता. फक्त ज्यांना फ्रान्सचा पूर्वेकडचा साम्राज्यविस्तार पाहण्याची इच्छा होती ते त्याचे देशबांधव सोडून इतर सर्व लोक नाराज होते. सयामी सरकारबरोबरचे त्याचे संबंध म्हणजे भांडण्याची एक लांबलचक साखळीच होती. जेव्हा ऑबरकडून आलेल्या धमकीवजा पत्रांनी राजा जास्तच त्रासून गेलेला असायचा तेव्हा तो ॲनाला बोलावणे पाठवायचा. त्याने हे गृहीत धरले होते की, ती इंग्लिश असल्यामुळे तिची त्याला सहानुभूती असेल आणि तिच्या मनात फ्रेंचांबद्दल तिरस्कार असेल. तो तिला कुजबुजत म्हणायचा, "मि. थॉमस जॉर्ज नॉक्स यांचा याबाबत सल्ला घ्या." त्याला फ्रेंचांची इतकी भीती वाटत होती की, तो इंग्लडला स्वत: लिहायलाही भीत होता, पण मनातून मात्र त्याला हेच वाटत होते की, याबाबतीत इंग्रजांनी हस्तक्षेप करून त्याला संरक्षण द्यावे. त्यामुळे ॲना जेव्हा त्याला आक्षेप घेऊन म्हणायची की, मि. नॉक्स हे इतके आदरणीय गृहस्थ आहेत की, फ्रेंचांना रोखणे ही ब्रिटिशांच्या फायद्याची गोष्ट असली तर ते आपल्या मित्राविरुद्धच्या कारस्थानात सामील होणार नाहीत. तेव्हा राजा तिच्या या उपेक्षेच्या भावनेबद्दल आणखीच खवळायचा. कारण त्याला ॲनापेक्षाही जास्त माहीत होते की, मि. नॉक्स हे सयामच्या विदेशांशी असलेल्या व अंतर्गत संबंधाबद्दल गुप्त कारस्थानांत गुंतलेले असतात.

पण सर रॉबर्ट होमवर्कइतके मि. नॉक्सशी राजाचे जवळिकीचे संबंध नव्हते. मि. शॉमबर्गक वर्षभरापूर्वीच सेवानिवृत्त झालेले होते. मि. नॉक्सची ब्रिटिश वकिलातीचे प्रतिनिधी म्हणून नेमणूक झाली होती, त्याबाबत राजा नाखूशच होता. कारण राजाच्या भावाशी त्यांचे जास्त जवळिकीचे संबंध होते, हे सर्वांना माहीत होतं. त्यामुळे अर्थातच ते राजा माँगकुतला मान्य होण्यासारखे नव्हते. मि. ऑबर व फ्रेंच सरकारप्रमाणेच मि. नॉक्स व ब्रिटिश सरकार यांच्या बाबतीत राजा असहाय आहे हे मान्य करण्याचे साहस राजामध्ये नव्हते.

कंबोडियावर फ्रेंचांनी उघडपणे बऱ्या-वाईट कोणत्याही पद्धतीने अधिकार प्रस्थापित केलेले आहेत, हे सयामला मान्य करायला लावणे, ही ऑबरच्या दृष्टीने महत्त्वाची गोष्ट होती. १ एप्रिल १८६५ला फ्रेंचांचे एक आरमारी जहाज बँकॉक बंदराजवळ आले. हा सगळ्यात शेवटचा पण प्रभावी उपाय होता आणि १४ एप्रिलला त्याच्यावरच्या रोखलेल्या तोफांनी सयामला कंबोडियाबरोबरचा करार रद्द करण्यास भाग पाडले. त्याच दिवशी फ्रान्सबरोबर दुसरा एक तह केला गेला आणि यात सयामने कंबोडियावरचे आपले अधिकार सोडल्याचे जाहीर करून ते फ्रेंचांचे मांडलिक असल्याचे मान्य केले. अशा तऱ्हेने सयामने पहिल्यांदाच फ्रेंचांसमोर आपला मोठा प्रदेश गमावला. त्यांनी आपले सार्वभौमत्व तर राखले, पण त्या बदल्यात दोन लाख ९० हजार चौरस मैलांचा आपल्या आधिपत्याखालील प्रदेश गमावला.

त्यामुळे मि. ऑबर गर्वाने, खुशीने अगदी फुलून गेला होता. त्यामुळे त्याने लगोलग सयामच्या सरकारबरोबर दुसरी कुरापत काढली. त्याने हे भांडण आता बँकॉकमधल्या चर्चचे फ्रेंच धर्मोपदेशक रेव्ह. जॉन मार्टिन यांच्या वतीने सुरू केले. फिया विशत नावाचा एक सयामी सरदार कित्येक वर्षांपासून बँकॉकच्या चर्चमधील राहिवासी (Parishioner) होता. त्याचे रेव्हरंड जॉन मार्टिनबरोबर काही मतभेद होते. सरकारच्या सैन्यामधला तो एक वरिष्ठ अधिकारी होता. बँकॉकमधील कॅथॉलिकांपैकी तो एक प्रमुख व्यक्ती होता. मि. ऑबरनी राजाला पत्र लिहून फिया विशतला त्या पदावरून काढून तेथे एम.ई. लामाच या फ्रेंच अधिकाऱ्याची नेमणूक करण्यास सांगितलं. लामाच हा राजाच्या सैन्याला कवायत शिकवणारा ड्रिल मास्टर होता. अर्जाच्या शेवटी हे लिहिले होते की, सप्टेंबरच्या सुरुवातीला फ्रेंच प्रतिनिधी फ्रान्सला परतण्यापूर्वी या गोष्टीची पूर्ती केली जावी. ही विनंती अगदीच गैरवाजवी उद्दामपणाची होती आणि राजाने तिच्याकडे दुर्लक्ष करायचे ठरवले. कारण एवढ्याशा कारणासाठी मि. ऑबर लढाईच्या मुद्द्यावर येईल असे राजाला वाटले नव्हते.

रेव्ह. मार्टिन आणि फिया विशत यांनी आपले भांडण २३ ऑगस्ट १८६५ला कोर्टात नेले. ते प्रकरण माँ राशोथाई यांच्या 'रॉयल कोर्ट ऑफ इक्विटी'त दाखल

झाले. या कोर्टाला इन्टरनॅशनल कोर्ट म्हणून ओळखले जाई. त्याचे न्यायाधीश माँ राशोथाई हे अतिशय वैशिष्ट्यपूर्ण स्वभावाचे होते आणि युरोपियन व सयामी या दोघांकडून त्यांची प्रशंसा होत असे. राणी व्हिक्टोरियाच्या दरबारातला ते वकील होते आणि त्यांच्या इंग्लंडच्या वारीचे त्याने मोठे काव्यमय वर्णन लिहिले होते आणि सयामी लोकांत ते फारच लोकप्रिय होते. ते राजकुमार तर होतेच, पण राजाचे चुलत भाऊसुद्धा होते. जेव्हा ते सर्वोच्च न्यायाधीश होते तेव्हा सयामी लोक किंवा युरोपियन यांच्या खटल्यांमधील त्यांचे निवाडे अतिशय निःपक्षपातीपणे केलेले आणि न्याय्य असत हे सर्वमान्य मत होते. त्यामुळे त्यांची प्रशंसा होत असे. ती जणू त्यांच्या क्षमतेला आणि अतिशय संतुलित अशा व्यक्तिमत्त्वाला दिलेली मानवंदनाच होती.

फादर मार्टिन आणि फिया विशत हे न्यायालयात एकमेकांसमोर येताच त्यांच्यात शाब्दिक चकमक आणि शिवीगाळ सुरू झाली. फादर मार्टिन फिया विशतला खोटारडे म्हणाले आणि फिया विशतनेही त्याच भाषेत त्यांना प्रत्युत्तर दिले. फादर मार्टिन लगेच घाईघाईने फ्रेंच वकिलातीत तक्रार नोंदवायला गेले की, फिया विशतने त्यांना खोटारडे म्हणून त्यांच्या गणवेशाचा अपमान केलेला आहे, एवढेच नव्हे तर त्यांच्या धर्माचाही अपमान केलेला आहे.

त्याच संध्याकाळी ही गोष्ट मि. ऑबर याच्यासमोर आली आणि मुळातच गरम डोक्याचा असलेला तो मनुष्य आणखीनच भडकला. त्याने राजाला एक निर्णायक स्वरूपाचे पत्र लिहिले, यापुढे कुठलीही चौकशी न करता, फिया विशतला ताबडतोब अधिकारपदावरून दूर केले जावे. त्याने पुढे हेही म्हटले होते की, जर ही मागणी ताबडतोब मान्य केली गेली नाही, तर तो असे समजेल की, हा ख्रिश्चन धर्माचा मुद्दामच अपमान केलेला आहे, त्याखेरीज फ्रेंचांचाही अपमान केलेला आहे. तसेच हा दोघांमधील कराराचा पण भंग समजला जाईल. हे पत्र मि. लामाच याच्या स्वाधीन केले गेले.

वाटेत भरपूर दारू ढोसून मि. लामाच दोन वाजता रात्री राजवाड्याच्या प्रवेशद्वाराशी आला. ते पत्र त्याने स्वतः राजाला द्यावे, असे मि. ऑबरने सांगितले होते आणि तो राजपथकाचा अधिकारी असल्यामुळे त्याला बालेकिल्ल्यात प्रवेश मिळाला. काही दिवसांपासून राजाची प्रकृती बरी नव्हती, पण त्या रात्री त्याला थोडे बरे वाटत असल्यामुळे त्याने बौद्ध भिक्षूंना निमंत्रण पाठवले होते आणि त्याची उपासना चालू होती. लामाच अचानक अंतःपुरातच आल्यामुळे राजा एकदम चिडून गेला होता. त्याने त्याच्या येण्याच्या या भलत्यासलत्या वेळेकडे निर्देश करत, येण्याचं कारण विचारले.

कुठल्याही तऱ्हेची दिलगिरी प्रदर्शित न करता लामाचने वकिलातीचे पत्र

राजासमोर ठेवले. पत्र वाचून राजाने त्याला सांगितले की, तो उद्या त्याच्यावर निर्णय घेईल, कारण त्याला सर्व प्रकारची चौकशी करावी लागेल. ''महाराज, याची चौकशी करायची काही गरज नाही,'' लामाचने अतिशय उद्धटपणे उत्तर दिले. त्याच्या या उद्धटपणाला फ्रेंच वकिलात पाठिंबा देईलच, या विश्वासातून हा उद्धटपणा जन्माला आलेला होता.

फिया विशतने फादर मार्टिनबद्दल जी घाणेरडी भाषा वापरली, ती मी ऐकलेली आहे आणि मि. ऑबरनी जोर देऊन सांगितले आहे की, फिया विशतला हे दाखवून देणे जरुरीचे आहे की, तो फ्रेंच प्रजाजनांशी अशा मगरुरीने वागू शकत नाही म्हणून!

''ठीक आहे, ठीक आहे,'' राजा अस्वस्थ होत म्हणाला, ''मी याबाबतीत उद्या लक्ष घालीन. तुम्ही मि. ऑबरना सांगा की, मी या प्रकरणाची चौकशी करायचा हुकूम देणार आहे म्हणून आणि आता तुम्ही जाऊ शकता.''

पण मि. लामाच तेथून हलेना. अतिशय उद्दामपणे त्याने राजाला तीन-चार वेळेला तेच सांगितले की, आजच्या आज आणि आताच्या आता फिया विशतला काढण्याचा हुकूम त्यांनी दिला पाहिजे. मग मात्र राजाची सहनशक्ती संपली. लामाचने राजनैतिक रीतीरिवाजांचा भंग केलेला होता. तरी राजाने आतापर्यंत त्याच्याकडे दुर्लक्ष केले होते. केवळ फ्रेंचांच्या त्याला वाटणाऱ्या अंधश्रद्धेसारख्याच भयापोटी त्याने हे दुर्लक्ष केले होते. लामाचचा उद्धटपणा मर्यादेपलीकडचा होता. बौद्धांचा पुढचा समारंभ सुरू होणार होता. त्यामुळे राजाने लामाचला तेथून निघायला सांगितले.

लामाच एकदम जमिनीवर पाय रोवून अतिशय ताठ उभा राहिला. ''महाराज, तुम्ही म्हणालात तरी जाणार नाही,'' आवाजात जाणीवपूर्वक उर्मटपणा आणत कुजकट आवाजात तो म्हणाला, ''जोपर्यंत तुम्ही मि. ऑबरची एक अतिशय योग्य विनंती ताबडतोब अमलात आणत नाही, तोपर्यंत मी इथून हलणार नाही.''

''त्याला उचलून बाहेर फेका,'' गुडघे-कोपरे टेकून आपल्याजवळ बसलेल्या पहारेकऱ्यांना राजाने संतापाने ओरडून सांगितले. झटक्यात ते मि. लामाचभोवती जमा झाले आणि त्याला खेचत महालाच्या बाहेर घेऊन गेले. तेथून बाहेर प्रांगणातून महाद्वारात नेले आणि तेथून त्यांनी त्याला राजवाड्यासमोरच्या रस्त्यावर फेकले.

स्वत:ला कसेबसे सावरत, अपमानित संतापाने धगधगत तो उभा राहिला आणि साऱ्या घटनेचे तिखटमीठ लावून वर्णन करण्यासाठी ऑबरकडे निघाला. त्याने सांगितले की, राजाने त्याचा तर अपमान केलाच, पण तो त्याच्याशी अतिशय तुच्छतेने बोलला. तो वकिलातीबद्दलच तिरस्काराने बोलला असे नव्हे, तर फ्रेंच सम्राटांबद्दलही त्याने अनुदार उद्गार काढले.

मि. ऑबरच्या पत्राला दुसऱ्या दिवशी सकाळी उत्तर लिहिण्याचे राजाने ठरवले

होते. पण सकाळी पुन्हा त्याचे आजारपण खूप वाढले आणि ते पत्र लिहिणे पुढे ढकलले गेले. इकडे मि. लामाचने फुलवून सांगितलेल्या गोष्टीमुळे आणि दुसरे म्हणजे राजा त्याचा अपमान करण्याच्या हेतूनेच मुद्दाम याबाबतीत दिरंगाई करतोय या कल्पनेमुळे अखेरीस न राहवून त्याने राजाला लिहिलेल्या दुसऱ्या पत्रात लिहिले की, मि. लामाचला राजवाड्याबाहेर काढून सयामच्या राजाने राजकीय दुर्वर्तन केले आहे आणि या उद्धट वर्तनाने फ्रान्स आणि सयामचे मैत्रीपूर्ण संबंध बिघडवण्याचा प्रयत्न केला आहे. त्याने पत्रातून राजाला फ्रेंचांशी शत्रुत्वाच्या भावनेबद्दल दोष दिला. त्याने ही धमकीपण दिली होती की, तो आता फ्रान्सला जाणार असल्यामुळे येत्या सहा आठवड्यांच्या आतच तो राजाचे हे जे वर्तन आहे, त्याचे परिणाम काय होतील त्याचा निर्देश करत त्यावर योग्य अशी उपाययोजना करण्याच्या सूचना फ्रान्सच्या बादशाहाला देईल. त्याने पुन्हा धमकीवजा सुरात हे लिहिले होते की, त्याच्या गैरहजेरीत तो सायगावच्या फ्रेंच फ्लीट ॲडमिरल-इन-कमांडला, फ्रान्सच्या हितसंबंधांचे रक्षण करण्यासाठी योग्य ती पावले उचलण्याची सूचना देणार आहे.

त्याला काही उत्तर लिहिण्याऐवजी राजाने ऑबरला वैयक्तिक रितीने खुलासा करण्यासाठी म्हणून माँ राशोथाई यांना पाठवले. या प्रसंगाबाबत ॲनाने लिहिले आहे, 'असभ्य आरडाओरड आणि गैरवर्तणूक यांना शहाणपण आणि आपला आब राखून कसं उत्तर द्यावं हे महाराजांना चांगलं माहीत होतं.' राजाला हे नीटपणे कळत होते की, मि. लामाच राजवाड्यातल्या घटनेला पदरचे तिखटमीठ लावून वाढवून सांगत आहे आणि बँकॉकमधील एखादी अतिशय आदरणीय व्यक्तीच फ्रेंच वकिलातीचे समाधान करू शकेल.

माँ राशोथाई हे मध्यम वयाचे गंभीर स्वभावाचे शांत गृहस्थ होते. आपल्या या अतिशय कठीण कामगिरीवर ते ताबडतोब निघाले, "युअर एक्सलन्सी," त्यांनी अतिशय अदबीने सुरुवात केली. "महाराजांनी मला आपल्याकडे मुद्दाम हा खुलासा करायला पाठवलं आहे की, मि. लामाच आपले पत्र देण्यासाठी राजवाड्यात आले असताना जो प्रकार घडला, त्याबद्दल दुर्दैवाने आपला गैरसमज झालेला आहे. त्यांना ही खात्री आहे की, त्या घटनेच्या संदर्भात तुम्हाला योग्य माहिती मिळाली की..."

ते पुढे काहीच बोलू शकले नाहीत. पिसाट संताप डोळ्यातून ओकत ऑबर उभा राहिला, तो त्या अतिशय आदरणीय अशा सयामी न्यायाधीशाजवळ आला. त्याच्याबरोबर आलेल्या सेवकांनी रिवाजानुसार त्याचे दर्जानिदर्शक, सन्मानदर्शक चिन्ह, त्याच्याशेजारी टेबलावर ठेवले होते, ते उचलले. त्याचबरोबर राजाकडून न्यायाधीशाला मिळालेल्या अतिशय मूल्यवान भेटी होत्या. राजाधिकाऱ्यांच्या दृष्टीने त्या फार अनमोल होत्या. जेथे जेथे हे राजाधिकारी जात, त्यांच्यापाठोपाठ त्यांचे खास निवडक सेवक या भेटी घेऊन जात असत. अतिशय खुनशीपणे आणि

जाणीवपूर्वक ऑबरने ती मानचिन्हे एकामागून एक तो उभा असलेल्या उंच व्हरांड्यातून बाहेर जमिनीवर फेकायला सुरुवात केली. न्यायाधीशाचे गुलाम व्हरांड्याखाली मालकांची वाट पाहत, गुडघे-कोपरे टेकवून जमिनीवर बसले होते. त्याच्यासमोर पानदान जाऊन पडले आणि त्याचे तुकडेतुकडे झाले.

त्यानंतर परदेशी वकील न्यायाधीशाकडे वळला. न्यायाधीशाच्या चेहऱ्यावर अविश्वास आणि काहीतरी भयंकर पाहिल्याचे भाव दिसत होते आणि त्यांना काही कल्पना यायच्या आतच त्या पिसाळलेल्या फ्रेंच माणसाने माँ राशोथाई यांच्या डोक्यावर एक सणसणीत प्रहार केला. ज्या लोकांमध्ये डोके हे अतिशय पवित्र आणि अस्पर्श मानले जाते त्यांच्या दृष्टीने नुसता मारण्याचा आविर्भाव करणेही भयंकर होते. पण मि. ऑबरनी तेवढ्यावरच न थांबता माँ राशोथाई यांचे केस धरले आणि सर्व ताकदीनिशी त्यांना वर उचलून त्यांच्या मानचिन्हांपाठोपाठ पायऱ्यांवरून जमिनीवर फेकले.

त्यानंतर जवळजवळ ७०-७५ वर्षे सयामी लोकांचा झालेला हा अविश्वसनीय, असहनीय अपमान संपूर्ण राज्यात चर्चेचा विषय बनलेला होता. ते आठवले तरी त्यांचे पित्त खवळत असे. फ्रेंचांबद्दलचा संताप आणि तिरस्कार धगधगायला लागे. या घटनेच्या दुसऱ्याच दिवशी मि. ऑबर ताबडतोब फ्रान्सला रवाना झाला. ■

संकटामधील तपतीम

१८६५च्या हिवाळ्याच्या सुरुवातीची गोष्ट. संध्याकाळी ॲना शाळा सोडत होती. तेवढ्यात एक छोटा राजकुमार दुसऱ्याला सयामी भाषेत काहीतरी सांगताना ॲनाने ऐकले. तो म्हणत होता, "चल, जाऊन तपतीमला शोधू या." तपतीम! कुठेतरी काहीतरी विद्रूप असे कानात घुसल्यासारखे ॲनाला वाटले. त्या मुलीचा तिने काही महिने काय, जवळजवळ वर्षभरात विचार केलेला नव्हता. या आधी जेव्हा तिने त्या रखेलीला पाहिले होते तेव्हा तिने तिच्याशी बोलण्याचा, ओळख वाढवण्याचा प्रयत्न केला होता. पण तपतीम पुन्हा शाळेत आली नव्हती आणि तिच्याशी ओळख वाढवण्याची इच्छापण आकाराला आली नव्हती.

"तुम्ही तपतीमला का शोधताय?" ॲनाने आश्चर्याने या छोट्या राजकुमारांना विचारले, "कुठे गेलीय ती?"

तो काही उत्तर देणार तेवढ्यात त्या सगळ्यांमधील वयाने मोठी असलेली राजकन्या यिंग यओवालक बे त्याला दंड धरून ओढून घेऊन गेली. ॲनालाही पुढे काही जास्त चौकशी करण्याची इच्छा नव्हती, कारण राजवाड्यातल्या अनेक गोष्टींनी तिला खूप त्रास झाला होता. आता पुन्हा राजाकडे एखाद्या दुर्दैवी घटनेबद्दल स्वतः गुंतून पडायची तिची इच्छा नव्हती.

तिला आता राजवाड्याचाही उबग आला होता. ज्याबाबतीत ती काही सुधारणा घडवून आणू शकत नव्हती त्या वाईट गोष्टींचाही तिला उबग आला होता. आजूबाजूच्या दुष्टपणाचा, खुनशीपणाचा, राजाच्या बेजबाबदार क्रूरपणाचा, प्रत्येक गोष्टीचा तिला कंटाळा आला होता. तरीपण त्या दिवशी घरी जाताना, छोट्या राजकुमाराचे शब्द आठवून, तपतीमबद्दलच्या काळजीतून ती स्वतःला मुक्त करू शकली नाही. तिला वाटराचप्रदित वेळचा प्रसंग आठवला – राजा मि. ऑबरबद्दल बोलत होता आणि तो भूगोलतज्ज्ञ सयाम हा एकांतिक राजेशाहीचा देश आहे, असे विकृतपणे म्हणत होता, हेही तिला आठवले, तसेच त्या दिवशीच्या समारंभाच्या वेळी, राजाच्या जणू भाजून काढणाऱ्या नजरेने घायाळ झाल्यासारख्या तपतीमने स्वतःला त्या मातीत लोटून दिल्याचे दृश्य तिच्या डोळ्यासमोर उभे राहिले. पुढे जे

काही घडले, ते घडले नसते तर ॲना ती छोटीशी घटना विसरूनही गेली असती.

वाटराचप्रदितच्या प्रसंगानंतर एकच आठवड्याने ती राजवाड्यातल्या एका लांबलचक व्हरांड्यातून स्वत:च्या कामाच्या ठिकाणी जायला निघाली होती आणि तेथे तिला एक विलक्षण दृश्य दिसले. राजाला दिल्या जाणाऱ्या भेटी ज्या संगमरवरी चबुतऱ्यावर मांडलेल्या असायच्या आणि तो सकाळच्या नाश्त्याला जाताना ज्या वस्तूंचे सावकाश निरीक्षण करत जात असे, त्या वस्तूंच्या गराड्यात एक मुलगी पडलेली होती. तिच्या आजूबाजूला रेशमाचे तागे, सुगंधी मेणबत्त्यांचे ढीग, मसाल्यांची खोकी आणि इतर अनेक वस्तू होत्या. तिच्या आजूबाजूला दोन बायका, गुडघे-कोपरे टेकून, राजाला भेट अर्पण करण्यासाठी बसलेल्या होत्या.

ही दृश्ये ॲनाला अपरिचित नव्हती. पण या मुलीने जनानखान्यातल्या स्त्रियांमध्ये अनपेक्षित कुतूहल निर्माण केलेले दिसत होते. बऱ्याच जणी आजूबाजूला उभ्या होत्या. त्यांची आपापसांत कुजबुज चालू होती. तिच्या अप्रतिम सौंदर्याचे त्या गुणगान करत होत्या. ती खरोखरच फार सुंदर होती. ज्यांनी तिला पाठवले होते. त्यांनी तिचे अप्रतिम रूप द्विगुणित करण्यासाठी कष्ट घेतले होते. लाल रंगाने तिचे ओठ रंगवलेले होते. भुवया धनुष्याकार रंगवून त्या मध्यभागी एकमेकींना जुळवल्या होत्या. कोहलने पापण्या रंगवलेल्या होत्या. तिच्या बोटांची टोके आणि नखे मेंदीने रंगवलेली होती. गळ्यात अनेक सोन्याच्या साखळ्या होत्या आणि बोटांत खूप अंगठ्या होत्या. त्या दिवशी राजाचे लक्ष आपल्याकडे वेधले गेले आहे, हे जाणवून ती मुलगी भ्यायली होती, यात काही नवल नव्हते. बहुतेक राजाचे लक्ष वेधले जाणे म्हणजे काय, याची तिला कल्पना आली होती, असे दिसत होते. त्या वेळेला ती किती मुक्त आणि आनंदी दिसत होती! विषण्ण होऊन ॲना एक क्षणभर तेथे थांबून पुढे गेली होती.

राजवाड्यातल्या शेकडो स्त्रियांपैकी ज्या अशा तऱ्हेने राजाला भेट म्हणून चढवल्या गेल्या होत्या, त्यांचा कुणाचाही ॲनाने अशा रितीने क्वचितच विचार केला असता. पण हिच्या बाबतीत अशा व लागोपाठ दोन घटना घडल्यामुळे ती तिच्या स्मरणात राहून गेली होती. राजासमोर तिला सादर केल्याच्या प्रसंगानंतर तीन महिन्यांनी ॲनाने पुन्हा तिला पाहिले. त्याच प्रांगणात उभी राहून ती तिच्याबरोबरच्या मैत्रिणींना एक मोठे डाळिंब दाखवत होती. हे एवढे मोठे आणि इतके सुंदर फळ ॲनाने पाहिलेले नव्हते म्हणून तीही ते डाळिंब पाहायला तेथे उभी राहिली. तिला पाहून तपतीमने अतिशय आनंदाने ते फळ तिला दाखवायला सुरुवात केली. तसे पाहिले तर ते फळ खरे नव्हतेच, तर तो सोन्याचा एक गोल डबा होता. फळ वाटण्यासाठी, त्याला मुलामा दिलेला होता. तो फारच सुंदर बनवलेला होता. त्याच्यावर जडवलेल्या माणकांमुळे बियांचा भास होत होता. त्याला एक छोटीशी

स्प्रिंग बसवलेली होती. त्यामुळे ते सहज उघडले जात होते आणि बंद होत होते. एक पानदान म्हणून ते घडवलेले होते.

"कुठे मिळालं तुला हे?" ॲनाने आश्चर्याने तिला विचारले.

तपतीम ॲनाकडे वळली. तिच्या चेहऱ्यावर बालिश हसू होते. राजाच्या भव्य महालाकडे बोट दाखवत ती म्हणाली, "माझे नाव तपतीम आहे हे तुम्हाला माहीत आहे का?" त्यामुळे ॲनाला त्या भेटवस्तूचा अर्थ लगेच कळला. कारण तपतीम या शब्दाचा अर्थही डाळिंब किंवा माणिक असा होता आणि त्या डब्यात दोन्ही अर्थ समाविष्ट होते. म्हणजेच राजाला आता नवे प्रिय पात्र लाभलेले होते.

त्यानंतर काही दिवसांनी ॲना लेडी थियांगकडे गेली होती. तिला कागद आणि शाईची मागणी करायची होती. तेथे तपतीम होती आणि ती ओक्साबोक्शी रडत होती. लेडी थियांग तिची अतिशय आपुलकीच्या स्वरात खरडपट्टी काढत होती. तिने ॲनाकडे लक्षही दिले नाही आणि हेही अनपेक्षित होते. तिचे तपतीमवर रागावणे संपले आणि ॲनाकडे वळून ती हताश स्वरात म्हणाली, "मी आता या तपतीमचे काय करू? माझे ऐकायला लागेपर्यंत तिला चाबकाने झोडून काढू की उपाशी ठेवू?"

"तिनं जे काय केलं असेल ते असेल, पण जशी तुम्ही इतरांना उदार अंत:करणानं क्षमा करता, तसं तिलाही सोडून द्या," ॲना हळूच म्हणाली.

"तिला मी माफ तरी का करू?" दुखावलेल्या स्वरात लेडी थियांगने विचारले. जणूकाही ॲना एखाद्या गंभीर अपराधाचे स्वरूप सौम्य करून दाखवायचा प्रयत्न करत होती. "राजवाड्यातल्या इतर कुठल्याही मुलीपेक्षा तिच्यामुळे मला फार त्रास सहन करावा लागतो. ती काय करतेय, हे तुम्हाला कळलं का? तिला राजवाड्यात वर राजाबरोबर राहायला सांगितलेलं आहे आणि ती इकडे पळून येते आणि तिच्या मैत्रिणींच्या खोल्यांमध्ये लपते. तुम्ही तर तिला माप्रांग आणि सिमलाबरोबर पाहिलं आहे. त्या तिच्या जिवलग मैत्रिणी आहेत आणि तिला लपायला मदत करण्यात गंमत आहे, असं त्यांना वाटतंय. पण मग आम्हा मोठ्या बायकांवर मात्र हा दोष येतो की, आम्ही तिला नीट वागवत नाही आणि आम्हाला तिचा मत्सर वाटतो म्हणून! ती सापडेपर्यंत आम्हाला चोमची सगळी घरं पालथी घालावी लागतात. ती सापडते ती अगदी गाढ झोपलेली मग तिला राजासमोर आणावं लागतं आणि त्यांच्यासमोर आली की, लगेच ती गुडघे टेकून चेहऱ्यावर अगदी निष्पाप भाव आणून बसते. त्याला मग पुन्हा तिची भुरळ पडते आणि जनानखान्यातल्या सगळ्या स्त्रियांमध्ये ती एकटीच अगदी परिपूर्ण, मोहक अशी स्त्री आहे असं तो जाहीर करतो. पण तिथून ती निसटली की, पुन्हा तशीच गायब होते, मात्र या वेळेस तिनं आणखी दुसरी एखादी नवी जागा शोधलेली असते.

“मेमचा, मला तर अगदी वैताग आलाय, तिच्या बाबतीत काय करावं हेच मला कळेनासं झालंय, तिने तरी इतकं लहान पोरासारखं का वागावं? आता आज ती म्हणतेय की, ती आजारी आहे आणि ती राजाच्या दिमतीला राहू शकत नाही. पण वैद्यांनी तिला तपासलं आहे आणि ते म्हणतात, तिला काहीही झालेलं नाहीये. मी राजाला सत्य सांगू शकत नाही. ती काय करते आहे हे महाराजांना कळले, तर काय होईल, हे तुम्हाला माहीत आहेच. ती माझा किंवा इतर कुणाचाही सल्ला मानणार नाही आणि तिनं हे ऐकलं नाही तर ती स्वत:वर भयंकर संकट ओढवून घेणार आहे, याची मला अतिशय भीती वाटतेय. मी तिला सांगते तर आहे की, आहे हे आयुष्य शांतपणे स्वीकारण्याचा प्रयत्न कर, तरीपण ती माझे ऐकणार आहे का?” लेडी थियांग अतिशय हताश होऊन हात चोळत होती. तपतीम तिच्यासमोर गुडघे टेकून मान खाली घालून बसली होती.

“तिचं वय काय आहे?” ॲनाने विचारले.

“ओहो, पंधरा असेल,” लेडी थियांग म्हणाली.

हे ऐकून ॲनाच्या पोटात कळवळून आले आणि नव्या दयार्द्र नजरेने तिने त्या मुलीकडे बघितले. ती एकतर आजारी असावी किंवा खूप कष्टी असावी असे तिला वाटले. पण ती जरी लहान मुलीसारखी दिसत असली तरी तिच्यात तिच्याबद्दल खूप दबदबा वाटेल, असे काहीतरी होते. तपतीमचे डोळे काठोकाठ भरून आले होते आणि ती अगदी कळवळून सांगत होती की, ती मनातून फार दु:खी आहे, तिला उबग आलाय आणि ती याच्यापुढे वर राजाजवळ जाऊच शकणार नाही. लेडी थियांग जरी खूप रागावून बोलत असली तरी तिच्या बोलण्यात खरा राग नाहीये, हे ॲनाला जाणवत होते. उलट तिच्या बोलण्यातून काळजी प्रकट होत होती. लेडी थियांगने मग मुख्य राणीच्या गळ्यात हात टाकले आणि अखेरीस तपतीमला तिच्या कामातून काही दिवस गैरहजर राहायला परवानगी मिळवून देण्यात ती यशस्वी झाली. तिच्या अश्रूमाखल्या चेहऱ्यावर हसू उमटले आणि ती तेथून सटकली.

“ती वाजवीपेक्षा जास्त सरळ आहे,” तपतीम जशी नजरेआड झाली तशी लेडी थियांगने तक्रार केली. “इथल्या आयुष्याशी एकरूप होण्याचा ती प्रयत्नही करत नाही. ती म्हणते की, तिला इथे यायचंच नव्हतं आणि तिला हे आयुष्य आवडतही नाही. खरंच मला मनापासून तिची दया येते, मेमचा. पण तिला ते कळता कामा नये. नाहीतर ती त्याचा गैरफायदा घेऊन राजापासून अगदीच दूर राहील. आपल्या मनाविरुद्ध इथे आणली गेलेली ती काही एकटीच मुलगी नाही. हे आवडून घ्यायचा ती प्रयत्न का करत नाही? किंवा इथे रुळेपर्यंततरी तिने तसा देखावा करायला काय हरकत आहे? मला माहीत आहे, इतर कितीतरी स्त्रियांना राजाचं असं मर्जीतलं होणं खूप आवडेल. तिनं राजाकडून किती भेटी मिळवल्या

आहेत, ते पाहा! पण तपतीम? नाही. ती अजिबात दाद देणार नाही. ती तिच्या महालात अश्रू ढाळत बसेल, रडेल आणि जमेल तेवढं राजाला टाळेल.'' तिने एक प्रदीर्घ सुस्कारा सोडला. ''अन् मग दोष कोणावर येतो? आम्हा मुख्य राण्यांवर! तिला नाही दोष दिला जात. त्याला वाटतं, आम्हाला तिचा मत्सर वाटतो म्हणून आम्ही काही मसलती करतोय आणि आमच्या तरुण प्रतिस्पर्धी मुलीची आम्हाला भीती वाटते म्हणून कुठल्या ना कुठल्या बहाण्याने आम्ही तिला राजापासून दूर ठेवण्याचा प्रयत्न करतोय. म्हणजे ती राजाच्या आमच्यावरच्या प्रेमात वाटण्या पाडणार नाही. फक्त त्या पवित्र बुद्धालाच हे माहीत आहे की, निव्वळ दया आणि सहानुभूतीखेरीज आमच्या मनात तिच्याबद्दल दुसरी भावना नाही. तुम्हाला तर दिसतंच आहे की, आम्ही राजापासून तिचं कसं रक्षण करतो ते!''

त्यानंतर थोड्याच दिवसांनी तपतीम शाळेत यायला लागली. आपले नाव इंग्रजीत लिहायला तिला शिकायचे होते. म्हणून आठवड्यातून एक-दोन दिवस ती शाळेत यायला लागली. बहुधा माप्रांग आणि सिमला तिच्याबरोबर येत. त्या अगदी सुस्त आणि आळशी होत्या. पण ती मात्र आपला अभ्यास मनापासून करायची. संगमरवरी फरशीवर तासन्तास बसून सयामी भाषेचे इंग्रजीत आणि इंग्रजीचे सयामीत भाषांतर करायचे सोपे धडे ऐकायची.

एक दिवस ॲना तेथे एकटीच असताना तपतीमने तिला 'खुन फ्रा पालत' हे नाव इंग्रजीत लिहायला सांगितले. ॲनाने काहीही न बोलता, विचार न करता ते लिहून दिले. तिने ताबडतोब ती अक्षरे गिरवायला सुरुवात केली. तिच्या मोठ्या मोठ्या स्वप्नाळू डोळ्यांतील मृदुभाव ॲनाला दिसत होते. त्यामुळे त्या नावाच्या मालकाचे तपतीमच्या दृष्टीने फार महत्त्व असावे, असे ॲनाला सहजच वाटून गेले.

तपतीम एकटी अशी क्वचितच येत असे त्यामुळे असेल किंवा ती तिच्या वयाच्या मानाने फारच लहान आणि निष्पाप दिसत असे, त्यामुळे असेल, पण ॲनाने तिची पूर्वपीठिका कधी जाणून घ्यायचा प्रयत्न केला नाही किंवा तिला काय वाटतेय, तिच्या मनात काय विचार येतात, हेही कधी जाणून घ्यायचा प्रयत्न केला नाही. एवढ्या कालावधीत एकदाच असे झाले होते की, ॲनाने तिचा विश्वास संपादन करण्याचा प्रयत्न केला होता. त्यानंतर वर्षानुवर्षे हजारो वेळा हा विचार मनात येऊन गेला होता की, तिने तपतीमला तिच्या मनातली गोष्ट विचारायला हवी होती. एके दिवशी शाळा सुटल्यावर तपतीम कागदाचा एक तुकडा घेऊन तिच्याकडे धावत आली होती. तिने तिच्या कपड्यात लपवलेला एक तुकडा काढून काहीही न बोलता ॲनासमोर धरला. त्याच्यावर 'खुन फ्रा पालत' हे नाव मोठ्या सुंदर अक्षरात डौलदारपणे लिहिले होते. ॲनाने तिचे कौतुक केले अन् मग पहिल्यांदाच तिला हा प्रश्न केला, ''तपतीम, पण हे नाव आहे कुणाचे?''

तिने मान खाली घातली. ती चटकन उत्तर देऊ शकत नव्हती. मग मान वर करून ती म्हणाली, "हे नाव धर्मगुरू चाओ खुन साच्या आवडत्या शिष्याचं आहे. तो वाटराचप्रदितच्या मंदिरात राहतो आणि कधीकधी राजवाड्यात येऊन तो आम्हाला उपदेश देतो."

तिच्या चेहऱ्यावर आदर दाटून आला होता आणि हीच आदराची भावना ॲनाने त्या थोर धर्मोपदेशकाचे नाव काढल्याबरोबर इतरांच्या चेहऱ्यावर आलेली पाहिली होती. ॲनाने चमकून तिच्याकडे पाहिले, पण तिच्या डोळ्यांत तिला इतर कोणतीच भावना दिसली नाही. तिच्या मनात कित्येक अर्धवट प्रश्न तयार झाले, पण तिने ते विचारले नाहीत. धार्मिक गोष्टीत तपतीमला रस आहे की नाही हे तिला त्यापूर्वी माहीत नव्हते किंवा धार्मिक गोष्टीत मन गुंतवून घेऊन तिच्यावर जो दबाव येत होता, त्यापासून मुक्ती मिळवायचा ती प्रयत्न करत होती! जनानखान्यात या गोष्टी अशक्य नव्हत्या, पण तपतीम असे काही करेल असे तिला वाटत नव्हते, कारण ती बंडखोर आणि स्वातंत्र्यासाठी लढणारी वाटत होती. मग त्यानंतर तिने ठरवले की, याबाबत तपतीमशी बोलायचे आणि तिला शक्य ती मदत करायची. जिला शब्दरूप देणे अवघड आहे, अशी तिची काहीतरी गरज आहे, हे तिला जाणवत होते. अशी अशब्द भूक की ज्यामुळे ती अस्वस्थ आणि दुःखी होती, पण तपतीमचा शाळेत येण्याचा तो शेवटचा दिवस होता आणि ॲनाही इतर गोष्टीत गुंतलेली असायची. त्यामुळे तिने ही ऊर्मी केव्हातरी अंतरंगात दडवून टाकली आणि नंतर ती ते विसरून गेली.

छोट्या राजपुत्राचे 'तपतीमला शोधू या' हे वाक्य ऐकून ॲना एकदम चिंतेत पडली. कारण राजवाड्याच्या लहरींशी ती आता परिचित झाली होती. तो दिवस आणि पुढचा दिवस म्हणजे रविवार. दोन्ही दिवस तिच्या मनात या तरुण रखेलीबद्दलचे विचार सतत घोळत होते. तिला जर थोडे प्रोत्साहन दिले असते तर ती शाळेपर्यंत राहिली असती का? तिला काही मदतीची, मार्गदर्शनाची जरूर असावी का? लेडी थियांगचाच सल्ला जर ती फारशी मानत नव्हती तर तिने या परक्या इंग्लिश स्त्रीचा सल्ला मानला असता का? ती कुठे असावी? तोच तो लपवाछपवीचा धोकादायक खेळ ती अजून राजाबरोबर खेळत असेल का?

आणि जणूकाही ॲना स्वतःलाच जे मन विचलित करून टाकणारे प्रश्न विचारत होती, त्या प्रश्नांचे उत्तर म्हणूनच जणू त्या संध्याकाळी तिच्या छोट्या सयामी नोकराणीने तिला सांगितले की, राजवाड्यातल्या एका गुलाम स्त्रीला तिच्याशी खासगीत काही बोलायचे आहे. त्या गुलाम स्त्रीच्या बाबतीत काहीतरी ओळखीचे वाटत होते, पण काय ते किंवा तिला कुठे पाहिले हे ॲनाच्या लक्षात येईना. त्या स्त्रीचा चेहरा रुंद आणि अगदी साधा होता आणि कपाळ अरुंद. ती रांगत

ॲनाजवळ आली आणि कुजबुजली, "मी फिम, माझ्या मालकिणीनं खुन चाओ तपतीमने मला आपल्याकडे पाठवलंय." भयाने तिने इकडेतिकडे पाहिले. "तुम्हाला माहीतच असेल की त्या पकडल्या गेल्या आहेत."

"पकडल्या गेल्या?" ॲनाने आश्चर्याने विचारले. त्या गुलाम स्त्रीच्या भयभीत वागण्याने तिच्या मनातही भय निर्माण झाले होते. राजवाड्याच्या आत कुठल्यातरी कोपऱ्यात ती अशी अनेकदा सापडली होती आणि त्यातून तिला कधीही काहीही नुकसान भोगावे लागले नव्हते. "काय म्हणायचं आहे तुला ते नीट सांग. किती दिवस झाले आहेत तिला नाहीसे होऊन?"

त्या गुलाम स्त्रीला त्या प्रश्नांचे इतके आश्चर्य वाटले की, तोच प्रश्न तिने मोठ्याने पुन्हा उच्चारला, "मेमचा, हे काय! तुम्हाला हे माहीत नाही का, की माझी मालकीण राजवाड्यातून नाहीशी झाली होती आणि महाराजांनी तिच्याबद्दल जो कोणी काही माहिती सांगेल त्याला २० कॅटीजचं इनाम जाहीर केलं होतं म्हणून आणि प्रत्येक जण जरी तिचा शोध घेत होता तरी कुणालाही तिचा थांगपत्ताही लागत नव्हता."

"नाही, मी याबाबत एक शब्दही ऐकला नव्हता." पण ती आतून अतिशय व्यथित होऊन गेली होती. "ती किती दिवस नाहीशी झालेली होती?"

"फार दिवस," ती गुलाम मुलगी म्हणाली. "इतके महिने की, सगळ्यांना वाटायला लागलं होतं की तिनं नदीत जीव दिला असावा."

"पण पहारेकऱ्यांच्या नजरेतून निसटून आणि बंद दरवाजांच्या रांगांमधून ती राजवाड्याबाहेर निघू तरी कशी शकली असेल?"

"बरोबर आहे, तुम्ही म्हणताय ते मेमचा, राजवाड्यातून बाहेर निघणं अगदी अशक्य आहे. तरीपण ती बाहेर पडली." तिच्या तोकड्या केसांचे झुपके भुवयांपर्यंत पोचले होते, जणू दुःखाने त्या भुवयांना आठ्या पडल्या, डोळे भरून आले होते, वाहत्या अश्रूंनी गाल ओले झाले होते. ती अगदी वात झाल्याच्या स्थितीला पोचली होती. तिला वेड लागेल असे वाटत होते. ॲनाचीही खात्री झाली की, तपतीमने बाहेर जाणे जमवले असेल, पण त्यात फिमचा वाटा निश्चित होता.

"ती कुठे सापडली?" ॲनाने दुःखाने विचारले.

फिमचे कुजबुजणे कष्टाने ऐकू येत होते. "वाटराचप्रदितच्या मठात तिला दोन भिक्षूंनी पकडलं. ही माहिती त्यांनी राजाला येऊन सांगितली आणि त्यानं तिला पकडून राजवाड्याच्या एका तळघरात टाकायची आज्ञा केली." त्या गुलाम मुलीने दोन्ही हात एकमेकांना जोडून डोक्यावर उंच केले आणि ॲनासमोर लोटांगण घातले. तिच्या प्रत्येक हालचालीत निराशा भरलेली होती. "म्हणून मी तुमची मदत मागायला आलेय मेम चाओ खा." हे सर्व ऐकून ॲना एकदम सुन्न झाली. तिने जी

काही कल्पना केली होती त्याहून हे अमर्याद वाईट होते. आपल्या अस्तित्वाने मठाचे पावित्र्य भंग करण्याचा अधिकार कुठल्याही स्त्रीला नव्हता.

'याचा अर्थ मरण,' तिच्या वैफल्यग्रस्त मनाने सांगितले. पण तिने मोठ्याने तिला विचारले,

"पण मी किंवा कोणी याबाबतीत काय करू शकणार?"

"आपण थोर आहात, परंतु तुम्ही तिला मदत केली नाहीत तर ती संपलीच म्हणून समजा." ती गुलाम गळा काढून रडत म्हणाली. ती कुजबुजणे विसरूनच गेली होती आणि तिच्या डोळ्यांतून घळघळा अश्रू वाहू लागले. "तिचा वध होईल." फिमने ॲनाच्या पायाला घट्ट मिठी मारून तिच्या पायावर डोके ठेवले. "मेम चाओ खा, मी तुम्हाला राजाकडे जायची विनंती करते. तुमच्याखातर ते तिला माफ करतील. प्रत्येकाला हे माहीत आहे की, ते तिचे प्राण तुमच्या हवाली करतील. मला खात्री आहे, मला माहीत आहे, ते हे करतील म्हणून. प्रत्येक जण म्हणतो की, तुम्ही म्हणाल त्याप्रमाणे महाराज वागतात. फक्त त्यांना सांगा. मेम चाओ खा, नाहीतर महाराज माझ्या छोट्याशा धनिणीला ठार मारण्याची आज्ञा देतील." दु:खावेग, भीती यांनी ती तगमगत होती आणि मनात येईल ते बोलत होती.

जरी ॲनाला खात्रीने वाटत होते की, ती या वेळी काहीही करू शकणार नाही, तरी फिमचे भय पाहून तिचे मन हेलावून गेले होते. ती वाकून त्या गुलाम स्त्रीच्या खांद्यावर हात ठेवून तिला शांत करण्याचा प्रयत्न करू लागली. "फिम, मला हे सांग, तिला राजवाड्यातून पळून जायला कोणी मदत केली? मला हे माहीत आहे की, ती एकटी हे काम करू शकणार नाही," ॲना आर्जवी स्वरात म्हणाली.

पण या प्रश्नाचे उत्तर मात्र ती देईना, "कृपा करून तिकडे चला आणि तिला भेटा."

ती पुन्हा तेच तेच बोलत राहिली. "आता अंधार झालाय, त्यामुळे तुम्ही राजवाड्यात जाऊ शकता आणि दरवान तुम्हाला आत सोडतील. कोणाला हे कळणारही नाही की, तुम्ही माझ्या मालकिणीला भेटायला जाताय म्हणून. तुम्ही आलंच पाहिजे. तुमच्याखेरीज त्यांना कोणीच मदत करणार नाही. तुम्ही थोर आहात, म्हणून आमच्यावर दया करा आणि म्हणा की, तुम्ही याल म्हणून!"

ॲना सांगत होती, हे अशक्य आहे आणि ती खरेच याबाबतीत काही करू शकत नाही, परंतु ती मुलगी आणखीनच बेभान होत चालली होती. अखेरीस तिला शांत करण्यासाठी ॲनाने मान्य केले की, ती राजवाड्यात जाईल व तपतीमला भेटेल.

ती गेल्यानंतर ॲना खिडकीपाशी मुकाट बसून राहिली आणि एकेक करून उगवणारे तारे न्याहाळू लागली. ती लहानशी मुलगी असताना तिला नेहमी असे

वाटायचे की, रविवार हा इतर दिवसांहून वेगळा असतो. आता तिच्या राहत्या ठिकाणाहून वेल्सहून फार दूर या ठिकाणी मनात हळूहळू शांतता स्थिरावतेय असे तिला वाटले. जरी तिने फिमला वचन दिले असले तरी राजवाड्यात जाण्याची तिला इच्छाही होत नव्हती. रविवारच्या दिवशी तरी त्यांनी तिला एकटे राहू द्यावे, त्रास देऊ नये. तिच्यासाठी तो स्वत:चा मोकळा दिवस होता. त्या भीषण तुरुंगात रात्र पडल्यानंतर जायच्या कल्पनेनेही तिचा थरकाप झाला. निदान सकाळपर्यंत तरी ती जाणार नाही. अखेरीस ती तेथे जाऊन काय साध्य होणार आहे? म्हणून ती कितीतरी वेळ त्या अनिश्चितेत बसून राहिली. तिला जाग आली ती तिच्या खांद्यावर कोणीतरी ठेवलेल्या गरम हातामुळे. तिने आकाशाकडे असलेली नजर आत वळवली, तिच्या पायाशी फिम बसली होती.

"मेम खा, क्रालाहोमसाठी तुरुंगाचे दरवाजे उघडले गेले आहेत," ती खालच्या पण विनवणीच्या स्वरात म्हणाली. "आता तुम्ही कुठलीही अडचण न येता आत जाऊ शकाल," असे सांगून ती पुन्हा अंधारात नाहीशी झाली.

ॲनाने एक सुस्कारा सोडला. साधीसुधी माणसे जेव्हा तिला एखादी देवता समजून तिच्याकडे अडचण घेऊन येत तेव्हा त्यांना काही पटवणे, तसेच ती काही देवतांसारखी अतिमानवी नाही हे पटवणे कठीण असते, हे तिच्या लक्षात आले. त्याच्यापैकी अनेक जणांना खात्रीने असे वाटत होते की, ती फक्त या भयंकर 'सान कुआंग' सभेची सदस्याच आहे, असे नव्हे तर ती राजाच्याही जवळची होती. राजा तिचा कोणताही अर्ज मान्य करेल. पण या दृष्टिकोनामध्ये विचित्र विरोधाभास असा होता की, राजा आणि तिच्यामध्ये सतत खटके उडत असत, विरोध होत असे, पण तरीसुद्धा तिला एखाद्या दयेच्या कामामध्ये यश मिळाले नसेल तेव्हा त्या अर्जदाराच्या कष्टी डोळ्यांत अनेकदा तिने त्या अंतिम निर्णयाबद्दल स्वीकृती आणि निराशा तर पाहिलेलीच होती. पण त्याखेरीज आणखीही एक भावना दिसायची की, जर तिच्या खरेच मनात असते तर तिला याबाबतीत यश मिळू शकले असते. तिच्या सर्वशक्तिमानत्वाच्या आख्यायिकेचे स्वरूप तिला थकवणारे होते.

ती संध्याकाळ थंड, शांत होती. त्याबद्दल एक हलकासा उसासा तिच्या तोंडून निघाला. तिने अंगावर काळा अंगरखा घातला आणि घराबाहेर पडली. तिच्या घरापासून राजवाडा जेमतेम दोन-चारशे फुटांवर होता. आपले काम एकदाचे पुरे करायचे, या हेतूने ती झपाट्याने मैदानापलीकडे निघाली. तुरुंगाचे पहारेकरी तिला ओळखत होते. त्यांनी तिला प्रश्नही न विचारता आत प्रवेश दिला. आतल्या प्रवेशद्वारावरच्या दणकट, धिप्पाड स्त्रियांच्या हातात दोन टिकल ठेवत तिने त्यांना विनंती केली की, मी काही कामासाठी येथे आले असून एक-दोन तास ते गेट उघडे ठेवावे.

"अकराच्या आत तुम्ही परत या." त्या धिप्पाड स्त्रियांनी तिला चांगुलपणाने सूचना केली आणि पुढे काही विचारले नाही.

ॲनाने दरवाजा वाजवल्यावर तिला सेंट्रल हॉलमध्ये प्रवेश मिळाला. हा हॉल महाप्रचंड होता. त्याला असंख्य खांब होते आणि जमिनीवर अनेक जाळीदार दरवाजे होते. त्यातून खालच्या तळघरातला अंधार कोठड्यांचा रस्ता होता. त्यांना दुहेरी गज आणि कुलपे लावलेली होती. तेथे अगदी थोडे दिवे लावलेले होते. ते इतके उंच टांगलेले होते की, ते ताऱ्यांप्रमाणे भासत होते. तेथे सुमारे बाराएक धिप्पाड स्त्रिया पहाऱ्यासाठी होत्या आणि त्यातल्या काही जणी आधीच कातडी उश्या घेऊन चटयांवर आडव्या झाल्या होत्या. त्यांची शस्त्रे शेजारीच ठेवलेली होती. ज्या जाग्या होत्या त्यांचे डोळे ॲनाकडे वळले. कुणाचीतरी दया येऊन त्यांची सोडवणूक करण्यासाठी तिचे तेथे येणे त्यांच्या परिचयाचे झाले होते. तिने मान लववून केलेल्या अभिवादनाला त्यांनी नम्रतेने प्रतिअभिवादन केले. 'मेइ यिंग थाहन' ही पहारेकऱ्यांची प्रमुख होती. तिने प्रेमाने ॲनाच्या इतक्या रात्री उशिरा तेथे येण्याचे कारण विचारले.

"मी नुकतंच आता ऐकलं की, माझी एक विद्यार्थिनी लेडी तपतीम ही काहीतरी अडचणीत अडकलीय. काय ते नक्की मला माहीत नाही. म्हणून तिला काही मदत करता आली तर बघावं म्हणून मी घाईघाईनं इकडे आले."

"ती पोरगी खरंच फार गंभीर अडचणीत अडकलीय," मेइ यिंग थाहनने गंभीर स्वरात उत्तर दिले. "तिने स्वत:लाच एकटीला तुरुंगात अडकवले नाही तर बरोबर तिच्या मैत्रिणींना माप्रांग आणि सिमलाला पण अडकवलंय."

"मी तिला मदत करू शकते का?"

"नाही मेम," ती धिप्पाड स्त्री म्हणाली आणि हे उच्चारताना तिच्या स्वरातले मार्दव जाऊन तो आवाज सपाट कोरडा झाला होता. "तुम्ही काय, तिला कोणीच मदत करू शकत नाही. या वेळचा तिचा गुन्हा फार मोठा आहे."

"तिनं काय केलंय, हे तुम्ही नेमकं मला सांगू शकाल का?"

पण या प्रश्नाचे उत्तर ॲनाला मिळाले नाही. तिने मेइ यिंग थाहनला मनवायचा खूप प्रयत्न केला. एकूण परिस्थितीचे गांभीर्य पाहून निदान तपतीमला भेटू तरी द्यावे म्हणून तिने विनवणी केली.

"नाही, अशक्य आहे ते!" तिच्या सगळ्या प्रश्नांना हे एकच उत्तर होते. "राजाचा हुकूम असल्याशिवाय आम्ही तुम्हाला तिथे सोडू शकत नाही. तुम्ही जर तो घेऊन आलात तर आम्ही तुम्हाला आनंदानं आत जाऊ देऊ. पण त्याखेरीज नाही. ते अशक्य आहे." ॲनाच्या पुन:पुन्हा केल्या जाणाऱ्या आर्जवांना हे एवढेच उत्तर मिळाले. कशाचा काहीही उपयोग नव्हता, तिला कळून चुकले. थकलेल्या

आणि निराश मन:स्थितीत ॲना तेथून निघाली.

ती बाहेर पडली तशी फाटकाशीच तिला फिम मुटकुळे करून बसलेली दिसली. ती तिच्याबरोबर येत होती. ॲना पुढच्या रस्त्यावर आल्याबरोबर फिम तिच्याजवळ आली. ॲना जोपर्यंत तुरुंगात होती तोपर्यंत ती पोर्टिकोखाली दडून बसली होती. तिला आतले सगळे संभाषण ऐकू येत होते. तिने पुन्हा ॲनापुढे लोळण घेऊन तपतीमला एकटे सोडू नका म्हणून विनवण्या करायला सुरुवात केली.

"पण, फिम मी आता यापुढे काहीच करू शकत नाहीय."

तरी ती गुलाम स्त्री हट्ट सोडेना. "उद्या तिला न्यायालयाच्या बाहेरच्या मैदानात न्यायाधीशांसमोर चौकशीसाठी आणलं जाईल. सकाळी अगदी लवकर" ती म्हणाली. "मेम खा, कृपा करून उद्या तुम्ही तिथे नक्की लवकर या. एखादवेळेस तुम्हीच तिला दया दाखवण्यासाठी खुन थाओ आपचे मन वळू शकाल."

आपल्याजवळ याबाबतीत कोणतेही सामर्थ्य नाही, हे जाणवून ॲनाला अतोनात थकवा आला आणि तिला तेथे हजर राहण्याचे वचन देऊन ती घराकडे वळली.

■

राजाचा सूड

दुसऱ्या दिवशी सकाळी सात वाजता ॲना सॅन शुआंगमध्ये होती. हे न्यायालय राजवाड्यात दुसऱ्या बंद प्रांगणात भरले होते. अनेक स्त्री-पुरुष न्यायाधीश तेथे आधीच हजर होते. ते एकमेकांना शुभेच्छा आणि पानांची देवाणघेवाण करत होते. लेडी तलपचा दूधभाऊ फिया फ्रोम बोरिराक आणि प्रमुख न्यायाधीश हे दूर-दूर बसले होते. तसेच प्रमुख स्त्री न्यायाधीश म्हणून खुन थाओ आपही स्वतंत्र बसली होती. विचार आणि दुःखावेगाने तिने मान खाली घातलेली होती. त्याच्यासमोर चौरंग ठेवलेले होते आणि त्यावर सयामी कायद्याच्या गुंडाळ्या, साक्षी पुराव्यासाठी मुद्दे पाहण्यासाठी म्हणून ठेवलेल्या होत्या. बरोबर लेखण्या आणि शाईही होती. रिवाजानुसार तेथे आरोपीचा कोणी वकील, सरकारी वकील वा ज्युरी कोणीच नव्हते. काही कनिष्ठ न्यायाधीश आणि कारकून गुडघे, कोपरे पोटाशी घेऊन जवळच बसलेले होते. ॲनाने तेथे येऊन हॉलच्या टोकाजवळच्या जागेवर बसताच तेथील प्रत्येकाने तिच्याकडे कुतूहलाने पाहिले. मात्र कोणी तिच्या तेथे असण्याला हरकत घेतली नाही. दोन्ही संन्यासी म्हणजे ज्यांना तपतीम मंदिरात सापडली, ते ॲनापासून थोड्या दूर अंतरावर बसले होते.

तिला तेथे बसून फार वेळ झाला नव्हता, तेवढ्यातच दणकट स्त्रियांची एक रांग तपतीम आणि तिच्या जिवलग मैत्रिणी माप्रांग आणि सिमला यांना घेऊन तेथे हजर झाली. माप्रांग आणि सिमला या दोघींना ॲनाने नेहमी तपतीम शाळेत येताना तिच्याबरोबर आलेले पाहिले होते. त्या सुंदर मुलीत झालेले परिवर्तन पाहून ॲना अवाक झाली. डोके आणि भुवया पूर्णपणे भादरलेल्या होत्या. डोळे खोल गेलेले, नजर खाली वळलेली होती. गाल सुकून आत गेलेले, हातापायांत बेड्या आणि साखळदंड होते. तिचे अनवाणी, बारीक पाय मोठ्या कष्टाने ते साखळदंड ओढू शकत होते. तिच्या छातीवरचे घट्ट बसणारे जाकीट गळ्यापर्यंतच्या बटणांचे होते आणि त्यावरून उत्तरीय घट्ट लपेटलेले होते. तिची सगळी आकृती पहिल्यासारखीच एखाद्या लहान मुलीसारखी होती, पण ती अतिशय ताठ उभी होती आणि अतिशय आत्ममग्न दिसत होती.

त्या दणकट स्त्रीने धर्मगुरूची काही वस्त्रे आणि एक पिवळी दोरी असलेले मंत्रविद्ध ताईत न्यायाधीशासमोर ठेवले. तपतीम जेव्हा सापडली, तेव्हा हे सर्व तिच्याजवळून काढून घेतले गेले. ती राजवाड्यातून कुणालाही संशय न येता कशी निसटून गेली आणि तिचे भादरलेले डोके या सगळ्याचे कारण तिला समजले. 'तपतीम तपतीम' धसक्याने, कळवळ्याने ती मनाशी उद्‌गारली. ते सर्व कपडे पुरुषांनी किंवा नवागत भिक्षूंनी वापरायचे होते आणि कडे मात्र त्या काळी सर्व सयामी वापरत असत.

खटला सुरू झाला. त्या कड्यावर गुंडाळलेला पिवळा रेशमी कपडा जेव्हा उलगडला गेला, तेव्हा त्याच्या आत इंग्रजी अक्षरे लिहिलेला एक कागदाचा तुकडा त्याला टाचलेला आहे, असे दिसले. तो तुकडा खुन थाओ आपकडे दिला गेला. ती इंग्रजी व्यवस्थित वाचू शकत असे. तिने तो मोठ्याने वाचला, ''खुन फ्रा पालत.'' ॲनाच्या हृदयाने आतल्या आत एक जणू उसळी मारली आणि मग त्या कोवळ्या रखेलीच्या एकूण वागण्याचा अर्थ लावायला लागली. तिनेच तर तिला ते शब्द लिहायला शिकवले होते. पण त्याच वेळी तिने चौकशी केली असती तर! तिच्याशी बोलून तिचा विश्वास संपादन केला असता तर!...

तपतीमला पुढे यायला सांगितले गेले. जसे जमेल तसे स्वतःला ओढत ओढत ती पुढे आली आणि तिच्या नियत जागी महालाच्या मध्यभागी उभी राहिली. तिने मुजरा केला नाही, नम्र लोटांगणही घातले नाही. तरीपण तिच्या वागण्यात उद्धटपणा, उर्मटपणा नव्हता. ॲनाची आणि तिची नजरानजर झाली आणि ॲना तिला बरे वाटेल असे हसली. तपतीमचे डोळे अधिकच गहिरे आणि कष्टी दिसत होते. अतिशय अस्पष्ट हसू तिच्या चेहऱ्यावर उमटून नाहीसेही झाले. तिच्या चेहऱ्यावर एक निर्लिप्त संयमित भाव होता. पण त्याहून अधिक काहीतरी होते. तिने तिचे बालपण मागे सोडले होते. त्या न्यायाधीशासमोर बसलेली ती लहान मुलगी नसून एक स्त्री होती आणि तिच्या एकूण व्यक्तिमत्त्वातून काहीतरी सामर्थ्यशाली, काहीतरी देदीप्यमान कृतीचे तेज झळकत असल्याचा भास होत होता. तिने जे काही केले होते – चूक किंवा बरोबर – त्याने तिला एका नव्या उंचीवर नेऊन बसवले होते, ती पूर्वी जे काही होती, त्याहून कितीतरी उंच. तिच्या चेहऱ्यावरची शांती आणि पावित्र्य हे जणूकाही एखाद्या शिल्पकाराने आदर्श स्त्रीत्वाची कल्पना म्हणून कोरून काढले असावे, असे वाटत होते.

प्रथम सिमला आणि माप्रांगची साक्ष झाली. त्यांच्या बोलण्यात कुठे पश्चात्तापाची भावना आहे असे जाणवत नव्हते आणि हातचे राखून बोलल्यासारखेही काही नव्हते. तपतीम त्यांच्याजवळ आतापर्यंत जे मन मोकळे करून बोलली होती, ते ते सर्व त्यांनी सांगितले. अगदी अनेक अप्रस्तुत, असंबद्ध गोष्टीसुद्धा. मुळातच तिची

राजवाड्यात यायला असलेली नाखुशी, आयुष्याबद्दलचा असंतोष त्याहूनही राजवाड्याबद्दलचा, वाटराचप्रदित येथे असलेल्या फ्रा पालत या संन्याशाबाबत तिला वाटणारी ओढ, राजाकडे तिने येणे टाळणे इ. पण जेव्हा सिमला हे सांगायला लागली की, एका विशिष्ट सकाळी फ्रा पालतच्या राजवाड्यात भिक्षेला येण्याशी तपतीम पळून जाणे संबंधित आहे, तेव्हा तपतीमने तिला थांबवले.

"ती जे काही सांगतेय, ते खरे नाही," ती उद्गारली. "तुझी ती गैरसमजूत आहे सिमला! तू फक्त तर्क करते आहेस आणि तुला ते माहीत आहे. ती, ती वेळ नव्हती आणि त्याचा या गोष्टीशी काहीएक संबंध नाही." पण आपण कुठे आहोत, हे तिला लगेच आठवून ती अभिमानाने पुढे म्हणाली,

"पण आता त्यानं काहीच फरक पडत नाहीय, सांग तुला काय सांगायचंय ते."

"वा वा फारच छान!" फिया फ्रोम बोरिराकने पुढे झुकून कुत्सित शेरा मारला. "जर तुझ्या मैत्रिणींना तुझ्या पळून जाण्याबद्दल काही माहिती नाहीय, तर मग तू तरी सांग काय घडलं ते!"

तपतीमने त्याच्याकडे अगदी सरळ निर्मळ नजरेने पाहिले, त्याच्या बोलण्याकडे तिचे लक्षच नव्हते. "आणि मी जर तुम्हाला सत्य सांगितले तर तुम्ही त्याच्यावर विश्वास ठेवाल? त्याप्रमाणे मला न्याय द्याल?"

न्यायाधीशाचा चेहरा आणखीनच रागीट झाला, "तू जर तुझा गुन्हा कबूल केला नाहीस तर मी तुझ्या ढुंगणावर, तळपायावर फटके मारायला लावीन." त्याने अतिशय खुनशी आवाजात तिला टोमणा हाणला.

तपतीम काही क्षण काहीच बोलली नाही. तिच्या डोळ्यांतल्या भावांवरून आणि चेहऱ्यावर चढणाऱ्या आणि उतरणाऱ्या रंगांवरून ॲनाला हे अनुमान करता येत होते की, सर्व घडलेल्या गोष्टींची साद्यंत माहिती द्यावी की नाही, याबाबत तिच्या मनाचा निश्चय होत नव्हता. त्याचा काही उपयोग होता का? ॲना तिच्या चेहऱ्याचे निरीक्षण करता-करता, तिच्या मनातले जवळजवळ सर्व विचार वाचू शकत होती. फिया फ्रोमचा कुत्सित चेहरा तिचे साधेसुधे सरळ सत्य, पटवून घेऊ शकेल की नाही, याची खात्री देत नव्हता. मग प्रयत्न तरी कशाला करा? त्यातून निष्पन्न तरी काय होणार होते? अखेरीस तिने मनाशी काही निश्चय केला आणि ती खुन थाओ आपकडे वळून तिला म्हणाली,

"बाईसाहेब, राजवाड्यातून माझ्या पळून जाण्याशी खुन फ्रा पालतचा काही संबंध नाही. सिमलानं सांगितल्याप्रमाणे मी त्याच्या प्रेमात पडले होते हे खरे आहे, पण हेही खरे आहे की, त्याला त्याबाबत काहीच माहीत नव्हते. मी राजवाड्यात असताना त्याच्याशी कधी बोलले नाही, त्याच्याशी कधी संपर्क साधण्याचाही प्रयत्न

केला नाही. काल सकाळी मी मठात सापडेपर्यंत त्याला मी राजवाड्यातून पळून गेले होते, हेही माहीत नव्हते. मी काहीही केले असले तरी त्याने आपली शपथ मोडण्याचे पाप केलेले नाही. बाईसाहेब, आपण थोर आहात, पण तो अगदी पूर्णपणे निर्दोष आहे आणि मी सांगितल्याप्रमाणे सगळा दोष माझाच आहे. राजवाड्याच्या भिंतीबाहेरच्या कुणाचीही मदत न घेता मी माझ्या सुटकेची योजना आखली आणि तडीला नेली, कारण राजवाड्यात मी दुःखी होते आणि मला मुक्त व्हायचे होते. बस्स इतकंच!

"मला नेहमीच मुक्त राहणं आवडायचं. या उंच उंच भिंतींच्या आत कोंडून राहायचं आणि हे कर, इकडे जा, तिकडे ये, अमुक कर, तमुक नको या गोष्टींचा मला तिरस्कार वाटायचा. यामुळे अस्वस्थ, दुःखी होऊन अनेकदा रात्री मला झोप येत नसे. मी रात्री अंथरुणावर उठून बसून प्रार्थना करायला सुरुवात करायचे. मी जेव्हा माझ्या बुद्धाच्या सोमदत्त फ्रा बुद्ध – चाओच्या मूर्तीसमोर त्या रात्रीच्या निःशब्दतेत लोटांगण घालायची, तेव्हा राजवाड्यातून निसटून जाण्याचे विचार माझ्या मनात येत आणि प्रार्थनेतून माझं मन विचलित होत असे. अखेरीस मला वाटायला लागलं की, ते आवाज पवित्र बुद्धाचे आहेत आणि त्यांनी माझा पूर्ण ताबा घेतला. मी इतर कशाचाच विचार करू शकत नव्हते. माझ्या मनाची अशी धारणा झाली की मला फक्त एकच गोष्ट करायची आहे, ती म्हणजे आज्ञापालन आणि त्यानंतर मी इथून निसटण्याची योजना आखायला लागले. मी त्याबाबत कुणाशीच काहीही बोलले नाही, अगदी सिमला आणि माप्रांगशीसुद्धा आणि त्यानंतर एक रात्री मला असं वाटलं की, पवित्र गौतम बुद्ध मला इथून निसटून कसं जाता येईल, याचा मार्ग दाखवतोय. म्हणून काही दिवसांनंतर मी नवदीक्षित भिक्षूसारखा पोशाख केला, डोकं आणि भुवया भादरल्या..."

"हं, आता काहीतरी योग्य मार्गावर आपण आहोत," फ्रिया फ्रोम मध्येच समाधानाने म्हणाले, "आम्हाला हेच ऐकायचं होतं. आता हे सांग की, तुझ्यासाठी संन्याशाचे कपडे कोणी विकत आणले आणि ते आत चोरून कोणी आणले? तुझी आई, तुझी नोकर का बहीण? आणि तुझं डोकं, भुवया कोणी भादरल्या अन् जरा मोठ्यानं बोल."

न्यायाधीशाच्या विखारी चेहऱ्याकडे बघायला तपतीम त्याच्याकडे वळली. तिच्या अभिमानी चेहऱ्यावर एक उपेक्षेचा भाव उमटला.

"महाराज," ती निश्चयी स्वरात म्हणाली, "मी तुम्हाला, मी काय केलं ते सांगतेय. इतरांनी काय केलं ते नाही. माझ्याशी संबंधित असलेले सर्व सत्य आतापर्यंत मी तुम्हाला सांगितलं आहे. त्यापलीकडे मी जाऊ शकत नाही, जाणार नाही.' अचानक तिच्या चेहऱ्यावर लाली चढून तिचा चेहरा अतिशय गोड दिसायला लागला.

सर्व सभेच्या तोंडून एकदम आश्चर्योद्गार निघाला. न्यायाधीशाने खांदे उडवले, "हं, सांग, सांग पुढे," तो तिला म्हणाला, "तुझी सगळी हकिकत तुझ्या पद्धतीनं सांग तर खरी, अजून पुष्कळ वेळ आहे. आम्हाला जे काय हवं आहे, ते तुझ्याकडून काढून घेण्यासाठी आमच्याजवळ पुष्कळ साधनं आहेत."

"ती अजून फार लहान आहे," मध्येच खुन थाओ आप म्हणाली. तिचा स्वर सौम्य होता, पण त्या स्वरात निषेध होता. असे दिसत होते की, मुख्य न्यायाधीशाने तपतीमच्या बाबतीत पुरावा असो वा नसो, तिच्यावरील आरोपांवर निर्णय करून तिला दोषीही ठरवून टाकले होते आणि ते तिचे साक्षीदार कोण होते, याचा शोध घेऊ पाहत होते.

त्या महालात मागच्या खिडकीतून येणारा सूर्यप्रकाश तपतीमच्या पाठीशी येऊन थांबला होता आणि तिच्या पिवळट तपकिरी मुलायम कातडीला जणू एक पारदर्शकता लाभली होती. पूर्वीपेक्षाही अधिक विचारी आणि गंभीर स्वरात ती म्हणाली, "त्या दिवशी पहाटे पाच वाजता जेव्हा राजवाड्यात बौद्ध भिक्षू आले होते, तेव्हा ते शाही भिक्षा घेण्यासाठी माझ्या खोलीजवळच्या रस्त्यावरून जात असताना मी खोलीतून हळूच रांगत बाहेर आले आणि त्या मिरवणुकीत सामील झाले. सिमलाखेरीज कोणीही मला पाहिलं नाही आणि तिनंही मला ओळखलं नव्हतं. तिनं फक्त आश्चर्यानं माझ्याकडे पाहिलं. जणू तिला असं वाटत होतं की, चोम्सच्या घराच्या इतक्या जवळ बौद्ध भिक्षू कसा काय आला, हे विचारायची तिची इच्छा असावी."

"बरोबर आहे ते," सिमला अधीरपणे म्हणाली, "खुन मीनं त्या दिवशी तपतीम अजून तिच्या कामाला हजर का झाली नाहीय हे विचारण्यासाठी मला पाठवेपर्यंत ती राजवाड्यातून नाहीशी झाली आहे, हेपण मला माहीत नव्हतं. मग माझ्या मनात त्या तरुण बौद्ध भिक्षूबद्दल विचार यायला लागले. ज्याला मी सकाळी तिच्या घराजवळ पाहिलं होतं, तो. मग मी हापण विचार करायला लागले की, हिच्या नाहीसं होण्याशी त्याचा तर काही संबंध नाही ना? पण तो म्हणजेच तपतीम असेल, असा विचार मात्र मी केला नाही. मी तिला अगदी स्पष्टपणे पाहिलं होतं. पण केस भादरलेले असल्यामुळे ती मुळी तपतीम वाटतच नव्हती. त्यामुळेच तो भिक्षू म्हणजे तपतीमच आहे, हे मी न ओळखल्याबद्दल तुम्ही मला दोष कसा देता, हेच मला समजत नाही आणि इतर कोणीही तिला ओळखू शकलं असतं, असं मला नाही वाटत! आणि तपतीमसाठी जेव्हा आमच्या घरांचा शोध घेतला गेला, तेव्हाही मी त्या भिक्षूबद्दल काही सांगू शकले नाही, कारण मग तिच्या पळून जाण्याबद्दल आम्हाला दोषी धरतील किंवा आम्हीच तिला मदत केली असं म्हटलं जाईल, या भीतीनं मी काही बोलले नाही."

सिमलाचे बोलणे संपेपर्यंत तपतीम शांतपणे उभी होती. मग पुढे ती सांगायला लागली, ''काही मिनिटांतच मी राजवाड्याच्या बाहेर होते. तो सर्व प्रकार इतका सोपा होता की, प्रत्यक्ष भगवान बुद्ध मला मदत करताहेत, असं मला वाटलं. पण बाहेर रस्त्यावर, लोकांमध्ये आल्यानंतर काय करावं, ते मला समजेना. मी घरी जाऊ शकत नव्हते, कारण माझ्या घरावर पहारा असेल असं मला वाटलं. राजवाड्याच्या बाहेर कसं निघायचं, हा विचार मी केला होता, पण पुढे काय करायचं हे ठरवलं नव्हतं. मी काही वेळ तशीच विचार करत उभी राहिले, पण मग मला भीती वाटायला लागली की मी जर अशीच उभी राहिले तर लोक माझ्याकडे पाहायला लागतील अन् मग त्यांना संशय येईल. मग मी सरळ वाटराचप्रदितकडे गेले आणि फाटकाजवळ जाऊन बसले. दिवसभर मी तिथेच पुढे काय करावे याचा विचार करत बसले होते.

''संध्याकाळी 'भगवान चाओ खुन सा' जेव्हा बाहेर आले तेव्हा त्यांनी मला पाहिलं. मी कोण आहे आणि तिथे बसून काय करतेय, याबद्दल मला त्यांनी विचारलं. काय सांगावं तेच मला कळत नव्हतं म्हणून त्यांनी मला त्यांचा शिष्य बनवावं आणि त्यांच्या मठात राहू द्यावं आणि त्यांची सेवा करू द्यावी अशी मी त्यांना विनंती केली.

''त्यांनी अगदी कनवाळूपणानं मला विचारले, 'बाळ, तू कुणाचा शिष्य आहेस?' अन् मी रडायलाच सुरुवात केली. कारण काय उत्तर द्यावं तेच मला कळेना. त्या पवित्र व्यक्तीला फसवावं असं मला वाटत नव्हतं आणि खरं सांगता येत नव्हतं. त्यांच्या पाठोपाठ त्यांचे दुसरे धर्मगुरू येत होते. त्यातल्या फ्रा पालत यांना त्यांनी मला त्यांच्या अधिकारात घेऊन बौद्ध धर्माच्या तत्त्वांचं यथायोग्य ज्ञान द्यायला सांगितलं. ते काही मी ठरवलं नव्हतं आणि मी ठरवू तरी कसं शकत होते?''

हा जो एक अशक्य योगायोग घडला होता, त्यावर विश्वास ठेवण्यासाठी ती खुन थाओ आपला जणू नजरेने विनवणी करत होती. ''बाईसाहेब, याबाबतीत तुम्ही जरी भगवान 'चाओ खुन सा' यांना विचारलं तरी ते हेच सांगतील की, फ्रा पालतची शिष्य बनायचं मी विचारलं नाही, त्यांनीच मला त्यांचा सेवक बनून त्यांची सेवा करायला सांगितलं होतं. त्यांनी मला फ्रा पालतच्या सेवेत का नेमलं हे मला माहीत नाही, फक्त एवढंच माहीत आहे की, फ्रा पालत हे त्यांचे प्रिय शिष्य होते. त्या सगळ्याच गोष्टी मला फार विलक्षण वाटत होत्या, पण माझी अजून हीच धारणा होती की, तथागत बुद्धांचा आवाजच मला या सगळ्यातून कसं निसटून जायचं, ते सांगत होता. म्हणूनच तो 'भगवान चाओ खुन सां'ना त्याप्रमाणे वाट दाखवत होता, त्यामुळेच मी जे काही करत होते, ते योग्य होते, याची मला खात्री वाटत होती.''

तिचा आवाज आणखीनच हलका झाला, तिच्या गळ्यात जणू अवंढा अडकला. ''त्यानंतर फ्रा पालतनी मला मठाच्या त्यांच्या कक्षात नेलं. तिथे ते इतर नवागतांबरोबर राहत होते, त्यांना शिकवत होते. पण त्यांनी मला ओळखलं नाही. आम्ही लहान मुलगा-मुलगी असताना एकत्र खेळलो असतानाही ते मला ओळखू शकले नाहीत. त्यांचे नाव तेव्हा दाएंग होतं आणि आम्हा दोघांचा विवाह आमच्या घरच्यांनी ठरवला होता. आमचा वाङ्‌निश्चयही झाला होता, पण नंतर मला राजवाड्यात आणलं गेलं. पण माझ्या अंगावरचा भिक्षूचा पिवळा पोशाख, माझं मुंडण केलेलं डोकं, त्यामुळे ते मला ओळखूच शकले नाहीत आणि जेव्हा मला राजासमोर भेट म्हणून चढवलं गेलं तेव्हापासून तर त्यांनी मला आपल्या मनातूनही काढून टाकलं होतं आणि त्यांनी जर कधी माझा विचार केलाच असेल तर तो मी अंतर्महालाच्या भिंतींच्या आड कायमची नाहीशी झाले, म्हणूनच. मला महाराजांकडे पाठवलं गेल्यानंतर त्यांनी संन्यासी म्हणून दीक्षा घेतली आणि त्यांनी इतक्या निष्ठेने धर्माभ्यास केला की ते 'भगवान चाओ खुन सा'चे आवडते शिष्य बनले.''

बौद्ध भिक्षूंबरोबर तपतीमचे पूर्वीचे संबंध अनपेक्षितपणे उलगडले गेल्यामुळे अनेक स्त्री न्यायाधिकारिणींनी नवल आणि आश्चर्याने हवेत हात उडवले आणि पुरुष मात्र कुत्सितपणे, पानांनी रंगलेले दात विचकून दाखवत हसत होते. ॲना मात्र स्वत:शीच विचारात पडली की, तपतीमने हे सगळे खरेपणाने सांगून, ती काही अडचणीत तर येणार नाही ना! हे अशा तऱ्हेने मान्य करण्यामुळे तिची गोष्ट अधिक विश्वसनीय आहे, असे तिला मनापासून वाटत होते. पण जे या मुलीचे भवितव्य ठरवायला बसले होते, त्यांच्या दृष्टीने मात्र ही गोष्ट विश्वसनीय नव्हती आणि त्याच क्षणी तपतीमच्याही ही गोष्ट लक्षात आली. त्यांच्या विचाराची दिशा तिला जाणवली, तिचे आधीच फिकटलेले ओठ थरथरले.

ती अतिशय सरळपणे एखादी गोष्ट मनापासून पटवून देण्याच्या स्वरात आर्जवाने पुढे म्हणाली,

''फ्रा पालतना तुम्ही छळ आणि मृत्यूची शिक्षा दिली आहे ते योग्य नाही, कारण त्यांनी काहीच पाप केलेलं नाही. तुम्ही मनातून त्यांना ज्या गोष्टीबद्दल दोषी ठरवत आहात, ते पाप त्यांनी केलेलं नाही. ते निर्दोष आहेत. माझ्या पळून जाण्याशी त्यांचा काहीएक संबंध नाही हे मी तुम्हाला आधीच सांगितलंय आणि पुन्हा सांगतेय की, जे काही पाप केलं ते मी केलं, ते फक्त माझंच आहे! मला माहीत होतं की, मी स्त्री आहे, पण त्यांना माहीत नव्हतं. मी त्यांची शिष्या बनल्यापासून त्यांनी मला जे शिकवलं, ते मला आधी माहीत असतं तर मी राजवाड्यातून पळाले नसते. आता मला कळतंय की, ते चूक होतं आणि जो आतला आवाज मला काही सांगत होता, तो भगवान बुद्धांचा नव्हता, माझाच होता. बाईसाहेब, तुम्ही थोर आहात, माझ्यावर

विश्वास ठेवा की, इथलं आयुष्य मी सहन करायचा प्रयत्न केला असता, खरंच प्रयत्न केला असता. मी शांत झाले, आनंदित झाले, कारण मी त्यांच्याजवळ होते. ते आम्हाला रोज शिकवायचे, दैवी नियम मी तुम्हाला तोंडपाठ म्हणून दाखवू शकते. त्यांच्या इतर शिष्यांनापण तुम्ही विचारा, तेपण तुम्हाला सांगतील की, मी अतिशय विनम्र आणि सभ्य होते आणि त्यांनी कधी इतर शिष्यांहून माझ्याकडे जास्त लक्ष पुरवलं नाही, हेही ते तुम्हाला सांगतील. आम्ही रात्री त्यांच्या पायाशी निजायचो, पण त्यांना हे कधी कळलं नाही की, मी स्त्री आहे म्हणून आणि तुम्हाला असं वाटतं का की एका कक्षात राहून मी त्यांना फसवलं नाही तर इतरांना फसवू शकेन म्हणून. त्या इतरांना बोलावून त्यांचीही साक्ष घ्या आणि ज्या गुन्ह्यांसाठी त्यांना पकडलंय, तो त्यांनी केलेलाच नाहीय, हे ते सांगतील. त्यांच्या निरपराधित्वाची साक्ष देतील. बाईसाहेब, माझ्यावर विश्वास ठेवा, यापुढे त्यांची पत्नी बनण्याची माझी इच्छा संपली होती, मला त्यांच्याशी कुठलंही नातं ठेवायची इच्छा नव्हती. फक्त एवढीच इच्छा उरली होती की, मी त्यांच्याजवळ असावं, जेणेकरून मी त्यांचं शिकवणं ऐकू शकेन.

"त्यानंतर रविवारी सकाळी ते दोघे जण..." बाजूला बसलेल्या त्या दोन संन्याश्यांकडे बोट दाखवून ती म्हणाली, "फ्रा पालतना भेटायला आले होते आणि त्या दिवशी सकाळी मी नेमकी जास्त वेळ झोपले होते. मी जागी झाले तेव्हा इतर भिक्षू फ्रा पालतबरोबर बाहेर गेले होते. मी एकदम जागी झाले आणि माझ्या लक्षात आलं की, मी एकटीच आहे आणि मी कपडे सावरायला लागले तेवढ्यात मला हलक्या आवाजातले खसखस हसणे ऐकू आले आणि मी कायमची अपमानित झाले आहे, हे मला कळून चुकलं.

"अतिशय आदरणीय बाईसाहेब, माझ्यावर विश्वास ठेवा." ती जसजसे अतिशय व्याकूळतेने मनापासून हे सांगत होती, तसतसे तिचे बोलणे अधिक स्पष्ट होत चालले होते. "मी माझ्या धन्यांपासून, राजापासून जेव्हा पळाले, तेव्हा मी निश्चित अपराधी होते. ते खरं होतं, हे मी मान्य करते आणि त्याची शिक्षा भोगायलपण मी तयार आहे. पण या लोकांनी माझ्यावर जो आरोप केला आहे, त्याला मात्र मी कधीही मान्यता देणार नाही. मला माहीत आहे की, मी निष्पाप आहे. मी त्यांना ही विनंतीही केली की, त्यांनी मला मंदिर सोडू द्यावं आणि दुसरीकडे कुठे लपून बसण्याची संधी द्यावी, म्हणजे मी माझं रहस्य संभाळू शकेन. मी त्यांना हेही सांगितलं की, खुन फ्रा पालतना मी स्त्री आहे किंवा आणखी कोणी आहे हेसुद्धा माहीत नाहीय म्हणून आणि इतर भिक्षूंनाही माहीत नाही, पण ते त्या बोलण्यावर हसले, त्यांनी माझी कुचेष्टा केली. मी त्यांच्यासमोर गुडघे टेकून त्यांना विनंती करत राहिले आणि सर्व पवित्र दैवी गोष्टींच्या शपथा घेऊन सांगत होते, विनवत होते की त्यांनी माझी ही गोष्ट गुप्त

राहू द्यावी आणि मठाधिपती तसेच इतर शिष्य परत यायच्या आत मला निसटून जाऊ द्यावं, त्यामुळे माझे जे काही पाप आहे, ते फक्त माझं एकटीचंच राहील. इतरांचा त्याच्याशी संबंध येणार नाही, पण ते माझ्या बोलण्यावर आणखी मोठ्यानं हसले आणि त्यांनी माझी आणखी घाणेरडी कुचेष्टा केली. ते स्वत:ला करुणाघन तथागत बुद्धाचे शिष्य म्हणवतात, पण त्यांच्याजवळ जरासुद्धा दयाभाव नाही. अगदी त्यांच्या मित्रासाठीही त्यांच्या मनात दया नाही.'' ती बोलता-बोलता क्षणभर श्वास घेण्यासाठी थांबली आणि तिच्या डोळ्यांतून गालावर अश्रू ओघळले. तिने दातओठ खाल्ले आणि म्हणाली, ''मी मग त्यांच्या वागण्याची निंदा केली आणि अजूनही मला त्यांच्या घाणेरड्या आणि दुष्ट विचारांबद्दल तिरस्कार वाटतो,'' आपले बेड्यांमध्ये जखडलेले हात भिक्षूंकडे हलवत ती उद्‌गारली.

ते तिच्याकडे निर्विकार नजरेने पाहत होते. जणू भावनाशून्य जनावरांनी रवंथ करावे, अशा तऱ्हेने त्यांचे पान चघळणे चालू होते. न्यायाधीशाच्या चेहऱ्यावर अविश्वास तर होताच, पण त्याची करमणूकही होत होती, अशा मुद्रेने तो शांतपणे तिचे बोलणे ऐकत होता. फक्त खुन थाओ आपच्या चेहऱ्यावर नेहमीची अबोल खिन्नता होती. कुठल्याही तऱ्हेचा तिरस्कार किंवा पूर्वग्रहरहित भावनेने ती ऐकतेय असे वाटत होते. जणू तपतीमचे बोलणे ती मनातल्या मनात तोलत होती. न्यायालयाचे लेखनिक तिच्या गतीबरोबर राहण्यासाठी वेगाने लिहीत होते.

तिने पुन्हा हलक्या आवाजात सांगायला सुरुवात केली. तिचा चेहरा अगदी पांढरा पडला होता. ''तेवढ्यात फ्रा पालत आणि त्यांचे इतर शिष्य सकाळची स्नानसंध्या करून परत आले. मी त्यांच्या पाया पडून मी तपतीम आहे, याची आणि इतर गोष्टींची कबुली दिली. पायाखालची धरणी दुभंगावी, असा धक्का बसल्यासारखे ते त्या खोलीच्या भिंतीपर्यंत मागे-मागे सरकत गेले. कुणालाही त्यांचा तो चेहरा बघून हे कळलं असतं की, मी कोण होते, याची त्यांना अजिबात कल्पना आलेली नव्हती आणि मीपण, मी त्यांच्या बाबतीत काय भयंकर गोष्ट केली आहे, हे उमजून तिथेच निश्चल पडून राहिले. पण क्षणभरानं ते पुन्हा माझ्याजवळ आले. ते घळघळा रडत होते. परंतु मी रडू नये म्हणून ते माझी विनवणी करायला लागले. त्यांच्या डोळ्यांतले अश्रू बघून मला चारी बाजूंनी अंधार गिळतोय असं वाटायला लागलं. माझ्या स्वार्थीपणानं त्यांना या संकटात लोटलं होतं. मी विचार केला नव्हता, मी करू नये ती गोष्ट केली होती. मी राजवाड्यातून पळाले होते आणि मी इतर कुठेही लपू शकले असते, त्याऐवजी मी मठात लपायला गेले होते. या सगळ्या गोष्टींनी त्यांनी त्यांचं जे विश्व निर्माण केलं होतं, ते मी उद्‌ध्वस्त करून टाकलं. मी तिथे रडत पडले होते आणि ते माझी समजूत घालण्याचा प्रयत्न करत होते. ते म्हणाले, 'तपतीम तू जे काही केलंय ते चूक आहे खरं. पण आता घाबरू नकोस. आपण

निष्पाप आहोत आणि तुझ्या प्रेमाखातर मी मरणही पत्करायला तयार आहे.' खरी गोष्ट ही अशी आहे.'' तिचे ते बोलणे ऐकून तेथे एकदम शांतता पसरली.

फिया फ्रोमने एक लांबलचक, लालभडक पिंक टाकली आणि हेटाळणीच्या स्वरात तो म्हणाला, ''वा! छान गोष्ट आहे आणि तू ती सांगितलीसपण छान. फक्त गोष्ट अशी आहे की, कोणी तुझ्यावर विश्वास ठेवणार नाही.'' तो पुन्हा थुंकला. ''बरं आता पुन्हा आपण सुरुवातीकडे जाऊ या. समज, आधी तू हे आम्हाला जर सांगितलंस की, तुझे केस आणि भुवया कोणी कापल्या तर ते बरं होईल, नाही का?''

त्या एवढ्याशा, लहान मुलीसारख्या स्त्रीचा अभिमान बघण्यासारखा होता. आपल्या हातांची थरथर थांबवण्यासाठी साखळदंडांनी जखडलेल्या हातांची तिने छातीवर घडी घातली आणि म्हणाली, ''मी सांगणार नाही.'' तिचे ते उद्‌गार ऐकून ॲनाचा श्वासच थांबला. तपतीम जेव्हा सगळी हकिकत सांगत होती, तेव्हा त्यातला एकही शब्द चुकू नये म्हणून ती तपतीमजवळ सरकली होती. तपतीमचे तिला अगदी कौतुक वाटत होते. पण तपतीमच्या या उत्तराने तिला दचकवून टाकले आणि त्या सगळ्या न्यायालयातून ते उत्तर ट्रंपेटच्या सुरांप्रमाणे निनादत गेले आणि ॲनाला एकदम वस्तुस्थितीचे भान आले.

ही जेमतेम सोळा वर्षांची मुलगी जाणूनबुजून धोका पत्करून न्यायाधीशाचा अवमान करत होती. कशासाठी? तर ती ज्याच्यावर प्रेम करत होती, त्या माणसाला आणि तिच्या गुलाम स्त्रीला फिमला वाचवण्यासाठी. असे उत्तर देणे म्हणजे मरणाला सामोरे जाणे आणि नुसते मरणच नाही तर त्यासाठी वापरलेल्या क्रूर क्लृप्त्या, निर्दय छळ यांना सामोरे जाणे. तपतीमला हे माहीत होते. तिच्या नकाराने सगळे जण इतके दचकून गेले की, तेथे काही काळ स्मशानशांतता पसरली. तिच्या एवढ्याशा कुडीचे सौंदर्य आणि त्या कामुक माणसांसमोर व थंड चेहऱ्याच्या स्त्रियांसमोर उभे राहण्याचा तिचा डौल स्तंभित करणारा होता.

अन् पुढच्या क्षणी फिया फ्रोमचा संताप उफाळून आला, ''तिला उघडं करा आणि चाबकाचे तीस फटके मारा.'' संतापाने धगधगत्या आवाजात तो ओरडला. ॲनाला ते पाहून आश्चर्याचा धक्काच बसला की, या शिक्षेला खुन थाओ आपने कोणताही विरोध न दर्शवता फक्त वर पाहिले. तिलाही तपतीम गुन्हेगार आहे, असे पटले होते की काय, कोण जाणे! फिया फ्रोमचा मान ठेवायचा म्हणून ती गप्प होती का? इतरही साक्षीदारांना बोलावून जे इतर भिक्षू तपतीमबरोबर मठात राहत होते ते आणि शेजारच्याच भागातले चाओ खुन सा या सर्वांना बोलावून त्यांचे जबाब घेतले जावे, या गोष्टीवर ती भर का देत नव्हती?

तपतीम खरे बोलत असेल, या गोष्टीवर विश्वास न ठेवणे आणि चौकशी न

करणे, हे योग्य नव्हते.

तेथील दणकट स्त्रियांनी हुकूम अमलात आणायच्या आत दुसरा अडथळा आला. खिडक्यांजवळ लोकांची गर्दी जमलेली होती. तेवढ्यात दरवाजे उघडले गेले आणि दोन जणांनी मिळून एक डोली आत आणली. तिच्यावर फ्रा पालतचा छिन्नविछिन्न देह पडलेला होता. तपतीमचा आणि त्याचा अपराध त्याच्याकडून कबूल करवून घेण्यासाठी त्याचा भयंकर छळ करण्यात आलेला होता. पण शाही न्यायालयाने म्हटले होते की, त्याने काही पाप केले आहे, याच्या कबुलीची एवढीशी झलकसुद्धा त्याच्या तोंडून मिळवणे शक्य झाले नाही. त्याच्या अंगावरून त्याचे धर्मगुरूचे कपडे उतरवले गेले होते. आता त्याच्या अंगावर अगदी साधे कपडे होते. फक्त त्याचे मुंडलेले डोके आणि भुवया या त्याच्या पूर्वायुष्याच्या निदर्शक म्हणून उरल्या होत्या. त्यांनी त्याला तपतीमच्या शेजारी ठेवले. आशा ही होती की, तिचा छळ पाहून तरी तो काहीतरी कबुली देईल.

पुढच्या क्षणी तपतीमचे उत्तरीय आणि जाकीट काढून घेतले गेले आणि तिला तिकाटण्यावर बांधले गेले. आसूडकऱ्यांनी त्यांचे लवचीक आसूड उचलले. पहिल्याच फटक्याने तिच्या खांदे, पाठीची कोमल पातळ कातडी सोलली गेली. ॲनाने पुन:पुन्हा स्वत:ला बजावले होते की, याबाबतीत तरी ती कोणताही हस्तक्षेप करू शकत नाही म्हणून. कारण त्यात धार्मिक गोष्टी गुंतलेल्या होत्या. पण दिवसाच्या शेवटी तिच्या मनात जेव्हा या गोष्टींबद्दल विचार आले, तेव्हा तिच्या असे लक्षात आले की, तिचे स्वत:वरचे नियंत्रण संपले होते. ती परकी परदेशी व्यक्ती आहे, हे ती विसरून गेली होती. ती पुढे धावली होती आणि अगदी दुरून तिने स्वत:चा त्या चाबूकधाऱ्यांना ताकीद देणारा आवाज ऐकला होता की, त्यांना त्यांच्या प्राणांची काही चिंता असेल तर त्यांनी तो प्रकार थांबवावा म्हणून.

त्या दणकट स्त्रियांनी हातातील वेत ताबडतोब खाली टाकले.

"का?" त्या न्यायाधीशाने तिला विचारले. तो तिला ओळखत होताच.

"निदान महाराजांसमोर मी तपतीमची बाजू मांडेपर्यंत तरी थांबा," तिने विनवले होते.

"ठीक आहे, तसे होऊ द्या," असे म्हणून न्यायाधीश मागे रेलला आणि त्याने पानाचा तोबरा भरला. "जा, जाऊन या, तुम्ही येईपर्यंत आम्ही थांबतो."

राजा न्याहारीच्या दिवाणखान्यात होता. महालाच्या भव्य पायऱ्या चढताना ॲनाला अन्नाच्या वासाने मळमळून अंधारी आल्यासारखे झाले, कारण सकाळी न्यायालयात येण्याच्या घाईत तिने न्याहारीही केली नव्हती. चक्कर येत असूनही ती भराभरा राजाकडे गेली. तिला भीती वाटत होती की, तिने थोडी जरी दिरंगाई केली तरी तिचे धैर्य संपून जाईल.

"महाराज," तिने सुरुवात केली खरी, पण तो आवाज आपला स्वत:चा आहे, यावर तिचा विश्वास बसेना, इतक्या खोलातून आल्यासारखा तो आवाज होता. "आता तपतीमचा खटला चालला होता, तिकडून मी आले आहे. तपतीम निष्पाप आहे, याची मला खात्री पटली आहे. ती हे मान्य करतेय की, राजवाड्यातून पळून जाण्याचा अपराध तिनं केलाय म्हणून. तिनं आताच न्यायाधीशांना सांगितलं की, राजवाड्यात येण्यापूर्वी तिचं लग्न ठरलं होतं. महाराज, मला खात्री आहे की, आपल्याला जर हे आधी माहीत असतं तर आपण नक्कीच तिला आपल्याला भेट म्हणून देऊ दिलं नसतं. ती आग्रहपूर्वक हे सांगते आहे की, भिक्षूच्या म्हणजे ज्या खुन फ्रा पालतच्या भागात ती सापडली त्याच्याशीच तिचं पूर्वी लग्न ठरलं होतं, पण त्याला मात्र ती कोणी पळून आलेली स्त्री आहे किंवा पूर्वीची आपली वाग्दत्त वधूच आहे, हे काहीच माहीत नव्हतं. हे सर्व ऐकायला असंभव आणि अविश्वसनीय वाटतं. पण महाराज, आपण अतिशय बुद्धिमान आहात आणि जे अगदी असंभाव्य वाटतं, ते खरं असू शकतं, यावर आपण विश्वास ठेवू शकता. महाराज, ती हकिकत सांगत असताना आपण ती ऐकली असती तर, माझी खात्री आहे की आपलाही त्याच्यावर विश्वास बसला असता. ती म्हणतेय की, 'चाओ खुन सा'नी तिला फ्रा पालतच्या स्वाधीन केलं, हा केवळ योगायोग होता. हे जर खरं असेल तर ही गोष्ट 'चाओ खुन सां'नाही माहीत असेल आणि या विधानाची सत्यताही पडताळून पाहता येईल. ती सांगतेय की, फ्रा पालत आणि तिच्यात फक्त गुरु-शिष्यांचे नाते होते, बाकी दुसरे कुठलेच नव्हते. तिच्या या विधानाची सत्यताही इतरांकडून पडताळून पाहता येईल, कारण तिथे तिच्याखेरीज अनेक शिष्य राहत होते. महाराज, फिया फ्रोम बोरिराकनी तिचा छळ करून सत्य बाहेर काढायला सांगितलंय, पण ते इतर मार्गांनीही शोधून काढता येईल. महाराज, इतर मार्गांनी सत्य शोधून काढेपर्यंत आपण तिचा छळ थांबवण्याची आज्ञा नक्की देऊ शकाल. महाराज, त्या दोघांनाही क्षमा करा. महाराज, त्या दोघांच्या निरपराधीपणाची मला इतकी खात्री वाटतेय की, न्यायाचा अवमान होऊ नये म्हणून मी आपल्याला मनापासून विनंती करतेय. फिया फ्रोमची वृत्ती पूर्वग्रहदूषित आहे त्यामुळे खटला योग्य तऱ्हेनं चालणारच नाही..." हे सांगण्याचे तिला फार कष्ट होत होते. तिचा आवाज अधिकाधिक खोल होत गेला, पायातली ताकद संपली आणि तिने राजाच्या आसनाजवळ, जमिनीवर बसकन मारली. डोके गरगरत होते.

"महाराज, मी पुन:पुन्हा आपल्याला विनंती करतेय..."

राजा तिच्याकडे डोळे बारीक करून पाहत होता. त्याचे डोळे खुनशीपणाने चमकत होते. त्याचे तसे डोळे पाहून तिला अनेकदा शिकारी-पक्ष्यांची आठवण यायची. "वेड लागलंय तुला," तो उद्‌गारला आणि त्याने तिच्याकडे एक थंड,

कोरडा कटाक्ष टाकला. त्या नजरेत संशय होता. मग तो पुढे वाकला आणि तिच्या चेहऱ्याकडे बघत मोठ्याने हसला. तत्क्षणी, तोंडात मारल्याप्रमाणे ती तटकन उठून उभे राहण्याचा प्रयत्न करायला लागली, पण तिच्या पायांतली ताकद संपून तिचा तोल गेला. तिने कसेबसे खांबाला धरले, त्याच्यावर भार टाकून ती राजाच्या चेहऱ्याकडे बघायला लागली. त्याच्या कुत्सित हसण्याने तिच्या चेहऱ्यावरचे नेहमीचे मृदू भाव नाहीसे झाले आणि तिला हे दिसले की, त्याच्याही चेहऱ्यावर पाशवी, खुनशी भाव आहेत. त्या भावांमुळे तिच्या मनात त्याच्याबद्दल एकदम किळस, उबग निर्माण झाली. असे भाव तिने पूर्वी कधीही त्याच्या चेहऱ्यावर पाहिले नव्हते. त्याला तपतीमच्या गुणांची पर्वा नव्हती किंवा पाशवी छळाने चेंदामेंदा करून टाकलेला तो भिक्षू निरपराध असेल, याचीही त्याला पर्वा दिसत नव्हती. त्याची सुसंस्कृतता आणि न्यायाची जाणीव पूर्णपणे नष्ट झालेली दिसत होती. त्याच्या दुखावलेल्या अभिमानामुळे त्यांचे रक्त पिण्याची पाशवी भावना त्याच्या मनात निर्माण झाली होती आणि त्याचे ते पाशवी रूप पाहून ॲना मनोमन भिऊन गेली, सुन्न झाली. आपण फार थरथरतोय हे तिच्या लक्षात आले आणि तिने पुन्हा खांबाचा आधार घेतला. त्याचे रूप पाहून तिचे शब्द आणि विचारशक्ती गोठून गेली होती. ती जायला निघाली.

पण तिच्या चेहऱ्यावरच्या भावांचा अर्थ तत्क्षणी राजाला कळला. तिचा तिरस्कार पाहून त्याला एकदम धक्का बसला आणि तो भानावर आला. त्याने एकदम पवित्रा बदलला, "मॅडम, मागे फिरा. मी तुमचा अर्ज मंजूर करतोय. तिला आयुष्यभर भाताच्या गिरणीत काम करावं लागेल आणि त्या भिक्षूची मुक्तता केली जाईल. मी न्यायालयाला माझा निर्णय ताबडतोब कळवतो. तुम्ही पुन्हा तिथे जायची गरज नाही. तुम्ही शाळेत जा."

ॲना त्याचे आभारही मानू शकली नाही इतका तिला त्याचा तिटकारा आला होता. डोके ठणकत होते, भोवळ येत होती आणि एकही शब्द न बोलता ती तेथून निघून गेली. जिन्याच्या तळाशी तिला एक न्यायाधीश स्त्री राजाकडे खटल्याचे कागद आणताना दिसली. तिला इतके थकल्यासारखे, आजारल्यासारखे वाटत होते की, शाळेत जाण्याऐवजी तिने घरी जाऊन झोपायचे ठरवले.

ती जेव्हा जागी झाली तेव्हा दोन वाजले होते. डोके जड झाले होते. शरीर मरगळलेले होते. घर एकदम शांत होते. बीबी लुईला घेऊन ब्रॅडलेंकडे गेलेली होती. त्यांच्या मुलांबरोबर खेळण्यासाठी दिवसभर ते तेथेच राहणार होते अन् संध्याकाळी परत यायचे होते.

बाहेर गर्दी आणि गोंगाट ऐकून ती खिडकीपाशी आली आणि तिच्या घराच्या अगदी जवळ चौकात दोन उंच मचाणे उभारलेली पाहून ती दचकली. ॲनाने तिच्या

नोकराणीला बोलावून ती कशाची तयारी आहे आणि लोकांचा गोंधळ का चालला आहे, म्हणून विचारले. तिने सांगितले की, एक गुन्हेगार भिक्षू (पराचिक) आणि एक 'नांग हाम' दोघांना उघडे करून त्यांचा छळ करण्यात येणार आहे, त्यामुळे नैतिकतेच्या बाबतीत लोकांना वचक बसेल. राजाने त्याचा विचार पुन्हा बदलला तर! ॲना घाबरीघुबरी होऊन आता पुढे काय करावे म्हणून विचार करायला लागली, पण राजवाड्याचा मार्ग आता बंद झाला होता. ब्रिटिश वकिलातीचे मि. नॉक्स काहीतरी करू शकले असते, पण एका जंगलावरच्या हक्काच्या संदर्भात ते मौलमीनला गेले होते.

मचाणे जवळजवळ पाच फूट उंच होती. प्रत्येकाला लांब पट्ट्या लावलेल्या होत्या. त्या प्रत्येकाच्या गळ्यात अडकवल्या जायच्या होत्या, म्हणजे ते खाली पडले नसते. त्याची रचना अशी होती, जर त्या दोघांना सजा फर्मावली गेली असती तर त्या खोड्यांनीच त्यांचे गळे आवळले गेले असते. चौकाच्या पलीकडे राजवाड्याच्या तटाच्या भिंतीवर एक लांबलचक शामियाना उभारलेला होता. तेथून राजा आणि दरबारी सर्व सार्वजनिक कार्यक्रम आणि मिरवणुका पाहत असत. ॲना खिडकीशी उभी असतानाच शामियान्याची कवाडे उघडली गेली आणि राजाच्या बैठकीची तयारी करायला गुलाम तिकडे धावले. त्याच्याबरोबरच राजकन्या, राजकुमार, राजस्त्रिया आणि दरबारी लोकांच्या स्त्रिया सगळ्या जणी त्यांची पूर्वीची सखी आणि भिक्षू यांना दिल्या जाणाऱ्या यातना पाहण्यासाठी तेथे येऊन बसले.

ॲना हताशपणे बाहेर पाहत होती, काय बिघडले होते? या घटनेनंतर कित्येक महिन्यांनी तिला पुढची हकिकत कळली. ती राजाच्या येथून निघाली आणि आलेल्या न्यायाधीशाने तोपर्यंत घडलेल्या सर्व घटना राजासमोर ठेवल्या. ते वाचल्यावर राजा पुन्हा चवताळला. त्यातून तो ॲनावरही खवळला होता. त्याने तपतीम आणि फ्रा पालतचा जाहीरपणे शारीरिक छळ करून नंतर त्यांना मृत्युदंड द्यावा, असा हुकूम सोडला. पण त्या इंग्लिश स्त्रीला शिक्षा करण्याचा मार्ग त्याला सुचेना म्हणून त्याने तिच्या घरासमोर छळाची तिकाटणी उभारण्याची आज्ञा दिली आणि त्याच वेळी त्याने जाहीर केले की, यापुढे भविष्यात जो कोणी राजाची इच्छा आणि आनंद याला विरोध करील, त्याला राजा चांगलीच अद्दल घडवील.

तीन वाजण्याच्या जरा आधी छळाची सर्व साधने आणून तिकाटण्याच्या शेजारी लावली गेली. थोड्या वेळाने तुताऱ्यांच्या निनादाने शाही स्वाऱ्या हजर झाल्याची सूचना दिली गेली. राजपरिवारातले सगळे जण, दरबारी शामियान्यात हजर झालेले दिसत होते. अचानक जमावाने एक आरोळी ठोकली. राजवाड्याच्या बाजूने सैनिक दोन्ही बंद्यांना घेऊन आले. भिक्षूला चालताही येत नव्हते, त्याला धरून उजवीकडल्या तिकाटण्यावर चढवले गेले. तपतीम शांतपणे डावीकडल्या तिकाटण्यावर स्वतःच

चढली. तिचे तिकाटणे ॲनाच्या एका खिडकीजवळ होते. खिडक्या बंद होत्या, पण तिला लॅटिसमधून बाहेरचा सगळा देखावा पूर्ण दिसत होता. तिला दिसले की, फ्रा पालतने दुःख आणि प्रेम भावनांनी परिपूर्ण अशी एक नजर तपतीमकडे टाकली.

तपतीमचे हात आता साखळदंडांनी बांधलेले नव्हते तर तिने छातीवर त्याची घडी घातली होती. हे दृश्य आनंदाने बघण्यासाठी जो जमाव खाली जमला होता त्याच्याकडे तिने एक संथ नजर टाकली. या बंदिवानांच्या वेदनांच्या किंकाळ्यांचे ते जनावरांसारख्या क्रूर आरोळ्यांनी स्वागत करणार होते. पण त्या मुलीच्या वर्तणुकीतल्या कोणत्यातरी गोष्टीने त्यांना एकदम गप्प केले. तपतीमच्या संथ स्थिरतेच्या अनिर्वचनीय दडपणाने ते दबून गेले होते आणि काहींचा ती निरपराधी आहे, यावर विश्वासही होता. त्यांनी ती हौतात्म्य पत्करत असल्याप्रमाणे, वंदन करण्याच्या हेतूने तिच्यासमोर लोटांगण घातले. तिचे लाल उत्तरीय हवेत ध्वजाप्रमाणे फडकत होते. त्यावरून ॲनाची दृष्टी हटेना. त्या सर्व दृश्यातील भयानकतेने जणू तिची नजर तेथे बांधली गेली होती आणि ती तशीच खिडकीवर रेलून ते दृश्य पाहत होती.

दोन्ही बाजूंच्या तुतारीवाल्यांनी तुताऱ्या वाजवून त्या दोघांना कोणत्या गुन्ह्याखाली पकडले आहे तो गुन्हा सांगितला. दहा हजार डोळे तपतीम आणि पालतवर खिळले होते, पण जमावाच्या तोंडून आवाज येत नव्हता. पुन्हा तुताऱ्या वाजल्या आणि त्या दोघांचे अपराध आणि त्याबद्दलची शिक्षा मोठ्याने वाचून दाखवली गेली. आता तेथील शांती एकदम भंग पावली. जमावातून मोठमोठ्या आरोळ्या दुमदुमू लागल्या. त्या हलत्या खांबावर बांधलेल्या आणि स्थिर उभ्या असलेल्या तपतीमवर अर्वाच्य शब्दांचा वर्षाव व्हायला लागला. ते गलिच्छ वादळ ती ज्या शांतपणे पेलत होती, त्यामुळे असे वाटत होते की, तिचा आत्माभिमान कमी करू शकेल, अशी कुठलीच गोष्ट नव्हती. तिच्या चेहऱ्यावर भराभर रंग येत होता, जात होता, मध्येच ती पांढरी फटफटीत पडायची आणि तिच्या डोळ्यांतून राग, विखार ओकत होता. तिला भीती तर नक्कीच वाटत असेल, पण ती तिच्या चेहऱ्यावर दिसत नव्हती आणि तिच्या वृत्तीतही दिसत नव्हती.

पुन्हा एकदा तिसऱ्यांदा तुताऱ्या वाजल्या. मृत्युदंड देणारे लोक वरती मचाणावर चढताच पुन्हा एकदा शांतता प्रस्थापित झाली. तेथे तपतीमचा पाशवी छळ करण्यात येणार होता. आसुडाचे फटके पाठीवर पडायला लागले. आता तिच्या गळ्यातल्या उत्तरीयापेक्षाही तिची पाठ लालभडक झाली होती. सुरुवातीला ॲनाला असे वाटले की, तिची सहनशक्ती त्या छळापुढे कमी पडेल. वेदनांनी कळवळून तपतीम शाही प्रेक्षकांसमोरून अर्धी वळली होती. मध्येच तिचे शरीर तडफडायचे आणि ती चेहरा हातात लपवायचा प्रयत्न करायची, पण पुढच्याच क्षणी अतिशय

प्रयत्नपूर्वक, जिवाच्या आकांताने पुन्हा सरळ उभी राहायची आणि एखाद्या चांदीच्या घंटेसारखा तिचा मधुर घनगंभीर आवाज चौकातून घुमला, "मी पाप केलेलं नाहीय, फ्रा पालतने पाप केलेलं नाहीये, आम्ही निष्पाप आहोत. त्या आकाशस्थ भगवान बुद्धांना हे माहीत आहे."

तिची वाक्ये जेमतेम पूर्ण होण्यापूर्वीच त्या खोडाच्या तरफांनी तिचा गळा दाबून तिला पुढे फेकले गेले आणि जीवघेण्या किंकाळीने ॲनाचे हृदय जणू तलवारीने कापल्याप्रमाणे कापत गेले. तपतीम बेशुद्ध झाली होती आणि वैद्यांनी तिला पुन्हा शुद्धीवर आणले आणि पुन्हा तिला यातना देणे सुरू झाले. पुन्हा एकदा तिचा आवाज सगळीकडे घुमला. आता तर तो पहिल्यापेक्षाही मधुर होता. गात असल्यासारखा होता, "मी पाप केलेलं नाही, खुन फ्रा पालतनं पाप केलेलं नाही. पवित्र भगवान बुद्धांना हे माहीत आहे."

एकामागून एक यमयातना देणाऱ्या साधनांचा उपयोग केला जात होता, जी तिला न मारता तिच्याकडून कबुलीजबाब वदवून घ्यायला समर्थ ठरू शकत होती, पण तिने कोणताही कबुलीजबाब दिला नाही, दयेची भीक मागितली नाही. अतिशय दैवी प्रतिकारशक्तीने ती ते छळ करणारे न्यायाधीश आणि राजा यांचा सामना करत राहिली. तिच्या जिवापेक्षा त्या भिक्षूची प्रतिष्ठा तिच्या दृष्टीने जास्त मोलाची होती. "सगळा गुन्हा माझा होता, मी स्त्री होते, हे फक्त मला माहीत होतं, त्यांना नाही," हे तिचे शेवटचे शब्द ॲनाने ऐकले.

त्यानंतर ॲनाने काही पाहिले नाही, काही ऐकले नाही. तिच्या खिडकीखाली जे काही चालले होते, ते बघण्याची, सहन करण्याची क्षमता तिच्यात उरली नव्हती. तिची शुद्ध हरपली आणि त्यापुढे काय झाले, ते तिला कळले नाही.

ती जेव्हा शुद्धीवर आली तेव्हा घर एकदम शांत होते. अशक्त, चोळामोळा होऊन फरशीवर पडलेली असताना खोली सावल्यांनी भरून गेल्याचे तिला जाणवले. बाहेर आवाज ऐकू येत नव्हता. ती तेथे तशी का पडली आहे, हे आठवायला तिला काही वेळ लागला. मग ती भयभीत होऊन जागीच उठून बसली आणि खिडकीच्या पट्ट्यांमधून खाली पाहायला लागली. मचाणे गेली होती. चौकात कोणी नव्हते. सूर्य मावळला होता. घरापलीकडच्या मैदानावर काही दिसतेय का ते ती डोळे ताणून पाहू लागली. कसल्यातरी वासाने भरलेले दाट धुके तेथे होते आणि भयावह स्मशानशांतता होती.

शेवटी तिला अंधारातून कोणीतरी तिच्याकडे येत असलेले दिसले. तिची नोकराणी आसपास कुठे दिसत नव्हती म्हणून ती उठून धडपडत खाली गेली आणि दरवाजा उघडला. तिच्याकडे फिम आली होती. ती गुपचूप आली होती. तिने त्या दोघांचा शेवट कसा झाला ते सांगितले. राजाच्या आज्ञेवरून दोघांना जिवंत

जाळण्यात आले. इतका छळ सोसूनही दोघांपैकी कोणीही काहीही सांगितले नाही, अखेरीस छळ थांबवण्यात आला. त्यांना ही भीती वाटायला लागली होती की, त्यांना जिवंत जाळण्यापूर्वीच ते मरून जातील. त्यांना रस्त्यातून फरफटत, ओढत 'वाट साकेत'कडे नेण्यात आले आणि शहराबाहेरच्या सार्वजनिक दफनभूमीत जिवंत जाळण्यात आले. सर्व लोक त्यांचे धैर्य आणि सहनशक्ती बघून अतिशय स्तंभित झाले होते.

फिमच्या चेहऱ्यावर ते सांगताना हृदयातली सगळी तळमळ, धग एकवटली होती. लोकांचा राग हळूहळू वाढत चालला होता आणि त्या दोन चुगलखोर भिक्षूंविरुद्ध सुरू झालेली कुजबुज वाढायला लागली होती. आपल्या मालकिणीच्या शेवटाचे वर्णन करताना दाट भुवयांखालचे तिचे डोळे धगधगत होते. ज्वालांनी वेढली गेलेली तपतीम चेंदामेंदा झालेले तिचे हात उंच उभारून क्षीण पण स्पष्ट आवाजात शेवटपर्यंत हेच बोलत होती, ''मी पवित्र आहे आणि माझे स्वामी भिक्षू पालतपण पवित्र आहेत. ते हात मला खोटं बोलायला भाग पाडू शकले नाहीत. भगवान बुद्ध मी आणि मला दोषी ठरवणारे यांच्यात निवाडा करतील.''

सर्व लोकांना भिक्षू पालत आणि तपतीम यांच्या निरपराधित्वाची खात्री पटली होती आणि त्यांनी आता त्या चुगलखोर भिक्षूंना फासावरच चढवले असते, पण ते आधीच तेथून पळाले होते.

फिम शोकावेगाने व्याकूळ झाली होती. तिच्या मालकिणीच्या अतिशय शूर वागण्यानेच तिचे प्राण वाचले होते. शेवटपर्यंत तपतीम तिच्या पळून जाण्यात इतर कोणाची मदत होती, हे नाकारत राहिली होती. ज्या ठिकाणी तपतीम आणि फ्रा पालतचा छळ केला गेला होता त्या ठिकाणी दर सातव्या दिवशी जाऊन फिम फुले वाहायची आणि धूप जाळायची. तिला ही खात्री वाटत होती की, त्यांचे अशरीरी आत्मे तेथे संध्याकाळी घुटमळत असतात. जेव्हा-जेव्हा ती ॲनाला भेटायची तेव्हा -तेव्हा ती खात्रीने हेच सांगायची की, संध्याकाळच्या सुगंधी हवेत तिला त्यांचे कण्हण्याचे आवाज ऐकू येतात आणि ते अधिकाधिक आर्त होत वाढत जातात. ते दोघे बरोबर रडताहेत हे तिला जाणवत असते. मग ते वाढत जाऊन त्यांचा एकच स्वर तयार होतो आणि हळूहळू ते दूरवर जात नाहीसे होतात.

तपतीमच्या मृत्यूनंतर एक महिनाभर ॲना राजाला भेटलीही नाही. त्यानंतर ताबडतोब तो अयुथियाला निघून गेला होता. तेथे लोक एक मंदिर उभारत होते आणि राजानेही त्याला मदत केली होती. तो परत आला तेव्हा त्याचा भाऊ दुसरा राजा फार आजारी होता आणि नदीच्या मैलभर वरच्या अंगाला असलेल्या त्याच्या राजवाड्यात राजा, वरचेवर त्याला भेटायला जात होता. उरलेला सर्व वेळ तो राजपुत्र चूला लाँग कर्णाच्या युवराज्याभिषेक समारंभाच्या तयारीत गुंतलेला असे.

मोठा भव्यदिव्य असा हा समारंभ व्हायचा होता.

अखेरीस एक दिवस त्याने ॲनाला बोलावणे पाठवले. आजपर्यंत तिला राजाबद्दल कधी एवढी थंड, कोरडी अक्षम्य अशी भावना वाटली नव्हती. डिसेंबरच्या त्या दुपारी ती न्याहारीच्या महालात शिरली, तेव्हा तिचे मन त्याला जराही माफ करायला तयार नव्हते. ती तेथे शिरली, पण त्याने तिच्याकडे लक्ष दिले नाही. तिला पाहिल्याबरोबर त्याने मध्ये काही खंड पडलाच नसल्यासारखे तिच्याशी संभाषण सुरू केले.

"तपतीमबद्दल मला फार वाईट वाटतंय," हे जसे तो म्हणाला तसे ॲनाने त्याच्याकडे निरखून पाहिले आणि त्याच्या अव्यवहारी, वेड्या वृत्तीबरोबरच त्याच्या चेहऱ्यावरचे काही बदल तिला जाणवले. त्याच्या चेहऱ्यावर खराच कष्टी भाव होता.

"माझा आता विश्वास बसतोय की, ती निष्पाप होती म्हणून!" तो सांगत होता, "कारण मला एक स्वप्न पडलं आणि त्यात ती आणि फ्रा पालत दोघं जण आकाशात तरंगत आहेत, असं मला दिसलं. त्यांनी खाली वाकून माझ्या खांद्याला स्पर्श केला आणि मला म्हणाले, 'आम्ही निरपराध होतो. पृथ्वीवर असताना सदासर्वकाळ आम्ही तसेच होतो आणि पाहा आता आम्ही आनंदात आहोत.' अशा तऱ्हेने मला सांगून झाल्यावर ते उंच आकाशात वर वर चढत गेले आणि दिसेनासे झाले. मला अतिशय पश्चात्ताप झाला आणि तुमच्या न्याय्य विचारबुद्धीबद्दल मला फार आदर वाटला. परंतु अशा गुन्ह्यांच्या बाबतीत आमचे कायदे फार कडक आहेत, पण आता त्या दोघांच्या स्मृतिप्रीत्यर्थ मी एक स्मारक उभारायचं ठरवलं आहे."

आणि त्याने त्याप्रमाणे केले. वाट साकेतमध्ये ज्या ठिकाणी त्यांना जाळले गेले होते तेथे दोन उंच आणि बारीक चेदी उभारल्या गेल्या आणि प्रत्येकीवर हे शब्द कोरलेले होते,

'सूर्य पुन:पुन्हा उगवतील आणि मावळतील, पण शूर आणि पवित्र असे पालत आणि तपतीम पुन्हा पृथ्वीवर अवतरणार नाहीत. जन्म-मृत्यूचे चक्र फक्त निर्वाण प्राप्तीनंतर थांबते या कल्पनेवर पूर्ण विश्वास असल्याने त्याचे हे शब्द त्याच्या विश्वासाचे साक्षी होते की, पालत आणि तपतीम त्यांच्या पावित्र्यामुळेच जन्म-मृत्यूच्या फेऱ्यातून सुटले आहेत.'

■

यौवराज्याभिषेक

१८६५च्या शेवटच्या महिन्यामध्ये ॲनाला हे स्पष्टपणे जाणवत होते की, राजपुत्र उंच होतोय. त्याच्या कुडत्याच्या बाह्यांमधून त्याची मनगटे खाली आली होती. चेहऱ्याची गोलाई आणि गोंडसपणा नाहीसा झाला होता. तिने १८६२ साली ज्याला शिकवायला सुरुवात केली होती, त्या मुलाहून आताचा हा मुलगा खूप उंच आणि बारीक होता.

त्याचा लवकरच राज्याभिषेक व्हायचा होता. त्यामुळे सर्व राजवाडा त्याबाबतच्या उत्सुकतेने भारून गेला होता. राजपुत्र आता तेरा वर्षांचा होता आणि लवकरच तो भिक्षू म्हणून दीक्षा घेणार होता. कारण ही दीक्षा वयाच्या १४व्या वर्षांच्या आत व्हायला हवी होती. त्या वेळेस बौद्ध धर्माच्या रिवाजांनुसार त्याच्या डोक्याचे आणि भुवयांचे मुंडण व्हायचे होते. ब्राह्मणांच्या हस्ते एक भव्य समारंभ व्हायचा होता, पण तत्पूर्वी एक कमी थाटामाटाचा समारंभ व्हायचा होता. त्याचे नाव 'सोकन'. बालपणापासूनच त्याच्या डोक्यावर काही केस न कापता ठेवलेले होते. या विधीनुसार ते आता उतरवले जायचे होते.

राजकुमार जन्मल्या दिवसापासून राजा माँगकुत त्याला राज्याचा उत्तराधिकारी म्हणून नेमण्यासाठी अधीर झाला होता. त्या देशाच्या कायद्यानुसार प्रत्येक सम्राटाचा उत्तराधिकारी नेमण्याचे अधिकार राजाच्या बरोबरीने सेनाबोदीचेही होते आणि राजा माँगकुतला नेहमी ही भीती वाटायची की, त्याचे मंत्रिमंडळ त्याचा वारसदार म्हणून राजपुत्र चूला लाँग कर्णाऐवजी त्याचा धाकटा भाऊ – दुसरा राजा याची निवड करतील, कारण पूर्वीच्या मंत्रिमंडळातील, राजवाड्यातल्या कटकारस्थानांमधून शिल्लक राहिलेले काही लोक अजूनही हयात होते आणि त्या लोकांमध्ये अल्पवयीन राजा नेमण्याबद्दल फारसे अनुकूल किंवा चांगले मत नव्हते, परंतु आपले ईप्सित राजा माँगकुत अप्रत्यक्ष पद्धतीने साध्य करू शकत होता. त्यातल्या ज्या काही जणांना राजाचा भाऊ म्हणजेच दुसरा राजा हा राजा व्हावा अशी महत्त्वाकांक्षा होती ती माँगकुतच्या राजा होण्यामुळे मारली गेली होती. त्यामुळे माँगकुतच्या मनात सतत ही भीती होती की, चूला लाँग कोर्णलाही अशा रितीने डावलले जाऊ शकेल. म्हणून

या राजपुत्राला सरदारांच्या आणि लोकांच्या नजरेत भरवण्यासाठी त्याला जे काही करणे शक्य होते, ते सर्व तो करत होता.

आता त्याने फार मोठा मुंडण समारंभ आयोजित केलेला होता. सयामच्या लिखित इतिहासात पहिल्यांदा असा समारंभ नोंदवला जाणार होता. शंकराने जेव्हा गणपतीचे प्रथम मुंडण केले तेव्हापासून हा 'सोकन'चा धार्मिक उत्सव सुरू झाला असे मानले जाई. म्हणून या समारंभात त्याने स्वत: शिवाची भूमिका करायचे ठरवले. त्यामुळे त्याचा मुलगा हा गणेश असणार होता. या एवढ्या गोष्टीमुळेच त्या समारंभाचे महत्त्व इतरांच्या मनावर ठसवले जाणार होते आणि सर्व राज्याला राजाची काय इच्छा आहे ते जाहीरपणे सांगितले जाणार होते. राजाने सयाम आणि कंबोडियाच्या सर्व नोंदी शोधून काढून त्याचे सर्व तपशील मिळवले आणि काही शतकांपूर्वी सयामचा राजकुमार त्याच्या मुंडण कार्यक्रमाच्या वेळी अशा तऱ्हेने मिरवला गेला होता ही नोंद पाहिल्यावर त्याच तऱ्हेने राजकुमार चूला लाँग कोर्णची फक्त आणखी थाटामाटाने आणि आणखी जास्त खर्चीक मिरवणूक काढायची हे त्याने ठरवले. रामायणात वर्णन केलेली आणि कंबोडियाच्या राजाकडून साजरी केली जाणारी ही मिरवणूक नाटकीय थाटामाटाची असणार होती. या कार्यक्रमासाठी कैलास पर्वताचा कसा उपयोग केला गेला होता, याचे वर्णन करणारे काव्यही त्याच्याकडे होते.

संपूर्ण राजपरिवार या कार्यक्रमासाठी जोमाने कामाला लागला होता. जवळजवळ नऊ हजार सुंदर तरुण स्त्रियांना विविध कामे वाटून दिलेली होती. त्यातल्या अतिशय सुंदर रखेल्यांकडे विशिष्ट कामे सोपवलेली होती. राज्याच्या सर्व विभागांतून चांगल्या घरची मुले-मुली अतिशय आकर्षक कार्यक्रमात भाग घेण्यासाठी म्हणून आणली गेली होती.

राजवाड्यातल्या बागेत कैलास पर्वत म्हणून एक कृत्रिम टेकडी उभारण्यात आलेली होती. ती पन्नास फूट उंच होती आणि तळाशी तिचा परीघ ३०० फुटांहून जास्त होता. तिचा सांगाडा सागवानाचा होता आणि त्यात शिखरे, दऱ्या, गुहा हेही तयार केले होते. त्या सगळ्यावर धातूसारखा दिसणारा कागद चिकटवलेला होता. त्यामुळे त्याचे काही भाग लोखंडाचे, तर काही तांब्याचे, काही पितळेचे, काही जस्ती किंवा सोन्या-चांदीचे दिसत होते. त्याच्या शिखरावर एक सुवर्णमंदिर उभारलेले होते. त्यात अतिशय उत्तम, महाग गालिचे व पडदे लावलेले होते. त्याचा कलश आणखी दहा फूट उंच हवेत चढलेला होता. दोन फिरत्या चांदीच्या चक्रांवर आरसे बसवून ती चक्रे मंदिराच्या पूर्व आणि पश्चिम दरवाजांवर बसवलेली होती. सूर्य आणि चंद्र यांची ती निदर्शक होती.

त्या टेकडीच्या दोन मुख्य ठिकाणी पहाऱ्यासाठी पांढरेशुभ्र हत्ती होते. तसेच

एक पवित्र बैल, एक घोडा आणि एक सिंह यांच्या प्रतिमा चक्रावर बसवल्या होत्या. या प्रतिमा गोलगोल फिरत राहतील अशा तऱ्हेने त्यांची यांत्रिक रचना केलेली होती. धार्मिक कार्यक्रमाच्या वेळी एका प्रसंगी त्यांना एकत्र आणून त्यांच्या तोंडून ब्रह्मपुत्रेच्या पवित्र जलाचा वर्षाव संगमरवरी घंगाळात उभ्या राहिलेल्या राजकुमारावर व्हायचा होता. प्रत्येक प्रांतातल्या आणि मांडलिक असलेल्या राज्यातल्या अधिकाऱ्यांना बोलावणी पाठवली गेली होती. तसेच राज्यभरच्या पुरोहितांनाही कार्यक्रमात भाग घेण्यासाठी बोलावले गेले होते आणि या भव्य समारंभप्रसंगी प्रत्येक राष्ट्र आपले प्रतिनिधी पाठवणार होते.

३१ डिसेंबर, १८६५ या नववर्षाच्या पूर्वसंध्येला 'दूसित महाप्रासादा'त निवडक भिक्षू त्या प्रसंगास योग्य अशी स्तोत्रे म्हणण्यासाठी, पाठ म्हणण्यासाठी जमले. त्याच वेळी ब्राह्मण यासाठी मुद्दाम उभारण्यात आलेल्या मंदिरात त्यांची नेमलेली विशेष धार्मिक कार्यं करत होते. पहिले तीन दिवस हीच पद्धत चालू होती. सकाळी बौद्ध भिक्षू आणि ब्राह्मण दोघेही आपापल्या पद्धतीने धार्मिक कृत्ये करत असत. दुपारी राजकुमाराला पालखीत बसवून राजमहालातून 'दूसित महाप्रासात'कडे लांबवरच्या मार्गाने मिरवत नेले जाई. तेथे राजा त्याची वाट पाहत असे. नंतर दोघे मिळून मूर्तीसमोर मेणबत्त्या पेटवत आणि धूप-अगरबत्त्या जाळत. नंतर त्याच पालखीत बसून दोघे जण पुन्हा त्याच मार्गाने राजवाड्यात परत येत.

ही मिरवणूक तंतोतंत, राजाने सांगितलेल्या मार्गाने जात असे. प्रथम सुवर्णछत्र धरणारे छत्रधारी येत. मग चामरधारी आणि मोठमोठी सुवर्णपत्रे सावलीसाठी धरणाऱ्या व्यक्ती येत. त्यानंतर चारशे दणकट लढाऊ स्त्रिया येत. त्यांच्या अंगावर हिरवी आणि सोन्याच्या जरीची चिलखते असत. त्यांच्या मागे सोनेरी वस्त्रातल्या बारा मुली असत. त्यांच्या डोक्यावर विलक्षण शिरोभूषणे असत आणि त्यांच्यावर मूल्यवान रत्ने जडवलेली असत. त्या ढोलकीच्या तालावर तालबद्ध पदन्यास करत चालत असत. या सगळ्या समूहांच्या मध्यभागी तीन अतिसुंदर मुली चालत असायच्या. एकीच्या हातात मोरपिसांचा पंखा असे आणि इतर दोघींच्या हातात सोने आणि चांदीच्या फांद्या. त्यावर पाने आणि दुर्मीळ फुले चमचमत असत. त्या दोन्ही मुलींच्या बाजूला दोन रक्षक धात्री असत.

त्यांच्यामागे दरबारी ब्राह्मणांचा समूह मोठ्या दिमाखात चालत असायचा. त्यांच्या हातात भाजलेले तांदूळ ठेवलेले सोन्याचे वाडगे असत आणि त्यातून ते तांदूळ दोन्ही बाजूंना विपुलतेचे प्रतीक म्हणून उडवत असत. त्यांच्यापाठोपाठ दुसरा ब्राह्मणांचा समूह हातात छोटी ढोलकी घेऊन ती वाजवत चालत असे. त्यांच्यापाठोपाठ उत्कृष्ट कपडे घातलेले दोन सरदार येत. त्यांच्या हातात कमळाच्या आकाराचे सोन्याचे पिंजरे असत. त्यात दोन स्वर्गीय पक्षी असायचे की, ज्यांच्या सुमधुर

आवाजाने हिंस्र जनावरेही संमोहित होऊन जातात, अशी कल्पना होती. त्यांच्या मागोमाग असत सरदारपुत्र, सोन्याच्या दागिन्यांनी लगडलेले. त्यानंतर राजाचे जपानी अंगरक्षक. त्यांच्या तोंडावर भयभीत करून टाकणारे, शिंगांचे मुखवटे असत. खेरीज रंगीबेरंगी चिलखत आणि पट्टेदार विजारी असा त्यांचा पोशाख असे. यानंतरची मुलांची रांग भारतातील लोकांचे पोशाख दाखवत असे. मलायी मुले त्यांच्या वैशिष्ट्यपूर्ण मलायी पोशाखात असत तर चिनी आणि सयामी मुले इंग्रजी पोशाखात असत. अखेरीस राजाचे पायदळ सैन्य आणि त्यांच्या अग्रभागी असलेली व्यक्ती कंपनी युरोपियन पोशाखात असे.

या लांबलचक रांगेच्या बाहेरच्या बाजूने पाच हजार माणसे गुलाबी पायघोळ झगे आणि डोक्यावर उंच निमुळत्या टोप्या घालून चालत असत. ते सगळे जण काळजीवाहू संरक्षक देवदूत होते आणि ते विविध देशांची काळजी घेत होते, अशी कल्पना होती. त्यानंतर लालभडक पोशाखातले संगीतकारांचे जथे, विविध पक्ष्यांचे आवाज काढत तसेच झाडांवरून खाली पडणाऱ्या फळांचे आवाज आणि पवित्र पर्वताकडे वाटचाल करत असताना, त्या काल्पनिक अरण्यामधून जात असताना दूरवरून ऐकू येणारे वाहत्या झुळझुळ पाण्याचे आवाज काढत.

यानंतर येई खुद्द राजपुत्राची स्वारी राजाच्या पालखीत बसून. त्याच्या चेहऱ्यावर गांभीर्य आणि रुबाबदारपणा होता. त्याचा पायघोळ अंगरखा अतिशय सुंदर, पांढऱ्याशुभ्र रेशमाचा होता. त्याच्यावर सोन्याच्या तारांनी भरतकाम केलेले होते. डोक्यावर एक छोटासा रत्नजडित मुकुट होता. हा मुकुट त्याच्या वडिलांच्या अशा विशेष प्रसंगी घालायच्या मुकुटाची प्रतिकृती होता. पायात आणि दंडात सोन्याची जाडजूड कडी होती.

त्याच्यापाठोपाठ अतिशय उच्च कुळातल्या चार मुली होत्या. त्यांच्या हातात पानदान, पिंकदाणी, पंखा आणि तलवार या वस्तू होत्या. ही त्याच्या दर्जाची मानचिन्हे होती. त्यांच्यामागे इतर सत्तर मुली होत्या. त्यांनी आपल्या हातात सोन्याची भांडी आणि राजकुळातल्या राजकुमारालाच शोभून दिसतील, अशी साधनसामग्री अत्यंत आदरपूर्वक धरलेली होती. त्यांच्यामागे आणखी कितीतरी मुली उजव्या खांद्यावर सोन्याचे पंखे घेऊन चालत होत्या.

त्यांच्यामागे मोठ्या संख्येने, सरदारांची मुले आणि मुली उड्या मारत येत. त्यांच्याही अंगावर त्यांचे आईवडील देऊ शकतील तितके मूल्यवान कपडे होते आणि तेसुद्धा सोन्याच्या दागिन्यांनी मढलेले होते. त्यानंतर विशेषाधिकार असलेल्या राजवाड्यातल्या तरुण मुली, वैयक्तिक सेविका, राजाच्या रखेल्या या सगळ्यांनी मुलांपेक्षा जरा कमी शोभिवंत कपडे घातलेले होते. डोक्यावर सोन्याचे मुकुट आणि गळ्यात अतिशय सुंदर घडवलेल्या सोन्याच्या साखळ्या, अंगठ्या असे अनेक

सोन्याचे दागिने घातलेले होते. त्यानंतर चेहऱ्यावर भरपूर रंगरंगोटी केलेले सयामी स्त्रियांचे जमाव आले. त्या युरोपियन पोशाखात होत्या. दुसरी काही मुले आणि स्त्रिया चिनी पोशाखात होत्या. जपानी स्त्रियांच्या अंगावर अतिशय उंची, रेशमी, पायघोळ पोशाख होते. त्यांच्यापाठोपाठ भारतीय आणि इतर काही स्त्रिया, सगळ्यात शेवटी गुलाम आणि राजकुमाराच्या आश्रित स्त्रिया होत्या.

चार जानेवारीला ही सगळी धामधूम शिगेला पोचली. प्रत्येक जण अतिउत्साहात होता, कारण तो प्रत्यक्ष मुंडणाचा दिवस होता. 'महाप्रासात'कडे जाणारा रस्ता कमी करण्यात आला होता आणि मिरवणूक लवकर सुरू झाली. मंदिराजवळ राजकुमाराला काही दासी सामोऱ्या आल्या. त्यांनी हातात नारळाच्या झावळ्यांचे झुबके आणि सोन्या-चांदीच्या फांद्या धरल्या होत्या. त्यांनी राजकुमाराला मंदिराच्या गाभाऱ्यात नेले. तेथे तो एका गालिच्यावर बसला. या गालिच्याच्या किनारींनाही अतिशय भरगच्च अशा सोन्याच्या तारांच्या झालरी लावलेल्या होत्या. हा गालिचा वेदीसमोर अंथरलेला होता. वेदीवर मेणबत्त्या लावलेल्या होत्या आणि विविध तऱ्हेच्या वस्तू नैवेद्य म्हणून ठेवलेल्या होत्या. एक ताडपत्र त्याच्या हातात ठेवले होते. त्यावर काही गूढ शब्द कोरलेले होते.

'मीसुद्धा अगदी सुरुवातीपासून ज्या वस्तूची अनुभूती घेता येणार नाही, असे दुसरे काही नव्हतो; परमात्माच होतो. त्यानंतर हा जो 'मी' आहे आणि 'तो' की जो मीच असला पाहिजे. माझ्याखेरीज जगाचे पहिले कारण जे दिसत नाही किंवा मनात उमटत नाही, त्यावर विश्वास ठेवता येतो. कारण, ते न दिसणे हे माया किंवा भ्रम आहे... आणि तो अंधारातल्या प्रकाशासारखा आहे.'

त्याच्या दुसऱ्या बाजूला हे वाक्य कोरलेले होते- 'मला तुझी अनंत अमर्याद महत्ता आणि माझे स्वत:चे क्षुद्रत्व यावर सतत चिंतन करत राहू दे. त्यामुळे माझ्या जीवनातील सर्व प्रश्नांची उत्तरे मला मिळतील आणि माझ्या मनाला निर्वाणाच्या वाटेवर मार्गदर्शन मिळत राहील.'...इ.

सर्व राजकुमार, सरदार, वरिष्ठ अधिकारी तसेच जे ब्राह्मण पुढचे विधी करणार होते, ते सर्व जण, बौद्ध भिक्षूंचा जथा, संगीतकार, तुतारीवाले आणि शंखवादक असे सर्व जण तेथे जमले होते. उपाध्यायांनी मंत्र सुरू केले. एका ब्राह्मणाने कापसाचे धागे राजकुमाराच्या हातात ठेवले. त्याची टोके त्यांनी पवित्र पर्वत तसेच मंदिर यांच्याभोवती फिरवून आणून गाभाऱ्यात आणली. तेथे ते धागे राजकुमाराच्या डोक्याभोवती गुंडाळले गेले. तेथून वेदीभोवती नऊ धागे फिरवले गेले. मग ते प्रमुख ब्राह्मणाच्या हाती दिले गेले. त्या धाग्यांची वर्तुळामागून वर्तुळे तयार केली गेली. त्या कृतीतून 'ॐ' हा गूढ अर्थ प्रतीत होत होता.

राजाने शंखातून 'तेजस्वी पाण्या'चे काही थेंब उपाध्यायांच्या डोक्यावर शिंपडले

आणि तुताऱ्या, शंख व इतर वाजंत्र्यांनी ही सर्व वाद्ये एकदम वाजवून मुहूर्तवेळ आल्याचे सूचित केले. राजाने मग ब्राह्मण, उपाध्यायाच्या हाती सोन्याची कात्री आणि मुलामा चढवलेला वस्तरा दिला. राजकुमाराच्या डोक्यावरचे जावळ त्याच्या बालपणापासून वाढलेले होते. त्याची पुढची बट त्याने कापली, नंतर त्याचे सर्व डोके तासले गेले.

प्रथम राजा मंदिरातून बाहेर आला आणि आठ माणसांच्या शाही पालखीत बसून तेथून निघाला. तो कैलास पर्वताकडे निघालेला असताना त्याच्या डोक्यावर अठरा फूट घेराचे छत्र धरले गेले होते. कैलास पर्वतावर पोचून तेथे तो राजकुमाराची वाट पाहणार होता. आता पुढे ते विलक्षण नाटक होणार होते. त्यातल्या मुख्य भूमिका राजा, क्रालाहोम आणि परराष्ट्रमंत्री फ्रा क्लांग यांच्या होत्या.

शाही स्वाऱ्या त्या पर्वताच्या, सर्व बाजूंनी बंद मंडपात पोचताच अनेक भयानक दैत्य प्रचंड मोठ्या गरुडांवर बसून पूर्वेच्या बाजूने तेथे आले. ते रामायणात वर्णन केलेले यक्ष होते आणि त्या पवित्र पर्वताचे सर्व बाजूंनी सर्व अभद्र गोष्टींपासून रक्षण करण्यासाठी त्यांची नेमणूक झाली होती. तेथून थोड्या अंतरावर भुसा भरलेल्या मोरांच्या आसपास योद्ध्यांच्या पोशाखात तरुण माणसे होती. ते व्हाइसरॉय, गव्हर्नर आणि सयामच्या मांडलिक राज्यांच्या प्रमुखांची भूमिका करत होते. ते समारंभाचा एक नाच करत सावधपणे यक्षांच्या समोर आले. येताना ते 'चला पवित्र पर्वताकडे जाऊ या,' असा उद्घोष करत होते.

यक्षही त्याच तालात नाचत आणि उद्घोष करत या आत घुसू पाहणाऱ्या लोकांकडे निर्देश करत गात होते,'चला त्या सर्वांना ठार करू या.'

यक्ष नाचताहेत, गात आहेत आणि राजकुमार, राजे, गव्हर्नर यांच्यावर वार करून त्यांना एकामागून एक खाली पाठवताहेत. एकतर जखमी किंवा मृत होऊन! जेव्हा लहान राजकुमार पालखीत बसून तेथे आला तेव्हा हे सर्व नाटक थांबले. पर्वताच्या पायथ्याशी एक गुहा होती. त्या गुहेत एक तळे होते हे तळे खऱ्या कैलास पर्वताच्या पायथ्याशी असलेल्या 'अनाहत' सरोवराचे निदर्शक होते. तेथपर्यंत त्या छोट्या राजकुमाराला नेले गेले आणि तेथे एका शिळेवर बसलेल्या राजाच्या शेजारी त्याला बसवले गेले. पांढरा शुभ्र हत्ती – ऐरावत, पवित्र बैल – नंदी, घोडा आणि सिंह एकत्र आणले गेले आणि त्यांच्या तोंडातून पवित्र जलाचा वर्षाव करवून त्याला पवित्र केले गेले. त्यानंतर राजाने त्याला मोठ्या शंखातील पाण्याने स्नान घातले. तसेच राजकुमाराचे काके, मामे, दक्षिण आणि उत्तरेकडील मुख्य मंत्री आणि अखेरीस ब्राह्मणांचा प्रमुख या सर्वांनी त्याला त्याच पद्धतीने स्नान घातले. त्यानंतर राजपुत्राला मंडपाकडे नेण्यात आले. तेथे राजस्त्रियांनी त्याचे ओले कपडे बदलले. आताही हे कपडे पांढरेच होते, पण आणखी उत्तम रेशमाचे होते आणि त्याच्या डोक्यावर रत्नजडित मुकुट चढवला गेला.

या दरम्यान राजा त्या पर्वतावरच्या कक्षात विश्रांतीसाठी गेला. हा कक्ष म्हणजे शंकराचे निवासस्थान होता. जेव्हा छोटा राजकुमार तयार झाला, तेव्हा राजाने आपल्या दोन स्वर्गीय सेवकांना खाली पृथ्वीवर उतरून त्याला पर्वतशिखरावर घेऊन येण्यास सांगितले. तेथे तो आपल्या वारसाला आशीर्वाद देण्यासाठी वाट पाहत होता. त्यानंतर राजाने राजकुमाराला लोकांसमोर दर्शनासाठी नेले आणि लोकांनी त्याच्यासमोर तीन वेळा लोटांगण घालून आपला आदर व्यक्त केला. त्यानंतर दोघेही जण पुन्हा पॅगोडात शिरले आणि राजाने आशीर्वादाचे खालील शब्द पाली भाषेत उच्चारले –

'तू जो पवित्र पाण्याने स्नान करून बाहेर आला आहेस, त्यात तुझी सर्व पापे धुतली जावोत. तू इतर जन्मांच्या फेऱ्यातून मुक्त होवोस. तुझ्या हृदयात प्रकाशाचे तेज धारण केले जावो की, ज्याप्रमाणे ते श्रेष्ठ बुद्धाला निर्वाणाला नेण्यासाठी मार्गदर्शक ठरले. तसे ते तुला ठरो आणि यापुढे निरंतर.'

मग राजाने, त्याने स्वत:ने घातलेल्या मुकुटाहून मोठा रत्नजडित मुकुट राजकुमाराला भेट म्हणून दिला. तसेच इतर मानचिन्हेही दिली. त्यानंतर राजा तेथून निघून गेला आणि राजपुत्राला पुन्हा पालखीकडे आणले गेले. चित्रविचित्र कपडे घातलेल्या तरुण पुरुषांच्या दोन रांगा तेथे दोन बाजूस होत्या. ते सगळे जण रक्षक देवदूत म्हणून होते. त्यांनी हातात जांभळ्या दोऱ्या धरल्या होत्या आणि झऱ्याभोवती दहा फूट अंतरावर ते उभे होते. राजपुत्राची पालखी आणि सुरुवातीपासून जे त्याच्याबरोबर होते, ते सर्व जण शाही मिरवणुकीने या दोन रांगांमधून चालू लागले. त्यांनी त्या मंडपाच्या आतल्या बाजूने पर्वताला तीन प्रदक्षिणा घातल्या. त्यानंतर त्या रांगांमधून न जाता दोन प्रदक्षिणा घातल्या. त्यानंतर ही सर्व मिरवणूक परत फिरली. जसे सगळे धार्मिक समारंभ संपले तसे सर्व ब्राह्मण आणि उपाध्यायांना शाही जेवण देण्यात आले. त्यानंतर सर्व दरबारी व्यक्ती आणि इतर सर्व लोकांना मेजवानी देण्यात आली.

दुपारच्या सुमाराला 'बैसरी' नावाचे दोन ध्वजस्तंभ उभारले गेले. त्यांच्याभोवती सर्व राजकुमार आणि सरदार वर्तुळ करून उभे राहिले. ते ध्वजस्तंभ जवळजवळ आठ फूट उंच होते. मधला खांब हा लाकडी पायऱ्यांत बसवलेला होता. त्याने पाच गोल खोलगट कड्यांच्या गोलाकार तबकांना आधार दिलेला होता. प्रत्येक वरचे तबक खालच्याहून लहान होते. ही तबके केळीच्या पानांनी बनवलेली होती आणि सोनेरी, चंदेरी कागदाने सुशोभित केलेली होती. त्यांच्यामध्ये थोडा शिजवलेला भात, थोडी मिठाई, थोडे गोड सुगंधित तेल, मूठभर सुगंधित पीठ, शहाळी आणि केळी ठेवलेली होती.

या दोन 'बैसरी'च्या मध्ये राजकुमारासाठी एक सिंहासन ठेवलेले होते आणि त्यावर तीन तबकड्यांचे राजछत्र उभारलेले होते. एका बाजूच्या टेबलावर जवळच

त्याची प्रतिष्ठादर्शक चिन्हे ठेवलेली होती. तो सिंहासनावर बसल्यानंतर एक वैशिष्ट्यपूर्ण प्राचीन विधी करण्यात आला. 'आशीर्वाद देणे' या स्वरूपाच्या त्या विधीचे नाव 'वियन थियन' किंवा 'दिव्याने ओवाळणे' असे होते. निवडक सरदार आणि राजकुमार सिंहासनाभोवती जमले. त्यांचा उजवा खांदा कायम राजकुमाराकडे होता. ते त्याच्याभोवती प्रदक्षिणा घालत असतानाच सोन्याच्या सात मेणबत्त्या एकमेकींवर पेटवत होते आणि राजकुमारापुढे आल्यानंतर ते त्या मेणबत्त्यांनी तीन वेळा राजपुत्राला ओवाळत होते. मग फुंकर मारून मेणबत्त्यांचा धूर मोकळ्या हाताने राजपुत्राकडे ढकलत होते. अशा तऱ्हेने ओवाळत त्यांनी राजपुत्राभोवती नऊ प्रदक्षिणा घातल्या.

त्यानंतर ब्राह्मण उपाध्यायांपैकी मुख्य उपाध्याय राजकुमाराच्या आत्म्याला पाणी देण्यासाठी पुढे आले. हा आत्मा बालपणाच्या काळात इकडेतिकडे भटकत असतो. तो काही काळानंतर शरीरात स्थिरावा, अशी अपेक्षा असते. यासाठी मुलाचा अन्नसेवनाचा कार्यक्रम केला जातो. उपाध्यायांनी बैसरीवरून थोडा भात घेतला आणि तो नारळाच्या पाण्यात कालवून आत्म्याचे अन्न म्हणून राजपुत्राला खायला दिला. त्यानंतर त्यांनी त्याच्या मनगटाभोवती संरक्षक धागे बांधले. सरतेशेवटी त्यांनी आपली बोटे सुगंधी तेलात बुडवली, नंतर मग सुगंधी पिठात बुडवली आणि त्या बोटांनी राजकुमाराच्या उजव्या पावलावर 'अननोलन' हे अक्षर (ॐ) की जे शंकराचे प्रतीक आहे ते काढले आणि यापुढे राजकुमाराच्या मस्तकाला कोणी स्पर्श करायला मनाई केली. राजुपत्राने त्या ॐ चिन्हावरून आपली उजवी तर्जनी फिरवून ते गंध आपल्या भुवयांच्या मधोमध लावले. या विलेपन समारंभातली शेवटची पायरी म्हणजे त्या महाशंखातील अभिषेकजलाने राजाने राजकुमाराच्या डोक्यावर सिंचन करणे. ते अखेरीस राजाने केले.

ज्या समारंभासाठी सर्व राजवाडा कित्येक महिन्यांपासून तयारी करत होता, तो आता संपला. त्यानंतर राजकुमाराच्या पायाशी सोन्या-चांदीच्या भेटी ठेवल्या गेल्या. राजघराण्यातल्याच; पण खूप जवळच्या नसलेल्या व्यक्ती, प्रत्येक सरदार आणि राज्यातील सर्व उच्च पदाधिकारी या सर्वांनी याप्रसंगी भेटी द्याव्यात अशी अपेक्षा होती. असे म्हटले जात होते की, या समारंभाला मिळालेल्या भेटींची किंमत लाख टिकल्सहून जास्त होती. याबाबत राजाने ही आज्ञा दिलेली होती की, आलेल्या भेटींची तपशीलवार काळजीपूर्वक नोंद ठेवली जावी म्हणजे त्या रकमा सहामाही पगाराच्या वेळी परत केल्या जातील.

सलग दोन दिवस बैसरीशी संबंधित कार्यक्रम चालले होते. तसेच राजपुत्रालाही सतत भेटी दिल्या जात होत्या. विधींच्या शेवटच्या दिवशी राजपुत्राचे कापलेले केस नदीपर्यंत समारंभपूर्वक नेऊन नदीत अर्पण केले गेले. ■

कनिष्ठ राजाचा मृत्यू

७ जानेवारी १८६६. राजकुमाराच्या समारंभाच्या नंतरच्या रविवारी ॲना जरा जास्त वेळ झोपलेली होती. गेले सहा दिवस चाललेला उत्सव, मेजवान्या या सर्व धामधुमीने ती थकून गेली होती, अगदी त्या सगळ्या समारंभात तिची स्वत:ची जबाबदारी फार थोडी असली तरी! दहाच्या सुमारास लुई धावत येऊन तिला सांगायला लागला की, कनिष्ठ राजा मरण पावला आहे. ही बातमी तशी अनपेक्षित नव्हतीच. कारण गेल्या कित्येक महिन्यांपासून तो आजारीच होता. डिसेंबरच्या सुरुवातीलाच त्याच्या साराबुरीच्या निवासस्थानातून त्याला बँकॉकला हलवण्यात आले होते. जर तो जावळ-समारंभाच्या आधी गेला तर सर्व राष्ट्राला सुतक येईल आणि सर्व मेजवान्या आणि समारंभ थांबतील अशी चिंता सर्वांनाच लागून राहिली होती. त्यामुळे त्याच्या सगळ्या आयुष्याला, कर्तृत्वाला बट्टा लागला असता म्हणूनच की काय, तो जणूकाही कार्यक्रम संपेपर्यंत थांबून राहिला होता.

ॲना पुन्हा उश्यांवर रेललेली. तिच्या मनात सहानुभूतीचे विचार तरळून गेले. "अखेरीस तो सुटला तर!" या राजाला प्रत्येक युरोपियन व्यक्ती गेल्या तीस वर्षांपासून 'राजघराण्यातली अतिशय विद्वान आणि प्रगत व्यक्ती' म्हणून ओळखत होती. त्या या व्यक्तीला गेल्या दोन राजवटींत पूर्ण काळ राजकैदी म्हणूनच आयुष्य काढावे लागले होते.

जे-जे युरोपियन त्याला भेटून गेले होते, ते त्याचा उदारमतवादी दृष्टिकोन आणि राजकीय घटनांचे त्याचे अतिशय बुद्धिमान परिशीलन पाहून त्याची प्रशंसा करत. त्याच्या राष्ट्राच्या आशावादी गुणांचे आणि प्रागतिक विचारप्रवृत्तींचे तो प्रत्यक्ष रूप होता. राजा माँगकुतच्या काळात राजकीय वाटाघाटींसाठी विविध वकिलातींमधून जे लोक येत त्यांच्या मनात त्याच्याबद्दल एक राजधुरंधर पुरुष म्हणून अतिशय आदर होता. १८५७मध्ये युनायटेड स्टेट्सबरोबरच्या तहाच्या अंमलबजावणीच्या वेळी हजर असलेल्या एका अमेरिकन व्यक्तीने, जॉर्ज बेकनने त्याच्याबद्दल लिहिताना असे म्हटले होते की, "जगातल्या विशेष उल्लेखनीय व्यक्तींपैकी तो एक आहे."

तो देखणा होता. सर्व खेळात तरबेज असल्यामुळे त्याच्या मृत्यूच्या वेळीही तो

त्याच्या लोकांमध्ये अतिशय प्रिय होता. त्यामुळे १८५१मध्ये जो राजा आधी बळजबरीने राज्य बळकावून बसला होता, त्याचा मृत्यू झाल्यानंतर लोकांना वाटत होते की, हाच आता राजा म्हणून निवडला जाईल. दीक्षा घेतलेल्या माँगकुतने 'दीक्षित' म्हणूनच राहायचे ठरवले असते, तर राजकुमार चूडामणीचे राजा म्हणून घोषित होणे निश्चित होते. पण माँगकुतने सिंहासनाधिष्ठित होणे पसंत केले आणि स्वत:च्या समर्थ भावाला 'कनिष्ठ राजा' हे सत्ताविरहित पद स्वीकारायला भाग पाडले.

माँगकुत हा जवळजवळ तीस वर्षे धर्मोपदेशक स्थानावर असल्यामुळे त्याचा राजा बनण्याचा हा निर्णय त्याच्या धाकट्या भावाला फार धक्कादायक वाटला असेल. पण त्याने आपली निराशा शांतपणे स्वीकारली आणि त्याची सारी बुद्धिमत्ता त्याच्या राजवाड्याच्या परिसरातील साधारण बांधकामे करण्यात खर्ची पडू लागली.

जेव्हा माँगकुत सिंहासनावर बसला, तेव्हा त्याने सुरुवातीला आपल्या भावाला पूर्वीच्या इतर कुठल्याही कनिष्ठ राजाहून जास्त अधिकार देण्यात यावेत, असा आग्रह धरला होता आणि त्या पदाचा सन्मान वाढवण्यासाठी त्याला इतरही सन्मान देण्यात यावेत, असेही म्हटले होते. पण काही काळातच दोघा भावांमधील मत्सराची भावना वाढते आहे, असे दिसायला लागले. कुजबुज अशी होती की, कनिष्ठ राजा ज्या मुलीवर प्रेम करत होता, तिच्याशी लग्न करण्याच्या बाबतीत त्याला 'नाही' असे सांगण्यात आले होते, कारण ती प्रथम दर्जाची राजकन्या होती. त्यामुळे ती श्रेष्ठ राजाला दिली जाण्याची शक्यता होती. त्यामुळे तो अतिशय खवळून हातावर हात चोळत बसला होता आणि असेही म्हटले जात होते की, प्रत्येक राजाबद्दल त्याचेच दरबारी, सरदार सैल जिभांनी बोलत असत. त्याच वेळी ज्येष्ठ राजाचे खुशमस्करे हेही म्हणायचे की, कनिष्ठ राजाची लोकप्रियता ही त्याच्या स्थानाला कायमचा धोका आहे आणि कनिष्ठ राजाचे खुशमस्करे म्हणायचे की, श्रेष्ठ राजा त्या स्थानाला किती अयोग्य आहे. त्यामुळे कनिष्ठ राजा बंड करून उठेल की काय असे वाटायचे. त्याच कारणामुळे राजपुत्र चूला लाँग कोर्णच्या जन्मानंतर श्रेष्ठ राजा माँगकुत हा स्वत:च्या वंशातला आपला वारसदार निश्चित करण्यासाठी आतुर झाला होता. त्याला सतत ही भीती वाटत होती की, तो जर भलत्या वेळी मरण पावला तर चूला लाँग कोर्णला गादीपासून जास्त वेळ दूर ठेवावे लागेल. आपल्या भावाच्या ज्ञानाच्या क्षमतेचा फायदा घेण्याऐवजी त्याने त्याला राज्यकारभारापासून अधिकाधिक दूर ठेवायला सुरुवात केली आणि अखेरीस कनिष्ठ राजाची अवस्था स्वत:च्याच परिघात राहून बंदिवानासारखी झाली. एकदोनदा अशी स्थिती निर्माण झाली होती की, तो सर्व सत्ता काबीज करून सिंहासनावर आरूढ होऊ शकला असता, पण तो त्याचा स्वभाव नव्हता आणि संधी मिळूनही त्याने तशी कुठलीही

हालचाल केली नाही. असे सांगितले जात होते की, राज्यात या लावालावीचा काहीही परिणाम न झालेले काही गट होते आणि कनिष्ठ राजाच्या परवानगीची वाट न पाहता, सत्ता उलटवून ते त्याला राज्यावर बसवू शकले असते, पण क्रालाहोमनी मध्यस्थी केली म्हणून ते थांबले आणि कनिष्ठ राजानेही क्रालाहोमचे म्हणणे उचलून धरले, तरीही राजा माँगकुतला कुणावर विश्वास ठेवणे अशक्य असल्यामुळे तो आपल्या भावाच्या बाबतीत सतत संशयीच होता.

कनिष्ठ राजाला ज्या अनेक छोट्या-मोठ्या वर्तणुकी, अपमान सहन करायला लागायचे, त्यातले एक होते एका विशिष्ट डॉक्टराचे त्याच्याबरोबरचे सतत अस्तित्व. इतर सर्वांप्रमाणे त्यालाही हे माहीत होते की, राजा माँगकुतने हा मनुष्य त्याच्यावर पाळत ठेवण्यासाठी म्हणून नेमलेला आहे आणि राजा माँगकुतच्या मर्जीनुसार तो केव्हाही कनिष्ठ राजावर विषप्रयोग करू शकला असता. या दोन्ही भावांमध्ये कधीपासून मनोमन दुरावा आलेला असला तरी त्यांच्यात प्रत्यक्ष अशी झडप कित्येक वर्षांत झालेली नव्हती. पुढे असे घडले की, कनिष्ठ राजाने एकदा शाही खजिन्यातून एक मोठी रक्कम मागितली आणि राजाच्या आदेशावरून ती नाकारली गेली. मग दुसऱ्याच दिवशी कनिष्ठ राजाने आपल्या विश्वासू सहकाऱ्यांसह बँकॉक सोडले आणि तो उत्तरेकडे रवाना झाला. राज्याचा सुभा असलेल्या अतिशय सामर्थ्यशाली अशा चियंगमयी या मांडलिक राज्यात तो गेला होता. चियंगमयीचा राजकुमार अतिशय तापट स्वभावाचा होता आणि सयामच्या राजाबरोबर त्याच्या एकदोन चांगल्याच जोरदार चकमकी झाल्या होत्या. त्यामुळे त्याच्यावर फार जास्त जबरदस्ती करायची सयामच्या राजाची हिंमत नव्हती. कारण तो उघडउघड बंड करून उठेल आणि लाओचा प्रांत ब्रिटिशांच्या ताब्यात देईल, अशी त्याला सतत भीती वाटत असे.

कनिष्ठ राजाच्या अपमानाची गोष्ट चियंगमयीच्या राजकुमाराला कळताच त्याने कनिष्ठ राजाला हवी असलेली रक्कम ताबडतोब आणवून अत्यादराने त्याच्या पायाशी ठेवली. सहानुभूतीची ही वागणूक त्या दोघांच्या दृढ मैत्रीची सुरुवात ठरली. राजकुमाराने उसन्या दिलेल्या रकमेपैकी केवळ थोडासाच हिस्सा घेऊन बाकी रक्कम घ्यायला नकार दिला. त्यानंतर राजधानीला पुन्हा परत येण्याऐवजी कनिष्ठ राजा बँकॉकच्या वायव्येला पासंक नदीकडे गेला. तेथे त्याने संरक्षणदृष्ट्या मजबूत असा एक राजवाडा बांधला. त्या राजवाड्याला त्याने 'वन-सीता' असे नाव दिले (वन-सीता म्हणजे सीता देवीचे घर) आणि त्यानंतर त्याने क्वचित किंवा काही कामाखेरीज बँकॉकला जाणे बंद केले. याखेरीज फक्त दर सहा महिन्यांनी, राजाबद्दलची आपली निष्ठा व्यक्त करणारी शपथ घ्यायला तो तेथे जात असे.

चियंगमयीचा राजकुमार आणि आपला भाऊ यांची वाढती मैत्री पाहून ज्येष्ठ

राजा मनोमन भ्यायला आणि लाओच्या राजाला त्याच्या मुलाला बँकॉकला ओलीस म्हणून ठेवावे, असा हुकूम धाडला. हा हुकूम लाओच्या राजाकडे पुन:पुन्हा यायला लागताच त्याचा मुलगा वन-सीताला पळून गेला. त्याने एकदाही सयामच्या राजवाड्यात पाऊल टाकले नाही. पण त्याचे खंबीर वडील नदीवरून स्वत: तेथे आले आणि त्यांनी आपल्या मुलाला जातीने सयामच्या राजाच्या स्वाधीन केले. राजा मॉंगकुत आपल्या हुकमाची बेअदबी झालेली पाहून खवळलेला असला आणि चियंगमयीच्या राजाला जरी तो तुच्छ लेखत असला तरी चियंगमयीच्या राजाने जे स्वत:होऊन मुलाला त्याच्या स्वाधीन केले. त्यामुळे त्याचे उद्दाम वागणे त्याने हसतमुखाने सहन केले. त्याहून इतर काही करणे हे अतिशय धोकादायक होते.

चियंगमयीच्या राजाबरोबरच्या मैत्रीचे फळ कनिष्ठ राजाला मिळालेच. कनिष्ठ राजाच्या मृत्यूच्या आधी त्याने त्याच्या सुंदर पुतणीचे 'सुनातदा विस्मिता'चे कनिष्ठ राजाबरोबर वर्ष-सव्वा वर्षापूर्वी लग्न लावून दिले होते. तिच्या सौंदर्याची सगळीकडे अतिशय प्रशंसा होत असे आणि ती आपली बायको व्हावी असे प्रत्येकाला वाटे. अगदी राजा मॉंगकुतलाही. ती त्याच्या जनानखान्यात आली असती तर निश्चितपणे आवडले असते. पण त्याला ते शक्य झाले नाही आणि इतरांच्या गोष्टीत दखल देणे हे शाही रिवाजांच्या विरुद्ध होते. पण जेव्हा त्याला या लग्नाबद्दल कळले, तेव्हा तो तक्रार करायला लागला की, जेव्हा तो प्रवास करत असे, तेव्हा त्याच्यासाठी एखादी सुंदर मुलगी घेऊन, त्याच्याकडे कोणीही आले नाही, पण त्याचा हा भाऊ जेथे-जेथे जाईल, तेथे-तेथे तेथील प्रमुखांनी आपापल्या सुंदर मुली त्याच्या पायावर घातल्या.

जेव्हा त्याचा हा शेवटचा आजार सुरू झाला, तेव्हा कनिष्ठ राजा वन-सीताला होता. राजाच्या डॉक्टरला वाटायला लागले होते की, तो आताच तर जाणार नाही ना? म्हणून मग या भीतीने त्याने त्याला राजधानीला नेण्याच्या दृष्टीने पावले उचलायला सुरुवात केली. तो घाईघाईने नदीच्या खालच्या अंगाला असलेल्या राजा मॉंगकुतच्या डॉक्टरच्या 'क्रोम लुआन वॉंगसा'च्या राजवाड्यात गेला. न्यू यॉर्कच्या 'ॲकॅडमी ऑफ मेडिसिन'चा मेंबर असलेला डॉ. वॉंगसा हा दोन्ही राजांचा दूधभाऊ होता. पण आता तो कनिष्ठ राजाच्या बाबतीत कोणताच उपाय करू शकणार नाही हे प्रिन्स डॉ. वॉंगसाच्या ताबडतोब लक्षात आले. त्याचे मरण आता फार काळ थांबू शकत नव्हते.

म्हणून कनिष्ठ राजाला त्याच्या राजवाड्यात नेण्यात येऊन एका पूर्वाभिमुख महालात ठेवण्यात आले. ही तारीख ६ डिसेंबर १८६५ ही होती. त्याच रात्री कनिष्ठ राजाने राजा मॉंगकुतला भेटण्याची इच्छा व्यक्त केली आणि क्रालाहोम घाईघाईने त्याच्याकडे आला. दोघा भावांनी एकही शब्द न उच्चारता एकमेकांना

मिठीत कवटाळले आणि मोठा भाऊ घळघळा रडू लागला. कनिष्ठ राजा हा जरी धाकटा भाऊ असला तरी आयुष्यभर तो मनाने मोठाच होता. त्याने भावाला एवढ्याचसाठी बोलावणे पाठवले होते की, त्या दोघांमध्ये पूर्वी जे-जे काही आडवे आले होते, ते सर्व त्याने माफ केले आहे, हे त्याला मृत्यूपूर्वी सांगायचे होते.

त्यांच्या या भेटीच्या वेळी आणखी काही घडले. मोठा राजा कायमच संशयी स्वभावाचा होता. त्याला त्या काळातल्या वैद्यकीय ज्ञानाची इतरांपेक्षा फार जास्त माहिती होती. त्यामुळे भावाच्या दुखण्याचे स्वरूप पाहून तो कोड्यात पडला होता. त्याची काही लक्षणे मोठी विचित्र होती.

कनिष्ठ राजाच्या मृत्यूनंतर ॲना जेव्हा राजवाड्यात गेली तोपर्यंत राजपुत्राच्या जावळाचा विधी लोकांच्या विस्मरणात जाऊन सगळीकडे राष्ट्रीय शोकाला सुरुवात झाली होती. लोक शोकसागरात बुडून गेले होते. सगळे शाही कारागीर, कलाकार कनिष्ठ राजाच्या राजवाड्याकडे रवाना झाले होते. कारण मोठा राजा तात्पुरता तेथे राहायला जाणार होता. त्यामुळे तेथे नव्या इमारतीचे काम सुरू झाले होते. कारण जेथे लोक आधीच राहत होते, तेथे राजाने जाऊन राहणे उचित नव्हते. पण त्याच्या मृत भावाने मुख्य राजवाड्याच्या उत्तरेला चिनी पद्धतीचे एक अतिशय सुंदर बांधकाम नुकतेच पुरे केलेले होते. एका आठवड्याच्या आतच राजा माँगकुत तेथे राहायला गेला.

कर्तव्यक्रमानुसार आणि आपल्या भावाच्या इच्छेनुसार तो त्याच्या संपत्तीचा व्यवस्थापक म्हणूनही काम बघणार होता. कनिष्ठ राजाच्या राजवाड्यातल्या जनानखान्यात चारी प्रदेशातल्या राजकन्यांपासून झालेल्या त्याच्या मुली होत्या. त्यांचीही संपूर्ण जबाबदारी कनिष्ठ राजाने राजा माँगकुतवर सोपवलेली होती.

पण जेव्हा दिवसांमागून दिवस सरत गेले आणि राजा आपल्या राजवाड्यात परतला नाही, तेव्हा त्याचा सारा जनानखाना अस्वस्थ झाला. कारण फार काळपासून सर्व बँकॉकला हे माहीत होते की, कनिष्ठ राजाच्या जनानखान्यातल्या स्त्रिया या लाओस, पेगू, ब्रह्मदेश, कंबोडिया इ. सर्व देशांतून आणलेल्या अतिशय सुंदर स्त्रिया होत्या. राजा माँगकुतच्या जनानखान्यातल्या स्त्रिया त्यांच्या तुलनेत रूपाने काहीच नव्हत्या आणि चियंगमयीची सुप्रसिद्ध राजकन्या सर्वांत सुंदर तर होतीच पण ती संगीत आणि इतर कलांमध्येही निपुण होती. बहुतांश प्रजाजनांनी तिला पाहिलेही नव्हते, मात्र तिच्या देखणेपणाची, रुबाबदारपणाची ख्याती सगळीकडे पसरलेली होती.

त्यानंतर काही दिवसांनी सोन क्लिन ॲनाला हळूच म्हणाली की, कनिष्ठ राजाच्या जनानखान्यातल्या अतिशय आकर्षक आणि कलानिपुण स्त्रिया आदल्या रात्री गुपचूप राजा माँगकुतच्या जनानखान्यात हलवल्या गेल्या होत्या. पूर्वीच्या

राजांच्या वर्तणुकीच्या हे विरुद्ध होते. सगळा जनानखाना खवळला होता आणि तेथे तऱ्हेतऱ्हेच्या वावड्या उठत होत्या. राजाविरुद्ध उघडपणे कुजबुज चालू झाली होती. अशा प्रकारची कुजबुज ॲना पहिल्यांदाच ऐकत होती आणि दुसऱ्याच दिवशी तिची त्या स्त्रियांशी भेट झाली. पण लाओ स्त्रियांना पाहून ती फारच प्रभावित झाली. त्या सयामी स्त्रियांपेक्षा उंच आणि उजळ तर होत्याच, पण फार देखण्याही होत्या.

जनानखान्यातल्या मूळच्या स्त्रियांना या नव्या घुसखोर स्त्रियांबद्दलचा राग आणि मत्सर इतका वाढला की, त्या स्त्रियांच्या शहरामधल्या सगळ्या स्त्रिया निदान त्या वेळापुरत्या तरी एकत्र झाल्या. आपल्या भावाच्या बायका आपल्याशा केल्याबद्दल त्या राजावर तर रागावू शकत नव्हत्या. मग त्या या नव्या स्त्रियांविरुद्धच संगनमताने एकजूट करून त्यांच्यावर तुटून पडल्या. किमान हजार तऱ्हांनी तरी त्या त्यांच्याबद्दल तुच्छता दाखवू शकत होत्या आणि त्यांच्या आगमनाकडे, अस्तित्वाकडे सपशेल दुर्लक्ष करू शकत होत्या.

"चियंगमयीची राजकन्या पण त्यांच्यात आहे का?" ॲनाने सोन क्लिनला विचारले.

नकारार्थी मान हलवत ती पुटपुटली, "नाही, अजूनतरी ती इथे आलेली नाही."

"आणि राजा? तो तरी इथे परत आलाय का?"

पुन्हा सोन क्लिनने नकारार्थी मान हलवली.

जनानखान्याच्या या अस्वस्थतेची लागण तेथील मुलांनाही झाली होती. सारे अंत:पुर या घटनेने ढवळून निघाले होते. त्यांची एकमेकांत सतत कुजबुज, खसखस चालायची. त्यांचे लक्ष अभ्यासावर स्थिर करवणे ॲनालाही कठीण जात होते. अखेरीस तिने हार मानली आणि एक तास आधीच शाळा सोडून दिली. तिला राणी थियांगला भेटायला जायचे होते म्हणून राजकन्या सोमावदीला घेऊन घरी गेली. राजाच्या गैरहजेरीमुळे आज राणी थियांग शाही मुदपाकखान्याच्या जबाबदारीतून मोकळी होती. ती तिच्या सगळ्यात धाकट्या मुलीबरोबर, खईबरोबर खेळत होती. खई दोनएक वर्षांची होती. लेडी थियांगला नववा मुलगा झालेला होता, पण वर्षभरापूर्वीच तो काही दिवसांचाच असताना वारलेला होता.

ॲनाला पाहून तिला अतिशय आनंद झाला. "वा! वा! मेम! या. या इकडे! आज पाहा मी अगदी रिकामी आहे!" ती अगदी उल्हासाने म्हणाली.

"हो की! आज तुम्हाला खरीच सुटी मिळालेली दिसतेय!"

त्या दोघी जणी शाळा, मुले यांच्याबद्दल बोलत बसल्या, पण हळूहळू संभाषणाचा ओघ आपोआपच, प्रत्येकाच्या मनात घोळत असलेल्या विषयाकडे वळला. ॲनाने लाओ स्त्रियांना पाहिले का? ती हो म्हणाली तशी राणी थियांग

तुच्छतेने नाक उडवत फुस्कारली,

"जरा राजाने स्वत:बद्दल काळजी घेतली नाही तर एक दिवस त्यालाही विषप्रयोग झाला आहे, हे त्याच्या लक्षात येईल," ती भविष्यवाणी केल्याच्या सुरात म्हणाली.

ॲनाने चमकून तिच्याकडे पाहिले. तिच्या शब्दात काही खोल अर्थ दडलाय, हे तिला जाणवले. "तुम्ही असं का म्हणता?" बहुतेक काहीतरी उडवाउडवीचे उत्तर मिळेल, हे कळत असूनही तिने विचारले.

राणी थियांगने ॲनाकडे तिच्या अतिशय बुद्धिमान डोळ्यांनी एक अर्थपूर्ण कटाक्ष टाकला आणि काही वेळ ओठ घट्ट मिटून बसली. मग म्हणाली, "मला असं म्हणायचंय की, त्याचा भाऊ ज्या तऱ्हेनं गेला, त्याच तऱ्हेनं तोही जाईल. तिकडलं 'वरचं कुणीतरी' त्याच्या अन्नात विष घालील. निदान जेवणाखाणासाठी तरी त्याने इथे माझ्याजवळ असलेलं बरं. काही झालं तरी इतकी वर्षं मी त्याला या भवितव्यातून वाचवलेलं आहे."

या बोलण्यातून जो अर्थ ध्वनित होत होता, तो एकदम भयप्रद होता. नेमके शब्द शोधत ॲनाने तिला सावकाश आणि अडखळत विचारले, "म्हणजे तुम्हाला असं म्हणायचं आहे का, की कनिष्ठ महाराज विषप्रयोगानं मेले म्हणून?" राणी थियांगला ज्याचे उत्तर देणे जरुरीचे वाटणार नाही, असे तिला काही विचारायचे नव्हते.

तिने पुन्हा होकारार्थी मान हलवली. "पण ते त्याला माहीत नव्हतं," ती हलक्या स्वरात म्हणाली. "आताच ते समजलंय. महाराज आणि क्रालाहोम यांनी ते शोधून काढलंय. त्यांचे भाऊ वन-सीताहून परत आल्यानंतर जेव्हा महाराज पहिल्यांदा त्यांना भेटले, तेव्हाच त्यांना ती शंका आली होती." अन् मग तिने ती सगळी हकिकत ॲनाला सांगितली.

"कनिष्ठ राजाच्या ज्या रखेल्या होत्या, त्यांच्यात एक क्लिप नावाची स्त्री होती. त्याच्या अनेक मुलांची ती आई होती. तिचा सगळ्यात मोठा मुलगा विसाहून थोडा मोठाच होता. लेडी थियांगप्रमाणेच तिच्याकडेही शाही जेवणखान्याकडे बघण्याचे, देखरेख ठेवण्याचे काम होते, पण तिला इतर स्त्रियांचा मत्सर वाटे. त्या तिच्या स्थानाच्या संदर्भात काही कटकारस्थाने करत आहेत की काय, अशी भीती तिला सतत भेडसावत राही. ती मोठी कुटिल कारस्थानी आणि महत्त्वाकांक्षी होती. काही वर्षांपूर्वीच तिच्या हे लक्षात आले की, राजाचे सर्व लक्ष आणि प्रेम तिच्यावर पूर्ण केंद्रित व्हावे, ही तिची इच्छा काही पूर्ण होणारी नाहीय. राजावर तिचा प्रभाव पडतच नव्हता म्हणून ती जादूटोणा करण्याबाबत कुप्रसिद्ध असलेल्या एका म्हाताऱ्या माणसाकडे गेली. त्याचे नाव होते, खुन हेत ना (भविष्याचा स्वामी). काळ्या जादूत

तो प्रवीण होता आणि सर्व राज्यातल्या सर्व थोरामोठ्यांच्या बायका त्याच्याकडे सल्ला घ्यायला जायच्या.

"मोठमोठ्या रकमा घेऊन तो विविध तऱ्हेचे टोणेटोटके, प्रेम निर्माण करणारे औषध, जारण-मारण मंत्र तिला तयार करून देत असे. त्याने दिलेले औषध तिने धाकट्या राजाच्या अन्नात मिसळले. एकदाच नाही तर एवढ्या वर्षांच्या कालावधीत अनेकदा. विष हळूहळू त्याचे काम करत होते आणि धाकट्या राजाचे शरीर पोखरत होते. औषधाचा परिणाम त्याच्या मनावरही झाला. त्यामुळे अखेरीअखेरीला तो अगदी निराश अन् चिडका बनलेला होता. कशावरूनही तो चटकन चिडायचा. सतत कसल्यातरी अस्पष्ट भीतीने घेरलेला असायचा. त्याने अनेक डॉक्टरांचा सल्ला घेतला, पण कोणीही त्याच्या आजाराचे नेमके निदान करू शकत नव्हते. अखेरीस त्याचा शेवट जवळ येताच त्याला घरी आणले गेले आणि शेवटपर्यंत त्याला हे माहीत नव्हते की, त्याची बायकोच त्याच्यावर विषप्रयोग करते आहे म्हणून.

"आणि माझी अशी कल्पना आहे की, महाराज क्लिप आणि खुन हेत ना या दोघांना जाहीर शिक्षा देणार असावेत," लेडी थियांग आपले बोलणे पुरे करत म्हणाली.

"म्हणजे तुम्हाला असं म्हणायचं आहे का, की त्यांचे गुन्हे जाहीर करून, त्यांचा छळ करून मग त्यांचा वध केला जाईल?" ॲनाने विचारले.

"नाही, नाही, तसं नाही." एकदम धक्का बसल्यासारखी लेडी थियांग म्हणाली. "महाराज तसं कधीच जाहीर करणार नाहीत. कारण धाकटे महाराज विषप्रयोगाने गेले हे कुणालाच माहीत नाही आणि इतरांना जर हे कळलं तर लोकांच्या जिभा लगेच वळवळायला लागतात. मग ते महाराजांनाच दोष देतील आणि क्लिप महाराजांची जोडीदारीण होती, असं म्हणतील किंवा असंही म्हणतील की, 'खरंतर तिचा काहीच दोष नव्हता,' म्हणून!"

"मग काय काही करायचं ठरलंय का?" राणी थियांग अजून बोलायला तयार आहे, हे पाहून ॲनाने विचारले.

"हो," ती हलक्या स्वरात म्हणाली, "शाही वैद्य आणि सान युआंग यांनी गुप्ततेची शपथ घेतलीय. पण शिक्षा मात्र उद्याच अमलात आणली जाईल. उद्या सकाळी तुम्ही तुमच्या खिडकीतून पाहिलंत तर तुम्हाला ती मिरवणूक दिसेल."

आणि तिचे म्हणणे खरे ठरले. राणी क्लिप, ज्योतिषी खुन हेत ना आणि इतर नऊ गुलाम स्त्रियांचा छळ करण्यात आला. त्यांची बँकॉकमधून धिंड काढण्यात आली. लोकांना जरी याबद्दल उत्सुकता होती तरी त्यांचे गुन्हे मात्र जाहीर केले गेले नव्हते. पण हे पाहण्यासाठी उत्सुकतेने लोकांची खूप गर्दी जमली होती. त्यानंतर

त्यांना एका उघड्या नावेत टाकून ती नाव सयामच्या आखातात नेली गेली आणि तेथे त्यांना सोडून दिले गेले.

राजा आपला राजवाडा सोडून आपल्या भावाच्या राजवाड्यात राहायला जायला दोन आठवडे होऊन गेले होते अन् एक दिवस तो कोणतीही पूर्वसूचना न देता अचानक परत आला. आला तो एकदम हिंसक लहरीमध्ये होता. त्यामुळे प्रत्येकालाच गोंधळात पडायला होत होते. मोठ्या चतुराईने उचललेली पावलेही त्याच्या वृत्ती पूर्ववत करायला असमर्थ ठरली. मग एक दिवस राणी थियांगने ॲनाला घाईघाईने बोलावणे पाठवले... नेहमीचेच अशा वेळी करायचे नाटक तिने करण्यासाठी. पण पहिल्यांदाच हे घडले की, या नाटकाचा काही उपयोग झाला नाही. ॲना नेहमीप्रमाणे तिचे संस्कृतचे पुस्तक घेऊन बिचकत-बिचकत राजाकडे गेली, पण त्याने लगेच तिला बाहेर जायला लावले आणि त्याने तिला बोलावणे पाठवेपर्यंत तिने त्याच्याकडे येऊ नये, हेही बजावले. जनानखान्यातल्या सगळ्या स्त्रियांना त्याचा क्रूरपणा आणि अत्याचार सोसावे लागत होते. तो त्यांच्याशी अतिशय खुनशीपणे वागत होता. अंत:पुराच्या बाजूच्या रस्त्याने जाताना स्त्रिया आणि मुलांचे रडणे ऐकू येणे ही नित्याची बाब झाली होती. सगळ्यांच्याच तोंडून कष्टी स्वरात तक्रारी ऐकू येत होत्या आणि अंत:पुरात अशी एकही स्त्री उरली नव्हती की, जी राजा काळ्या जादूचा बळी ठरलाय, हे मानत नव्हती.

पण ॲनाची स्वत:ची एक वेगळी धारणा होती. चियंगमयीची राजकन्या अजूनही अंत:पुरात आलेली नव्हती. ती तिच्या काकांसारखीच स्वत:चे मत असलेली आणि खंबीर मनाची स्त्री होती. राजाच्या जबरदस्तीला तिने विरोध केला असण्याची दाट शक्यता होती. धाकट्या राजावर तिचे फार प्रेम होते, हे सर्वांना माहीत होते. पण ज्येष्ठ राजा मात्र फार जिद्दी होता. जेव्हा या अतिसुंदर म्हणून विख्यात असलेल्या मुलीने धाकट्या राजाशी लग्न केले, तेव्हाच त्याला फार मत्सर वाटत होता, हे स्पष्ट दिसत होते. धाकट्या राजाच्या सगळ्या बायका हे मान्य करताना दिसत होत्या की, राजाला इतके दिवस जे दूर ठेवले गेले त्याचे कारण काही त्याचे आणि त्याच्या भावाचे आर्थिक संबंध एवढेच नव्हते. त्यामुळेच बहुतेक राजाला चियंगमयीच्या राजकन्येचे मन वळवण्यात पुन्हा दुसऱ्यांदा यशस्वी होता येईल हा विश्वास ठेवायला हरकत वाटत नव्हती. पण जर तिने त्यांची निर्भर्त्सना केलेली असेल तर त्याचे डोके सणकायचे कारणही कळू शकत होते.

■

राजकुमार अंत:पुरातून बाहेर पडतो

आता ॲना राजाच्या बिघडलेल्या मन:स्थितीची फारशी दखल घेण्याच्या मन:स्थितीत नव्हती. उलट आता काही काळ तर त्याच्या पत्रव्यवहाराच्या कामातून मुक्तता झाल्याबद्दल तिला बरेच वाटत होते आणि ती मनोमन जिचे आयुष्य दिवसेंदिवस असह्य होत चालले होते, तिची कीव करत होती. तसेच तिच्या मनात राजकुमार चूला लाँग कर्णाचे विचार वारंवार येत होते. जुलै महिन्यात तो तीन महिन्यांसाठी भिक्षुपदाची दीक्षा घेणार होता. ॲनाचा त्याच्यावर जो प्रभाव होता तो तीन महिन्यांकरिता तरी तात्पुरता दूर होणार होता. कदाचित कायमचाही नाहीसा झाला असता.

या काळात तो सतत विचारी आणि स्वप्नाळू डोळ्यांचा दिसायचा. जावळाच्या कार्यक्रमाचा त्याच्या मनावर फार परिणाम झालेला होता. तसेच पाली आणि इंग्रजी दोन्ही भाषांच्या अभ्यासाने त्याच्या मनात आयुष्याबद्दलच्या उदात्त कल्पना विकसित झालेल्या होत्या. अन् मनात एक सावध, नि:शब्द उत्कंठा निर्माण झालेली होती. ॲना मनोमन; पण निरर्थकपणे ही इच्छा व्यक्त करत होती की, तो आता बाहेरच्या जगात गेल्यानंतर त्याला जो विलक्षण धक्का बसेल, त्यापासून त्याला वाचवता यावे. पण ते अशक्य होते. जेव्हा खऱ्या परिस्थितीचे, वास्तव्याचे त्याला दर्शन होईल, तेव्हा त्याने आपल्या मनातल्या भव्य, दिव्य, थोर आकांक्षांचा त्याग करू नये, फक्त एवढीच आशा ती करू शकत होती.

दुसरा एक विचार ॲनाच्या मनात सतत यायचा की, त्याच्या केस उतरवण्याच्या समारंभात हजारो-लाखो टिकल खर्च झाले होते, हजारो लोकांचे श्रम खर्ची पडले होते आणि या जाणिवेने त्याची स्वत:बद्दलच्या मोठेपणाची भावना तर उगाच वाढणार नाही ना? त्याच्या आयुष्यात पुन्हा कधीही केले जाणार नाही, अशा नाटकात त्याची प्रमुख भूमिका होती. त्यामुळे त्याचा जर अहंभाव, गर्व वाढला तर त्यात काही नवल नव्हते. पण सध्यातरी तसे काही घडले नव्हते. अलीकडेच तो स्वत:बद्दलच्या परित्यागाच्या भावनेने उचंबळून येऊन तिला म्हणाला होता की, श्रेष्ठ धर्मोपदेशक असलेल्या त्याच्या काकांच्या मृत्यूचा त्याला हेवा वाटतो. म्हणून

राजा बनण्यापेक्षा त्याला धर्मोपदेशक-भिक्षू बनणे किंवा गरीब राहून स्वत:च्या पोटापाण्याच्या खर्चासाठी पैसे मिळवणे जास्त आवडेल. पुढे तो गंभीरपणे हेही म्हणाला होता, ''गरीब माणसाला रोजचे अन्न मिळवण्यासाठी खूप कष्ट करावे लागतात, हे खरं आहे पण निदान तो स्वतंत्र तरी असतो आणि त्याला फक्त स्वत:चं अन्न मिळवावं किंवा गमवावं लागतं.'' जणूकाही तो स्वत:चे हेतू किंवा इच्छा तपासून पाहत होता. ''सर्वसमावेशक असं जे जगाचं मूलतत्त्व आहे, त्यातल्या महत्त्वपूर्ण अशा सर्व गोष्टी तो मिळवू शकतो. पृथ्वी, आकाश, तारे, फुलं आणि मुलं.'' त्याच्या एवढ्याशा, तेरा वर्षे वयाच्या दृष्टीने जे विचार फारच गहन होते, ते नीट एकत्रितपणे मांडण्यासाठी तो काही काळ थांबला. ''मला हे माहीत आहे की, मी महान आहे, कारण मी या अनंतत्वाचा एक अंश आहे. पण सर्वांत श्रेष्ठ अशी ती एकच वस्तू आहे आणि तिचं अस्तित्व मला माझ्यात जाणवतं आणि मी तिच्यात आहे, तिचाच एक भाग आहे. मला असं वाटतं की, मी एक गरीब मुलगा असतो, तर मी अधिक सुखी झालो असतो.''

ॲनाला हे जाणवले की, या मुलाला दारिद्र्याबद्दल आणि त्यातून उद्‌भवणाऱ्या; पण कमी महत्त्वाच्या नसणाऱ्या कित्येक समस्यांबद्दल फारच कमी माहिती आहे. पण त्याच्या त्या जाणिवेचा आणि बुद्धिमत्तेचा तिला फार आदर वाटला. तरीदेखील त्याची निरीक्षणशक्ती नंतरच्या काळात त्याला काय काय दाखवील, जसे की सयामसारख्या देशात त्याचे स्वत:वर पूर्ण नियंत्रण ठेवणे किती दु:साध्य होते, हे आताच सांगणे अशक्य होते.

मार्च आणि एप्रिलमधील धगधगती उष्णता सतावायला लागताच ॲना दिवसेंदिवस निरुत्साही व्हायला आणि थकून जायला लागली. तिच्या नवऱ्याच्या चुलत भावाला, टॉम विल्किनसनला तिने लुईसाठी एखादी शाळा बघायला सांगितले. लुईला लवकरात लवकर इंग्लंडला पाठवायचा तिने निश्चय केला होता. तिची मित्रमंडळी तर तिला ताबडतोब लुईसह इंग्लंडला निघून यायचा आग्रह करत होती आणि अनेकदा तिलापण तेच वाटायला लागले होते. तिची इंग्लंडला परत जायची इच्छा प्रबळ व्हायला लागली होती. फ्रान्सिस कॉब सिंगापूर सोडून परत निघाला होता. त्याने पत्र लिहून तिला विनवले होते की, तिने जर युरोपला परत जायचे ठरवले तर तिला हवी ती मदत ती त्याच्याकडे मागू शकत होती. त्याच्या नेहमीच्या समर्पणाच्या पद्धतीने त्याने पत्राचा शेवट केला होता, ''डिअर, तुझा पाय माझ्यावर ठेव आणि वर चढ.''

पण तिने काही निश्चित निर्णय घेण्यापूर्वीच तिची प्रकृती अचानक खूप बिघडली. ताप पुन:पुन्हा उलटून येत होता. दुखणे खूप वाढले होते. बीबी, डॉ. कँपबेलना घेऊन येण्यासाठी घाईघाईने वकिलातीमध्ये गेली होती. ॲना सतत तापाने

फणफणलेली असायची. दिवसेंदिवस त्यांचे उपचार चालूच होते, पण तापाने तिची ताकद कमी होत चालली होती. अखेरीस एके दिवशी दुपारी त्यांनी हळुवार मृदू स्वरात तिला हे सुचवले की, तिने तिच्या मुलांचे गार्डियन म्हणून कोणालातरी नेमावे, कारण ती इतकी खंगलीय की, तिचा भरवसा देता येत नाहीये आणि ब्रिटिश वकिलात तिची इच्छा पूर्ण करायला बांधील आहेच. या सूचनेचा परिणाम असा झाला की, तिच्या अडचणींचे जे वाढते दडपण तिच्या मनावर येत होते, ते एकदम उतरूनच गेले आणि मुलांबद्दलची तीव्र कणव तिच्या मनात दाटून आली. पण ॲव्हिस लंडनमध्ये होती आणि लुई बँकॉकला. पण ती मनाने आणि शरीराने इतकी थकलेली आणि आजारी झाली होती की, लिऑन जाऊन आता जरी सहा वर्षे झालेली असली तरी या थकलेल्या शरीराला मृत्यूमुळे विश्रांती तर मिळेलच, पण लिऑनचीही भेट होईल, ही भावनाही तिला सुखद वाटायला लागली होती. सयाममधल्या खडतर जीवनाने तिची जगण्याची इच्छा संपवून टाकली होती.

तिने आपले मृत्युपत्र कधीच तयार केले होते. ते तिने डॉ. कँपबेलच्या स्वाधीन केले आणि आपल्या जीवनाची अखेर केव्हा होतेय, त्याची वाट पाहायला लागली. पण पुन्हा बारीकशा धाग्यावर तिचे आयुष्य अजून लोंबकळत होते. जीवनासाठी झगडण्याची कोणतीही शक्ती अंगात उरलेली नसली तरी अजून मरण येत नव्हते. अन् एक दिवस डॉ. कँपबेल राजाकडून तिच्यासाठी निरोप घेऊन आले – ती सुखाने आपला देह ठेवू शकते. राजा लुईला दत्तक घेईल. तिची हरवलेली चैतन्यशक्ती या धक्क्याने जणू एकदम परत आली. तिने डॉ. कँपबेलना खाली वाकायला सांगितले आणि अशक्त स्वरात त्यांच्या कानात कुजबुजली, "हे सांगण्यामागची त्याची भावना चांगली आहे, हे मला कळतंय पण त्याला माझा मुलगा दत्तक घेऊ देण्यापेक्षा आणखी हजार वर्षंसुद्धा मी यातना सोसायला तयार आहे." त्या दिवसापासून तिची तब्येत सुधारायला सुरुवात झाली.

ॲनाची प्रकृती पुन्हा पूर्ववत होऊन तिने राजवाड्यात जाणे सुरू करेपर्यंत चियंगमयीच्या राजकन्येबाबतची तिची उत्सुकता संपली होती. पण अंतःपुरात पुन्हा विविध तऱ्हेच्या वावड्यांची खळबळ माजली होती आणि महिनोन्महिने चालणाऱ्या या चर्चेचा बँकॉकच्या लोकांनाही कंटाळा आला होता. खोडसाळ ऑबर पुन्हा जूनमध्ये बँकॉकला परत येत होता. त्याच्या या नको असलेल्या येण्यामुळे जो अर्थ ध्वनित होत होता, त्यामुळे सर्व युरोपियन समाज उत्तेजित झाला होता.

इकडे राजवाड्यात राजकुमार चूला लाँग कर्णाच्या धर्मोपदेशकाच्या नवदीक्षेच्या समारंभाची तयारी जोरात चालू होती. हा समारंभ १९ जुलैला व्हायचा होता. जेव्हा ते व्रत संपवून तो ऑक्टोबरमध्ये परत येईल, त्या वेळेस तो अन्तर्कोटाच्या आत राहण्याच्या दृष्टीने मोठा समजला जाईल. त्यामुळे त्याच्या वडिलांच्या राजवाड्याशेजारी,

आतल्या कोटाच्या नाही; तर बाहेरच्या कोटाच्या आतल्या एका इमारतीत योग्य ते बदल करायचे काम चालू झाले होते. ते त्याचे नवे निवासस्थान असणार होते. राजकन्या लमामही तेथे राहायला जाऊन तेथील सारी व्यवस्था-सूत्रे हाती घेण्याच्या दृष्टीने तयारी करत होती. सगळीकडे अशा बातम्या पसरल्या होत्या की, राजाने आपल्या मुलासाठी बायकोपण निवडून ठेवली आहे आणि योग्य वेळी तिची तेथे रवानगी केली जाईल, बहुतेक ती क्रालाहोमची नात असावी, असा कयास होता.

धर्मोपदेशकाची दीक्षा घेण्याचा विधी हा केस उतरवण्याच्या विधीहून अधिक शांत आणि अगदी साधा विधी होता. पहिला दिवस हा वियन-थियन साजरा करायचा होता. म्हणजे आशीर्वाद देण्यासाठी मेणबत्त्यांनी ओवाळणे. हा समारंभ मोजक्या निमंत्रितांच्या उपस्थितीत प्रेक्षागृहात झाला. त्यानंतर सर्वांना मेजवानी दिली गेली.

दुसऱ्या दिवशी राजपुत्राने केस उतरवण्याच्या दिवशी घातल्याप्रमाणे उत्तम पांढऱ्याशुभ्र रेशमाचा अंगरखा आणि दागिने परिधान केले होते. त्याआधी सकाळी, पूर्वी कापलेल्या भुवया आणि डोक्यावरचे केस, जे पुन्हा डोकेभर वाढायला लागले होते, त्या सगळ्यांचे पुन्हा मुंडण करण्यात आले. भिक्षूंच्या एका वृंदाने त्याच्या वडिलांच्या राजवाड्यातून त्याला आपल्या ताब्यात घेतले आणि ते त्याला पाचूंच्या बुद्धाच्या मंदिरात घेऊन गेले. रस्त्यातून ते अनवाणी जात असताना त्याचे मार्गदर्शक बौद्ध प्रार्थना म्हणत होते. मंदिराच्या प्रवेशद्वाराशी भिक्षूंच्या दुसऱ्या वृंदाने त्याचे रेशमी कपडे उतरवून त्याला साधे पांढरे कपडे दिले. बौद्ध स्त्रियांचा घोष चालूच होता. आतमध्ये गेल्यावर सर्व बौद्ध भिक्षू दुहेरी अर्धवर्तुळात उभे राहिले. त्यांच्या प्रत्येकाच्या हातात पेटत्या ज्योती होत्या. त्या अर्धवर्तुळाच्या मध्यभागी उभ्या असलेल्या प्रमुख धर्मोपदेशकाकडे राजकुमार वेदीकडे पाठ करून विनम्रपणे चालत गेला. त्याने त्यांना तीन वेळा लवून नमस्कार केला आणि त्याला श्रमण म्हणून दीक्षा द्यावी, अशी विनंती केली. प्रमुख धर्मोपदेशकांनी त्याचे स्वागत केले आणि त्यांचे हात एकमेकांच्या हातावर एकावर एक असे क्रमाने ठेवले गेले आणि राजकुमाराने जगातील सर्व मोह आणि सुखाचा संन्यास घेण्याची आणि नवदीक्षित म्हणून संघाचे सर्व नियम आज्ञाधारकपणे पाळण्याची शपथ घेतली. त्यानंतर त्याला संघाची पिवळी वस्त्रे देण्यात आली. त्याची कर्तव्ये थोडक्यात समजावून सांगण्यात आली आणि समारंभ संपला.

जो राजवाडा त्याचे जवळजवळ चौदा वर्षे घर होता, तेथून राजकुमाराला 'वाट बावन्नीवत' येथील मठात नेण्यात आले. तेथे तो तीन महिने राहणार होता. ■

लाल मखमलीतले पत्र

१० ऑगस्ट, १८६६चा तो दिवस ॲना कधी विसरू शकली नाही. त्या दिवशी राजाने तिला लवकर बोलावणे पाठवले. ती आत शिरल्या-शिरल्या तो तिला म्हणाला, "मेम, सर जॉन बॉवरिंगला ताबडतोब पत्र लिहून कळवा की, मी माझा विचार बदलला आहे. फ्रान्सशी नवा करार करण्याच्या संदर्भात मला ते वकील म्हणून नको आहेत. मी फिया युरिवाँग वाइ वाटबरोबर इथूनच वकिलातीला निरोप पाठवीन."

राजाचे हे सतत मन बदलणे ही इतकी नित्याची गोष्ट झाली होती की, ॲनाला आता त्याबद्दल राग येईनासा झाला होता. तरीपण तिला असे वाटतच होते की, सर जॉन यांना फार बटबटीतपणे, घाणेरडेपणाने वागवले जात आहे. जूनच्या शेवटच्या दिवशी मि. ऑबर पॅरिसहून परत आला होता आणि बँकॉकमधल्या फ्रेंचांनी जल्लोष केला होता. त्याच्यामध्ये त्यांना गॅलिक स्टॅमफोर्ड रॅफेल्सचे दर्शन घडत होते – जो सयामकडून आणखी समृद्ध प्रदेश मिळवील. त्यांना आणखीही दुसरी आशा वाटत होती की, संपूर्ण सयामला फ्रान्सच्या बादशाहाचे मांडलिक राज्य बनवील. त्या सर्वांना हे माहीत होते की, या बारीक काळ्या डोळ्याच्या, भीतिप्रद मिश्यांच्या आणि तिखट, तुरट बोलणाऱ्या छोट्या चणीच्या फ्रान्सच्या प्रतिनिधीबाबत सयामच्या राजाला अंधश्रद्धा म्हणावी, अशी भीती वाटत असे आणि ज्या मॉ मिस्यूरला आदल्या वर्षी राजाशी त्याने केलेल्या उद्धट वर्तनाबद्दल पदावरून दूर करण्यात आले होते, तोच लामाच पुन्हा शाही नोकरीत परत आला होता.

मि. ऑबरनी फ्रेंच बादशाहाच्या सहीशिक्क्याचे पत्र आणले होते. खेरीज राजा माँगकुत आणि राजकुमारासाठी अतिशय सुंदर देखण्या तलवारी फ्रान्सच्या बादशाहाकडून भेटी म्हणून आणल्या होत्या. शाही दरबारात त्या त्यांना अर्पण केल्या गेल्या. हे सर्व वरकरणी जरी मित्रत्वाचे दिसत असले तरी बँकॉकमधला प्रत्येक जण दुसऱ्याला विश्वासात घेऊन हे सांगत होता की, यामागे संपूर्ण सयामला फ्रान्सच्या आधिपत्याखाली आणण्याचे फार मोठे राजकारण आहे आणि या शंकेला खतपाणी घालणारे विधान लगेच मि. ऑबरच्या तोंडून आलेच. कारण त्याने वर्षभरापूर्वी कंबोडियाच्या संदर्भात

सयामच्या राजाकडून जो करार जबरदस्तीने करवून घेतला होता, त्यात काही सुधारणा, बदल घडवून आणण्याच्या दृष्टीने वाटाघाटी करण्याचा एक प्रस्ताव ताबडतोब राजासमोर मांडला. त्याने सांगितले की, त्या करारामधले एक कलम त्याच्या पॅरिसमधल्या वरिष्ठांना फारसे पसंत नाहीय. ते कलम असे होते –

कलम ४ – बातमबंग, नाकोन, सियमरीप या प्रांतांच्या सीमारेषा आणि सयामच्या ताब्यात असलेल्या लाओ प्रांतांच्या सीमारेषा या कंबोडियाच्या राज्याच्या सीमेला लागून आहेत. त्या सीमा आता फ्रेंच ज्याला मान्यता देतील, त्यानुसार निश्चित केल्या जाव्यात.

बातमबंग आणि सियमरीप या दोन्ही प्रांतांचा कारभार १७९४पासून बँकॉककडून चालवला जात असे आणि उरलेल्या कंबोडियाचा कारभार मात्र वतनदारांकडून, त्यांच्या राजाकडून चालवला जात असे. पूर्वी हे दोन्ही प्रांत कंबोडियाचेच मुख्य दोन प्रांत असल्यामुळे फ्रेंचांनी, यानंतर ते काबीज करून ताब्यात घ्यायचे, असे ठरवलेले दिसत होते. त्यामुळे ते दोन्ही प्रांत सयामचे आहेत असे ते तात्पुरतेपण मान्य करायला तयार नव्हते.

पण राजा मात्र स्वत:च्या मतावर अडून राहणारा होता. त्यामुळे मॉन्सूर ऑबरला त्याच्याकडून फक्त नाइलाजाने दिलेलं वचन मिळवता आले की, या संदर्भात वाटाघाटी करण्यासाठी तो एक वकील पॅरिसला पाठवील आणि दुसरे एक आश्वासन दिले गेले की, १८६७मध्ये जे महाप्रदर्शन फ्रान्सला भरणार होते त्यासाठी सयाम एक प्रतिनिधी आणि काही प्रदर्शनीय वस्तू पाठवेल. राजाने ॲनाला, सर जॉन बॉवरिंगना एक पत्र पाठवून कळवण्यास सांगितले की, राजाने त्यांना फ्रान्सच्या दरबारात, त्यांना योग्य वाटेल त्या पद्धतीने काम करणारा वकील म्हणून काम स्वीकारण्याची विनंती करत आहे. पण ते पत्र योग्य जागी पोचायला पुरेसा वेळ नव्हता तेव्हा राजाने पुन्हा विचार बदलून क्रालाहोमच्या मुलाला तेथे पाठवायचे ठरवले.

तिने काही लिहायच्या आतच राजाने दुसरा हुकूम सोडला. राजाने जी नेमणूक, करून पुन्हा ती रद्द केली होती, तिचा तिने खुलासा करायचा होता आणि तोही अशा तऱ्हेने की, राजाने जो बदल केला होता तो ब्रिटिश वकिलातीचे प्रतिनिधी मि. थॉमस जॉर्ज नॉक्स यांच्या सल्ल्यावरून, असे तिने त्यात दर्शवायचे होते. तिला हे माहीत होते की, राजा मि. नॉक्सचा इतका तिरस्कार करतो की, त्यांच्याच मोठ्या पदावरच्या देशबांधवाविरुद्ध त्याने काहीतरी केले हे दर्शवून त्याला अडचणीत आणायला त्याला बिलकूल दिक्कत वाटत नव्हती आणि जर या मुद्द्यावर तिची सदसद्विवेकबुद्धी कच खात असेल तर सर जॉनना न दुखवता ती ते वेगळ्या शब्दात

व्यक्त करू शकते किंवा तिचाच तो सल्ला आहे असे तिने का म्हणू नये?

ॲना एकदम खुर्चीवरून उठली आणि तिच्या तोंडून एकदम उद्‌गार निघाले, ''महाराज मी असं काहीही करणार नाही.'' मग राजाच्या चेहऱ्यावर राग गोळा होतोय हे तिला जाणवले तशी ती पुढे म्हणाली की, ती सर जॉनकडे राजाच्या वतीने खेद व्यक्त करील, पण राजाच्या विचारात हा जो बदल झालेला आहे, तो मि. नॉक्स किंवा तिच्या नावावर खपवणार नाही. कारण त्या गोष्टीशी दोघांचाही काही संबंध नाही. राजा हे ऐकून संतापेल, ही तिची अपेक्षा होतीच, पण त्याने पुढे जे काही केले, तेवढ्या पातळीला त्याचा संताप पोचेल, असे तिला वाटले नव्हते. त्याला एवढा संताप आला होता की, तिला खाऊ की गिळू असे त्याला झाले होते. शिवीगाळ करण्याच्या त्याच्या बुद्धिमत्तेला तोड नव्हतीच. त्याने घाणेरडे घाणेरडे धमकावणीचे शब्द वापरून तिचा विरोध मोडून काढण्याचा प्रयत्न केला. पण त्याचाही उपयोग होत नाही, असे दिसल्यावर त्याने तिला धमक्या द्यायला सुरुवात केली. ती निमूटपणे उठून उभी राहिली आणि काहीही उत्तर न देता राजवाड्याबाहेर पडली आणि मैदान ओलांडून घरी गेली.

राजाबरोबर जो तमाशा झाला, त्याने ती अस्वस्थ तर झालीच होती, परंतु मनोमन भिऊनही गेली होती. तिला आता वाटायला लागले होते की, तिची मित्रमंडळी तिला पुन:पुन्हा सयाम सोडून जायला सांगत होती, ते तिने ऐकायला हवे होते. ती आपल्या कामात एवढी गढून गेली नसती, खासकरून राजपुत्र चूला लाँग कोर्णच्या शिक्षणात अडकली नसती तर ती पूर्वीच तेथून निघून गेली असती आणि आता त्याने दीक्षा घेऊन संघात प्रवेश केलेला असल्यामुळे, तो तीन महिन्यांनंतर परत आल्यावर ती त्याला शिकवू शकेल याबद्दल तिलाच आता खात्री वाटत नव्हती. त्यामुळे कदाचित शक्य तितक्या लवकर तयारी करून लुईला घेऊन इंग्लंडला निघून जाणे योग्य ठरेल की काय, असे तिला वाटायला लागले होते. त्यामुळे तिच्याहून फारच जास्त जबरदस्त प्रतिस्पर्ध्याबरोबर – राजाबरोबर चालणारी लढाईही संपली असती.

दुसरे आणखी एक कारण होतेच! ते तिच्या प्रकृतीचे होते. तिच्या आजारपणापासून, पूर्वी ती जितके तास काम करू शकत असे, ते आता फारच कमी झाले होते. पूर्वी तिच्याकडून जे-जे काही करायची अपेक्षा होती, ते आता मिसेस लिऑनओवेन्सला करत राहणे अशक्य आहे, हे डॉ. कँपबेलनेच सांगितल्यामुळे राजाला नाइलाजाने का होईना, ते मान्य करावे लागले होते. पण कामाच्या वेळावर जरी मर्यादा आलेल्या असल्या तरी राजाचा चंचल भडक स्वभाव आणि अवास्तव मागण्या यांच्यापासून तिचे संरक्षण होऊ शकत नव्हते. कामाच्या खूप जास्त तासांपेक्षाही, हे सहन करणे जास्त कठीण होते. त्या दिवशी सरत्या दुपारी राजाचा खासगी सचिव

फ्रा अलक एक कागद घेऊन तिच्याकडे आला. त्याच्याबरोबर राजवाड्यातील बरेच गुलाम होते. त्या कागदावर तिच्यावर लावलेल्या बऱ्याच आरोपांची यादी होती. तिने ते वाचायचे होते आणि त्याची पोच मिळाली म्हणून सही द्यायची होती. तिने वाचून सही केलेला तो कागद त्याला राजाकडे परत न्यायचा होता. त्या कागदानुसार तिला हेही मान्य करायचे होते की, ती कृतघ्न असून त्या लावलेल्या दोषांना पात्र आहे आणि सर जॉन बॉवरिंगच्या संदर्भातल्या विषयाबद्दल राजाने सांगितल्याप्रमाणे करायला ताबडतोब मान्यता देऊन, ते करून तिने जी काही गैरवर्तणूक केली आहे, तिची भरपाई केली पाहिजे.

तिच्यावर असंख्य आणि कैक प्रकारचे दोषारोप करण्यात आले होते.

१) राजाच्या लायब्ररीतून तिने एक मूल्यवान संस्कृत पुस्तक चोरले होते.
२) ती अनेकदा राजाची आज्ञा पाळत नसे.
३) तिने त्याच्या इच्छा मानलेल्या नाहीत.
४) तिचा ज्याच्याशी काही संबंध नाही, अशा अनेक बाबतींत महाराजांची खरडपट्टी काढायचा तिचा परिपाठ होता.
५) ती त्यांचा अनादर करत असे; जसे ते बसलेले असताना ती उभी राहत असे, त्यांचे वाईट चिंतत असे. त्यांचा अवमान करून त्यांना दुष्ट, खुनशी म्हणत असे.
६) ती त्यांच्या डोक्यावरून चाललेली आहे.
७) ती ब्रिटिश वकिलातीचे प्रतिनिधी मि. थॉमस जॉर्ज नॉक्सचा नेहमीच जास्त सन्मान करते आणि त्यांच्या बाजूने असते. त्यासाठी ती अमेरिकन वकिलातीचे प्रतिनिधी मि. जेम्स मॅडिसन हूडचा अपमान करत असते. याला पुरावा म्हणून हे सांगता येईल की, राजाकडून काढल्या गेलेल्या परिपत्रकावर तिने अमेरिकन वकिलातीचे नाव तळाला लिहिले आहे आणि तिचे स्वत:चे आणि ब्रिटिश वकिलातीचे नाव मात्र काळजीपूर्वक सगळ्यात वर लिहिले आहे.

ॲना जसजशी हे हास्यास्पद फालतू आरोप वाचत होती, तसतसा तिचा राग अनावर होत होता. बारीकसारीक चुकासुद्धा लक्षात ठेवायची त्याची स्मृती केवढी तल्लख आहे! पण अगदी विश्वासू सेवा मात्र तो विसरून जातो. फार पूर्वी जेव्हा तिला राजवाड्यातल्या रीतीभाती माहीत नव्हत्या, तेव्हा राजाला कुठलेतरी पुस्तक ताबडतोब हवे होते. तिला आठवले होते की, त्या दिवशी सकाळी तो वरच्या मजल्यावरच्या महालात काम करत बसला होता तेथे ते होते. तिला असे वाटले की, वरती जाऊन पुस्तक आणले तर राजाची इच्छा पटकन पूर्ण होईल. त्यामुळे जरी त्याचा हुकूम नसला तरी ती घाईघाईने वर गेली होती आणि इतर कुठलाही

विचार मनात न येता तेथे राजा आता बसला होता, त्या महालाच्या नेमक्या वरच्या महालात जाऊन ते पुस्तक घेतले आणि खाली आली. तिला वाटले होते की, त्यामुळे राजा खूश होईल, पण ती त्याच्या डोक्यावर चालली होती आणि तिला या गोष्टीचे विलक्षण आश्चर्य वाटले होते की, त्याच्या सेविका भीतीने थरथर कापत होत्या. भित्र्या, थरथरत्या स्वरात त्यांनी तिला सांगितले होते की, तिने जर पुन्हा शाही रितीभातीचा असा भंग केला तर तिला ते तळघरातल्या अंधारकोठडीत फेकतील.

तिच्यावर इतर जे आरोप केलेले होते, ते तितकेच हास्यास्पद होते. तिने एकही शब्द न बोलता, तो कागद पुन्हा फ्रा अलकच्या हातात दिला.

''पण तुम्ही याच्यावर सही केलेली नाही,'' तो तक्रारीच्या स्वरात म्हणाला.

''नाही आणि करणारही नाही.'' ती तुटकपणे म्हणाली.

''तुम्ही राजाला सांगा तसं.''

तिच्या या बोलण्यासरशी सगळे गुलाम एकदम खाली गुडघे टेकून बसले आणि तिची विनवणी करायला लागले. प्रत्येक जण आपापल्या मालकिणीचे नाव घेऊन राजाच्या आज्ञेनुसार वागायची तिला विनंती करत होता आणि सांगत होता की, त्याला काय हवंय त्याप्रमाणे तिने करून द्यावे. तिच्या हे लक्षात आले की, तिने जर तसे केले नाही तर त्याचे परिणाम काय होतील हे त्यांना कळत असल्यामुळे तिच्या प्रेमापोटी ते तसे करताहेत. तरीपण त्या घाणेरड्या पत्रावर ती कधीही सही करू शकणार नव्हती. फ्रा अलकचे बरेच लागेबांधे होते. त्यामुळे त्याने भात्यातून दुसरे बाण बाहेर काढले. त्याने ॲनाला एक मोठी रक्कम लाच म्हणून देऊ केली. तिला याबद्दल अजिबात शंका नव्हती की तो, हा जो पैसा देऊ करतोय, तो अंत:पुरातल्या स्त्रियांनी तिच्या या अडचणीसाठीच गोळा केला असेल. कारण त्याच्याजवळ एवढी मोठी रक्कम असणे अशक्य होते.

''फ्रा अलक,'' त्याची कानउघाडणी करायच्या स्वरात ती म्हणाली, ''मला लाच दिली जाऊ शकत नाही, हे तुला चांगलं माहीत आहे. राजानं मला जे काही करायला सांगितलं आहे, ते योग्य आहे असं वाटलं तर पैसे न घेताच मी ते करीन, पण जे चूक आहे, ते मी करणार नाही आणि पैशांसाठी तर नक्कीच नाही.''

तिला हे जाणवून मनोमन फार दु:ख झाले की, राजाप्रमाणेच या धंदेवाईक लेखनिकालाही तिचे संतुलित्व पटवून देणे कठीण होते. राजवाड्यात काम करायला सुरुवात करून आता तिला चार-साडेचार वर्षे झाली होती. पण एवढ्या अवधीत लोकांची दु:खे, अत्याचार यांच्या संदर्भात राजाकडे वकिली करताना त्यामागे एकदासुद्धा त्यातून कधी पैसा मिळवणे हा हेतू नव्हताच. तरीही हा मनुष्य, ज्याला तिने कित्येकदा मदत केली होती त्यालाही ती विकत घेतली जाऊ शकेल असे

वाटतेय. अशा लोकांसाठी काम करून फायदा तरी काय की, ज्यांना जगात काही तत्त्वे, मूल्ये असतात, हे माहीत नसते. त्यांचा जोर ते ओळखू शकत नाहीत आणि सदसद्विवेकबुद्धीने वागू शकत नाहीत!

फ्रा अलकने पुन्हा रकमेचा आकडा वाढवला आणि तिने जेव्हा पुन्हा नाकारले तेव्हा त्याच्या चेहऱ्यावरून तिला असे जाणवले की, त्याला वाटतेय की ती घासाघीस करतेय. जवळजवळ दोन तास तो वादविवाद करत होता. विनंत्या करत होता आणि रक्कमसुद्धा हळूहळू वाढवत होता. जी तो स्वत: द्यायला तयार होता. फक्त तिने त्या आरोपपत्रावर सही करून द्यावी आणि सर जॉन बॉवरिंगच्या पत्रावरही तिने सही द्यावी असे वारंवार सांगत होता. इतर गुलामसुद्धा अगदी कासाविशीने तिची, तिने सही करावी म्हणून विनवणी करत होते. बोलणे आता संपले आहे, हे दाखवण्यासाठी ॲना उठून उभी राहिली. तोपर्यंत चहाची वेळपण होऊन गेली होती. आतापर्यंत तिने आपली सहनशक्ती बरीच टिकवून धरली होती. तिला वाटत होते की, ती विकत घेतली जाऊ शकत नाही, हे फ्रा अलकला पटेल, पण तिला त्यात यश आले नाही. निराश होऊन तो परत फिरला. त्याला मनोमन हे निश्चितपणे वाटत होते की, त्याने जरी फार मोठी रक्कम देऊ केली असली तरी या इंग्लिश स्त्रीच्या हावेला ती कमी पडतेय. मान खाली घालून तो निघून गेला, पण त्याच्या या कामात यश न येता परत फिरावे लागल्याबद्दल मनात तो अतिशय दु:खी होता. कारण त्याचे अतिशय वाईट परिणाम भोगावे लागतील, असे त्याला वाटत होते.

त्याच्याशी इतका प्रदीर्घ वेळ वादविवाद करून ॲना एवढी दमली होती की, रात्रीच्या जेवणावरची तिची वासनाच उडाली होती. ती काही खाऊ शकली नाही. अजून पाऊस आलेला नव्हता आणि नुसते गडगडत होते. जेवणानंतर ती खालच्या दिवाणखान्यात एकटीच बसली होती. दिवसभर जे काही घडले होते त्यावर विचार न करणे अशक्य होते. पुन्हा एकदा ती अशा विचारांच्या वावटळीत सापडली होती, की जे अपरिहार्य होते. पण त्याचाही मानसिक त्रास काही कमी नव्हता. तिच्या मनात भय दाटून आले. त्यातच राजवाड्यातून तिला एक निनावी पत्र आले होते. त्यात म्हटले होते की, फ्रा अलकबरोबर तिच्या सहीसाठी जे कागद पाठवलेले होते, त्यांच्यावर सही करायला तिने नकार दिल्यामुळे राजा अतिशय संतापून गेला होता. त्याच्यासमोर जमलेल्या दरबाऱ्यांपुढे तो ओरडत होता, ‘‘माझी कोणी या स्त्रीपासून सुटका करू शकणार नाही का?’’ ॲनाने आपल्या नोकरांना हाक मारून दरवाजे बंद करून त्यांना अडसर घालायला सांगितले आणि त्यांनी कोणत्याही सयामी माणसाला प्रवेश द्यायचा नाही ही सूचनाही दिली. तिने सांगितल्याशिवाय राजवाड्यातल्या कुणालाच येऊ द्यायचे नाही हेही सांगितले.

खूप दिवसांपर्यंत तिला असे वाटत असे की, राजाच्या आवेशात येऊन केल्या

जाणाऱ्या गोष्टींवर क्रालाहोमचा लगाम असेल. तो त्याला आवरेल असे तिला वाटे. पण आता तिचे क्रालाहोमबरोबरही फारसे चांगले संबंध राहिले नव्हते. त्याचा दूधभाऊ दुभाष्या त्याने फार पूर्वीच तिला असे सांगितले होते की, तो तिच्याबद्दलचे क्रालाहोमचे मत कलुषित करेल. त्या गोष्टीबद्दल तो आपल्या कामात यशस्वी झालाय याची तिला खात्री पटायला लागली होती. यापुढे आता ती क्रालाहोमवर अवलंबून राहू शकेल असे तिला वाटेनासे झाले होते.

क्रालाहोममधल्या या बदलाची जाणीव तिला, ती एकदा तिच्या 'अशिला'ला घेऊन त्याच्याकडे गेली असताना झाली. क्रालाहोमच्या भावाच्या परिवारातल्या त्याच्या एका आवडत्या गुलामाने एका चिन्याला लुटले आणि त्याचा खून झाला. त्यामुळे त्याच्या बायको आणि मुलांची स्थिती असहाय झाली. ते फार गरीबही होते. आपल्या मालकाला लुटीतला हिस्सा देऊन तो खुनी गुलाम गायब झाला होता. त्या चिनी माणसाची विधवा पुन:पुन्हा भरपाईसाठी मागणी करत होती. पण व्यर्थ. ती सतत एका न्यायालयातून दुसऱ्या न्यायालयात हेलपाटे मारत राहिली. अखेरीस तेथील न्यायाधीशांना इतका राग आला की, त्यांनी तिच्या मोठ्या मुलाला कुठल्यातरी खोट्या आरोपाखाली पकडून तुरुंगात टाकले. ती अगदी निराश, घाबरीघुबरी होऊन ॲनाकडे आली. मदतीसाठी ती पुन:पुन्हा विनंत्या करत होती, रडत होती. ॲनाने तिच्या मुलाला सोडण्याचा हुकूम तर मिळवलाच, पण त्याखेरीज त्याचे रक्षण करण्यासाठी तिने त्याला आपल्या घरात ठेवून घेतले आणि त्याचे नावही बदलले. ती त्याला 'टिमोथी' म्हणून हाक मारायची. इतरांसाठी तो 'टी' होता.

ॲनाच्या कामगिरीची पुढची पायरी ही होती की, त्या स्त्रीला घेऊन क्रालाहोमकडे जायचे आणि चोरल्या गेलेल्या संपत्तीचा काहीतरी हिस्सा परत मिळवायचा प्रयत्न करायचा. जेव्हाजेव्हा तिने क्रालाहोमकडे स्वत:च्या कामाचे स्वरूप स्पष्ट केले तेव्हातेव्हा तो त्रासलेला दिसला. त्याने आपल्या भावाला बोलावणे पाठवले. दोघांचे हलक्या आवाजात खूप वेळ बोलणे चालले होते. अखेरीस क्रालाहोमने त्या चिनी विधवेकडे आठ्या घालून पाहिले आणि तिला धमकी दिली की, यापुढे तिने जर न्यायाधीशांकडे काही तक्रार केली तर तो तिला फटके मारायची शिक्षा देईल आणि चेहऱ्यावर उसने हसू आणून ॲनाकडे वळून तो म्हणाला, "चिनी लोक फार त्रास देतात. गुड मॉर्निंग सर."

ॲनाच्या दृष्टीने क्रालाहोमने जाणूनबुजून अन्याय करण्याची ही पहिलीच वेळ होती. याचा अर्थ एकच होता की, त्याच्या भावाची सरशी झाली होती आणि ती त्याच्याकडून भरपाईची अपेक्षा करू शकणार नव्हती.

त्याच दिवशी संध्याकाळी तिने एक बारीकसा आवाज ऐकला. इकडेतिकडे पाहिले तर पियानोजवळ दुभाष्या अंगाची जुडी करून बसलेला. त्याला पाहून ती

आश्चर्यचकित झाली.

“माझ्या घरात तुम्ही न विचारता, कळवता घुसायचं धाडस कसं काय केलंत?” तिने संतापून विचारले.

“मेम, तुमच्या नोकरानंच मला आत घेतलं. मी कुणाकडून आलोय, हे त्यांना माहीत आहे. त्यामुळे ते मला नाकारायचं धाडस करू शकत नाहीत आणि आता तुम्हाला मी हे सांगायला आलोय की, मी क्रालाहोम महाराजांकडून तुमच्यासाठी एक निरोप घेऊन आलोय, त्यांनी तुम्हाला या महिन्याच्या अखेरीपर्यंत राजीनामा पाठवायला सांगितलाय,” त्याने खुलासा केला.

“आणि त्यांनी कुठल्या अधिकाराने हा निरोप मला पाठवला आहे?”

“ते मला माहीत नाही, पण त्याचे तुम्ही पालन करावं, हे बरं.”

“त्यांना सांगा,” ती त्याला म्हणाली, “की मला जेव्हा योग्य वाटेल तेव्हा मी सयाम सोडीन. त्यासाठी माझ्यासाठी कोणी वेळ निश्चित करू नये.”

दुभाष्या आतल्या आत जळफळत आणि या सगळ्यात माझा काहीच संबंध नाही, असे सांगत तेथून निघून गेला. त्या रात्री ती झोपू शकली नाही. पुन:पुन्हा तिचे एक मन शक्य आहे तोवर तेथून सुरक्षितपणे निघून जाण्याचा सल्ला देत होते. पण सकाळी तिने पुन्हा तेथेच राहायचे ठरवले. तिला कोणी पळवून लावू शकणार नव्हते. राजवाड्यातल्या तिच्या मैत्रिणींना तिच्या सुरक्षिततेबद्दल चिंता वाटत होती, पण त्यांना वाटणाऱ्या भीतीबद्दल ती हसली होती. त्यानंतर तीन आठवड्यांनी जेव्हा राजा वरच्या प्रदेशात जायला निघाला तेव्हा त्याने तिला सांगितले की, तिलाही तिच्या विद्यार्थ्यांसमवेत त्याच्याबरोबर जायचे आहे. तेव्हा क्रालाहोमने तिच्यासाठी आणि लुईसाठी त्यांच्या ‘व्हॉलंट’ जहाजावर केबिन तयार करवून घेतली. ते राजवाड्यातून निघण्यापूर्वी सोन क्लिनने तिच्याकडे येऊन तिला विनवले की, तिने जहाजावरचे कुठलेही अन्न किंवा पेय घेऊ नये आणि तिने तसे ॲनाकडून वचन घेतले.

असे इतरही अनेक प्रसंग, आता ती गहन विचारात असताना तिच्या मनासमोरून तरळून गेले. तेव्हा जरी सयाम सोडून जायची वेळ आलेली नसली तरी आता ती वेळ आली आहे, असे तिला वाटायला लागले होते.

अचानक तिला आपल्या भोवतालच्या परिस्थितीची जाणीव झाली. तिला वाटायला लागले होते की, तिला काहीतरी भुताटकीचा भास होतो आहे, तिच्या मनाचे काही खेळ चालू आहेत किंवा तिच्या थकलेल्या मनाला भ्रम होत आहेत. तिला जाणवले की, ती गेले काही तास एखाद्या पुतळ्याप्रमाणे उघड्या खिडकीजवळ निश्चल बसलीय. ती एकदम दचकली. सर्पाच्या डोळ्यांप्रमाणे चमकणारी डोळ्यांची एक जोडी समोरच्या फुलझाडांच्या पानाफुलांच्या गर्दीतून तिच्याकडे पाहत होती.

ॲनाला मदतीसाठी जोरात एक किंकाळी फोडायची जबरदस्त इच्छा झाली. पण एकदम तिच्या मनात विचार आला की, ती हल्ली किती भित्री बनत चाललीय! सगळे धैर्य एकवटून तिने जोरात विचारले, "कोण आहे तिथे?"

"मी आहे, बाईसाहेब!" एक भित्रा, खोल, पण अनोळखी असा एका स्त्रीचा स्वर तिला ऐकू आला, "मी इथे खूप वेळापासून वाट पाहतेय, पण तुमचे नोकर म्हणाले की, तुम्ही कोणत्याही सयामी माणसाला आत यायची बंदी केलीय म्हणून मी आत आले नाही."

"हो. बरोबर आहे ते! आणि आता मी आजारी आहे आणि थकलेलीपण आहे म्हणून आता परत जा आणि माझ्याशी काही काम असेल तर उद्या सकाळी ये."

"फुटो, फुटो! (बुद्ध! बुद्ध!)" ती स्त्री तशाच खालच्या स्वरात म्हणाली, "मी काही सयामी नाहीय आणि मी बँकॉकमध्येही राहत नाही. मी तुम्हाला भेटण्यासाठी ओहोटीच्या वेळी प्रवाहाविरुद्ध तीस मैल नाव वल्हवत आलेय हे जर तुम्हाला कळले तर निदान दयेपोटी तरी तुम्ही मला परत पाठवणार नाही."

'आणखी एक अशील!' ॲनाचे हताश मन स्वत:शी उद्गारले. पण तिला उघडपणे म्हणाली, "मला तुझं काम सांगून काही उपयोग नाही आणि आता ते काम काय आहे, हेपण जाणून घ्यायची इच्छा नाही माझी! तू आता जा. इतक्या उशिरा अंधारात तू या शहरात वावरणं हे तुझ्या दृष्टीनं सुरक्षित नाही."

"पण मेम, मला निदान एक मिनिट तर आत येऊ द्या. मला तुम्हाला खासगीत फक्त एक शब्द सांगायचा आहे. फक्त एक शब्द! तो सांगून मी लगेच जाईन हे मी तुम्हाला वचन देते. मग मला तुम्ही आत येऊ देणार नाही का?" त्या स्त्रीचा स्वर अधिकाधिक विनवणीचा होत गेला, तिचा चेहरा अजून अंधारातच होता.

ॲनाने सरतेशेवटी तडजोड केली, "तुला काय सांगायचं आहे ते आताच आणि इथेच सांग." ती तुटक स्वरात म्हणाली. आपल्याला असे विरघळताना पाहून ती स्वत:वरच वैतागली होती. "इथे आपले बोलणे कोणी ऐकू शकणार नाही. तुला काय हवं असेल ते असो. पण मी तुला आत येऊ देणार नाही."

"फुटो, फुटो!" आता तिचा स्वर नाराजीचा होता. जणूकाही ती नाराजी स्वत:बद्दलच होती. "तू एक फार चांगली आणि शूर स्त्री आहे हे ऐकून मी एकटी इतक्या दूर नाव वल्हवत आले नाहीतर मी आलेच नसते. आता काही लोक म्हणतात की, तिच्यात तसे काहीही गुण नाहीत म्हणून. तरीपण मला वाटलं की, आपण प्रयत्न करायला हरकत नाही म्हणून. अखेरीस माझं अगदी एवढंसं काम होतं आणि आता ती म्हणतेय की, ती मला आत येऊ देणार नाही म्हणून! माझ्यासारखी निर्वासित कष्टी, गरीब गुलाम मुलगी! ते म्हणतात की, ती फार दयाळू आहे आणि तिने अनेक लोकांना मदत केलीय. पण नाही. ती मला तिच्या वेळातली

पाच मिनिटेही देणार नाही किंवा माझी विनंतीपण ऐकणार नाही. बुद्ध! बुद्ध!''

ॲनाला जरी हे कळत होते की, हे नाटक चाललेय आणि फार चांगले नाटक चाललेय तरी तिचे ते शब्द तिच्या अंत:करणाला कुठेतरी जाऊन भिडले. काही अंशी तिच्या स्वरातली खरीखुरी निराशा आणि त्याखेरीज स्वत:चे म्हणणे मांडताना तिने तो अभिनिवेश आणला होता. त्यामुळेच ती शेवटी दयाळूपणे म्हणाली, ''मला वाटतं तुझी जरी काहीही अडचण असली तरी मी तुला मदत करू शकणार नाही. कारण राजा माझ्यावर संतापलेला आहे आणि न्यायाधीशांनाही ते माहीत आहे. त्यामुळे माझा आता त्यांच्यावर काहीही प्रभाव नाही.''

ॲनाच्या स्वरातला बदल त्या अनोळखी स्त्रीच्या लक्षात आल्याचे जाणवले. कारण ॲनाने आपले बोलणे संपवायच्या आतच तिने आपले हात खिडकीच्या पट्टीवर ठेवून आतमध्ये उडी मारली. तिने सांगितल्याप्रमाणे ती सयामी दिसत नव्हती. ती लाओ होती. उत्तरेकडल्या लोकांप्रमाणे तिने केस उलटे वळवून उंच बांधले होते. तिचे डोळे चमकदार आणि बुद्धिमान दिसत होते. तिचे हात जरी नम्रतेने पुढे एकमेकांत गुंफलेले असले तरी मान एकदम ताठ होती. ती इतरांपेक्षा चांगलीच उंच आणि ताकदवान दिसत होती. तिचा चेहरा देखणा होता आणि अवयव रेखीव होते. याखेरीज चेहऱ्यावरून ती चारित्र्यवान वाटत होती. ॲनाच्या हे ताबडतोब लक्षात आले की, ती सामान्य स्त्री नाहीच आणि तिच्या मनाविरुद्ध तिच्या मनात या स्त्रीबद्दल रस निर्माण झाला. त्या लाओ स्त्रीने आपल्या वस्त्रांवर रुंद असा इंग्लिश पद्धतीचा पट्टा बांधला होता. त्यामुळे तर तिचा कमनीय बांधा अधिक रेखीवपणे उठून दिसत होता.

ज्या क्षणी ती स्त्री ॲनासमोर उभी राहिली, त्याच क्षणी तिनेच सफाईदार भाषेत आणि हावभावांसकट बोलायला सुरुवात केली. ते सगळे बोलणे सुखद, आश्चर्यजनक वाटत होते. कारण तिला सयामी स्त्रियांसारखी अवघडून बोलण्याची सवय झाली होती आणि ही लाओ स्त्री ज्या तऱ्हेने भावविवश होऊन बोलत होती, ते पाहून ॲना बुचकळ्यात पडली. तिच्या डोळ्यांतून अश्रूंच्या धारा लागल्या होत्या आणि भावविवश स्वरात हेलकावे आणि चढउतार होते.

इतका सर्व वेळ ती स्त्रीच बोलत असली तरी ती हे सर्व चालू असताना ॲनाचा चेहरा बारकाईने निरखत होती. ॲनाच्या हेही लक्षात येत होते की, तिच्या या प्रयत्नांचा इच्छित परिणाम घडून आलेला दिसला नसता तर तिने वेगळी पद्धती अवलंबली असती. हे सर्व लक्षात येऊनही ॲनाला तिच्यात इतका रस वाटायला लागला की, तिच्या चेहऱ्यावरचे बदलते भाव त्या लाओ स्त्रीच्याही लक्षात आले. ती या निष्कर्षाला येऊन पोचली की, तिने आपल्या या श्रोतीच्या मनात सहानुभूती निर्माण केली आहे.

"तुमच्या चेहऱ्यावरून मला कळत होतं की, तुमचे शब्द जरी कठोर असले तरी तुमचं हृदय कनवाळू आहे म्हणून." पुढे येऊन तिने अतिशय आकर्षक अभिवादन केले आणि ॲनाच्या पायाशी एका मखमली थैलीतले एक जाडजूड पत्र ठेवले. ते रेशमी दोरीने बांधलेले होते आणि इंग्रजी मेणाने ते सीलबंद केलेले होते. बाहेरचे लेखन सयामी भाषेतले नसून ॲनाला अपरिचित अशा लिपीतले होते.

ती स्त्री गुडघ्यांवर बसली आणि प्रार्थनेच्या आविर्भावात तिने हात वर उचलून ॲनासमोर पसरले, "मेम चाओ खा," ती अगदी मृदू स्वरात म्हणाली, "मी तुम्हाला फक्त एकच विनंती करते आहे की, हे पत्र तुम्ही राजवाड्यातल्या एका स्त्रीला द्यायचं आहे. ते तुम्ही न्यायला हो म्हणत असाल तर मी तुम्हाला तिचं नाव सांगीन." ॲना तिला हे सांगण्याचा प्रयत्न करायला लागली की, इतक्या धोकादायक कामाला ती 'हो' म्हणू शकत नाही, पण तिच्या तोंडून शब्दच फुटेना आणि ती स्त्रीही तिच्यासमोर गुडघे टेकून बसलेली होती.

लोक इतक्या अशक्य गोष्टी तिला करायला का सांगत असतात? शक्य तितक्या हळुवारपणे तिने त्या लाओ स्त्रीला हे सांगण्याचा प्रयत्न केला की, हे पत्र तिने राजवाड्यात नेणे हे तिला प्राणाची जोखीम लावून करावे लागेल. एका गुलाम स्त्रीकडून तिला हे कळले आहे की, ती म्हणतेय ती स्त्री कैदी आहे. त्यामुळे हे आणखी शंभरपट अवघड होणार होते. ती आणखी पुढे म्हणाली, "हा केवळ माझ्या सुरक्षिततेचा प्रश्न आहे, असे नाही तर माझ्या मुलाच्या सुरक्षिततेचाही प्रश्न आहे. त्याचे वडील तर वारलेलेच आहेत, पण मला काही झालं तर या जगात त्याची काळजी घेणारं कोणीही राहणार नाही."

ॲनाच्या या शब्दांबरोबर त्या स्त्रीचा चेहरा ताठरला. तिचा चेहरा एवढा पांढरा फटफटीत पडला की, जशी तिच्यावर मृत्यूची छाया पडलीय. कपाळावर घर्मबिंदू जमा झाले. तिचे शरीर हेलकावे खायला लागले आणि चक्कर येऊन ती कोसळेल की काय, असे वाटायला लागले. काही झाले तरी निश्चयाला चिकटून राहायचा आणि विचारपूर्वक कोणतीही कृती करण्याचा ॲनाचा जो स्वभाव होता, तो त्या स्त्रीच्या एकाएकी उन्मळून पडण्याने विरघळून गेला. स्वतःच्याच अशा तऱ्हेने सहजासहजी विरघळून जाण्याच्या स्वभावामुळे स्वतःवरच चिडून हताश होऊन ती त्या स्त्रीचे थंडगार पडलेले हात चोळायला लागली. "तुझं पत्र खरंच इतकं महत्त्वाचं आहे का?" तिने विचारले. ती स्त्री जणू बोलण्याची शक्तीच हरवून बसली होती. तिने ॲनाकडे काहीच न कळल्यासारखे मूकपणे पाहिले. त्यामुळे ॲना आणखीनच घायाळ झाली आणि स्वतःच्या कमकुवतपणावर पश्चात्ताप करतच ती व्याकूळपणे ओरडली, "अरे देवा, निदान तुझी काय अडचण आहे, ते तरी सांग आणि मी मला जमेल ते काहीतरी करीन."

तिच्या या आश्वासनाचा प्रभाव ताबडतोब दिसून आला. ''तुम्ही मला माझं नाव किंवा मी कोण आहे, हेपण विचारलं नाही.'' ती हलकेच म्हणाली. ''तरीपण मी तुम्हाला सांगते, माझी खात्री आहे की तुम्ही माझा विश्वासघात करणार नाही. माझं नाव आहे 'मेइ पिया' आणि माझं घर चियंगमयी. माझ्या वडिलांचं नाव 'मनिथो', ते राजकुमार साराफेंगचे अतिशय विश्वासातले सल्लागार आहेत. तेपण गुलाम आहेत. तरीपण जेव्हा माझ्या वडिलांनी माझ्या आईशी लग्न केलं तेव्हा ती राजकुमारांच्या घराण्यातली गुलाम होती आणि तिला जेव्हा राजकुमारांच्या मुलीला पाजायचं काम सांगितलं गेलं, तेव्हा मी फक्त एक महिन्याची होते. ती जन्मल्या जन्मल्या तिची आई वारली म्हणून माझ्या आईकडे हे काम आलं. त्यामुळे आम्ही दोघी जणी बरोबर वाढलो. त्यामुळेच मी माझ्या दूधबहिणीची मैत्रीण आणि जोडीदार बनले. ती काही क्षण थांबली आणि मग इतका वेळ ती जे हातचे राखून बोलत होती, ते सोडून ती म्हणाली, ''ती माझी दूधबहीण म्हणजेच राजकन्या 'सुनातदा विस्मिता'.''

आता स्तंभित व्हायची पाळी ॲनाची होती. जिच्याभोवती एवढे गूढ वलय आहे, ती चियंगमयीची राजकन्या. तिने कालच नेमके ऐकले होते की, चियंगमयीचा राजकुमार, बँकॉकला त्रैवार्षिक खंडणी देण्यासाठी पंचवीस बोटींचा काफिला घेऊन आला होता आणि त्याचे हे येणे त्याच्या नेहमीच्या येण्याच्या बरेच आधी झाले होते.

काही महिन्यांपासून बँकॉकला एक अफवा पसरलेली होती – चियंगमयीच्या राजाच्या डोक्यात एक विचार घोळत होता की, त्याने ब्रह्मदेशच्या राजाशी आपली दोस्ती, निष्ठा दृढ करावी. त्याने त्याला नुकतेच दोन हत्ती भेट म्हणून पाठवल्याचे सर्वांना माहीत होते. ते हत्ती पांढरे नव्हते. कारण ते तसे असते तर त्याने उघडपणे सयामच्या राजाविरुद्ध बंड पुकारले असे दिसून आले असते. पण त्या हत्तींच्या डोळ्यांभोवती पांढरे मोठमोठे ठिपके होते आणि त्यांच्या शेपट्या विशिष्ट प्रकारच्या होत्या. ब्रह्मदेशाचा राजा ते हत्ती पाहून भारावून गेला होता आणि प्रतिभेट म्हणून त्याने माणके जडवलेले सुवर्णालंकार दिले होते. त्या हत्तींच्या किमतीपेक्षा कितीतरी जास्त मूल्याची ही प्रतिभेट होती. त्या दोघांमधला हा प्रेमाचा समझोता राजा माँगकुतला मात्र मुळीच आवडलेला नव्हता आणि आता चियंगमयीचा राजा धाडसीपणे काफिल्यासकट राजधानीत अवतीर्ण झाला होता. मेइ पिया निश्चितपणे त्या काफिल्याबरोबरच तेथे आली असावी.

ती गुलाम मुलगी उसासा टाकत आपली कहाणी पुढे सांगायला लागली, ''बुद्ध! बुद्ध! धाकट्या राजाचा म्हणजेच तिच्या नवऱ्याचा मृत्यू झाल्यापासून राजकन्या, राजा माँगकुतची कैदी बनलेली आहे. तिच्याबरोबर फक्त तिच्या दोन सेविका असाव्यात असं आम्हाला वाटतं. पण एक वर्षापासून आम्ही तिच्याबद्दल

कुणाकडून काहीच ऐकलेलं नाही.''

ॲना आता एकदम ताठ बसली होती. तिच्या कपाळावरची शीर वेगाने उडत होती. मग राजकन्या माँगकुतच्या राजवाड्यात असेल का? पण तसे असेल तर तिने आतापर्यंत काहीच कसे ऐकले नाही? राजकन्येने राजा माँगकुतचा ज्या तऱ्हेने अधिक्षेप केला होता, ते ऐकल्यानंतर तिला पाहायला ॲना कधीपासून अतिशय उत्सुक झालेली होती. जर राजकन्येला नेहमीच्या तुरुंगात टाकलेले असते तर आतल्या सगळ्या राजवाड्यात नुसती खळबळ माजून चर्चेला ऊत आला असता. कारण तेथे एखादी बारीकशी गोष्टसुद्धा गुप्त राहू शकत नसे.

मेइ पिया पुढे सांगत होती, ''....तिच्या भावालाच काय पण इतर कुणालाही ती जिवंत आहे का मेलीय, हे काहीच माहीत नाही. मेम चाओ खा हे पत्र तिच्यासाठी आहे. ज्यामुळे तुम्ही काही अडचणीत याल, असे काहीही या पत्रात नाही, अगदी कुणा भलत्यासलत्याच्या हातात पडले तरीही त्यात आक्षेपार्ह असे काहीच नाही. तिच्या भावाकडून तिला पाठवलेली ही प्रेम आणि सहानुभूतीची चिठ्ठी आहे. तिचा भाऊ 'ओथांग कर्मथा' हे माझे मालक आहेत. ओ मेम चाओ खा, तुम्ही जर हे पत्र तिच्यापर्यंत पोचवू शकलात तर देव तुम्हाला नक्कीच त्याचे फार चांगले फळ देईल. लवकर किंवा उशिरा याचा काहीच प्रश्न नाही. पण हे पत्र फार गुप्तपणे आणि फार सावधपणे तिच्यापर्यंत पोचले पाहिजे. निदान आमच्या दृष्टीने तरी तिचा जीव वाचवायचे हे एक साधन ठरू शकेल आणि दुसरी गोष्ट म्हणजे ती जिवंत असली तरच हे शक्य होते.'' ही गुलाम मुलगी त्या पत्राला महत्त्व देत होती आणि त्याच वेळी त्यात काही मजकूर नाही, हेपण सांगत होती. या दोन्ही विधानांतला विरोध ॲना अविश्वसनीयतेने जाणून घेण्याचा प्रयत्न करत होती. तेवढ्यात मेइ पिया घाईघाईने म्हणाली, ''त्याचं कारण असं आहे की, धाकट्या राजाच्या मृत्यूपूर्वी वन-सीताहून तिने जे पत्र आम्हाला पाठवलं होतं त्याला आम्ही उत्तरही दिलं नाही, या विचाराच्या दुःखाने आणि यातनांनी कदाचित तिचा मृत्यूही जवळ आलेला असेल.''

ॲनाने एकदम काही कबूल केले नाही. पत्र चांगलेच जाडजूड होते. इतके जाडजूड होते की, त्यात फक्त ख्यालीखुशाली आणि धीर देणेच आहे यावर विश्वास ठेवणे अवघड होते. तिने ते पत्र राजकन्येला द्यावे, या विनंतीमागे केवढे मोठे राजकारण आहे, याबाबत तर्क करणेही कठीण होते. मेइ पिया ही चियंगमयीच्या राजघराण्यासाठी काम करत होती. ते सर्व अभिमानी आणि तापट लोक, राजा माँगकुतच्या आधिपत्याखाली भरडून निघाल्यामुळे त्रासून गेले होते. राजकन्येला तुरुंगवास भोगायला लागतोय, याचा त्यांना नक्कीच संताप येत असावा. पुढे नक्कीच काहीतरी घडणार होते. त्यामुळे त्याबद्दल अधिक काही माहिती असल्याशिवाय ॲना त्यात स्वतःला गुंतवून घ्यायला फारशी उत्सुक नव्हती.

"तुझे धनी, महाराज कुठे आहेत?" ॲनाने सहजपणे प्रश्न केला.

"ते पाकलतच्या गव्हर्नरला भेटायला गेले आहेत."

'हंऽऽ म्हणजे ते लेडी सोन क्लिनचे वडील!' ॲनाच्या मनात विचार आला. सहजपणे बंड करून उठू शकेल अशी ही दुसरी व्यक्ती की, जिला राजा मॉंगकुतबद्दल प्रेम वाटायचे काहीच कारण नव्हते. पण ॲनाने दुसरा काही प्रश्न विचारण्याआधी किंवा हे धोकादायक काम स्वीकारणार की नाही, हे सांगायच्या आतच मेइ पिया निघूनही गेली होती. झटक्यात शरीराच्या डौलदार हालचालीने तिने पुन्हा खिडकीतून बाहेर उडी मारली. ती उडी मारत असतानाच तिच्या स्कर्टच्या घेरात आणि इंग्लिश पट्ट्यात एक लाओ कट्यार लपवलेली आहे, असे ॲनाला दिसले.

दिवसभर जे वादळी ढग जमा होत होते, ते वादळ आता सोसाट्याने सुरू झाले. बाहेरच्या वादळासारखीच तिची मन:स्थितीपण अस्वस्थ, घोंघावणारी होती. राजाबरोबर तिचे जे नवे भांडण सुरू झाले होते, त्याबद्दलचे विचार तिच्या मनात पुन:पुन्हा येत होते. मेइ पियाबरोबरची मुलाखत, तिच्या पायाशी अजूनही पडलेले ते लाल मखमली बटव्यातले पत्र, चियंगमयीच्या राजकन्येचे अनाकलनीय भवितव्य आणि तिची स्वत:ची, ज्या स्त्रीला तिने कधीही पाहिलेले नाही, तिच्या संदर्भात असलीच तर काही जबाबदारी...!

मध्यरात्रीनंतर केव्हातरी वादळ थांबले. अखेरीस ॲना स्वत:च्या वरच्या खोलीत गेली. तिच्या मनाचा अजूनही काहीच निश्चय झाला नव्हता. पण सध्यातरी तिने तिच्या चामडी ट्रंकेत ते पत्र ठेवून तिला कुलूप घातले.

■

पाकलतची सफर

ॲना जागी झाली तरी थकलेली अन् मरगळलेलीच होती. तिचे सध्या काय स्थान आहे हे निश्चित होईपर्यंत घरी राहणेच शहाणपणाचे ठरेल का, यावर तिचा विचार चालू होता. पण बऱ्याच विचारांती ती या निर्णयाला आली की, जणूकाही घडलेच नाही असे भासवत आपले नेहमीचे काम सुरू करावे, हे बरे. राजाबरोबरच्या विविध व्यवहारांच्या बाबतीत तिला मिळणारे कायमचे यश हेच आजच्या तिच्या निःशंक निर्णयाचे कारण होते.

ती नेहमीप्रमाणे नियमित वेळेला लुईला घेऊन निघाली आणि चटकन राजवाड्याच्या वेशीजवळ येऊन पोचली. शाही निवासस्थानांच्या बाहेरच्या बाजूला राहणारा गरीब गुलामांचा जमाव आतल्या दरवाजाशी गुडघे-कोपरे टेकून, ते दरवाजे उघडण्याची वाट बघत बसला होता. ते सगळे जण तिला चांगले ओळखत होते. त्यामुळे तिला पाहून सर्वांनी अदबशीरपणे सलाम केले. दरवाजाजवळ सैनिकांचा आणि अतिशय भयंकर दिसणाऱ्या लोकांचा गट फिरत होता. या लोकांना ॲनाने पूर्वी कधी पाहिले नव्हते. आता पूर्ण दिवस उजाडलेला होता. त्यांना पाहून ती जरी अस्वस्थ, दबकल्यासारखी झाली होती, तरी त्यांच्या एकूण भीतिदायक रूपाखेरीज तिला धोक्याची सूचना देणारे काहीच नव्हते. ते तिला आत जायला रस्ता देणार नाहीत अशी शंकाही मनात न येता ती निर्धास्तपणे त्यांच्याकडे वळली. पण त्या सैनिकांसह ते सगळे जण एकदम तिच्या अंगावर ओरडत धमक्या देत धावून आले आणि तिला त्यांनी एकदम मागे ढकलले. त्यांच्या हातात दगड दिसत होते आणि तिला मारण्याच्या उद्देशाने त्यांनी हात उगारले. त्यांच्या या कृतीने ॲना आश्चर्याने इतकी स्तंभित झाली की, तिच्या मनात दुसरा कोणता विचारही आला नाही. तेवढ्यात तिला चारी बाजूंनी अनेक लोकांनी प्रेम आणि सहानुभूतीने वेढा घातला. तो गुलामांचा जमाव आरडाओरडा करत तिचे रक्षण करण्यासाठी धावून आला होता. त्यांनी सर्वांनी मिळून तिच्याभोवती आणि लुईभोवती घट्ट कडे केले आणि ते हल्ला करणारे आणि ती यांच्यात एक भिंतच उभी केली. त्यांनी सर्वांनी मिळून पुन्हा तिला आपल्या शरीरांच्या सुरक्षित भिंतीतून बाहेरच्या दरवाजाकडे न्यायला सुरुवात केली.

त्यांनी तिला बाहेर काढले तसेच तिच्या घरापर्यंत आणून सोडले. तेथून त्यांनी त्या दोघांना जवळजवळ आतच ढकलले आणि तिच्या नोकरांना 'ताबडतोब बाहेर या' म्हणून हाक मारली. काही मिनिटांतच तिच्या घराला युद्धभूमीची कळा आली. सर्व दरवाजे आणि खिडक्यांना कुलपे आणि अडसर घालण्यात आले.

ती पहिल्या धक्क्यातून सावरताच, आपण फार हादरून गेलोय, हे ॲनाला जाणवले. जेव्हा-जेव्हा ती बंद खिडक्यांच्या फटीतून बाहेर पाहायची तेव्हा-तेव्हा तिच्या घराच्या आसपास बरेच लोक रेंगाळताना तिला दिसायचे. तिच्या मुख्य दरवाजापासून रस्त्याच्या कडेला बरेच लोक तासाहून जास्त वेळ उकिडवे बसून आहेत असे तिला आढळले. तिला असे वाटले की, तिने कुणालातरी झाडाझुडपात लपताना पाहिले. काही जणांनी तर धाडसीपणे येऊन तिचा दरवाजा ठोठावला, पण कुणालाही आत घ्यायला तिने नोकरांना मनाई केली होती.

प्रथम तिला वाटले की, याबाबत ब्रिटिश वकिलातीला लिहून काय झाले आहे, ते कळवावे. पण अनेक कारणांसाठी तिला ते करणे जिवावर आले. सयामी लोकांबरोबर वावरताना, व्यवहार करताना ब्रिटिश वकिलातीकडून संरक्षण घ्यायच्या, त्यांच्यावर अवलंबून राहण्याच्या मोहाला ती कधी बळी पडली नव्हती. ते भ्याडपणाचे दिसले असते आणि शत्रूचे दात त्याच्याच घशात घालायची तिची जी पद्धत होती त्याच्या ते विरुद्ध ठरले असते. तिने मि. नॉक्सची मदत मागितली असती. पण तेसुद्धा अडचणीचे ठरले असते. सकाळ सुंदर असली की, ती आणि लुई नेहमी मि. नॉक्सबरोबर नव्या रस्त्यावरून रपेटीला जात. त्यांच्या दृष्टीने मि. नॉक्स हे त्यांचे जवळचे मित्र होते, पण राजाला मात्र ते आवडत नसत आणि आता या परिस्थितीत तर राजाला काहीही म्हटले तरी तो तिच्याविरुद्ध भडकून उठायची शक्यता जास्त होती. त्यापेक्षा हे वादळ शमेपर्यंत गप्प राहणे अधिक हिताचे होते.

ती उठून आपल्या टेबलाशी येऊन बसली आणि तिने एक पत्र लिहायला घेतले. त्यात तिने आदल्या दिवशीच्या सकाळपासून त्या दिवसापर्यंत काय काय झाले, ते लिहिले. पत्र सील करून त्यावर पत्ता लिहिला. जर कधी तिच्यावर हल्लाबिल्ला झाला तर ते पत्र लगेच पाठवायचे होते. त्यानंतर तिने आपल्या एका नोकराला सुताराला आणायला पाठवले. सगळ्या खिडक्यांवर लोखंडी बार बसवून घ्यायचे होते. कारण जर वेळ आली तर मदत मागवायला वेळ पुरेपर्यंत तिला हल्ला थोपवता येणे आवश्यक होते आणि रात्रीसुद्धा मदत मागवायची गरज पडू शकत होती. दरवाजावर अडसर बसवायची गरज तिला पूर्वी कधी भासली नव्हती पण ज्या सहजपणाने मेइ पियाने तिच्या दिवाणखान्यात उडी मारली होती, त्यावरून ही काळजी घेणे शहाणपणाचे आहे, असे तिला जाणवले होते.

त्यानंतर तिने कॅप्टन जॉन बुशला पत्र लिहिले. राजाच्या दोषारोपांच्या यादीचे

परिपत्रक जॉन बुशच्या हाती पडले होते. त्यामुळे अमेरिकन वकिलातीला राग आला होता. मि. हूड हिवाळ्यातच बँकॉकला आले होते आणि ते स्वत:च्या पदाचा मान राखण्याबद्दल फार दक्ष होते. त्यामुळे त्यांचे नाव शेवटी आणि ब्रिटिश वकिलातीचे प्रतिनिधी आणि मिसेस लिऑनओवेन्स या दोघांची नावे सगळ्यात वरती पाहून त्यांना फार अपमान वाटला होता. ॲनाला तो सगळा प्रसंग नीट आठवत होता. कारण अमेरिकन वकिलातीला जो अपमान वाटला होता त्या सगळ्याबद्दल तिला फार सहानुभूती होती. या गोष्टीला ती जबाबदार नाही, हे तिला माहीत होते. कारण ते परिपत्रक तिच्या हस्ताक्षरात लिहिले गेले नव्हते पण ते कोणी लिहिले आहे हे तिला निश्चित माहीत होते. तिने कॅप्टन बुशला लिहिलेल्या चिठ्ठीत, ते परिपत्रक शोधून काढावे कारण त्याच्या संदर्भात ती आणि राजा यांच्यात काही विवाद निर्माण झालेला आहे, असेही तिने लिहिले.

संध्याकाळी कॅप्टन बुश तिला भेटायला आला. तिच्या बँकॉकमधल्या पहिल्या दिवशी हा लालबुंद हसरा मित्र जसा दिसला होता, तशाच आनंदी वृत्तीत तो आज भेटायला आला होता. ते पत्र काढून तिच्यासमोर धरत तो आनंदी स्वरात म्हणाला, ''हं, हे घ्या मॅडम!''

''वा! फारच छान!'' पत्र घेत ती उद्‌गारली. कारण तिचा तर्क बरोबर होता.

''पण तुम्हाला हे पत्र कशासाठी हवं आहे?''

''हे परिपत्रक तुम्ही स्वत: राजाकडे घेऊन जावं आणि त्यांना द्यावं, अशी माझी तुम्हाला विनंती आहे.''

यात काही गूढ आहे आणि गंमतही आहे, हे लक्षात येऊन त्यांनी त्याला हो म्हटले. फ्रा अलक जवळच राहत होता. त्याच्या मिनतवाऱ्या करून ॲनाने मोठ्या कष्टाने ताबडतोब त्याला राजाबरोबर भेट ठरवायला लावली. आदल्या दिवशी तिने पत्रावर सही करायला नकार दिल्यामुळे फ्रा अलक अजूनही तिच्यावर नाराजच होता. त्यामुळे तिने जोरातच त्याला ही आठवण करून दिली की, राजाबरोबर वागताना, अनेक वेळा तो अडचणीत आलेला असताना तिने मित्रत्वाने त्याची सोडवणूक केलेली होती. अखेरीस त्याने तिची ही विनंती मान्य केली.

राजासमोर हजर केल्या-केल्या कॅप्टन बुशने ते परिपत्रक राजाच्या हाती दिले आणि एवढेच सांगितले की, ''तुम्हाला हे परिपत्रक पाहायचं होतं म्हणून मिसेस लिऑनओवेन्सनं ते घेऊन मला तुमच्याकडे पाठवलं आहे.''

राजाने ते परिपत्रक घेऊन काळजीपूर्वक न्याहाळलं. त्याचा चेहरा एकदम कोरा झाला; नंतर गोंधळल्याचे भाव चेहऱ्यावर आले. त्यानंतर त्याच्या तोंडून काही चमत्कारिक उद्‌गाराचे आवाज निघाले, त्याने आपला हात भुवयांवर दाबून धरला. ते हस्ताक्षर त्याचे स्वत:चे होते.

"मी विसरलोच होतो," गुंगीत असल्यासारखा तो म्हणाला.

थोड्या वेळाने कॅप्टन बुश ॲनाच्या घरी परत आला. राजाची काहीतरी कोंडी झाली होती, हे आठवून तो स्वत:शीच हसत होता. "आता हे सगळं काय आहे, ते मला सांग." त्याने मागणी केली आणि ॲनाने त्याला सर्व खुलासेवार सांगितले. "आणि काही पुस्तकाची भानगड होती का?"

"हो. राजानं माझ्यावर, मी त्याच्या लायब्ररीतून पुस्तक चोरल्याचा आरोप केला आहे."

"आता हे सगळं बरोबर जुळलं," असे म्हणत तो जोरजोरात हसायला लागला. "मी तिथे असताना एक छोटी राजकन्या हातात एक पुस्तक धरून रांगत तिथे आली आणि एका शय्यागृहात ते सापडलं म्हणून ती सांगत होती. त्यामुळे राजा जास्तच अस्वस्थ झालेला दिसला आणि म्हणाला की, त्याला ते पुस्तक तुझ्याचकडे आहे, असे वाटले." कॅप्टनने राजाकडून हा निरोप आणला होता की, राजा स्वत: मनापासून याबाबतीत समेट करायची ग्वाही देतो आहे. पण ॲना मात्र अजून मनाने पूर्ण तयार नव्हती. इतका भयंकर संताप उतरायला निश्चितच काही वेळ लागणारच होता.

जेव्हा 'चो फ्या' बोट परदेशी टपाल घेऊन आली तेव्हा राजाने पुन्हा तिला कामावर हजर व्हायचा निरोप पाठवला. त्याच्यावर काहीही भाष्य न करता ती कामावर हजर झाली. तिने मुकाट्याने आपल्या टेबलाशी बसून राजाने लिहिलेल्या पत्राची प्रत तयार करायला सुरुवात केली. थोड्या वेळाने तो तिच्याजवळ आला पण तिने वर पाहिले नाही.

"मेम, तू फार विचित्र बाई आहेस. मी तुझं पुष्कळ भलं करू शकतो, सुख देऊ शकतो, पण तू फार हट्टी आहेस. तुझ्याजवळ काही शहाणपण नाहीय. कोणत्या कारणामुळे तू एवढी हट्टीपणानं वागतेस? अखेरीस तू एक स्त्री आहेस आणि तू एवढ्या भडक डोक्याची आहेस, हे फार वाईट आहे. आता तुला, सर जॉनना पत्र लिहून हे कळवायला काही अडचण आहे का, की मी त्यांचा चांगला मित्र आहे म्हणून?"

त्या दोघांमधला जो विषय चाललेला होता, त्याला अशी बगल दिलेली पाहून तिला हसू आल्यावाचून राहिले नाही. "काही नाही महाराज," तिने अगदी छान स्वरात उत्तर दिले. "जर तुम्हाला फक्त सदिच्छेचेच पत्र लिहायचं असेल तर माझी काही हरकत नाही."

तिने पत्र लिहून त्याच्याकडे ते वाचून सही करण्यासाठी दिले. पण त्याचे समाधान झाले नव्हते आणि त्याच्या चेहऱ्यावरून ते स्पष्ट दिसत होते. कंठातून नाखुशीचा काहीतरी स्वर काढत त्याने ते पत्र तिला परत केले आणि त्याच्या 'एका

मोठ्या अडचणी'वरचा राग दुसऱ्या एखाद्या कमी अभिमानी व्यक्तीवर काढण्यासाठी तो तेथून बाहेर पडला.

ही फारशी आशादायक नसलेली सुरुवात झाली होती, तरी राजाच्या बाजूने मात्र पूर्ववत सलोखा झालेला होता. त्याने ॲनाला पहिल्यापेक्षा जास्त विश्वासात घ्यायला सुरुवात केली होती. अधूनमधून त्याचे आजारपण उसळून येई आणि त्या वेळेस तो आठवडे न् आठवडे राजवाड्याच्या अगदी वरच्या मजल्यावरच्या महालात निजलेला असे. तिला दररोज तेथे चिठ्ठ्या लिहायला किंवा एका सयामी स्त्री सचिवाच्या साहाय्याने महत्त्वाच्या इंग्रजी कागदपत्रांचे सयामी भाषेत भाषांतर करायला सांगितले जायचे.

हा सर्व काळ मेइ पियाने दिलेले लाल मखमली बटव्यातले पत्र तिच्या चामडी ट्रंकेतच पडलेले होते. ती रस्त्याने जाता-येताना किंवा अंत:पुरात कुणाकडेतरी जाताना-येताना ज्या अनेक वावड्या तिला ऐकू येत, त्यात कधी तिने चियंगमयीच्या राजकन्येची तुरुंगवासाची हकिकत ऐकली नव्हती. पण तिने जर कधी तिची खबरबात काढायचा प्रयत्न केला असता तर राजकन्या आणि ती स्वत: या दोघींच्या दृष्टीने ती अतिशय धोकादायक गोष्ट होती. ती सोन क्लिनला जास्तीत जास्त एवढेच विचारू शकायची की, तिने राजकन्या सुनातदा विस्मिताबद्दल काही ऐकलेय का आणि तीपण त्या अतिशय घाईने आणि अनिश्चित स्वरात 'नाही' म्हणून सांगायची. त्यावरून हे स्पष्ट व्हायचे की, तिला या विषयावर काही चर्चा करायची नाहीय. म्हणजे चियंगमयीचा राजकुमार अजून बँकॉकलाच होता आणि त्याचे सैनिक व परिवार हा नदीपलीकडे 'वाट अरुण' (अरुणाचे निवासस्थान) जवळ डेरा टाकून होता.

एके दिवशी ॲना राजाच्या शय्यागृहाला लागून असलेल्या महालात काम करत बसली होती. अचानक तिने मेह यिंग थाहन राजाच्या भेटीला आल्याचा आवाज ऐकला. त्या पातळ भिंतीतून ॲनाच्या कानी, ती दणकट लढाऊ स्त्रियांची प्रमुख राजाच्या भेटीसाठी शेजारच्या दरवाजातून रांगत आत शिरल्याचा आवाज तिच्या कानी आला. राजा ही पवित्र व्यक्ती असल्यामुळे ती त्याच्याजवळ न जाता दुरून बोलत होती आणि त्या पातळ भिंतीतून तिचा मोठा आवाज ॲनाला स्पष्टपणे ऐकू यायला लागला. ती सांगत होती की, राजकन्या सुनातदा विस्मिता फार आजारी होती. ''मग राजकन्येला हवा खायला बाहेर घेऊन जात जा.'' त्याने खुशीच्या स्वरात तिला उत्तर दिले. ''आणि तिला चांगल्या कोठडीत ठेवा. तसेच तिला राजवैद्यांचे औषध चालू करा.''

ती दणकट स्त्री पुन्हा रांगत बाहेर पडली आणि जिन्यावरून खाली उतरायला लागली. ॲना आवाज न करता टेबलाजवळून उठली आणि तिच्यामागे पायांचा आवाज न करता गेली. त्या दणकट स्त्रीला नजरेच्या टप्प्यात ठेवत, पण तिला कळू

न देता ती तिच्यामागे जात राहिली. ती मुख्य तुरुंगाकडे वळतेय, हे तिला दिसले. फार पूर्वी याच तुरुंगात लेडी सोन क्लिन कैदेत असताना पहिल्यांदा ॲना तेथे गेली होती. त्या अवाढव्य भिंतींच्या आड ती लढाऊ स्त्री दिसेनाशी झाली. ॲनाने आत शिरायचा प्रयत्न केला नाही, पण दरवाजापासून थोड्या अंतरावर ती वाट बघत उभी राहिली.

काही काम नसलेल्या रिकामटेकड्या मुली आणि स्त्रियांचा घोळका तेथे इकडेतिकडे हिंडत होता. तुरुंगाचे कुठलेही दार उघडले गेले की,त्यांचे कुतूहल चाळवले जाई. कुणालाच काय घडणार आहे, ते काही माहीत नसायचे, पण दिवसेंदिवस आयुष्यात जो रटाळपणा किंवा कंटाळवाणेपणा होता, तो मोडणाऱ्या प्रत्येक गोष्टीचे त्यांच्याकडून स्वागत होई. बघता-बघता तो रस्ता प्रेक्षकांनी भरून गेला. ॲना जरा आणखी मागे सरकून उभी राहिली. दणकट स्त्रियांची एक तुकडी तालबद्ध पावले टाकत तुरुंगातून बाहेर आलेली तिला दिसली. त्यांच्या मध्यभागी एक लाओ स्त्री चालत होती. निश्चितच ती राजकन्या होती. तिच्यामागे दोन लाओ स्त्रिया होत्या. तिच्या येण्यामुळे तेथे जी खळबळ माजली होती, तिकडे तिचे लक्ष नव्हते, असे दिसत होते आणि ती जणू एकटीच चालतेय इतक्या शांतपणे कुठेही लक्ष न देता चालत होती. ती उदास आणि आजारीही दिसत होती. जणूकाही ती स्वतःच्या दुःखात गुरफटून गेली होती.

तो सगळा जमाव आणि त्यांच्याबरोबर ॲना, त्या मिरवणुकीच्या पाठोपाठ चालू लागले. जेव्हा ती सगळी मिरवणूक चिनी पद्धतीने बनवलेल्या बागेत येऊन पोचली तेव्हा एका लढाऊ स्त्रीने मोठ्या दिमाखात हातवारे करत दर्शवले की, ते आता आणखी पुढे जाणार नाहीत. राजकन्या एका कृत्रिम पुष्करणीच्या कडेला असलेल्या खडकाच्या टोकावर बसली. पुष्करणीत सोनेरी मासे पोहत होते. तिने अतिशय उदासीनपणे कडेला मान टेकवली. जणूकाही त्या थंड हवेत तिला चैतन्य द्यायची कोणतीच शक्ती नव्हती. तिच्या सुंदर चेहऱ्यावर एक कष्टी; पण कठोर भाव आलेला होता.

त्या गुलाम मुलीबाळीचा बायकांच्या गर्दीतून एक सहानुभूतीचा स्वर उमटला. वर्षानुवर्षे ज्या राजकन्येबद्दल त्या ऐकत आल्या होत्या तिला असे प्रत्यक्ष पाहून त्या विस्मित, स्तंभित होऊन तिच्याकडे टक लावून पाहत होत्या. एवढेच काय, त्या पहारेकरी स्त्रियांच्या तोंडूनही सहानुभूतीचे शब्द उमटत होते आणि पहिल्यांदाच राजकन्येच्या हे लक्षात आलेले दिसले की, तिच्याभोवती गर्दी जमलेली आहे. ॲनाला हे दिसू शकले की तिने मान वर करून आपल्या काळ्याभोर डोळ्यांनी सगळ्यांकडे एकवार पाहिले आणि पुन्हा मान खाली केली.

ॲना जेवायला घरी परतली तरी तिच्या डोळ्यांसमोरून त्या राजकन्येचे चित्र

हलत नव्हते. तिच्या एवढ्याशा हालचालींमधून तिला कोणीसुद्धा जवळचे, हितचिंतक, स्नेही इथे नव्हते हे जाणवत होते. आता राजकन्या जिवंत आहे आणि ती कुठे आहे, हे कळले होते. त्यामुळे आता त्या लाल मखमली बटव्याचा प्रश्न पुन्हा उभा राहिला. जर निरोप तोंडी असता तर तो पोचवण्याची जबाबदारी ती निश्चितपणे संभाळू शकली असती, असे तिला वाटत होते. पण लेखी निरोप म्हणजे दुसरे इतर काहीही असू शकत होते. ते पत्र फक्त ख्यालीखुशाली कळवणे आणि धीर देणे आहे, या मेइ पियाच्या शब्दांवर तिचा विश्वास नव्हता. चियंगमयीचा राजा आणि मेइ पिया दोघे मिळून कोणती धाडसी योजना आखताहेत, हे कुणाला कळू शकणार होते? ॲनाला त्यांचे साथीदार होणे, हे मान्य होते का? तिने जर ते पत्र राजकन्येकडे नेले तर ती हे राजाविरुद्धचे कृत्य करते आहे हे लक्षात ठेवून, डोळे उघडे ठेवून करणे आवश्यक होते. याचा शेवट कोणत्या प्रकारचा होईल? किंवा राजकन्येच्या चेहऱ्यावर तिने जे पाहिले, ते माणुसकीच्या दृष्टीने हे काम करायला पुरेसे स्पष्टीकरण होऊ शकत होते का?

ॲना जेव्हा शाळेत जायला निघाली तेव्हा तिने ते पत्र आपल्या खिशाला टाचून ठेवले. आज लेडी थियांगला भेटायला जायचे असे तिने ठरवले आणि ती तिच्या अतिशय सुंदर आकर्षक पण जुन्या पद्धतीचे प्लॅस्टर केलेल्या आणि सुंदर बगिच्याच्या घराकडे वळली. तरीपण या संदर्भात तिच्याशी बोलावे की नाही हा प्रश्न अजून अनुत्तरितच होता. छोट्या-छोट्या कारवायांत त्या दोघी कायम एकमेकींच्या साथीदारणी असत. पण इतकी महत्त्वाची मोठी व्यक्ती ज्यात गुंतलेली आहे, त्यात त्या दोघींनी अजूनतरी कशात भाग घेतलेला नव्हता. महाराज आणि लाओची राजकन्या यांच्या संदर्भातल्या एखाद्या गोष्टीत ढवळाढवळ करायला लेडी थियांग फारशी उत्सुक नसेल, असे तिला वाटत होते. तरीपण या निमित्ताने तिला भेटायला जाणे आणि त्यानंतर स्वतःच्या अंतर्मनावर विश्वास ठेवून पुढच्या हालचाली करणे, हे काही फार अवघड नव्हते. लेडी थियांगला आता दहावे मूल व्हायचे होते म्हणून तिची विचारपूस करायला ॲना नेहमी तिच्याकडे जात-येत असे.

तिने नेहमीप्रमाणे तोंडभर हसून ॲनाचे स्वागत केले. तिने आपल्या धाकट्या मुलाला, चैथन्युचितला खाली ठेवले आणि ॲनाला प्रेमाने जवळ घेतले. ॲना पहिल्यांदा जेव्हा राजवाड्यात आली, तेव्हा हा मुलगा तान्हे बाळ होता. छोटा चै नेहमीप्रमाणे ॲनाच्या मांडीवर स्थानापन्न झाला. जेव्हा तो दोन वर्षांचा होता तेव्हा तिने त्याला इंग्रजी नर्सरी ऱ्हाइमचे छोटे-छोटे तुकडे म्हणायला आणि इंग्रजी वाक्ये शिकवायला सुरुवात केली होती आणि ती आली की लगेच तो, ''मेम मेम, हौ डू डू'' किंवा ''मेम, मेक अ बो, मेक अ बो'' असे म्हणून तिचे स्वागत करायचा. त्या वेळी तो त्याचे छोटेसे डोके डुलवायचा, आपले चमकदार डोळे मिचकवायचा.

त्याच्या या गमतीदार आविर्भावांनी त्याची आई आणि तिच्या सेविका सगळ्या जणी खूश व्हायच्या.

ॲना आत येऊन बसताच सगळ्या जणी तिच्याभोवती तिचे चैशी चालणारे इंग्रजीतले बोबडे बोलणे ऐकण्यासाठी येऊन बसल्या. तिने सुरू केले, "बा बा ब्लॅक शीप...", "बा बा ब्लॅक शीप..." तो तिच्यामागून म्हणायला लागला. ओळीमागून ओळी म्हणत गेला अन् नंतर त्याने तिच्या तोंडात एक संत्रे कोंबून तिचे तोंड बंद केले तेव्हा सगळ्या जणींमध्ये एकच हास्यकल्लोळ उठला. त्याची ती भेट होती. मग तो उडी मारून तिच्या मांडीवरून खाली उतरला. तिची हॅट स्वत:च्या डोक्यावर ठेवली, अंगावर तिचा अंगरखा घातला आणि खोलीभर "हौ डू डू? हौ डू डू?" म्हणत फेऱ्या घालायला लागला. त्याच्या आईने त्याला जवळ घेऊन त्याचे पापे घ्यायला सुरुवात केली. त्या हसण्याखिदळण्याच्या आवाजात कोणीतरी 'मसाज करणाऱ्या बाई आल्या' म्हणून सांगितले.

तत्क्षणी लेडी थियांग मसाज करायला आलेल्या बाईबरोबर आत गेली. जाताना तिने चैला कडेवर घेतले आणि ॲनाला आत यायची खूण केली. आत गेल्यावर तिने मुलाला ॲनाच्या स्वाधीन केले आणि मसाज करवून घेण्यासाठी स्वत: आडवी झाली. याच संधीची ॲना वाट पाहत होती आणि दैवानेच जणू ती संधी तिला पुरवली होती. पण त्या वैद्य बाईवर विश्वास ठेवावा की नाही, या विचाराने ती वाट पाहत होती.

त्या सगळ्या जणी काही वेळ अगदी गप्प होत्या. त्या बाईने आधी एका अंगाला अन् मग दुसऱ्या अंगाला मसाज करताच लेडी थियांगने सुस्कारा सोडला. तिने घशातून काही आवाज काढले. ॲना वाट पाहत होती आणि अचानक तिच्या लक्षात आले की, त्या दोघीही कशाची तरी वाट पाहताहेत. त्यांची जी नजरानजर झाली त्यावरून तिला हे जाणवले की, त्या स्त्रीला लेडी थियांगला काहीतरी सांगायचे आहे, पण लेडी थियांगने ते सांगण्यासाठी संकेत दिलेला नाही. पण ती बहुतेक कशाचीतरी वाट पाहतेय. बहुतेक ॲना परत जायची. त्या दोघींची नेत्रपल्लवी आपल्या लक्षात आलेली नाही, असे ॲनाने भासवले. ती चैला मांडीवर उडवून खेळवत होती, त्याला गाणे म्हणून दाखवत होती. थोड्या वेळाने लेडी थियांगला ॲनाची परत जायची काही हालचाल दिसली नाही तेव्हा ती त्या बाईला सयामी भाषेत म्हणाली, "काही नाही. तुला काय सांगायचंय ते सांग. सगळं ठीक आहे. तुला घाबरायचं काहीच कारण नाही."

त्या स्त्रीने अंग रगडणे थांबवले आणि म्हणाली, "ती फार काळ जगेल, असं मला वाटत नाही."

लेडी थियांग झटकन उठून बसली. तिने आपले दोन्ही हात एकमेकांवर घट्ट

दाबले आणि उद्गारली, "फुटो! (बुद्ध!) अगदी अशक्य आहे ते!" ती डॉक्टरबाई अगदी खालच्या कळवळत्या स्वरात म्हणाली, "ते तिला ज्या तऱ्हेनं मारताहेत, त्याऐवजी तिला एकदमच मारलेलं बरं की!"

"स्वर्गातल्या भगवान बुद्धदेवा, आम्हाला मदत कर." लेडी थियांग कळवळलेल्या प्रामाणिक व्याकूळ स्वरात म्हणाली, "आता मी करू तरी काय? तिला वाचवता येईल का?"

"काही करायचं असेल तर ताबडतोब केलेलं बरं!" ती डॉक्टर म्हणाली.

"ठीक आहे. मग तूच एक पत्रक काढून मेह यिंग थाहनला का नाही देत? आणि त्यात हे नक्की लिही की, त्या कोठडीतून बाहेर काढल्याशिवाय आणि तिला दररोज मोकळ्या हवेत हिंडवल्याशिवाय यापुढे ती चोवीस तासही जगू शकणार नाही म्हणून! बिच्चारी पोरगी! बिच्चारी!" लेडी थियांगच्या स्वरात अतिशय दया होती. इतक्या श्रेष्ठ स्वभावाची मुलगी न् तिला असे मरावे लागेल! तिचे आयुष्य थोडे अधिक वाढावे म्हणून आपण काहीतरी मार्ग शोधून काढला पाहिजे आणि जोपर्यंत स्थिती जरा बरी दिसतेय, तोपर्यंत आपण काही करू शकू, असा काहीतरी मार्ग असेलच.

त्या संभाषणाशी आपला काही संबंध नाही, अशा तऱ्हेने ॲना चैशी खेळत होती. डॉक्टर तेथून निघाली. जाताना तिने दार लावून घेतले. ती गेल्यावर ॲनाने लेडी थियांगकडे वळून खालच्या स्वरात तिला विचारले, "तुम्ही राजकन्या सुनातदा विस्मिताबद्दल बोलत होतात का?"

राजाची महाराणी एकदम दचकून उठून बसली आणि तिने ॲनाकडे अशा नजरेने पाहिले की, जणू हिला गूढ गोष्टी कळणारी दैवी शक्ती प्राप्त झाली आहे की काय... "तुला तिचं नाव कसं कळलं? आम्ही तर तिचं नाव पण उच्चारलं नाही!"

मग ॲनाने तिला मेइ पिया भेटायला आली होती त्याबद्दल आणि लाल मखमली बटव्याबद्दल सांगितले आणि म्हणाली, "जर डॉक्टरांच्या म्हणण्याप्रमाणे ती खरोखरच मृत्युपंथाला लागलेली असेल तर तिला पत्र मिळू देण्यात कोणताच धोका नाहीय. तुम्ही ते पत्र तिला पोचवू शकाल का? तुम्ही आताच हे म्हणत होतात की, तुम्ही तिला काही मदत करू शकण्यापूर्वी तिचा जगण्यातला रस वाढवला पाहिजे म्हणून! नाही का?" लेडी थियांगने तिच्या बोलण्यावर नकारार्थी मान हलवली. "मग निदान मला तरी हे पत्र तिच्यापर्यंत नेऊ द्या."

लेडी थियांग उठून कोचाच्या अगदी टोकावर बसली. ती विचारात गढून गेली होती. अखेरीस ती म्हणाली, "माझ्या प्रिय मैत्रिणी, तुला तर माहीतच आहे की आपण इथे साऱ्या जणी एक तऱ्हेनं तुरुंगातच असतो." मग थोडे थांबून ती म्हणाली, "यामुळे आपण काय करतो, याबद्दल आपण खूप सावध असायला

पाहिजे. पण या विषयावर तू इतर कुणाशीही एकही शब्द बोलणार नाहीस आणि याबद्दल कुणाला काही कळले तर, काहीही असो, सगळा दोष तू स्वत:वर घ्यायला तयार असशील, असे वचन जर तू मला दिलेस तर मी तुला मदत करीन.''

''नक्कीच. हे वचन मी तुम्हाला देऊ शकते.'' ॲना लगेच म्हणाली. लेडी थियांगने ॲनाकडे स्थिर नजरेने पाहिले आणि म्हणाली, ''मेम चा, तुम्ही असं नका समजू की मी दुबळ्या मनाची आणि स्वार्थी बाई आहे म्हणून!'' थोडा वेळ ती पुन्हा विचार करायला लागली. तिने आपला हात ॲनाच्या हातावर ठेवला. जणूकाही त्या कृतीने ती ॲनाला तिची स्थिती समजून घ्यायची विनंती करत होती. ''तू फिरंगी आहेस. त्यामुळे राजाची आमच्यावर जशी सत्ता चालेल तशी तुझ्यावर चालणार नाही. तुला जर वाटले तर तू हा देश सोडूनही जाऊ शकतेस. पण आमचे तसे नाही. आम्हाला काही झाले तरी इथे राहूनच महाराजांची मनमानी, राग आणि लोभ सहन करावा लागेल.''

ॲनाने संमतिदर्शक मान हलवून म्हटले, ''हो ना. हे मला अगदी निश्चितपणे माहीत आहे.''

''संध्याकाळनंतर पुन्हा ये. मग तिला आज रात्री पत्र देणे सुरक्षित आहे की नाही, हे मी तुला सांगीन.''

सकाळी ठरल्याप्रमाणे पूर्ण अंधार झाल्यावर ॲना पुन्हा लेडी थियांगच्या घरी आली. परिवारातल्या इतर कोणी तिला पाहण्यापूर्वीच लेडी थियांग तिला घाईघाईने भेटायला आली.

''ते ठरलं बरं का मेमचा!'' ती अभिमानाच्या स्वरात कुजबुजली आणि पुढे म्हणाली, ''डॉक्टरांच्या रिपोर्टमुळे सगळ्या गोष्टी खूप सोप्या होऊन गेल्या. त्या राजकन्येला एका चांगल्या कोठडीत हलवलंय. आता तिथल्या खिडकीतून तेथे हवापण येते.'' तिने दोन गुलाम स्त्रियांना हाक मारून त्यांना ॲनाबरोबर जायला सांगितले आणि तेथील पहाऱ्यावरच्या लढाऊ स्त्रियांना, ॲनाला राजकन्येला भेटायचे आहे म्हणून सांगायला सांगितले. तिच्या दृष्टीने तिने ही मोठी साहसी गोष्ट केली होती. ॲनाची अपेक्षा होती की, त्या लढाऊ स्त्रिया नेहमीप्रमाणे थोडे-थोडे पैसे घेऊन तिची राजकन्येला भेटायची व्यवस्था करतील.

त्या गुलाम स्त्रिया त्या शांत रस्त्यावरून भराभरा, पण अगदी गप्पपणे चालल्या होत्या. ॲनाही मुकाटपणे त्यांच्यापाठोपाठ चालली होती. तुरुंगाच्या दाराशी त्या तेथील लढाऊ स्त्रियांशी घाईघाईने काहीतरी बोलल्या आणि वेगाने रात्रीच्या अंधारात नाहीशा झाल्या. ॲनाला पण त्या लढाऊ स्त्रियांनी काही घोळ न घालता झटकन आत नेले आणि त्या एका छोट्याशा खोलीपर्यंत आल्या. त्यांनी काहीही न बोलता फक्त दार उघडून तिला आत जाऊ दिले आणि पुन्हा दार बंद

केले. एका मातीच्या पणतीचा मंद उजेड खोलीत पडला होता. खोलीला एक जाडजूड गज असलेली खिडकी होती. खिडकी उघडी होती आणि तिच्यातून गरम हवेची एक झुळूक आत येत होती. खिडकीच्या खाली एका घडवंचीवर लाकडी फळ्यांचे अरुंद तख्त टाकलेले होते. त्याच्यावर फुलांची नक्षी असलेली एक सतरंजी आणि एक रेशमी उशी ठेवलेली होती. त्याच्यावर अगदी हडकुळी झालेली राजकन्या सुनातदा निजलेली होती.

श्रेष्ठ घराण्यातल्या लाओ स्त्रीचा पोशाख तिच्या अंगावर होता. सोन्याच्या तारांची पानाफुलांची नक्षी असलेले, शेंदरी रंगाचे पायघोळ पॅसिन तिच्या अंगावर होते. त्याच्यावर फुलाफुलांच्या डिझाइनचे काळे रेशमी जाकीट होते. भारतीय मलमलीची एक लांबलचक ओढणी तिच्या खांद्यावर होती. गळ्यात सोन्याच्या भरगच्च साखळ्या होत्या आणि बोटांवर कितीतरी अंगठ्या. तिचे केस नीट विंचरून उलटे वळवून मागे त्यांचा मोठा उंच असा अंबाडा बांधलेला होता आणि अंबाड्याभोवती टोकावर हिरे जडवलेल्या पिना होत्या. तिचे व्यक्तिमत्त्व वेगळे असले तरी ॲनाला मात्र तिची दासी मेइ पिया जितकी सुंदर वाटली होती, तितकी ही राजकन्या सुंदर वाटली नाही. पण तिचे बारीक निरीक्षण केल्यानंतर तिच्या कष्टी डोळ्यांतून जी एक अभिमानाची आणि बेपर्वाईची भावना झळकत होती, ती ॲनाला मोठी मनोहर वाटली. तिचा चेहरा सुंदर असेल किंवा नसेल पण एकदा पाहिल्यानंतर स्मरणातून कधीच न जाणारा असा होता.

तिच्या पायाशी दोन ओबडधोबड बिछाने होते आणि त्यांच्यावर दोन दासी बसलेल्या होत्या. दरवाजातून ॲना तिथपर्यंत जाऊन त्या दासींजवळ बसली. राजकन्या त्या खिडकीतून दिसणाऱ्या आकाशाच्या तुकड्याकडे टक लावून बघत बसली होती. ॲनाच्या चाहुलीने ती तिच्याकडे वळली. तिच्या राहण्याच्या जागेत एक अनोळखी व्यक्ती आलेली पाहून तिने आनंदही व्यक्त केला नाही आणि नाराजीही व्यक्त केली नाही. कोणीही काहीच बोलले नाही. संभाषण कसे सुरू करावे, हे ॲनाला समजेना. अखेरीस तिने रीतीरिवाजांना अनुसरून राजकन्येच्या प्रकृतीबाबत चौकशी केली.

"मी ठीक आहे, पण तुम्ही कोणत्या कारणाने आलात?" तिने निर्विकारपणे विचारले.

"मी तुमच्यासाठी एक महत्त्वाचा खासगी निरोप घेऊन आलेय," ॲनाने सांगितले.

"खरंच?" राजकन्येने विचारले. पण खात्री पटवून घेण्यासाठी ती ॲनाकडे न पाहता, तिच्या दासींकडे पाहत होती.

मग ॲनानेच तिला ठाम स्वरात सांगितले, "हो, खरं आहे ते! तुम्ही अडचणीत

आहात. अशा वेळी एक स्त्री दुसऱ्या स्त्रीकडे ज्या तऱ्हेने जाईल, तशी मी तुमच्याकडे आले आहे.''

राजकन्येने तिच्याकडे विचित्र नजरेने पाहिले. जणूकाही त्या शब्दांना काहीच अर्थ नव्हता. ''ते कसं शक्य आहे?'' तिने तुच्छतेने विचारले. ''मॅडम, तुम्हाला हे माहीत आहे का, की बायका या फक्त बायका नसतात. काहींनी उच्च कुळात जन्म घेतलेला असतो, तर काही गुलाम म्हणून जन्माला आलेल्या असतात.'' ती सगळे शब्द अगदी सावकाश उच्चारत होती आणि ती सयामच्या दरबारी भाषेत बोलत होती.

तिच्या शब्दांचा ॲनाने राग मानला नाही. ''हो, तुम्ही म्हणताय ते बरोबर आहे.'' ती मृदू स्वरात म्हणाली. ''आपण दोघी काही समान दर्जाच्या नाही आहोत. स्त्रियांचेसुद्धा अनेक प्रकार असतात आणि एका अतिशय शूर स्त्रीने सांगितले म्हणून मी इथे आले आहे. तुमच्याबद्दलच्या निव्वळ, निरर्थक कुतूहलाने मी इथे आलेली नाहीय. मी इथे आलेय ती एका शूर स्त्रीने विनंती केली म्हणून! मेइ पियाची विनंती कशी झिडकारावी, ते मला कळेना.''

''काय म्हणालात? मेइ पिया?'' राजकन्या तिच्या अंथरुणावरून एकदम उडी मारून उठली. तिचा चेहरा अतिशय उजळला होता आणि जणूकाही ती ॲनाची फार वर्षांची मैत्रीण असावी, याप्रमाणे तिने ॲनाच्या गळ्यात हात टाकले. आपला गरम गाल ॲनाच्या गालावर ठेवून ती म्हणाली, ''सांगा, सांगा मला तुम्ही मेइ पिया असंच म्हणालात ना?''

ॲनाने तो लाल मखमली बटवा आपल्या खिशातून बाहेर काढला आणि तो राजकन्येच्या हातात ठेवला. तिचा चेहरा एकदम आनंदाने उजळून निघाला. एखाद्या अंधाऱ्या खोलीत झुंबर पेटले की, जसे होईल तशी तिच्या चेहऱ्यावर दीप्ती आली होती. अतीव निराशेची जागा आनंदाने घेतल्यामुळे ती फारच सुरेख दिसायला लागली होती. थरथरत्या हातांनी तिने त्याच्यावरचे मखमली आवरण बाजूला केले आणि पत्र काढून त्या मिणमिणत्या पणतीपुढे वाकून ती वाचायला लागली. त्या फिकट थरथरत्या उजेडात तिच्या चेहऱ्यावर लाली चढत असलेली ॲनाला दिसत होती. पत्र वाचून संपले तशी ती हसली आणि तिच्या दासीकडे वळून त्यांच्या भाषेत बोलायला लागली.

त्यानंतर त्या तिघी लाओ स्त्रिया आपापसांत खूप वेळ बोलत होत्या. त्या दोघी जणी राजकन्येची जे करायची इच्छा नसावी ते करण्याबाबत तिची विनवणी करत होत्या, असे दिसत होते. अखेरीस रागारागाने तिने ते पत्र बाजूला फेकून दिले. चेहरा दोन्ही हातांनी झाकून घेतला. जणूकाही त्यांचे म्हणणे ऐकून घेणे तिला अशक्य वाटत होते. तिने त्यांचे बोलणे ऐकायचेच नाकारले.

तिच्या दासींपैकी मोठीने ते पत्र घेऊन स्वत: आधी शांतपणे वाचले आणि

आपल्या जोडीदारणीला पुन्हा मोठ्याने वाचून दाखवले. नंतर तिने पानदान उघडून शाई, बोरूची लेखणी, दौत आणि पिवळट रंगाच्या कागदांची एक गुंडाळी बाहेर काढली. मोठे कष्ट घेऊन तिने पत्र लिहायला सुरुवात केली. ती मध्येच चुकलेला शब्द हाताने घासून पुसत होती आणि पुन्हा लिहायला सुरुवात करत होती. राजकन्या पुन्हा पहिल्याप्रमाणे बिछान्यावर आडवी होऊन बाहेर बघत बसली. त्या दासीने लिहिलेले पत्र काळजीपूर्वक बंद केले. पानदानाच्या आतल्या भागातून निळा मखमली लखोटा बाहेर काढला आणि त्यात ते पत्र बंद केले. नंतर तिने ती पिशवी शिवून टाकली. बाहेरच्या बाजूने तिच्यावर एक कागद टाचला. लाल लखोट्यावर जे शब्द लिहिलेले होते तसेच तिने या निळ्या बटव्याच्या कागदावर लिहिले. ते करून संपल्यावर तिने हसून ते पत्र ॲनाच्या हातात दिले.

ॲनाने पत्र हाती घेतल्यावर मग राजकन्या ॲनाकडे वळली आणि तिने विचारले, "मेइ पियानं तुम्हाला काही पैसे द्यायचं कबूल केलं आहे का?"

"अजिबात नाही."

"मग तुम्हाला काही पैसे हवे आहेत का?"

"नाही. आभारी आहे." राजकन्येइतक्याच तापट, तुटक स्वरात ॲना म्हणाली.

"पण या पत्रावर पत्ता कुणाचा आहे, हे मात्र तुम्ही मला सांगायला हवं. कारण त्याच्यावरचा पत्ता मी वाचू शकत नाही. पण पत्ता कळला तर ते योग्य ठिकाणी पोचण्यासाठी मी शक्य ते सर्व प्रयत्न करीन आणि माझ्या कुवतीनुसार मी तुमच्या जास्तीत जास्त उपयोगी पडू शकेन."

तिचे बोलणे ऐकून राजकन्या भारावून गेल्यासारखी दिसली. बिछान्यावरून उठून ॲनाजवळ येऊन तिने तिला घट्ट मिठी मारली. जणूकाही तिला प्रेमाचे भरते आले होते. ती पुन:पुन्हा ॲनाचे आभार मानत होती. "मी मनोमन तुमचे सतत आभार मानत राहीन." ती गहिवरून म्हणाली. मग तिने सांगितले की, तिने हे पत्र एकतर मेइ पियाच्या किंवा तिचा भाऊ ओथांगच्या हातात द्यावे. या दोघांखेरीज तिसऱ्या कुणाच्या हातात ते पत्र पडायला नको.

"मला ते कुठे भेटतील?"

तिने ॲनाच्या कानात कुजबुजत ठिकाणाचे नाव सांगितले. बाहेरच्या पहारेकरी स्त्रिया ते ऐकतील की काय, हेही भय होतेच. पाकलतच्या गव्हर्नरच्या घरी ते लपून गुप्त वेशात राहत आहेत. पण ते जर तेथून गेले असतील तर त्यांना कुठे गाठायचे हे गव्हर्नरला माहीत आहे.

आता पुढची समस्या होती, पाकलतला कसे पोचायचे! नदीच्या खालच्या अंगाला बँकॉकपासून खूप दूर अंतरावर ते शहर होते. जेथे चो फ्या नदी समुद्राला

मिळत होती, त्या पाकनामपासून ते फार दूर नव्हते. ॲना पूर्वी तेथे गेलेली होती. सहा-सात हजार लोकसंख्येचे हे गाव चित्रासारखे सुंदर होते. पण या ठिकाणाच्या बाबतीत एक दोष होता आणि तो फार वाईट होता. गावात एक उघडी शाळा होती. फार काळापासून ती इंग्रजी आणि अमेरिकन चाच्यांचे भेटण्याचे ठिकाण होती. तेथूनच त्यांचा बँकॉकशी व्यवहार चालत असे. त्या सगळ्याचा परिणाम म्हणूनच की, काय बँकॉकच्या सभ्य, शिक्षित समाजात एक रिवाज मान्य झालेला होता की, सभ्य स्त्रियांनी एकटीने जाण्यासाठी पाकलत ही अतिशय अयोग्य जागा आहे.

त्यामुळे बरोबर कोणी असल्याखेरीज ॲनाने तिकडे जाण्याचा प्रश्नच उद्भवत नव्हता आणि तिकडे जाण्यासाठी कुणालातरी सोबतीसाठी विचारून इतरांचे लक्ष आपल्याकडे वेधून घ्यायची तिची इच्छा नव्हती. पण तिचे सुदैव असे की, मि. लुईस मेलहर्ब हे बँकॉकमधील एक फ्रेंच गृहस्थ खूप आजारी पडले होते. त्यामुळे डॉ. कँपबेलनी हवापालटासाठी त्यांना काही दिवस पाकलतला पाठवले होते. तिचा आणि त्यांचा फार स्नेहसंबंध होता आणि लुईलापण मादमाँयसेल मेलहर्ब खूप आवडत असत.

पण नेमकी वाईट गोष्ट अशी होती की, मादाम मेलहर्ब सध्या फ्रान्सला होत्या. त्यामुळे बँकॉकच्या त्या छोट्याशा वुर्तळात मि. मेलहर्बला भेटायला जाणे आणखीच कठीण झाले होते. पण ॲनाला पाकलतला जायला दुसरे कोणतेही योग्य कारण सुचेना. ड्रिल मास्टर लामाच हे मेलहर्बला भेटून येण्यासाठी पाकलतला सपत्नीक जाऊन यायचा बेत आखत होते. त्यामुळे ॲनाने त्याचा फायदा घेऊन, लुईला जरा इकडेतिकडे हिंडवून आणायचे आहे, अशी सबब पुढे करत त्यांच्याबरोबर जाण्याची परवानगी राजाकडे मागितली. त्यानंतर पुढे तिने ही पुस्ती जोडली की, "तुम्हाला तर माहीत आहेच की, लुई मादाम मेलहर्बचा फारच लाडका आहे म्हणून मग मि. मेलहर्बच्या तब्येतीचीपण चौकशी करून येईन." अर्थात ही एवढी सबब काही पुरेशी नव्हती. त्यामुळे ॲनाला तिच्या मित्रपरिवाराकडून खूप चेष्टामस्करी ऐकून घ्यायला लागली. त्यांनी तिची बरीच चेष्टा केली. त्या गरीब बिचाऱ्या माणसाच्या बाबतीत तिच्या काही योजना आखणे चाललेय, पण त्याची बायको लवकरच परत येईल बरे, इत्यादी इत्यादी. तिनेही खुल्या दिलाने हे सर्व चिडवणे स्वीकारले, पण तिने कशाचाच खुलासा केला नाही.

मि. लामाच पहाटे पाचला निघाले तेव्हा त्यांच्याबरोबर ॲना आणि लुईही होते. ॲनाने तो निळा लखोटा आपल्या खिशात टाचून घेतला होता. त्यांच्या यजमान-यजमानणीबरोबर ते लाँचमध्ये बसून निघाले आणि आठ वाजता माँ मेलहर्बबरोबर ते नाश्त्यासाठी हजरही झाले. ॲनाचे खाणे चटकन आटोपले. आपण कसल्यातरी गूढ गोष्टीत भाग घेत आहोत, हे तिला फार रोमहर्षक वाटत होते. ती जे काही करत

होती, त्यात खरेपणाचा भास कमी होता कारण ते सगळे फारच सहजपणाने होत होते, जसेकाही पुस्तकात वर्णन केलेले असावे, त्याप्रमाणे. एवढेच काय पार्टीतून चटकन निघण्यासाठीही ती एक कारण सहजपणे शोधू शकली. तिने सोन क्लिनला तिच्या वडिलांना म्हणजे पाकलतच्या गव्हर्नरला भेटायचे कबूल केले आहे हे ऐनवेळेला सुचलेले कारण सांगून तिने त्या कार्यक्रमातून आपली सुटका करून घेतली.

त्यांनी तिचे फारच प्रेमाने स्वागत केले. आपल्या मुलीची आणि नातवाची चौकशी केली. तिने ताबडतोब त्यांना, तिच्या तेथे येण्याचे कारण सांगितले आणि तिला समजले की, चियंगमयीचा राजपुत्र आणि मेइ पिया हे त्यांच्याकडे गुप्तपणे राहत आहेत म्हणून. त्यांना भेटवण्यासाठी ते ॲनाला घेऊन अनेक लांबलचक हॉल आणि कॉरिडॉरमधून जात होते. अखेरीस ते त्या हवेलीच्या बाहेर एका जुन्या मनोऱ्याकडे आले. खूप जुना असलेला तो मनोरा काळवंडलेला होता. त्याच्यावर शेवाळ साचले होते. त्याच्या चारी बाजूला खंदक होता आणि त्यात पाणी साठवलेले होते.

गव्हर्नरनी ॲनाला एका बुटक्या भिंतीशी सोडले अन् ते त्या मनोऱ्याच्या कमानदार वेशीतून आत गेले. ॲना जेथे उभी होती, ती भिंत त्या खंदकाला पूर्ण वळसा घालून खंदकावरच्या मोडकळीला आलेल्या घडीच्या पुलाच्या पलीकडेही जात होती. गव्हर्नर ज्या दरवाजातून आत गेला, तो दरवाजा अतिशय जाडजूड, दणदणीत आणि भव्य होता. त्याच्यावरच्या अनेक खुणा आणि भोके ही त्याने अनेक युद्धविरामांना तोंड दिले आहे, याची साक्ष देत होती.

काही मिनिटांतच मेइ पिया आतून आनंदाने ओरडत धावत-धावत तेथे आली. ‘‘ओ मेमचा, मेमचा! तुम्हाला पाहून मला किती आनंद होतोय! मला तुमच्याबद्दल किती प्रेम वाटतंय! तुम्ही आलात म्हणून मला खरंच तुमच्याबद्दल फारच प्रेम वाटतंय. चला, आत चला आणि महाराजांना भेटा.’’

ॲनाला तिने आपल्यामागून त्या जीर्ण किल्ल्यात नेले. त्या एका प्रशस्त हॉलमधून आत गेल्या. त्या हॉलला पूर्वी भडक लाल रंग होता, पण जेथे-जेथे पावसाचा मारा झालेला होता, तेथील रंग आता उडालेला होता. भिंतीवर गंजलेली भारतीय चिलखते पुरातन वस्तूंसारखी जतन करून ठेवलेली दिसत होती. खेरीज ढाली, निशाणे, भाले, तलवारी, धनुष्यबाण इतक्या साऱ्या वस्तू भिंतीवर टांगलेल्या होत्या. त्या प्रशस्त हॉलमधून त्या जरा एका लहान खोलीत आल्या. त्या महालात भिंतींवर प्रचंड मोठाली फुले, पक्षी, प्राणी रेखाटलेले होते. त्यातली मगर तर अगदी लक्ष वेधून घेणारी होती. महालात एक मंचक होता. त्याची कारागिरी मुंबईच्या कलाकारांची असावी, असे वाटत होते. तो जवळजवळ छतापर्यंत उंच होता आणि त्याला किनखाबाचे पडदे लावलेले होते. झगमगता प्रकाश आणि बाहेरच्या खंदकातल्या

पाण्याचे भिंतीवर पसरलेले कवडसे हलत होते. खंदकातले पाणी जसे हलत होते, तसे कवडसेही हलत होते. त्यात येणारे विविध हलते रंग सर्व गोष्टींना एक अपार्थिव रूप देत होते. त्या सगळ्याचा ॲनाच्या मनावर विलक्षण परिणाम होत होता.

तेथे तीन काळी माणसे बसली होती. त्यातला एक जण उठून ॲनाचे स्वागत करण्यासाठी पुढे आला. त्याचे राजकन्या सुनातदाशी जे साम्य होते, त्यावरून ॲनाने त्याला ताबडतोब ओळखले. ''माझ्या शूर मैत्रिणी, तुझं स्वागत असो.'' मोठ्या डौलदारपणे खाली मान लववून त्याने तिचे स्वागत केले. त्यांची उत्सुकता एवढी अनावर झाली होती की, बहिणीबद्दल ताबडतोब चौकशी करायचा मोह त्याला आवरला नाही आणि ॲना त्याच्या बहिणीला भेटली की नाही, हे त्याने लगेच विचारले.

''हो, काही दिवसांपूर्वीच मी तिला भेटून आले. तिला आता वरच्या मजल्यावरच्या खिडकी असलेल्या खोलीत हलवलंय. तिच्याबरोबर तिच्या दोन दासीही आहेत.'' ॲना सांगायला लागली तशी मेइ पिया ऐकायला म्हणून तिच्या अगदी जवळ सरकली. तिच्या चेहऱ्यावर कुतूहल दाटले होते. ''मी गेले तेव्हा ती आजारी होती. पण आता तुमच्याकडून खबरबात गेल्यामुळे तिला बरंच बरं वाटायला लागलं असेल, असं मला वाटतं आणि आता तिला हवा खायला म्हणून राजवाड्यातल्या बागेत अधूनमधून फिरायची परवानगीही मिळाली आहे.'' बारीक-बारीक प्रश्न विचारून ते ॲनाकडून छोटा-छोटा तपशीलही जाणून घेत होते आणि तिने जेव्हा त्यांना राजकन्येकडला निळा मखमली बटवा दिला, तेव्हा त्यांना अपरिमित आनंद झाला.

राजकुमार स्वतः जेव्हा ते पत्र वाचत होता, तेव्हा त्याच्याकडे सगळे जण भयातुर होऊन बघत होते. त्याचे मनात वाचून संपल्यानंतर त्याने ते पुन्हा सगळ्यांना वाचून दाखवले. त्यातले 'मेइ पिया' एवढेच शब्द ॲनाला कळले. पण राजपुत्राच्या डोळ्यांतून दोन अश्रूंचे थेंब त्याच्या हातातल्या पिवळ्या कागदावर पडलेले तिला दिसले. पत्र वाचून संपले पण तेथील प्रत्येक जण अगदी गप्प होता. स्वतःच्या विचारात गर्क होता. अशा तऱ्हेने जवळजवळ एक तास गेल्यासारखे वाटले. जणूकाही प्रार्थना करत असल्याप्रमाणे राजपुत्र छताकडे नजर लावून बसला होता. मेइ पिया त्याच्या बाजूला सरकली. तिची नजर त्याच्यावर खिळली होती. त्याचा अतिशय चिंतित असा चेहरा आता दुबळा, आवेशयुक्त आणि चंचल वाटत होता. मेइ पियाच्या अविचल, कणखर, निश्चयी भावांच्या चेहऱ्याशी तो अगदी विरुद्ध दिसत होता. ॲनाच्या मनात विचार आला की, अशी पण वेळ येते की जेव्हा इतर व्यक्तींच्या चेहऱ्यांवरून त्यांच्या मनात काय चालले आहे हे सहजपणे कळू शकते. त्या अत्यंत शांत महालात पुन्हा जेव्हा चर्चा सुरू झाली, तेव्हा हिरवट प्रकाशाच्या लाटा भिंतीकडे सरकल्या होत्या. लोक एकमेकांकडे बघत होते, चेहरे बोलके झाले

होते, पण अजून एकही शब्द उच्चारला गेला नव्हता. राजपुत्राच्या स्थानामुळे अखेरचा निर्णय त्याचाच असणार होता. पण त्याला तो भीत होता. मेइ पिया मात्र भ्यायली नव्हती. ती त्याच्याशेजारी वाकून, यापूर्वी ज्या गोष्टींवर पुन:पुन्हा चर्चा झाली होती आणि ते सगळे पुन्हा शब्दात सांगायची जरुरी नव्हती, ते करण्यासाठी त्याला राजी करण्याचा प्रयत्न करत होती. त्या मूक विनंतीचा परिणाम स्वत:वरही होतो आहे असे तिला जाणवले. मेइ पियाचे ती कौतुकाने निरीक्षण करत होती. काय बाई होती ही!

मेइ पियाने ॲनाला गव्हर्नरच्या बंगल्यापर्यंत सोबत केली. ॲनाने तो लाल मखमली बटवा राजकन्येपर्यंत पोचवला आणि त्याचे उत्तरही आणले. याबद्दल ती ॲनाचे पुन:पुन्हा आभार मानत होती. ''राजकन्येला म्हणावे, धीर धर. तुझं मनोबल खचू देऊ नकोस.'' तिने ॲनाला राजकन्येपर्यंत हा निरोप पोचवायची विनंतीही पुन:पुन्हा केली. ''मी पुढे नेमकं काय करणार आहे हे मलाही माहीत नाही, पण तिला वाचवण्यासाठी काहीतरी नक्की केलं जाईल. मग मला त्यासाठी मरण पत्करावं लागलं तरी बेहत्तर. सांगा तिला तसं.''

''मेइ पिया, काळजी घे बरं!'' काळजीच्या स्वरात बोललेल्या तिच्या या शब्दात आक्षेप होता. ''पुढे काय घडतंय हे पाहण्यासाठी धीर धरणं, वाट पाहणं बरं राहील.''

पण मेइ पिया नकारार्थी मान हलवत म्हणाली, ''पण मी काहीतरी करणार आहेच आणि माझी अशी अपेक्षा आहे की ते लवकर व्हावं. अर्थातच उशिरा किंवा लवकर. पण करणार आहोत हे नक्की. सांगा तिला हे.''

''पण मेइ पिया, ती तुरुंगात आहे. तू राजवाड्यात शिरू शकलीस तरी तुला तुरुंगात शिरता येणार नाही.''

ती गुलाम मुलगी नुसतीच हसली.

सकाळचा उजाडलेला दिवस स्वच्छ होता. पण आता आकाश भरून आले होते. बँकॉकमध्ये भरतीची लाट वाहायला लागली होती. त्यामुळे मि. लामाचना आता परतीची घाई होणार होती. त्यामुळे ॲनाला आता चर्चा करत बसायलाही वेळ नव्हता आणि ती निरर्थक असणार होती, हेही जाणवत होते.

ॲनाने पुन्हा एकदा मागे वळून मेइ पियाकडे पाहिले. गव्हर्नरच्या राजवाड्याच्या लांबलचक व्हरांड्यात ती उभी होती. नमस्कारासाठी तिने डोक्यावर हात उंच धरले होते. ''ती फार अतुलनीय श्रेष्ठ आहे.'' आणि या विचारांनीच तिच्या डोळ्यांत अश्रू उभे राहिले. कारण तिला खात्री होती की, या मुलीला ती पुन्हा जिवंत पाहू शकणार नाही!

■

चियंगमयीची राजकन्या

लेडी थियांगमार्फत राजकन्येबरोबर दुसरी भेट ठरविण्याच्या बाबतीत ॲनाला थोडा त्रास झाला. राजकन्या अजून त्याच कोठडीत होती, पण आता तिचा चेहरा बराच तजेलदार आणि आनंदी दिसत होता.

''माझा भाऊ आणि मेइ पिया तुम्हाला भेटले का?'' पहारेकरणी तेथून निघून गेल्या-गेल्या तिने अगदी घाईघाईने ॲनाला विचारले.

''हो आणि त्यांनाही तुझी खबरबात ऐकून खूप आनंद झाला. ते अजूनही पाकलतलाच आहेत. त्यांनी त्यांची खुशाली तर तुला कळवलीच आहे. पण त्यांना तुझीही काळजी आहे.'' त्यानंतर ती पाकलतला गेल्यानंतर तेथे काय-काय घडले, ते सगळे तिने त्या तिघींना सांगितले. त्या अतिशय उत्साहाने, त्यांच्या भाषेत, त्या विषयावर बोलत होत्या आणि राजकन्या अधूनमधून ॲनाला कित्येक प्रश्न विचारत होती. जेव्हा ॲनाने मेइ पियाने ''ती राजकन्येची सुटका करीलच,'' असा निश्चय केल्याचे सांगितले तेव्हा राजकन्येने एकदम ''नाही, नाही'' म्हणत मान हलवली. ''नाही, ही गोष्ट अगदी अशक्य आहे,'' ती पुटपुटली आणि पुन्हा मान खाली घालून ती विचारात गढून गेली. पण पुन्हा तिला उत्साह आला आणि तिने स्वत:बद्दल ॲनाला सांगायला सुरुवात केली.

''सारावांगच्या राजपुत्राला मी आणि माझा भाऊ अशी दोनच मुले आहोत. आमचे वडील म्हणजे आताच्या चियंगमयीच्या राजाचे भाऊ. मी झाले तेव्हाच आमची आई वारली आणि मेइ पियाच्या आईनं मला संभाळलं. आमच्या दोघींची विचारसरणीही सारखीच आहे. माझा भाऊ माझ्यापेक्षा सात वर्षांनी मोठा आहे. त्याला सर्व तऱ्हेचे सुखोपभोग आणि खेळ यांची खूप आवड आहे, पण त्याचबरोबर त्याला यश, सन्मान आणि विशेषकरून स्वातंत्र्याची खूप आवड आहे. त्यामुळे सयामच्या राजाला आपल्याला मांडलिक म्हणून नजराणा द्यावा लागतो, हे जेव्हा त्याला आठवतं, तेव्हा ते त्याला फार अपमानकारक वाटतं आणि त्याला फार संताप येतो. कारण सध्याच्या सयामच्या राजाचे आजोबा पूर्वी फक्त 'सेनापती' होते. आता आम्ही स्वतंत्र नाही, त्यामुळे आम्हाला आता दर तीन वर्षांनी सोनं आणि

चांदीचे वृक्ष नजराणे म्हणून पाठवायला लागतात.

''तीन वर्षांपूर्वी हे वृक्ष घेऊन माझे काका न येता त्यांनी माझ्या भावाला पाठवलं आणि तेव्हा त्यांची धाकट्या राजाशी ओळख झाली. मग ओळखीचं रूपांतर मैत्रीत झाले. धाकट्या राजाचे तसे आमच्या घराण्याशी फार पूर्वीपासून खूप चांगले संबंध होते, पण माझ्या भावाला ते आधी माहीत नव्हतं. दोघांनाही शिकारीची खूप आवड होती. त्यामुळे माझा भाऊ बँकॉकला असताना त्यांची मैत्री वाढतच गेली.

''गौतम बुद्धाने कुणाला नावे ठेवायला, कमी लेखायला मनाई केली आहे, पण जो कोणी या दोघा भावांना ओळखतो, तो तुम्हाला हेच सांगेल की धाकटा भाऊ सर्वच बाबतीत श्रेष्ठ होता.'' राजकन्या हे अगदी अभिमानाने सांगत होती. ''त्यानंतर पुन्हा लवकरच धाकटे महाराज आमच्या घरी भेट द्यायला आले. मग माझा भाऊ आणि ते दोघे जण शिकारीच्या मोहिमेवर जायला लागले. त्यांच्याबरोबर माझी जी पहिली भेट झाली, तिचं वर्णन तुम्हाला सांगावं असं मला वाटतं, पण खरंच तो प्रसंग वर्णन करायला माझ्याजवळ शब्दच नाहीत. कित्येक वर्षांपासून मी त्यांच्याबद्दल ऐकत आले होते आणि त्यांना पाहिल्या-पाहिल्या, प्रथमदर्शनीच मी त्यांच्या प्रेमात पडले.

''ते आमच्याकडून निघून साराबुरीच्या राजवाड्यात परतले अन् मला माझ्या जगण्याचं उद्दिष्टच नाहीसं झाल्यासारखं वाटलं, पण माझ्या भावाला मात्र माझं काय बिघडलं आहे, ते समजलं आणि माझ्या नकळत त्यानं मेइ पियाला वन-सीताला पाठवलं. तिथे पोचून तिनं धाकट्या महाराजांकडे नोकरी मिळवायची होती आणि हे पाहायचं होतं की, त्यांच्या मनातपण माझ्याबद्दल तीच भावना आहे का नाही? मेइ पियाची आईही तिच्याबरोबर गेली होती. राजवाड्यात पोचल्यानंतर त्यांनी त्यांच्या काही मैत्रिणींना भेटायचे आहे, या बहाण्याने महाराजांच्या अंत:पुरात प्रवेश घेतला, कारण महाराजांच्या लवाजम्यात पुष्कळ लाओ मुली होत्या. त्या तिथे असताना मेइ पियानं तिची चांदीची बासरी काढून वाजवायला सुरुवात केली. तिचं बासरीवादन तुम्ही ऐकलं आहेत का? नाही ना! ती आमच्या प्रदेशातली एक उत्कृष्ट बासरीवादक आहे आणि ती इतर दहा तऱ्हेची वाद्यं वाजवू शकते आणि तिचं गाणं! तिच्या गाण्यासारखं अतिशय सुंदर, खानदानी गाणं तुम्ही कधी आतापर्यंत ऐकलं नसेल. तिची बासरी ऐकायला तिथला प्रत्येक जण तिच्याभोवती जमला. तिनं त्यांना मोहवून टाकलं होतं. खुन क्लिप तिथून जात होती पण तिचं गायनवादन ऐकून ती इतकी मोहित झाली की, मेइ पियाच्या आईकडून तिनं तिला राजाच्या वाद्यवृंदासाठी विकतच घेऊन टाकलं.

''काही दिवसांतच मेइ पियाला राजासमोर कार्यक्रमासाठी सादर केलं गेलं. तिचं अद्भुत कौशल्य पाहून महाराज फार खूश झाले. महाराज तेव्हा आजारी होते

आणि बिछान्याला खिळले होते. मेइ पियाचं गाणं त्यांना इतकं आवडायला लागलं की, त्यांनी तिला तिथेच आपल्या बिछान्याजवळ बसवून घेतलं. जेव्हा त्यांना काहीच करवत नसेल तेव्हा तिनं त्यांची करमणूक करावी अशी त्यांची अपेक्षा होती. एक दिवस असं झालं की, तिच्या सुरावटींनी आणि गाण्यांनी महाराज फार संतुष्ट झाल्यामुळे आपण फार भाग्यवान आहोत, असं तिला आढळून आलं म्हणून तिनं लिहिलेलं एक गाणं तिनं त्यांना गाऊन, वाजवून दाखवावं का, असं तिनं विचारलं. तिच्या गाण्याचं नाव होतं, 'हृदयाचा विलाप'. तिचं हे विचारण्याचं धार्ष्ट्य पाहून महाराज फार आश्चर्यचकित झाले. कारण त्यांच्या दृष्टीनं ती तर एक फक्त खेडवळ मुलगी होती. बहुतेक ते तसे समजत होते. हे सगळं त्यांनी मला नंतर सांगितलं. त्यामुळे तिला कविता रचण्याबद्दल काय माहीत असणार? तिचं गाणं ऐकून दरबारी तिला हसतील असं त्यांना वाटत होतं. तरीही त्यांनी तिला हसून परवानगी दिली अन् मग त्यांनी मला त्यांच्या स्वत:च्या शब्दांत सांगितलं, 'माझ्या प्रिये, तिनं ते तुझ्याबद्दलचं अद्भुत गाणं अतिशय सशक्तपणे गायलं. त्यात एक अद्भुत शक्ती होती, हृदयाची उत्कटता होती आणि मधुर विषय सुरेल आणि भावपूर्ण रितीनं व्यक्त केलेला होता. स्वर्गीय सुरांप्रमाणे ते सूर अजूनही माझ्या मनात रेंगाळताहेत. जेव्हा तिचं गाणं संपलं तेव्हा मी तिच्या हातातून ती बासरी ओढून घेतली आणि सुनातदा, मला तुझ्याबद्दल जी ओढ वाटत होती, ती मी अतिशय भावविवश; पण अपुऱ्या शब्दात तिच्याजवळ व्यक्त केली.'

"मेइ पियाला तिकडं जाऊन तीन महिने होऊन गेले होते. त्यामुळे मी अतिशय कष्टी झालेली होते अन् अचानक एके दिवशी ती महाराजांकडून माझ्यासाठी पत्र आणि भेटवस्तू घेऊन हजर झाली. त्यानंतर महिन्याभरानं मी वन-सीताला जायला निघाले. मी एक वधू होते आणि अतिशय आनंदात होते. आम्ही जसे वन-सीताजवळ येऊन पोचताच माझा भाऊ माझ्या येण्याची वर्दी देण्यासाठी पुढे महाराजांकडे गेला..." अचानक ती बोलायची थांबली आणि तिच्या डोळ्यांतून अश्रुधारा वाहू लागल्या. ॲना अगदी गप्प बसली होती. तिला वाटत होते, तिने जरी एक शब्द उच्चारला तरी सुनातदा बोलायची थांबेल, तिच्या कथनाचा ओघ तुटून जाईल. थोड्या वेळाने तिने स्वत:ला सावरले आणि पुन्हा बोलायला सुरुवात केली, "...मग आम्ही दोघांनी खासगीपणे लग्न केलं. खरंतर आम्हाला सुखाचे असे काही महिनेच मिळाले. त्यानंतर ते अतिशय आजारी पडले. त्यांची अशी इच्छा होती की, मी माझ्या वडिलांकडे परत जावं. कारण त्यांना ही भीती वाटत होती की, जर ते वारले तर मी त्यांच्या भावाच्या हाती पडेन. पण मी त्यांना सोडून जाऊ शकत नव्हते. त्यामुळे त्यांना जेव्हा बँकॉकला आणलं गेलं, तेव्हा त्यांच्याबरोबर मीही आले.

‘‘त्यांचे माझ्याशी बोललेले शेवटचे शब्द हे होते – ‘माझ्या सुंदर सुनातदा, मी तुझा अखेरचा निरोप घेतोय. तू माझ्यासाठी मावळत्या सूर्याचा प्रकाश होतीस. ढगांनी काळोखून टाकलेलं, माझं संपत आलेलं आयुष्य तुझ्या प्रेमाच्या तेजानं उजळून निघालेलं आहे आणि तुझ्या चेहऱ्याची स्मृती माझ्या मंदावत चाललेल्या डोळ्यांसमोर माझ्या अंतापर्यंत तेजस्वीपणे तरळत राहील.’

‘‘माझ्या पतीच्या मृत्यूनंतर थोड्याच काळात मी आमच्या राजवाड्यात कैदी म्हणून आयुष्य काढू लागले. मग काही दिवसांनंतर मला या राजवाड्यात आणलं गेलं. प्रथम एखाद्या राणीला शोभेल असं निवासस्थान मला देण्यात आलं आणि स्वतः राजा तिथे माझ्या खिदमतीला हजर राहायला लागला. माझ्या पतीबद्दल मला वाटणारं गाढ प्रेम, त्याच्या निधनानं मला झालेलं दुःख या सगळ्याकडे दुर्लक्ष करून त्यानं मला त्याच्याशी लग्न करण्याबद्दल सुचवलं. पण मी त्याची ही अतिशय दुष्ट, क्रूर सूचना अतिशय उघडपणे आणि अभिमानानं नाकारली. त्यामुळे मी इथे कैद आहे आणि बहुतेक मी जिवंत असेपर्यंत तशीच राहीन.’’

तिने बोलणे थांबवले आणि तेवढ्यात एक पहारेकरीण, तुरुंगाचे दरवाजे बंद करायची वेळ झाली आहे, हे सांगायला आली. ॲना जायला म्हणून उठली. राजकन्या ओठ घट्ट दाबून बसली होती. तिच्या नाकपुड्या थरथरत होत्या. पुन्हा दुःख ताजे झाले होते. त्या आवेगाने तिने मान खाली घातली होती. मान खाली घालूनच, हात हलवून तिने ॲनाला निरोप दिला, पण तिच्याकडे वळून पाहिले नाही.

त्यानंतर ॲनाने काही प्रसंगाप्रसंगाने तिला राजवाड्याच्या बागेत बसलेले पाहिले. तिच्यावर पहारेकरणींची नजर असायची. ती कायमच इतरांपासून अलिप्त आणि स्वतःत निःमग्न अशी दिसायची. पण ॲनाला असे वाटत होते की, तिच्यात काहीतरी परिवर्तन आलेय. जणूकाही पुढे जगण्यासाठी तिला एक नवी शक्ती मिळाली आहे.

ऑक्टोबरपर्यंत राजाला पूर्ण बरे वाटल्यासारखे दिसले. सव्वीस ऑक्टोबरला राजपुत्र चूला लाँग कोर्ण संन्यस्त वृत्ती सोडून राजवाड्यात परत यायचा होता. त्यापुढे असे ठरले की, ॲनाने दररोज संध्याकाळी सात ते दहापर्यंत त्याच्या राजवाड्यात त्याला शिकवायचे. त्याने अंतःपुर सोडल्यानंतर आता तो तेथे परत जाणार नव्हता आणि तो मंदिरातल्या शाळेतही यायचा नव्हता. कारण आता तो तेथील विद्यार्थी राहिलेला नव्हता. राजापण पॅरिसला जे प्रदर्शन भरणार होते, त्यात पाठवायच्या सयामी कला, शिल्पांच्या वस्तूंची अखेरची तयारी करण्यात मग्न होता. अशा तऱ्हेच्या कुठल्या गोष्टीत भाग घ्यायची सयामची ही पहिलीच वेळ होती. मि. ऑबर अजूनही १८६५च्या चौथ्या कलमाची अंमलबजावणी केली जावी

म्हणून दबाव आणण्याचा प्रयत्न करत होता. पण पॅरिसला आपली एक वकिलात स्थापन करण्याच्या आश्वासनापलीकडे राजा दुसरी कुठलीही गोष्ट कबूल करायला तयार होत नव्हता.

ऑक्टोबर महिन्याच्या शेवटच्या दिवशी सगळा दरबार राजाच्या कुटुंबीयांमधल्या त्याच्या अतिशय आवडत्या व्यक्ती, ॲना, लुई हे सगळे जण पेट्चाबुरीला जायला निघाले. बँकॉकच्या नैर्ऋत्येला नव्वद मैलांवर असलेले हे शहर पेट्चाबुरी नदीवरच होते. बँकॉकपेक्षाही तिकडला भाग फार देखणा होता. उत्तरेकडून दक्षिणेकडे कमी उंचीच्या डोंगररांगा थेट क्षितिजापर्यंत पसरलेल्या होत्या आणि डोंगररांगांच्या उतारावर अन् दऱ्यांमध्ये भव्य वृक्षांची जंगले होती.

शहराजवळ असलेल्या शाही पर्वतावर राजाने भव्य आणि विस्तीर्ण असा प्रासाद बांधलेला होता. पाचशे गुलाम गेली दहा वर्षे तेथे काम करत होते आणि अजूनही त्यात सुधारणा, बदल घडवून आणायचे काम चालूच होते. आजूबाजूच्या पर्वतशिखरांच्या माथ्यांवर मंदिरे आणि स्तूप होते आणि सर्व डोंगरांच्या उतारांवर मजूर बागा तयार करत होते. राजप्रासादाला लागूनच शाळेची इमारत होती. तेथे शिक्षकांसाठी निवासस्थान होते आणि स्त्रियांसाठी स्वतंत्र प्रार्थनास्थळ होते, पण बँकॉकसारखे इथे स्त्रियांचे स्वतंत्र शहर नव्हते. राजाच्या या वार्षिक भेटीत जनानखान्यातल्या ज्या स्त्रिया राजाबरोबर यायच्या त्यांच्यासाठी राजवाड्याच्या पश्चिम भागात स्वतंत्र खोल्या होत्या. त्या खोल्या आणि बाकी राजवाडा यांच्यात एक भिंत होती आणि तेथे धिप्पाड पहारेकरणी असत.

राजपुत्र चूला लाँग कोर्ण, ॲना आणि लुई यांना डोंगरांच्या पायथ्याशी किंवा दऱ्याखोऱ्यांतून फिरायला फार आवडायचे. तेथे ते रानफुले गोळा करत. गरम पाण्याचे झरे, गुहा यांना भेट देत. पुढे गेल्यावर पर्वताच्या पायथ्याशी एक सरोवर होते; ते वर चांदीचा मुलामा दिल्यासारखे चमकायचे. तेथील राजवाड्यापासून, आमरायांमधून अनेक रस्ते, खाली उघडी शेते दिसतील अशा मैदानांपर्यंत गेले होते. तेथून एकतर शेतांनी झाकलेले ग्रामीण भूभाग दिसत किंवा नद्या जेथून चांदीच्या तारांसारख्या दिसत, अशा दरीच्या उंच टोकावर ते येऊन पोचलेले असत.

संपूर्ण दरबाराने तेथे दोन महिने आनंदाने काढले. ॲना सकाळी शाळेत शिकवायची आणि दुपारी राजकुमार आणि लुईला घेऊन भटकंतीला जायची. या जागेइतकी सयाममधली दुसरी कुठलीच जागा तिला आवडत नसे. तेथील जीवन अगदी साधे आणि आळसावलेले सुखासीन होते. बँकॉकच्या हवेपेक्षा स्वच्छ, थंडगार हवा. त्यामुळे राजाने जेव्हा तेथे आणखी दोन आठवडे जास्त राहायचे ठरवले, तेव्हा ती खूश झाली. अचानक एक दिवस पहाटे तीन वाजता ती धोक्याच्या सूचना देणाऱ्या घंटा आणि तासाच्या आवाजाने जागी झाली. दूरवरच्या

टेकड्यांवरून तुताऱ्यांचे आवाज ऐकू येत होते. भुतासारखी माणसे अंधाऱ्या दरवाजांमधून बाहेर पडली आणि झाडीमध्ये पसरली. मेणे आणि सावल्यांसारखे दिसणारे घोडेस्वार रस्त्यांवरून काळजीपूर्वक चालले होते. मशाली घेतलेले लोक वस्तुत: पहारेकरीच होते आणि त्यांना, सगळ्यांना जागे करण्यासाठी पाठवले गेले होते. एका तासात सर्वांनी बँकॉकला परतायचे होते.

"का?" ॲनाने निराश स्वरात विचारले. "मला तर आजच महाराजांनी सांगितले की, आपण अजून पंधरा दिवस इथे राहणार आहोत म्हणून!" पण पहारेकऱ्यांनी कुठलेही स्पष्टीकरण देण्याचे नाकारले. "एका तासात तुम्हाला निघायला तयार व्हायचं आहे."

परतीच्या वाटेवरही कोणीच कुठलेच स्पष्टीकरण दिले गेले नाही. ना जहाजावर बसल्यानंतरही! ही महाराजांची आज्ञा होती, एवढेच स्पष्टीकरण पुरेसे होते. तीन दिवसांनंतर ॲना पुन्हा बँकॉकच्या आपल्या घरात स्थिरस्थावर झाली होती आणि पेट्चाबुरीची थंड हवा, सौंदर्य आठवले की, तिच्या मनात हुरहुर निर्माण होत होती.

दुसऱ्या दिवशी सकाळी पुन्हा ॲना आणि लुई शाळेच्या नित्यक्रमाला निघाले. ते जसे मुख्य दरवाजाकडे आले तसे त्यांना लोक घोळक्याघोळक्याने जमून भिंतीवर लावलेली घोषणापत्रके वाचताहेत असे दिसले. ही पत्रके सयामी, पाली, कंबोडियन, ब्रह्मी, पेगुबी या भाषांमध्ये लिहिलेली होती. ॲनाला पाली आणि सयामी भाषा तर वाचता येत होत्या. पण ही प्राचीन चित्रलिपी मात्र तिला वाचता येत नव्हती. त्यामुळे ती आणखीच गोंधळात पडली. तिने अनेक लोकांना ते काय आहे म्हणून विचारले, पण राजाचा नुसता उल्लेख करायचेही भय इतके होते की कोणी उत्तर द्यायचेही धार्ष्ट्य दाखवले नाही. त्यांनी माना हलवल्या आणि भयभीत होऊन तिच्यापासून बाजूला सरकले. मग ती तशीच पुढे शाळेत गेली, पण तेथेही तिला तीच गूढ पत्रके आढळली. त्या रस्त्याच्या आणि अरुंद गल्ल्यांच्या दोन्ही बाजूला भिंतीवर खाली, वर सगळीकडे आडवी-उभी अशी कशीही तीच पत्रके लावलेली होती.

पण त्यात काय लिहिले होते, हे तिला कोणी सांगेना. तिने ज्या-ज्या स्त्रियांना त्याबाबत विचारले, त्यांनी विचित्र नजरेने तिच्याकडे पाहिले आणि तिला वाटायला लागले की, त्या घोषणापत्रकांशी तिचा तर काही संबंध नाही ना! राजाबरोबर तिचे सौहार्दपूर्ण संबंध होते. तरीपण जणू राजाविरुद्ध काही कट करत असल्यासारखी तिची प्रतिमा होती. ती गुलामगिरी आणि बहुपत्नीकत्व यांच्याविरुद्ध होती, पण तिचा तो विरोध पूर्वीपासूनच होता. त्यामुळे तत्संबंधी काही असणे शक्य नव्हते.

शाळा रिकामी होती. एक तासभर वाट पाहिल्यानंतर तिला कळून चुकले की, राजवाड्यातली मुले आज काही शिकायला येणार नाहीत. मग ॲना ताबडतोब लेडी थियांगला भेटायला गेली, मात्र भिंतीवरच्या चित्रलिपीतला मजकूर जितका गूढ

आणि अनाकलनीय होता, तितकेच लेडी थियांगचे वागणेही गूढ आणि अनाकलनीय होते. तिने मान हलवीत ॲनाकडे विचित्र नजरेने पाहिले. नंतर तिने ॲनाच्या अंगावरून खालपासून वरपर्यंत हात फिरवला. जणूकाही ही इंग्लिश स्त्री तिच्यासारखीच खरी हाडामांसाची पुतळी आहे, याची तिला खात्री करून घ्यायची होती. मग तिने गंभीर स्वरात विचारले, ''मेमचा तुम्ही कधी चेटूक वगैरे करायला शिकला आहात का?''

तिचा हा प्रश्न एवढा अनपेक्षित होता की, ॲनाला एकदम हसण्याची उकळी फुटली, ''अर्थातच नाही. काय विचित्र प्रश्न विचारता आहात! आणि असं का विचारता आहात तुम्ही?''

लेडी थियांग दुखावल्यासारखी झाली आणि ती कडक स्वरात म्हणाली, ''मेम, ही काही हसण्यासारखी गोष्ट नाहीय. ती अतिशय गंभीर बाब आहे आणि कदाचित आपल्या दोघींच्या दृष्टीनंही. आपण सर्व जण पेट्‌चाबुरीला असताना इथे एक करणी करणारी जबरदस्त बाई आली होती. ती कोण होती, हे कुणाला माहीत नाही. कुठलीही गोष्ट बिघडल्याचं दिसत नव्हतं. पण अचानक एकूणएक दरवाजांना कुलपे होती आणि नेहमीप्रमाणे कडक पहारा होता. तसंच कोणी आत गेलं नाही की बाहेर आलं नाही, पण चियंगमयीची राजकन्या रात्री नाहीशी झाली.'' ॲनाच्या चेहऱ्यावरचा अविश्वासाचा भाव पाहून ती पुढे म्हणाली, ''खरंच, तुरुंगातल्या तिच्या कोठडीमधून ती नाहीशी झाली. कोठडीला कुलूप होतं. तुरुंगाला कुलूप होतं अन्‌ त्यांना दांडे घातलेलं होतं. पण ऐन मध्यरात्री त्या सर्व पहाऱ्यांमधून राजकन्या नाहीशी झाली. कोणीही चेटकिणीला आलेलं पाहिलं नाही आणि गेलेलंही पाहिलं नाही, पण तिथे ती नक्कीच होती. जेव्हा पहारेकरणींनी राजकन्येची कोठडी उघडली तेव्हा त्यांना तिच्या जागी एक मूकबधिर मुलगी असलेली दिसली. ती एखाद्या मातीच्या ढेपल्यासारखी तिच्या बिछान्यावर पडलेली होती, पण तिला काही माहीत असल्याचं किंवा कळत असल्याचं दिसत नव्हतं आणि इतर कुणालाही राजकन्या कुठेच दिसली नव्हती.''

हे सर्व ऐकून ॲना स्तंभित झाली. मेइ पिया, तिला तिचे त्यांच्या भेटीच्या शेवटी बोललेले हे शब्द आठवले, ''तिला वाचवण्यासाठी काहीतरी केलं जाणार आहे. अगदी मला मरण पत्करावं लागलं तरी!'' म्हणजे तिने ती अशक्य गोष्ट शक्य केली तर! पण कशी?

लेडी थियांगच्या चेहऱ्यावर विविध भाव येत होते आणि जात होते. ती एकदम आवेगाने उसळून म्हणाली, ''मला असं वाटतं की, त्या मुक्या मुलीला मंत्र वगैरे टाकून पण कसंही करून बोलतं केलं पाहिजे, तरच आपल्याला नेमकं काय घडलंय ते कळेल. ती म्हातारी चेटकीण कशी दिसत होती अन्‌ ती नेमकी होती तरी कोण?

मग ती पकडली जाईल आणि आपण दोघी सुरक्षित राहू. मेमचा, मला माझ्या स्वत:च्या आणि मुलांच्या जिवाबद्दल काळजी वाटतेय. इतकंच काय, या उदासवाण्या, घाणेरड्या शहरातला एकेक दगडसुद्धा माझ्या मनात दडपण, दहशत आणि भय निर्माण करतो आणि तुम्हाला आणखी एक गोष्ट कळलीय का?'' जशी तिची भीती वाढत चालली तसतसे तिचे डोळे मोठे होत-होत गोल-गोल व्हायला लागले. ''...की त्यांनी स्वत:ला सगळ्यात वरच्या मजल्यावरच्या महालात कोंडून घेतलंय. सगळे दरवाजे आणि खिडक्यांवर पहारे बसवलेत, कुठल्याही शंकास्पद दिसणाऱ्या व्यक्तीला दूर ठेवलं जावं म्हणून. कारण ती चेटकीण अजूनही इकडेतिकडे मानवी रूपात वावरत असू शकेल. त्यांच्या महालात कोणीही त्या वयस्क डॉक्टरणीच्या – सुन-मो प्रांगच्या सोबतीशिवाय जाऊ शकत नाही. ती स्वत: त्यांना जेवण तयार करून वाढते आणि सगळा राजवाडा आणि सगळे शहर मंत्राने भारल्याखेरीज ते खालीही येत नाहीत. हं, आणखी एक! उद्यापण शाळा भरणार नाही. कारण उद्या दुपारपर्यंत सर्व मुलांना राजवाड्यातच बंद ठेवायचा त्यांचा हुकूम आहे. उद्या सकाळी ब्राह्मण पंडित मंत्र घालतील आणि दुपारी बौद्ध पुजारी मंत्र घालतील अन् मग धूप जाळून ते सगळं शुद्ध करतील आणि सर्व घरांवर, भिंतींवर आणि आम्हा सगळ्यांवर पवित्र जल शिंपडतील.''

ॲनाने हलकेच एक सुटकेचा श्वास घेतला. राजकन्या नाहीसे होण्याचे स्वाभाविक कारण कोणते असावे, याचा विचार राणीच्या मनाला शिवलेला दिसत नव्हता आणि राजाच्याही. अर्थात जर राणी थियांग जे सांगतेय ते खरे असेल तर! चियंगमयीच्या राजकन्येला राजवाड्यातून पळवले जाणे हे एखाद्या भुताखेताचेच काम आहे, हा विश्वास सगळ्यांच्या मनात अगदी खोल रुजलेला आहे, हे पाहून ॲनाला मनोमन दिलासा वाटला.

राणी थियांग खचली. निराश आवाजात ॲनाला आणखी काही सांगतच होती की, दरबारी ज्योतिषी हे गूढ उकलण्याचा प्रयत्न करत होते आणि जो कोणी या गोष्टीवर योग्य तऱ्हेने प्रकाश टाकू शकेल, त्याला मोठे बक्षीसही जाहीर केले गेले होते. सरतेशेवटी उरलेल्या दोघी बंदिवान लाओ दासी आणि ती बदलली गेलेली बहिरी आणि मुकी मुलगी यांच्यावर देशातल्या शहाण्या, विद्वान स्त्री-पुरुषांच्या धार्मिक दरबारात मंत्रप्रयोग करून त्यांची तपासणी केली जाणार होती.

महाराणी आपले तोंड उशीत लपवून रडत होती. ती अतिशय भ्यायलेली होती. तिला धीर देण्यासाठी ॲना फक्त एकच गोष्ट करू शकत होती. महाराणीला धीर देत, समजावत तिने तिला सांगितले की, ती स्वत: त्या धार्मिक सभेला हजर राहून तो मंत्र टाकण्याचा कार्यक्रम पाहील आणि त्यानंतर पुन्हा राजवाड्यात परत येऊन तेथे काय काय घडले, काय काय केले गेले ते सर्व तिला स्वत: सांगेल.

दुसऱ्या दिवशी सकाळी म्हणजे २० नोव्हेंबर १८६६ला ॲना घोड्यावर बसून आणि बरोबर एक भारतीय मोतद्दार घेऊन त्या मंत्र टाकण्याच्या कार्यक्रमाच्या ठिकाणी आली. वर्षातला हा अतिशय सुखकर महिना होता आणि सकाळच्या सूर्याचे कोवळे ऊन आल्हाददायक वाटत होते. गरम वाटत नव्हते. त्या तटबंद शहराच्या ईशान्येकडल्या तटाकडे ते घोड्यावरून जात होते. सकाळच्या थंड, सोनेरी प्रकाशात घोड्याच्या संथ चालीत त्यांची आरामात वाटचाल चालली होती. ती आता ज्या भागात आली होती, तेथे ब्राह्मणांची वस्ती होती आणि ही जागा त्यांना सयामच्या राजाने जेव्हा हे शहर वसले तेव्हा बहाल केली होती. या भागात आधुनिक प्रकारची एकही इमारत नव्हती. ॲनाच्या मनात विचार आला की, भारतातून हिंडतानाही असे चित्र दिसले नव्हते. ते ब्राह्मणी स्थापत्यशास्त्राचे परिपूर्ण आणि ऐतिहासिक चित्र आधुनिक कल्पनांनी जराही कुठे बदललेले नव्हते. अखेरीस ती 'वाट कान'च्या मंदिराजवळ येऊन पोचली. या मंदिरातच न्यायासन बसून मंत्रप्रयोग व्हायचा होता. मंदिराचा काही भाग नवा दिसत होता, तर काही जुना. जुन्या भागाच्या भिंतीवर डाग पडलेले होते. आजूबाजूला बांडगुळे वाढलेले महाकाय वृक्ष होते. बाजूच्या अरुंद, खोल घळईतून पाण्याचा बारकासा प्रवाह वाहत होता. त्याच्या पात्रात खडक होते आणि पलीकडे जाण्यासाठी बांधलेला, काळाच्या ओघात काळवंडलेला एक दगडी पूल त्या ओढ्यावर होता. ॲनाने पुलावर घोडा थांबवला आणि खालच्या, वेगाने खळाळत, उसळत जाणाऱ्या प्रवाहाकडे पाहत ती उभी राहिली. त्याचे दोन्ही बाजूचे उभे उंच काठ गवत आणि काटेरी पिवळ्या फुलांच्या झुडपांनी झाकले गेले होते. तेथील निर्जन शांततेला एक प्रकारची काळोखी होती, पण ती झाडीच्या सावलीमुळे आली होती की काय, हे सांगणे कठीण होते.

खाली खोल दरीत फरा कानचा प्राचीन स्तूप उभा होता. फरा कान ही मृत्यूची देवता होती. त्याच्याच मागच्या बाजूला त्या स्वच्छ सूर्यप्रकाशातही अतिशय उदास वाटणारी ब्राह्मण, तापसांच्या आश्रमांच्या रांगांची काळी पडलेली छपरे दिसत होती.

ॲनाने घोड्यावरून खाली उतरून लगाम मोतद्दाराच्या हातात दिला. "मी घरी परत जायला येईपर्यंत घोडा मंदिराच्या कुरणाबाहेर ठेव," तिने त्याला सांगितले आणि पुलावर ती पुढच्या हालचालींची वाट बघत बसली.

थोड्याच वेळाने तिला ढोलताशांचे आवाज आणि अतिशय तीव्र असे संगीत ऐकू यायला लागले. आवाज ज्या बाजूने येतो आहे, असे तिला वाटले, तिकडे ती धावली आणि तिकडून एक भयप्रद मिरवणूक तिला येताना दिसली. त्या मिरवणुकीत पिवळे आणि केशरी कपडे घातलेल्या स्त्रिया होत्या. तसेच केस पांढरे झालेल्या म्हाताऱ्या पुरुषांनी अतिशय जुन्या काळातले विविध तऱ्हेचे कपडे घातलेले होते. काही पायी चालत होते, तर काही घोड्यावर होते. त्यांच्या हातातील भरतकाम

केलेले झेंडे हवेत फडकत होते. मिरवणुकीच्या मध्यभागी काळी आणि केशरी जाकिटे घातलेले जवळजवळ वीस स्त्री-पुरुष पांढऱ्या खेचरांवर स्वार होऊन येत होते. त्यातील काही जण अगदी तरुण होते, तर काही अतिशय वयस्कर. अतिशय संथ गतीत धिमेपणाने त्यांची वाटचाल चालली होती. ते सर्व जण म्हणजे – ज्योतिषी, विद्वान, चेटूक करणारे शाही दरबाराशी संबंधित होते. त्यांना सर्वांना राजाकडून पगार मिळत असे, मात्र तिने त्या सगळ्यांना असे एकत्र कधी पाहिले नव्हते. परंतु विविध प्रसंगी विविध व्यक्तींनी भय आणि आदराच्या भावनेतून त्यांना तिला दाखवले होते. तिच्या हे लक्षात आले की, ते सर्व जण एकतर हिंदू आहेत किंवा मिश्र वंशाचे आहेत, दुसरी शक्यताच जास्त होती. मात्र त्यांनी हिंदू धर्म आणि पोशाख स्वीकारलेला होता.

त्यांच्या मागे चिनी मजूर दोन पेट्या आणि दोन लांब दांडे घेऊन येत होते. त्या कामासाठी त्यांना भाड्याने आणलेले दिसत होते. पुढच्या कार्यक्रमात या गोष्टी वापरल्या जाणार आहेत की काय याबद्दल ती विचार करत होती, पण त्यांच्या बाबतीत शक्यता हीच होती की मेइ पियाने राजकन्येला बाहेर काढण्यासाठी स्वत: भिंतीवरून आत येण्यासाठी ते वापरले असतील. त्या मिरवणुकीच्या शेवटी रंगीबेरंगी कपडे घातलेल्या सयामी लोकांचा आणि त्यांच्यापाठोपाठ चिंध्या पांघरलेल्या गुलामांचा जमाव येत होता. न्यायालय एका भव्य मंडपात भरायचे होते, परंतु त्या मंडपाचे छत मात्र तुटून-फुटून गेले होते. त्याला अवकळा आलेली असली तरीही त्याचे रूप हे अंकोरवाटच्या भव्य सुंदर मंदिराशी साम्य दाखवत होते, मात्र आकाराने हे त्याच्याहून बरेच लहान होते. ॲना इतका वेळ झाडाच्या दाट सावलीत उभी होती, ती तेथून पुढे येऊन एका तुटक्या दगडी स्तंभावर बसली. स्तंभाचा हा तुकडाही सावलीतच होता मात्र ही जागा मंडपाच्या अगदी जवळ होती. तेथून तिला सगळे नीट दिसूही शकत होते आणि ऐकूही येत होते.

सर्व मिरवणूक मंदिराच्या प्रवेशद्वाराशी येऊन थांबली. सर्व स्त्री-पुरुषांनी हात उंच करून ते जोडले आणि कृष्णाचे भाषण म्हणू लागले –

"हे परमेश्वरा, तूच सर्व गोष्टींचा जीवनाधार आहेस, तू प्रकृतीचे मूळ कारण (बीज) आहेस. शहाण्यांची बुद्धी तूच आहेस आणि मूर्खांचे दुबळेपणही तूच आहेस. अभिमानी लोकांचे तेज तू आहेस. बळवंताची शक्ती तूच आहेस. यज्ञ आणि प्रार्थना, पूजा, धूप, दीप, बळी आणि बळी स्वीकारणारा हे सर्व तूच आहेस. तूच या जगाची माता आणि पिता आहेस. आज तू तुझ्या सेवकांना वधिकाचा वध करण्यासाठी आणि फसवणाऱ्यांचा नायनाट करण्यासाठी शक्ती आणि शहाणपणा देऊन उपकृत कर."

त्यानंतर वाद्यांच्या गजरात सर्व जण आत मंदिरात गेले आणि त्यांनी मद्य,

तेल, गव्हाच्या गोड पोळ्या आणि ताजी फुले आत अर्पण केली. मग वरच्या अंधाऱ्या कप्प्याकप्प्यांच्या छताकडे नजर लावून त्यांनी ब्रह्मदेवाची प्रार्थना केली आणि त्याच्या शहाणपणाने त्यांच्या मंदबुद्धीचे उद्‌बोधन करण्याचे आणि सैतानाला ओळखून त्याचा नायनाट करण्याचे आवाहन केले.

त्या दीर्घ प्रार्थना संपल्यानंतर ते ज्योतिषी, विद्वान आणि चेटूक करणारे त्या मंडपात आपापल्या जागी जाऊन बसले. त्यांच्या भोवतालचा सगळा उत्सुक जमाव त्या इमारतीच्या पायऱ्यांवर रांगेत उभा होता. मग राजाकडचे शाही पत्र घेऊन दोन्ही अधिकारी पुढे आले. ते उच्च न्यायालयाचे प्रमुख न्यायाधीश होते. फिया फ्रोम आणि त्याचे सचिव की बो चाललेल्या कामकाजाची नोंद करून घेणार होता आणि तो अहवाल राजासमोर सादर करणार होता, हे त्यांचे काम होते. ते स्थानापन्न होताच त्यांच्यासमोर कैद्यांना आणले गेले – मेइ पिया आणि राजकन्येच्या दोघी दासींना मंडपाच्या टोकाला बसवण्यात आले आणि त्यांच्याभोवती पन्नास पहारेकरणींचा पहारा होता. मग इतर सैनिक त्या इमारतीभोवती पसरले. तेथे आता टाचणी पडली तरी आवाज ऐकू येईल एवढी शांतता पसरली होती. तेथे जमलेले विविध प्रकारचे लोक मेइ पियाकडे जणूकाही तीच चेटकीण आहे अशा तऱ्हेने भयभीत नजरेने पाहत होते. त्या तिघी कैदी मुली अगदी निश्चल बसल्या होत्या. त्यांच्यावर जे काही कोसळणार होते, त्याची उदासीनपणे प्रतीक्षा करत होत्या. आणि त्या मुक्या, बहिऱ्या निर्बुद्ध मुलीचा चेहरा मृतवत पांढरा पडलेला होता. तिचे डोळे जणू विलक्षण प्रकाशाने तळपत होते. एकतर त्यात जवळजवळ वेडसरपणाची विलक्षण झाक होती किंवा अतिशय वेदना.

ॲना अस्वस्थ होत चालली होती. खटला सुरू का होत नव्हता? त्या तिकडे पेट्या आणि दांड्या पडलेल्या होत्या. दांड्यावर बारीक खाचा केलेल्या आहेत, हे तिच्या लक्षात आले. त्यामुळे एखाद्या बारीक शिडशिडीत व्यक्तीला त्यात अंगठे रोवून चढता आले असते आणि निश्चितच त्यांच्याच साहाय्याने मेइ पिया भिंती ओलांडून आत गेली असावी. तरीपण ही कृती म्हणजे काही निव्वळ शारीरिक सर्कस नव्हती. पहिल्या भिंतीवरून तिने त्या दांड्या आत आणणे कसे काय जमवले असेल कोण जाणे, पण त्यांच्यामुळेच तिला आतल्या भिंती ओलांडता येणे शक्य झाले आणि ती कुणालाही न दिसता कशी काय निसटू शकली? तिने राजकन्येला भिंतीवरून कसे पार केले असेल? अन् ती तुरुंगात तरी कशी शिरली असेल? हे सगळे अजूनही अविश्वसनीय वाटत होते.

शेजारी उभ्या असलेल्या सैनिकाकडे ॲना वळली आणि कामकाजाला उशीर का केला जातोय, हे विचारले.

''ते जंगलातल्या पवित्र साधूची वाट पाहत आहेत.'' मग तो तिला माहिती

द्यायला लागला. ''त्यांनी त्याला बोलावण्यासाठी तीन वेळा शंख फुंकला आहे. पण तो अजूनही आलेला नाही. या लोकांना कितीही वेळ वाट बघावी लागली तरी चालेल पण तो 'योगी' आल्याशिवाय ते काम सुरू करणार नाहीत.'' मग त्याने मंदिराच्या परिसराला लागून असलेल्या पहाडातल्या गुहेत राहणाऱ्या 'योग्या'बद्दल तिला माहिती दिली. तो तेथे कायम एकटाच राहत असे. दिवसा तो क्वचितच दिसत असे. पण जे धार्मिक हिंदू होते, त्यांना तो संध्याकाळी तेथे प्रवाहात स्नान करताना दिसत असे किंवा कधी चंद्रप्रकाशात हिंडताना आणि परमेश्वराची आळवणी करताना दिसे. तो चिंचा आणि जंगली फळे खाऊन स्वत:चे पोट भरायचा. एखाद्या श्वापदाप्रमाणे दिवसभर झोपायचा आणि रात्रभर त्या अदृश्य अव्यक्ताच्या ओढीने तळमळत प्रार्थना म्हणायचा. ज्याला काही औषध नाही, असे गुप्त दु:ख त्या आळवणीतून व्यक्त होत आहे, असे वाटायचे.

एक तासभर वाट पाहिल्यानंतर दुसऱ्या काठावर एक मनुष्य अवतीर्ण झालेला दिसला. काही क्षण तो एखाद्या हरिणाच्या सावधानतेने कान देऊन काहीतरी ऐकतोय, बघतोय असे दिसले. मग त्याने प्रवाहात उडी घेतली आणि पोहत मंदिराच्या बाजूला येऊन पोचला. त्याने फक्त एक धोतर नेसलेले होते. त्याचे बारीक, तपकिरी रंगाचे शरीर अतिशय लवचीक अन् पीळदार दिसत होते. केस लांब आणि अव्यवस्थित होते. एखाद्या कुत्र्याने अंग झटकून पाणी झाडावे त्याप्रमाणे त्याने आपल्या अंगावरचे पाणी झटकले आणि पुढे मंडपात येऊन अतिशय संकोचत त्या कैदी मुलींशेजारी बसला. आता ॲनाला त्याचा चेहरा नीट दिसत होता. त्याचा चेहरा देखणा, रेखीव, भावुक, सौम्य आणि कनवाळू होता आणि डोक्यावर केसांचा गुंता असूनही तो भारदस्त दिसत होता.

तो सैनिक ॲनाला पुन्हा सांगायला लागला, ''या माणसाला दिव्य दृष्टी लाभलेली आहे. त्यामुळे दरबारातल्या पगारी विद्वानांना जे दिसत नाही, ते त्याला दिसू शकतं. म्हणून अशी भुताखेतांची काही समस्या उद्‌भवली की, ते त्याला बोलावतात.'' हे सांगताना त्याच्या स्वरात आदर होता.

खटल्याचे कामकाज सुरू झाले. न्यायाधीशांनी राजाचे पत्र वाचल्यानंतर त्यांनी तुरुंगाच्या दरवाजावर पहाऱ्याला असलेल्या दोन्ही पहारेकरणींना, राजकन्या बोलण्याचे केव्हा बंद झाले, हे सांगायला सांगितले. त्यांची साक्ष सुरू झाली. ''वर्षाच्या बाराव्या महिन्याच्या शुद्ध पंचमीच्या रात्री अचानक जोराचा वारा सुटला. त्यामुळे आमचे दिवे विझले आणि आम्ही मिट्ट अंधारात बुडालो. त्यानंतर अचानक थोड्या वेळानं काळा बुरखा घातलेली एक फार उंच आकृती तिथल्या मोठ्या हॉलमध्ये आली. ती आमच्याजवळ येताच ती मानवी आकृतीपेक्षा आकारानं फार मोठी आहे असं आम्हाला दिसलं. तिच्या एका हातात खंजीर, तर दुसऱ्या हातात किल्ल्यांचा मोठा

जुडगा होता.''

ते पुढे सांगायला लागले की, ती भीषण आकृती समोर पाहून ते इतके घाबरले होते की, त्यांची बोलण्याची आणि काही करायची सगळी शक्ती नष्ट झाली होती. इतके की, ते आपले एक बोटसुद्धा हलवू शकत नव्हते. त्यांच्यावर काही जादूटोणा केला गेला होता. ती भयंकर व्यक्ती त्यांच्यासमोर खंजीर नाचवत उभी राहिली आणि तिच्या सर्व बाजूंनी एक भयंकर प्रकाश प्रकाशित होत होता. त्या प्रकाशातच त्यांनी तिला राजकन्या सुनातदाला ज्या कोठडीत ठेवले होते, तिकडे जाताना पाहिले. तिच्या हातातल्या गूढ किल्ल्यांच्या जुडग्यातल्या एका किल्लीने तिने ती कोठडी उघडली आणि राजकन्या सुनातदाला खेचत बाहेर आणले. त्यानंतर तो चमकणारा प्रकाश, वादळ हे नाहीसे झाले आणि काळोख आणखीच दाट झाला. तुरुंगातही एक भयानक थडग्यासारखा अंधार दाटला होता. त्यानंतर ज़वळजवळ दोन तासांनी, अजूनही ते सर्व जण सुन्न होते, काहीही हालचाल करायला असमर्थ होते, पुन्हा ती विचित्र आकृती तेथे अवतीर्ण झाली, पण ती पहिल्यापेक्षाही भयानक दिसत होती. चेहरा पांढरट होता पण आता तिच्या हातात खंजीर किंवा किल्ल्यांचा जुडगा काहीच नव्हते. बुरखाही नव्हता. ती त्यांच्याजवळून झटकन आत गेली आणि तुरुंगाचे दार इतक्या जोरात बंद केले की ते जणू दुःखाने आर्तपणे ओरडलेच.

त्यानंतर राजकन्येच्या दोघी दासींना बोलावले गेले. त्यांची कहाणी फार थोडक्यात होती. पंचमीच्या रात्री आमच्या कोठडीचे दार जोरात वाजल्यामुळे आम्ही जाग्या झालो. राजकन्या झोपायची त्या बिछान्याकडे आम्ही पाहिले तर तेथे दुसरी कोणतीतरी आकृती बसलेली होती. आम्ही राजकन्येच्या नावाने हाका मारल्या. परंतु ती उत्तर देईना म्हणून आम्ही दिवा लावला तर तेथे राजकन्या नव्हतीच आणि तिच्या जागी ही मुकी गुलाम मुलगी बसलेली होती. आम्ही एकदम भीतीने तिच्यापासून दूर सरकलो, कारण ती आम्हालाही कुठल्यातरी भलत्यासलत्या गोष्टीत बदलून टाकेल, अशी भीती आम्हाला वाटायला लागली होती.

त्या पहारेकरणींनी या गोष्टीवर विश्वास ठेवला होता, हे ॲनाच्या लक्षात आले. त्यामुळे मेइ पियाच्या दृष्टीने आशा करायला काही जागा झाली होती. त्या भुताच्या आकृतीमुळे आणि त्याच्याशी आपल्याला सामना करावा लागेल, या कल्पनेमुळे त्या इतक्या काही घाबरलेल्या होत्या की, त्या शपथपूर्वक हे सांगायला तयार झाल्या होत्या की, त्यांनी मानवी आकृतीच्या दुप्पट लांबी-रुंदीची आणि त्या मुक्या-बहिऱ्या मुलीशी काहीही साम्य नसलेली एक आकृती समोर पाहिली. ''ते भूतच होते,'' त्यांनी आग्रहपूर्वक सांगितले आणि सभेतल्या सर्वांनी गंभीरपणे माना हलवल्या. कारण त्या परिस्थितीचे तर्कशुद्ध स्पष्टीकरण करू शकेल आणि स्वीकारू शकेल, असे तेथे कोणी नव्हते.

मग नंतर मेइ पियाला समोर बोलावले गेले. अतिवेदनेने, तापाने डोळ्यात आलेली चमक, वेडसरपणाची झाक किंवा तापाचा भ्रमिष्टपणा जे काही असेल ते-ते सगळे तिच्या जळत्या, चमकत्या डोळ्यांतून दिसत होते. तिच्या जाड्याभरड्या करड्या रंगाच्या कपड्यांवर इकडेतिकडे डाग पडलेले दिसत होते आणि क्षणाक्षणाला तिचा चेहरा अधिकाधिक पांढरा पडतोय, हे जाणवत होते. परीक्षा करणारे विद्वान तिला एकामागून एक प्रश्न विचारत होते. ते चलाख विद्वान आणि चेटकिणी तिच्याजवळ विविध चौकश्या करत होते, पण ती काहीच उत्तर देत नव्हती. अगदी पांढरे फटफटीत, राखाडी दिसणारे तिचे ओठ कोणत्यातरी अनैसर्गिक शक्तीने घट्ट बंद केल्यासारखे भासत होते.

काहीतरी खुणेसरशी अचानक, गजराची घंटा त्या गुलाम मुलीच्या पाठीशी वाजली. सगळी सभापण एकदम दचकली आणि मेइ पियानेपण आश्चर्यचकित होऊन कशाचा आवाज झाला, ते मागे वळून पाहिले "हा!" फिया फ्रोम आनंदाने ओरडले, "तू काही बहिरी नाहीस! तुला स्पष्ट ऐकू येतंय! आणि तू बोलूसुद्धा शकशील." चेटकिणीची बळी ठरली म्हणून मेइ पियाबद्दल जी सहानुभूतीची भावना तेथे जमलेल्या लोकांच्या मनात जागृत झाली होती, ती मावळली आणि ते सगळे पुन्हा तिच्याविरुद्ध झाले. जमावात खळबळ माजली आणि त्यांची कुजबुज सुरू झाली. न्यायाधीशांनी तिला तिकाटण्यावर टांगून तिचा ताबडतोब छळ करायची धमकी दिली.

पण त्या योग्याने आपले उघडे हात उंच केले आणि जोरात ओरडला, "थांबा! थांबा!" त्याच्या स्वरात एवढी जरब होती की, त्याचा स्वर सर्व मंदिरांमधून निनादत गेला आणि प्रत्येक जण आपापल्या जागी स्तब्ध उभा राहिला. मग त्याने मेइ पियाकडे वळून आपला भलामोठा पण हडकलेला हात तिच्या खांद्यावर ठेवला. तो तिच्या कानात काहीतरी कुजबुजला, पण त्यामुळे ती मुलगी गहिवरून गेल्यासारखी दिसली. कारण तिने नजर उचलून त्याच्याकडे पाहिले, तिचे डोळे पाण्याने काठोकाठ भरलेले होते. तिने कष्टी नजरेने नकारार्थी मान हलवली आणि आपले बोट आपल्या ओठांवर टेकवले. ती त्याला बहुतेक हे स्पष्ट करून सांगण्याचा प्रयत्न करत होती की, तिला बोलता येत नाहीय. त्या योग्याच्या चेहऱ्यावर सहानुभूतीची भावना दाटून आली. मग तो सभेकडे वळून म्हणाला, "ती स्त्री चेटकीणही नाहीय आणि ती हट्टीपण नाहीय. ती बोलू शकत नाहीय कारण तिच्यावर मंत्राचा प्रभाव आहे."

त्यामुळे सहानुभूतीची लाट पुन्हा त्या कैदी मुलीकडे वळली. "मग तिच्यावर दुसऱ्या मंत्राचा वापर करा." त्या योग्याचे विधान ऐकून त्यावर अविश्वास न दर्शवता फिया फ्रोमने सुचवले.

त्याच्या या बोलण्यासरशी त्या समूहातून एक अतिशय वृद्ध अशी तोंडाचे

बोळके झालेली एक बाई उठली. त्या सर्व लोकांमध्ये ती सगळ्यात विचित्र आहे, असे अ‍ॅनाला वाटत होते. तिने कमरेच्या पट्ट्यातून एक किल्ली बाहेर काढली आणि एक लाकडी पेटी उघडली. त्यातून तिने एक छोटीशी नाव बाहेर काढली. ही बोट प्राचीन काळी इजिप्शियन लोक वापरायचे, तशा तऱ्हेची चामडी आणि गोल आकाराची होती. नंतर काही वेगळ्याच कापडाचा, लांब, भुरक्या रंगाचा बुरखा तिने बाहेर काढला आणि दुसऱ्या पेटीतून एक मातीची शेगडी, कोळसे, काही वनस्पती, गारगोटीचे तुकडे, सापाची कात, पिसे, विविध प्राण्यांचे केस, मानवी हाडे, छोट्या झाडण्या आणि आणखी कितीतरी वस्तू बाहेर काढल्या.

कोळसे आणि गारगोटीच्या साहाय्याने तिने मातीच्या शेगडीत विस्तव पेटवला. जेव्हा ते निखारे चांगले लालभडक झाले, तेव्हा तिने विविध बरण्यांमधून काही द्रव बाहेर काढले. बहुतेक ते पाणी असावे, असे अ‍ॅनाला वाटले. त्यानंतर काही मंत्र ओठातल्या ओठात पुटपुटत वनस्पतींचे काही भाग घेऊन प्रत्येकावर मंत्र टाकत त्याभोवती जादूची कांडी फिरवली. ही कांडी म्हणजे एखाद्या दणकट माणसाच्या दंडाच्या हाडाचा तुकडा वाटत होती. हे केल्यानंतर तिने त्या कैदी मुलीला, मेइ पियाला ते जादूटोणा करणारे, चेटकिणी यांच्या मध्यभागी बसवले. मग तिने त्या छोट्या-छोट्या झाडण्या अनेक चेटकिणींच्या हाती दिल्या आणि मेइ पियावर तो भुरक्या रंगाचा कपडा टाकून तिला झाकले. त्यानंतर तिने पुढे जे-जे काही भेसूर कृत्य केले ते पाहून अ‍ॅनाची भयाने बोबडीच वळली. तिने ते जळते निखारे तिच्या बुरख्याने झाकलेल्या अंगावर टाकायला सुरुवात केली आणि इतर चेटकिणी विचित्र भयानक हातवारे करत तिच्याभोवती नाचायला लागल्या आणि ब्रह्मदेवाचे नाव घेत, ती जितक्या वेगाने निखारे टाकत होती, तितक्याच वेगाने झटकून टाकायला लागल्या. हे इतक्या वेगाने चालू होते की, मेइ पियाचा एक केस जळणे तर सोडाच पण त्या बुरख्यालासुद्धा जळून एखादे भोकपण पडले नाही. त्यानंतर त्यांनी तसेच ब्रह्मदेवाचे नाव घेत भरलेल्या सुरया तिच्या अंगावर रिकाम्या केल्या. मग मेइ पियाला त्यांनी पहिले कपडे बदलून कोरडे स्वच्छ ब्राह्मणी पद्धतीचे कपडे घालायला लावले. तिचे पहिले कपडे बदलणे आणि दुसरे घालणे हे त्यांनी इतक्या कौशल्याने केले की, तिच्या शरीराचा एवढासुद्धा भाग उघडा दिसला नाही.

त्या योग्याने पुन्हा एकदा आपले हात तिच्या दोन्ही खांद्यांवर ठेवले आणि तिच्या प्रथम उजवा अन् नंतर डाव्या कानात काहीतरी कुजबुजला. पण मेइ पियाने पुन्हा मान हलवली आणि आपल्या घट्ट मिटलेल्या ओठांकडे निर्देश केला. त्यानंतर सगळ्यात वयस्कर जादूगाराने खुन फिकटने (खुन फिकट – भुताखेतांना पळवणारा देव) तिच्यासमोर लोटांगण घातले आणि अतिशय रानटी आवाजात काहीतरी प्रार्थना केली. अचानक तो उठून उभा राहिला आणि मेइ पियाच्या तोंडाजवळ तोंड

आणून खणखणीत, मोठ्या आवाजात तिला विचारले, ‘‘तू किल्ल्यांचा जुडगा कुठे फेकलास?’’

संध्याकाळच्या झळझळीत प्रकाशाने त्या लाओ गुलाम मुलीचा देखणा चेहरा उजळवला होता आणि पुन्हा तिसऱ्यांदा मान पूर्णपणे हलवून तिने ती बोलू शकत नाही किंवा बोलणार नाही असे निश्चितपणे दर्शवले. सभेतले काही जण एकमेकांशी कुजबुजायला लागले की, ज्या चेटकिणीने राजकन्येला पळवून नेले, तिनेच या गरीब बिचाऱ्या मुलीला मुके बनवले. पण बाकीच्या इतर लोकांना याबद्दल खात्री वाटत नव्हती. त्यामुळे न्यायाधीश तिला तिकाटण्यावर का चढवत नाहीत, याबद्दल त्यांनी तक्रारीचा सूर काढायला सुरुवात केली.

‘‘तिचं तोंड उचकटवा आणि त्यात ते जादूचं पाणी ओता,’’ कोणी एका ज्ञानी बाईने सुचवले. हे सर्वांना मान्य होऊन अनेक जण पुढे सरसावले. एका बाईने तिची हनुवटी आणि खालचा जबडा पकडला. दुसरीने तिचे कपाळ आणि डोके घट्ट धरले आणि तिसरी हातात पाणी घेऊन ते तिच्या घशात ओतायला सज्ज उभी राहिली. त्यांनी जोर लावून जसे तिचे तोंड उघडले तशा त्या काही भयानक पाहिल्यासारख्या ओरडत मागे सरकल्या, ‘‘ब्रह्म! ब्रह्म! ब्रह्म!’’

‘‘काय झालंय?’’ फिया फ्रोमने आपल्या जागेवरून उठत ओरडून विचारले. त्या स्त्रियांपैकी एक जण त्याच्याकडे वळली. काहीतरी ओंगाळ, भीषण पाहिल्यासारखा त्यांच्या चेहऱ्याचा रंग बदलला होता आणि चेहऱ्यावर मळमळून आल्याची भावना होती. ‘‘ब्रह्म! ब्रह्म!! त्या वाईट चेटकिणीनं तिची जीभ उपटून काढलीय.’’

सगळीकडे एकच गोंधळ उडाला. आता मेइ पियाबद्दल कुठलीच भीती बाळगण्याचे कारण उरले नव्हते. उलट आता तर ती इतरांच्या सहानुभूतीला पात्र ठरली होती. एवढेच काय निसर्गाची काय गूढ घडण असेल पण इतरांना तिच्याबद्दल आदरच वाटायला लागला होता. भीती आणि तिरस्काराची जागा करुणा आणि सहानुभूतीने घेणं हे इतक्या अचानक झाले होते की, या गुलाम मुलीची चेटकिणीने केलेली दुर्दशा पाहून अनेक स्त्री-पुरुष घळघळा रडायला लागले.

मग अगदी सावकाश, गंभीर आवाजात शेवटचा प्रश्न विचारला गेला – ‘‘मंत्रप्रयोग यशस्वी झाला होता का?’’ एक छोटी मेणबत्ती पेटवली गेली आणि ती त्या ज्ञानी स्त्रीच्या नावेत ठेवली गेली. सर्व लोक तिच्या पाठोपाठ ती मेणबत्ती पाण्यात सोडला जायचा सोहळा पाहायला पाण्याशेजारी जाऊन उभे राहिले. ती नाव प्रवाहाबरोबर वेगाने निघाली. ती एवढीशी ज्योत न फडफडता तेजाळत होती. अखेरीस प्रवाहामध्ये आडव्या घातलेल्या दगडांनी ती टोपलीची नाव थांबली.

त्या योग्याने आनंदाने एक आरोळी ठोकली आणि इतरांनीही समाधानाने त्याचे अनुकरण केले. उत्तर होकारार्थी होते. टाकलेला मंत्र यशस्वी झाला होता. राजकन्येला

सैतानानेच पळवले हा समाधानकारक निर्णय होऊन त्या बंदी स्त्रियांना मुक्त केले गेले. प्रत्येकीला काही रक्कम मिळाली आणि त्यांना जायला सांगण्यात आले. त्या दांड्या – ज्या, या गोष्टीचा अगदी ठोस पुरावा होता की, त्यांच्या साहाय्याने कोणीतरी राजवाड्याची भिंत ओलांडली – खटल्याच्या वेळी त्या सादरच केल्या गेल्या नाहीत. सर्व जण आता आपापल्या घरी जायला निघाले. आता ते मिरवणुकीने जात नव्हते तर प्रत्येक जण आपापल्या मार्गाने चालला होता. त्यांच्यापुढे आता कोणतेही लक्ष्य नव्हते आणि कुलींनी त्यांना कुठे सोडले होते, हे ते विसरले होते.

तोपर्यंत सूर्य मावळायला आला होता. ॲनाने आपल्या मोतद्दारास घरी पाठवून दिले आणि जेथे तिचा घोडा बांधलेला होता, त्या झाडामागे जाऊन ती उभी राहिली. तो योगी पुन्हा प्रवाहाचे पाणी कापत एकांतासाठी आपल्या गुहेत निघून गेला, दिवसा झोपण्यासाठी आणि रात्री एकट्याने प्रार्थना करण्यासाठी. तरीपण त्या मंडपात अजून काही स्त्रिया मेइ पियाला सहानुभूती दाखवण्यासाठी रेंगाळत होत्या.

अखेरीस त्याही गेल्या. इतका वेळ जडपणे बसून राहिलेली ती गुलाम मुलगी जागची उठून बाहेर आली. झाडाखाली थांबलेल्या ॲनाला तिने पाहिले आणि ती तिच्याकडे धावत आली. तिने स्वत:ला या इंग्लिश स्त्रीच्या कवेत लोटून दिले आणि आपले डोके तिच्या खांद्यावर ठेवले. तिच्या तोंडून काही केविलवाणे आवाज निघत होते. ॲनाला प्रथम वाटले की, ती दु:खाने रडते आहे पण मेइ पियाने डोके उचलल्यानंतर तिच्या चेहऱ्यावर निखळ आनंदाचे भाव आहेत, असे तिला आढळून आले. आपल्या मालकिणीला वाचवण्यासाठी ही मुलगी केवढ्या टोकापर्यंत गेली आहे, हे पाहून ॲना अतिशय स्तंभित झाली होती. ॲनाने तिला आईच्या मायेने, मृदूपणे कवटाळून जवळ घेतले. तिला जसे राजकन्येचे हे शब्द आठवले की मेइ पिया ही उत्तरेकडची, संगीताची उत्कृष्ट जाणकार होती, तेव्हा तिला स्वत:चे अश्रू आवरेनात. हे तिचे रक्तहीन पांढरे पडलेले ओठ आता पुन्हा कधीही गाऊ शकणार नव्हते.

आता मेइ पियाच्या दोघी मैत्रिणीही तेथे आल्या होत्या. त्यांनी कुजबुजत्या स्वरात उरलेली सगळी हकिकत ॲनाला सांगितली. त्या दांड्यांच्या साहाय्याने मेइ पियाने तटाची भिंत ओलांडली होती. त्या दांड्यापण तिने ओढून वर घेतल्या, कारण त्यांच्याच मदतीने तिला दुसरीपण भिंत ओलांडायची होती. सोबत तिने किल्ल्यांचा एक भलामोठा जुडगा आणला होता. त्या तिने कशा मिळवल्या, हे मात्र त्यांना ठाऊक नव्हते. पण त्यांच्या साहाय्याने तिने तुरुंगाची दारे उघडून त्या पहारेकरणींना घाबरवले. वादळामुळे दिवे विझले हा तिच्या थोर नशिबाचाच एक भाग होता. पूर्वी ॲना भेटली असताना तिने जे प्रश्न विचारले होते, त्यामुळे ती सरळ राजकन्येच्या कोठडीकडे जाऊ शकली. परंतु राजकन्येला कोठडीतून जबरदस्तीने बाहेर काढायला

लागले, ही गोष्ट मात्र खरी होती. राजकन्येला पहिल्या भिंतीवर चढवल्यानंतर तिने स्वत: पुन्हा दुसऱ्या भिंतीवर चढून राजकन्या सुनातदाला पलीकडे उतरायला मदत केली. तटापलीकडे तिचा भाऊ आणि त्याचे दोन मित्र नदीच्या काठाशी एक छोटी बोट आणून वाटच पाहत होते.

तोपर्यंत चंद्र मावळला होता. त्यामुळे त्या पकडल्या जाण्याची भीती आता नव्हती. ते पुरुषही कुणाला दिसू शकणार नव्हते. मेइ पियाने किल्ल्या राजकन्येकडे देऊन त्या नदीत फेकायला सांगितले. दोघे बहीणभाऊ मेइ पियाची, तिने त्यांच्याबरोबर चलावे म्हणून पुन:पुन्हा विनवणी करत होते, खुशामत करत होते पण त्या दोघी दासींना संकटात सोडून यायची तिची तयारी नव्हती. अखेरीस आता ते रेंगाळले तर पकडले जातील आणि मेइ पियाचे मन वळवणे शक्य नाही, हे जाणून ते नदीकडे वळले. या सगळ्यांना मौलमीनला घेऊन जाण्यासाठी तेथे नदीच्या मुखाशी जहाज उभेच होते.

मेइ पियाला सत्य सांगण्यासाठी भयंकर छळाला सामोरे जाण्याची भीती वाटत होती आणि ते टाळणे अशक्यप्राय होते. कदाचित छळ सहन न होऊन खरी गोष्ट बाहेर पडेल, यासाठी खंजिराच्या एका फटक्याने तिने आपली जीभ छाटून टाकली आणि तिच्या तोंडून इतरांना समजेल असा एखादा शब्द उच्चारला जाण्याची शक्यताही संपवून टाकली.

"पण तुम्ही सगळ्या जणी राजकन्येबरोबर का गेला नाहीत?" ॲनाने विचारले.

"कारण आम्ही जास्त जणी असल्यामुळे निश्चितच पकडल्या गेलो असतो आणि मेइ पियाने वचन दिले होते की, जे काय सहन करावे लागेल, ते फक्त आमच्यापुरते नसेल तर तीही त्याची भागीदार असेल," एकीने खुलासा केला.

यानंतर बोलण्यासारखे काहीच शिल्लक राहिले नव्हते. ॲना यापुढे त्यांच्यासाठी काहीही करू शकणार नव्हती. त्या ताबडतोब पाकलतला जाऊन मौलमीनकडे जाणारी बोट पकडणार होत्या आणि राजकन्येला जाऊन मिळणार होत्या. आता अंधार दाटायला लागला होता, पण लेडी थियांगला दिलेला शब्द पाळायचा म्हणूनही, तिला त्यांच्याजवळून हलवत नव्हते. तिला आता घाबरण्यासारखे काही नव्हते म्हणून वाट पाहायला हरकत नव्हती. अखेरीस बोट पकडण्याच्या घाईने त्या मुलीपण निघाल्या. ॲनाने घोडा सोडला आणि त्यावर स्वार झाली. मेइ पियाने डोक्यावर हात उंच हलवत तिला निरोप दिला. ती हसत होती. ॲनापण हलकेसे हसली. पण आज तिने जे साहस आणि धैर्य पाहिले होते त्याने ती मनोमन हलली होती.

■

पूर्वछाया

ॲनाने लुईसह इंग्लंडला जायचे ठरवले होते. मात्र हे निश्चित करेपर्यंत खूप महिन्यांचा कालावधी गेला होता. पण एकदा ते ठरवल्यावर तिला खूपच मोकळे वाटले. राजाने मात्र तिची ही इच्छा पूर्णपणे नाकारली, एवढेच काय, तिच्या बँकॉक सोडून जाण्याच्या शक्यतेवर त्याने काही बोलण्याचेही नाकारले.

''मॅडम, तुम्ही आळशी आहात! तुम्ही कृतघ्न आहात!'' जेव्हा-जेव्हा ती हा विषय काढायची, तेव्हा-तेव्हा तो तिची अशा रितीने खरडपट्टी काढण्याचा प्रयत्न करत असे. त्याने जे पगारवाढीचे वचन दिले होते, ते त्याने कधीच पूर्ण केले नव्हते, मग त्याने तिला कृतघ्न का म्हणावे हे ठरवणे कठीण होते. मग कधी तो म्हणायचा, ''पण मला तर तुमची गरज पडते.'' आणि त्याच्या दृष्टीने हे वाक्य निर्णायक असायचे. इंग्लंडला जाण्यासाठी त्याची परवानगी मिळवायलासुद्धा तिला सहा-सात महिने वाट पाहावी लागली. तीसुद्धा त्याने अगदी जिवावर उदार होऊन दिली होती आणि त्या वेळीसुद्धा ती सहा महिन्यांत प्रामाणिकपणे परत येईल याची ग्वाही तिने दिल्याशिवाय परवानगी द्यायला तो तयार नव्हता. पण तिने हे सर्व परिस्थितीवर अवलंबून असेल, असे सांगितले. कारण तिची प्रकृती इतकी खराब झाली होती की, तब्येत पूर्वीसारखी व्हायला सहा महिने पुरतील की नाही, हे आताच सांगता येत नव्हते.

ॲव्हिसला भेटून आता पाच वर्षे उलटून गेली होती. आता ती बारा वर्षांची झाली होती. लुई तिच्याहून फक्त एक वर्षाने लहान होता. आता त्यालाही, जेथे नियमित वेळापत्रक, कार्यक्रम आहे अशा बोर्डिंग स्कूलमध्ये ठेवायची गरज निर्माण झाली होती. पौर्वात्य दरबारी वातावरणात, जेथे माणसाला शक्तिहीन करणारे अनेक दबाव सतत कार्यरत असतात, अशा तऱ्हेचे वातावरण कुमारवयात पदार्पण करणाऱ्या मुलाच्या दृष्टीने योग्य नव्हते.

तिचा स्वत:चाच तेथून जायला थोडाफार अंतर्विरोध असण्यामागे आणखी एक निर्विवाद सत्य होते, ते म्हणजे तिचा राजावर पूर्वीपेक्षाही जास्त प्रभाव वाढलेला होता. तिची राजाबरोबर जी भांडणे होत, त्यांनी उलट तिची किंमत, तिचे महत्त्व

जास्त वाढवलेले होते, असे दिसत होते. तसेच रोझ गार्डन पॅलेसमधल्या लायब्ररीत ती राजपुत्र चूला लाँग कोर्णबरोबर रोज जे तीन तास घालवत असे, तेच तिच्या दृष्टीने फार मोठे आमिष होते. दीक्षा घेण्यापूर्वी त्याच्या मनावर तिच्या कोणत्याही गोष्टीच्या सांगण्याचा जितका प्रभाव पडत असे, तितका आता तो भावुक राहिलेला नसला तरी तिच्या शिकवण्याला तो पूर्वीइतकाच प्रतिसाद देत असे. रोझ गार्डन पॅलेसच्या लायब्ररीत ती त्याला सात महिने शिकवत होती, त्यात एक अतिशय सुखकारक घटना घडलेली होती आणि त्या घटनेची ॲनाला त्यापुढे कित्येक वर्षे आठवण येत असे.

ती आणि राजकुमार अब्राहम लिंकनच्या आयुष्याबद्दल बोलत होते. त्या थोर मानवतावादी माणसाची गोष्ट राजकुमाराला माहीत होती. कारण इतक्या वर्षांत अनेकदा, अनेक गोष्टींत ॲना त्याचा सतत संदर्भ देत असे. इतर मोठ्या विद्यार्थ्यांप्रमाणे त्यानेही स्वातंत्र्याचा जाहीरनामा वाचलेला होता आणि यादवी युद्धाची सुरुवात आणि शेवट कसा झाला हेही त्याने वाचले होते. ॲनाच्या कायम स्मरणात राहिलेल्या या संध्याकाळी, ती आणि राजकुमार अब्राहम लिंकनच्या दुःखद शेवटाबद्दल बोलत होते. त्या घटनेचा एक खोल ठसा राजकुमाराच्या मनावर, विचारांवर उमटला गेला होता. तो पुढे टेबलावर वाकला. आंतरिक निश्चयाने, निर्णयाने त्याचे डोळे चमकत होते.

''मेमचा,'' तो म्हणाला होता, ''मी जर सयामवर राज्य करायला जिवंत राहिलो तर ते एक स्वतंत्र राष्ट्र असेल; गुलामगिरीत जखडलेलं राष्ट्र नसेल. ज्याप्रमाणे कित्येक शतकांपूर्वी बौद्ध लोकांनी स्थापन केलेली ही स्वतंत्र वसाहत होती, त्या स्थितीला हे राज्य नेऊन ठेवण्यात मला अभिमान वाटेल. ब्राह्मण पंडितांकडून छळ होत असल्यामुळे ते त्यांच्या मूळ देशातून पळाले होते. तिथून ते सयामला आले आणि त्यांच्या नेत्याच्या आधिपत्याखाली त्यांनी इथे वसाहत स्थापन केली. हा नेता भिक्षूही होता आणि राजाही. त्यानं निवडलेल्या या देशाला त्यांनी 'मुअंग थाई' असं नाव दिलं. या शब्दाचा अर्थ 'मुक्तांचा देश'. शक्य असेल तर मीपण या देशाला पुन्हा 'मुक्तांचा देश' या खऱ्या अर्थाला नेऊन पोचवीन.''

आपल्यासमोर बसलेल्या या मुलाचा उत्साह आणि मनातली कळकळ अतिशय स्पष्ट दिसणाऱ्या चेहऱ्याकडे ॲना एकटक बघत होती आणि मनोमन प्रार्थना करत होती की, आपले हे स्वप्न पूर्ण करण्यासाठी त्याला पुरेसे आयुष्य मिळो. सयामच्या पूर्वेतिहासाबद्दल जरी त्याची चुकीची कल्पना असली तरी त्याचे भविष्याबद्दलचे विचार फार चांगले होते. तो स्थिर बुद्धीचा आणि शांत स्वभावाचा होता. त्याच्या वडिलांच्या विचारांचा अर्धा भाग पुराणमतवादी होता, तर अर्धा नवमतवादी होता. राजकुमार निदान तसा द्विधा विचारांचा तरी निश्चितपणे नव्हता. तो पूर्णपणे नव्या

विचारांचा घडलेला होता. त्याचे विचार उज्ज्वल भविष्याशी सुसंगत आणि प्रामाणिक होते. या विचारात काही अंशी ॲनाचाही वाटा होता आणि त्याबद्दल तिला समाधान होते. पण १८६७च्या त्या हिवाळ्यात मात्र जेव्हा तो राजेपदावर येण्याइतका मोठा होईल तेव्हा त्याला राज्य करण्यासाठी राज्य तरी शिल्लक असेल की नाही, हे सांगणे कठीण होते. सयामच्या दक्षिणेला आणि पश्चिमेला ब्रिटिशांचे राज्य होते आणि तेथे असलेल्या फ्रेंचांचा धोका कायम होताच.

डिसेंबरमध्ये मि. ऑबरने एक नवा चाळा सुरू केला. तो अजूनही सयामच्या राजाला सियमरीव आणि बातमबंगचा काही विशिष्ट भाग फ्रेंचांना देऊन टाकण्यासाठी दबाव आणतच होता आणि यात तर तो भाग त्यांच्याकडून घ्यायचाच हा त्याचा निश्चय होता, पण त्याला आता खात्रीने हे वाटायला लागले होते की, त्याचा हा हेतू साध्य न होण्यामागे राजाऐवजी क्रालाहोम हाच अडथळा आहे. सयामच्या राजाचे धोरण किंवा स्थिती कुठेही जराशी दुबळी होताना दिसली की, क्रालाहोम तेथे आधारासाठी अविचल उभा असे. त्यामुळे फ्रेंचांच्या या मागणीला उत्तर देण्यासाठी सयामच्या राजाने जे मंडळ स्थापन केले होते त्यावरून क्रालाहोमला हटवण्याची मागणी ऑबरने केली. हे उत्तर क्रालाहोमचा मुलगा फिया सुरिवाँग फ्रान्सला घेऊन जाणार होता. राजाने ऑबरला उत्तर धाडले की, क्रालाहोम हा मंडळाचा कायमचा सदस्य असल्यामुळे त्याला मंडळावरून दूर करणे ही त्याच्या अखत्यारीतली बाब नाही. त्यामुळे मि. ऑबरचा संताप आणखीच वाढला आणि त्यापुढे त्याला राजाला भेटणे किंवा त्याच्याशी बोलणे जवळजवळ अशक्य झाले. त्याला ही शंका यायला लागली होती की, त्यांची वकिलात तेथून हलेपर्यंत राजा त्याला दूर ठेवू पाहतोय.

१४ डिसेंबरला मि. लामाचने ऑबरला निरोप धाडला की, त्या दिवशी संध्याकाळी राजा जवळच्या मंदिरात जाता-येताना राजवाड्याच्या पूर्वदरवाजासमोर बाहेरच्या बाजूला सर्वसामान्य जनतेला दर्शन द्यायला उपस्थित होणार आहे आणि मि. लामाच तेथे आपल्या उत्तम गणवेश घातलेल्या तीनशे सैनिकांसह ड्रिल करत अन् नंतर राजासमोर थोडा वेळ कवायत सादर करायला हजर असेल. आपला संताप गोंजारत आणि धुमसत ठेवलेला ऑबर तेथून सहज जात असल्याचा बहाणा करत, तेथे हजर झाला आणि त्याने सैनिकांची कवायतही पाहिली. पण राजा आणि दरबारी लोक जेव्हा तेथे आले, तेव्हाही तो तेथे तसाच सहजपणे उभा होता. जणूकाही तेथून जाता-जाता तो, तो सोहळा बघायला उभा राहिला आहे. त्या फ्रेंच प्रतिनिधीला तेथे उभे बघून राजा आश्चर्यचकित झाला आणि त्याने पालखीवाल्यांना पालखी थांबवण्याची आज्ञा दिली, "तुम्ही इथे कसे काय आलात?" त्याने विचारले.

ऑबरने सांगितले की, तो सहज फिरायला म्हणून बाहेर पडला होता, पण सुदैवाने त्याला महाराज इथे इतक्या सहजपणे दिसले, त्याला काही बाबतीत

महाराजांशी चर्चा करायची होतीच. त्यामुळे ही फार चांगली संधी आहे, असे समजून तो इथे थांबला, असे म्हणत त्याने खिशातून काही कागदपत्रे बाहेर काढत क्रालाहोमची यथेच्छ निंदा आणि त्याच्यावर टीका करायला सुरुवात केली. तो फ्रान्स आणि सयाम दोन्ही राष्ट्रांच्या दृष्टीने ओझेच असून दोन्ही देशांच्या हिताच्या दृष्टीने त्याला काढून त्याच्या जागी दुसऱ्या कोणाच्यातरी, जो दोन्ही देशांच्या हितसंबंधांत बाधा आणणार नाही, अशा व्यक्तीची महाराजांनी नेमणूक करावी, अशीही सूचना त्याने पुढे केली. तेथील हे सर्व ऐकणाऱ्यांपैकी काहींनी सांगितले की, ऑबरने यापुढे अशीपण पुस्ती जोडली, की त्याला एक व्यक्ती माहीत आहे की, जी या पदासाठी योग्यही आहे आणि उपलब्धही आहे. महाराजांनी क्रालाहोमला या पदावरून दूर करण्याचा निर्णय घेतला रे घेतला की, तो त्या व्यक्तीचे नाव महाराजांना सांगेल. अखेरीस त्याने मोठ्या धाष्ट्यनि राजालाही धमकी दिली की, महाराजांनी जर क्रालाहोम आणि कंबोडियाच्या बाबतीतल्या फ्रेंचांच्या मागण्या नाकारल्या, तर त्यांना युद्धाला सामोरे जावे लागेल.

राजाचा रागही ऑबरच्या रागाप्रमाणेच पाऱ्यासारखा झपाट्याने वर चढणारा होता. फ्रेंचांबद्दल त्याला वाटणाऱ्या जबरदस्त भीतीवर मात करून त्याचा संताप वाढत चालला होता. त्याला कुठलीही चर्चा करायची नाही हे सांगून त्याने ऑबरला तेथून ताबडतोब चालते व्हायला सांगितले. मि. ऑबरलाही आपली ही पद्धत पूर्णपणे चुकीची आहे हे माहीत असल्यामुळे बोलणे संपले आहे असे दाखवत शेकहँडसाठी हात पुढे करत त्याने चांगुलपणा दाखवण्याचा प्रयत्न केला. पण राजाने त्याच्याकडे साफ दुर्लक्ष केले. त्यानेही राजाच्या कृतीकडे जणू त्याचे लक्षच नाहीय असे भासवत, तो राजाच्या मुलांच्या घोळक्याकडे वळला. ही मुले राजाच्या पालखीच्या मागेच होती. त्यांच्याशीही त्याने हस्तांदोलन करण्याचा प्रयत्न केला. पण त्यांचे वडील जितका चांगला तिरस्कार दाखवत, तसाच तिरस्कार तापटपणे त्याला दाखवून हात पुढे न करता ती पालखीपाठोपाठ पुढे सरकली.

ऑबर वळून आपली हॅट हातात धरून उत्तरेकडे चालू लागला. विचारात गढून गेल्याप्रमाणे त्याने मान खाली घातली होती. अडीचशे-तीनशे फूट पुढे गेल्यावर तो पुन्हा वळला. जणूकाही पुन्हा प्रयत्न करावा का? की माफी मागावी? अशा विचारात, पण विचार काय होता, हे कळणे अवघड होते. पण तोपर्यंत राजा आणि सर्व दरबारी मंदिरात जायचा विचार रद्द करून राजवाड्यात परत गेले होते.

आता राजवाड्यात मात्र घबराट पसरली होती. सगळे ज्योतिषी, जादूगार आणि दरबारातली शहाणी माणसे, सगळी बोलावली गेली. त्यांनी ग्रह-नक्षत्रांची स्थिती पाहून आणि कौल लावून सांगितले की, सध्या वातावरण अपशकुनांनी आणि दूषित गोष्टींनी भारलेले आहे. दुरून संकटांची चाहूल येत आहे. महाराजांनी पूर्व आणि

पश्चिमेकडे एक दरवाजा उभारला पाहिजे.

दर वर्षाच्या शेवटी न पिंजलेल्या कापसाचे सात धागे पंडिताकडून पवित्र करून घेतले जायचे आणि ते राजवाड्याच्या सर्व भिंतींभोवती गुंडाळले जायचे. संपलेले वर्ष ज्या सर्व वाईट गोष्टी आणि दुष्ट शक्तींनी खराब केलेले असे, त्यांना पळवून लावण्यासाठी सूर्यास्तापासून सूर्योदयापर्यंत, सर्व बुरुजांवरून ऐकू येण्याच्या टप्प्यात तोफांचा भडिमार केला जाई. पुढे गंभीर परिस्थिती येईल हे ध्यानी घेऊन, जणूकाही हे पुरेसे नाही हे समजून नवे दरवाजे उभारायचे होते. राजवाड्यांच्या दरवाजांच्या पूर्व आणि पश्चिमेला टिकाव आणि कुदळींनी पूर्वीच खणलेले खंदक राजवाड्याचे दोन्ही दिशांनी रक्षण करतच होते. जेव्हा सर्व तयारी झाली तेव्हा सान लुआंगने त्या खोदकामाच्या आजूबाजूला बारा अधिकाऱ्यांना पहाटेपर्यंत लपवले. दोन जणांना प्रवेशद्वाराच्या आत उभे केले. त्यांनी येणाऱ्या-जाणाऱ्यांना परिचित नावांनी मोठ्याने हाका मारायचे होते. जणूकाही ते मित्र किंवा शेजारी आहेत. ते पहाटेपूर्वी कायम बाजारात जाणाऱ्या शेतकऱ्यांपैकी किंवा बाजारातल्या मजुरांपैकी कुणाचेतरी मित्र असून, त्यांना पाहून सलगीने हाका मारत आहेत असे दाखवत होते. आपली नावे ऐकून जाणाऱ्या-येणाऱ्यांपैकी काही जण थांबले आणि काय हवंय म्हणून विचारायला लागले. इतर लोक कुतूहलाने थांबले. लोकांना थांबलेले पाहून लपलेल्या अधिकाऱ्यांनी आपल्या ठिकाणाहून पुढे धाव घेतली. त्या थांबलेल्या लोकांपैकी कुठल्यातरी सहा जणांना पकडले आणि त्या क्षणी त्या पकडलेल्यांचे भवितव्य निश्चित झाले. कोणताही अर्ज किंवा विनंत्या आता कोणतीही गोष्ट त्यांना वाचवू शकणार नव्हती.

ठरलेल्या दिवशी त्यांच्यासाठी मेजवानी, नृत्य आयोजित करण्यात आले. त्या मेजवानीचे ते सामान्य पाहुणे होते. तेथून त्यांना वाजतगाजत खोदलेल्या खड्ड्यांजवळ नेण्यात आले. राजा आणि सर्व दरबाऱ्यांनी त्यांना आदरपूर्वक लवून नमस्कार केला. ते सगळे जण नव्या वेशीसाठी खणलेल्या खोल खंदकांजवळ थरथरत उभे होते. राजाने मनःपूर्वक त्यांची प्रार्थना केली –

हे नवे प्रवेशद्वार. आता तुम्ही त्याचे सर्व तऱ्हेने संरक्षण करावे म्हणून तुम्हाला सुपूर्द करण्यात येत आहे. त्यांचे सर्व धोके आणि संकटांपासून संरक्षण करा. जर येथील कोणी विश्वासघातकी लोक किंवा बाहेरचे शत्रू या आपल्या लोकांविरुद्ध काही कट करत असतील तर आपल्या लोकांच्या किंवा राजसिंहासनाच्या सुरक्षिततेसाठी तुम्ही मला सूचना द्यायला या.

त्यांच्या या अविवाद्य सन्मानासाठी निवडलेला एक भलाथोरला ओंडका त्यांच्या डोक्यावर लटकत होता. राजाचे हे शब्द संपतात न संपतात तोच तो वेगाने खाली सोडला गेला आणि त्या चिंध्या पांघरलेल्या लोकांचे रूपांतर रक्षक देवदूतात झाले. – प्रत्येक वेशीसाठी तीन तीन!

ही जी काळजी घेतली गेली, ती व्यर्थ नाही हे दरबाऱ्यांना पटवणे अजिबात कठीण नव्हते, कारण त्यानंतर ऑबर एकतर त्याने दिलेल्या धमक्या विसरला असावा किंवा राजाबरोबर भरजमावात त्याने जो तमाशा केला, त्यावर विचार केल्यानंतर तो थंड झाला असावा. कदाचित हेही असेल की, राजाने त्याला त्याच्या इंग्रजीचा डोस पाजल्यानंतर त्याला स्वत:च्या परिस्थितीची, स्थानाची जाणीव झाली असावी. राजाने त्याला लिहिलेले पत्र खालीलप्रमाणे होते –

सन्माननीय मि. ऑबर, एच.आय.एम चे प्रतिनिधी,

महोदय,

एखाद्या खालच्या किंवा अतिशय खालच्या स्तरावरच्या व्यक्तीने एखाद्याचा शाब्दिक अपमान केला किंवा अपशब्द वापरले, पण त्यावर दुसऱ्या व्यक्तीने काहीच कृती केली नाही तर ती पहिली व्यक्ती अतिशय क्षुद्र, नगण्य समजली जाते.

जो मनुष्य जमिनीवर किंवा मैदानावर उभा आहे, तो आकाशातल्या ताऱ्यांवरच काय पण टांगता दिवा किंवा ग्लोब यांच्यावर थुंकून त्यांचा कोणताच अपमान करू शकत नाही. कारण त्या कृतीचा त्यांच्यावर कोणताही परिणाम न होता उलट ती थुंकी त्याच्या स्वत:च्याच तोंडावर उडून तो स्वत:चाच चेहरा घाण करून घेईल.

सयामी लोकांना आपण स्वर्गापेक्षा खालच्या स्तरावरचे आहोत, हे माहीत आहे. त्यामुळे आपल्या तोंडाने आकाशातल्या नक्षत्रांवर थुंकून त्यांना दुखावण्याचा प्रयत्न ते करणार नाहीत.

एखादा मनुष्य दुबळा, असमर्थ आहे, हे ज्या प्रत्येकाला ठाऊक असेल, म्हणजे त्या माणसाला हलवायला किंवा प्रतिकार करायला हातपायच नसतील किंवा तो जखमी असेल किंवा आंधळा अथवा बहिरा असेल, तर अशा व्यक्तीला, त्याने निरर्थक मूर्खपणा किंवा वेडेपणा केला तरी त्याला शत्रू मानले जात नाही. कारण तसे म्हटले तर ते म्हणणारी व्यक्ती एखाद्याच्या उकसवण्याला सहजासहजी बळी पडते, असे म्हटले जाईल.

यावर ऑबरने राजा किंवा सयामी वकिलातीला काहीच उत्तर दिले नाही आणि पुढे कशातही कोणतीही दखल न देता गाशा गुंडाळून त्याने पॅरिसला प्रयाण केले.

प्रकाश आणि अंधार! सुरुवातीपासून शेवटापर्यंत तसेच चालत आले होते.

तिने इथे आल्यानंतर काही सत्कृत्ये केली होती. पण त्यासाठी जेवढी किंमत द्यायला लागली होती, ती योग्य होती का? एक पेलाभर थंड पाणी, दुखावलेली मने सांधणे, क्वचित एखादी सुटका, शिकवण्याचे शब्द! ल ओरला ॲना वाचवू शकली होती, पण तपतीमला मात्र गमवावे लागले होते. काही काही वेळा तिला मनोमन हे ठरवणे कठीण व्हायचे की, तिने थोडेफार साध्य केले होते. पण त्याखेरीज ती तिच्या आवतीभोवतीच्या ज्या गोष्टीत काहीच बदल घडवून आणू शकणार नव्हती. त्यांची भरपाईही कधीच करू शकणार नव्हती अशा, मनाला सतत दु:ख देणाऱ्या वाईट, दुष्ट गोष्टी ती असाहाय्यपणे पाहत राहायची. म्हणून तिचे ते साध्य या असाहाय्यतेपेक्षा अधिक श्रेष्ठ ठरू शकणार होते का?

पण जेव्हा-जेव्हा ती राजकुमार चूला लाँग कोर्ण आणि इतर सर्व विद्यार्थी – जे त्या देशाची नवी पिढी होते, उज्ज्वल भविष्यकाळ होते – त्यांच्याकडे पाहायची तेव्हा तिला तिच्या आशा पल्लवित झाल्यासारखे वाटायचे. मेइ पिया आणि तपतीमसारख्या स्त्रियांचे धैर्य आणि शौर्य, महाराणी थियांगचा कायमच दिसणारा दयाळूपणा, लेडी सोन क्लिनचा आदर्शवाद, या अशा सगळ्या श्रेष्ठ गोष्टींबद्दल जेव्हा तिच्या मनात विचार यायचे तेव्हा तिला हे कळून चुकायचे की, जगातल्या कोणत्याही देशातल्या कोणीही स्त्रिया याहून श्रेष्ठ ठरू शकणार नाहीत. मग तिचे स्वत:चे वैयक्तिक विजय तिला त्या तुलनेत लहानच वाटत. तरीही त्यांच्यावर अधिक विचार केल्यानंतर तिला स्वत:ला त्याबद्दल समाधानच वाटतेय हेही तिला जाणवे.

सयाममधल्या तिच्या शेवटच्या वर्षी असा एक प्रसंग घडला की, ज्याचे मूल्य ॲनाला इतर कोणत्याही घटनेपेक्षा कायम जास्त वाटत आले होते. ३ जानेवारीला लेडी सोन क्लिनने ॲनाला जेवायला बोलावले होते. तिने नेहमीप्रमाणेच तिच्या चिठ्ठीवर सही केली होती. 'हॅरिएट बीचर स्टो' हे आमंत्रणही काही तसे नेहमीपेक्षा वेगळे, विशेष नव्हते, पण लेडी सोन क्लिनने त्या प्रसंगाला जे महत्त्व दिले होते, ते विशेष होते. ती दिवसभर ॲनाकडे, तिला आठवण देण्यासाठी म्हणून निरोप पाठवून सतत कळवत राहिली की 'नक्की ये, विसरू नकोस.' तिने काही मोठा करमणुकीचा कार्यक्रम आयोजित केलेला दिसतोय, अशी अखेरीस ॲनाची खात्री झाली.

तिच्या या बालिशपणाची आणि अधीरपणाची ॲनाला गंमत वाटत असे. पण हा स्वभाव हेच लेडी सोन क्लिनचे वैशिष्ट्य होते. ती अतिशय बुद्धिमान विचारी अशी स्त्री होती. परंतु तिचा बालसुलभ निरागस, अधीरपणा ती मोठी झाली तरी अजून कायम होता आणि तिच्या तीक्ष्ण, तल्लख बुद्धीशी तो फार विसंगत वाटायचा. तसेच तिने 'अंकल टॉम्स केबिन'चा जो अनुवाद केला होता, तो फारच

उत्तम होता. पण तिला जेव्हा हे कळले की, तिच्या पूर्वजांनी जेथे राज्य केले, ती भूमी-पेगू प्रांत ही आता ब्रिटिशांची वसाहत आहे, तेव्हा ती ॲनाला पुन:पुन्हा विनवणी करून हेच सांगत राहिली की, 'तू राणी व्हिक्टोरियाला पत्र लिही आणि तिला सांग, राजकन्या सोन क्लिन ही ब्रिटिशांची प्रजा आहे आणि ती इंग्रजी लिहू-वाचू शकते.' तिच्या या विनंतीत काही विसंगती आहे, हेही तिला जाणवत नव्हते. राणी व्हिक्टोरियाला याबाबतीत निश्चित रस वाटेल, अशी तिला अगदी पूर्ण खात्री वाटत होती.

तसेच ती स्वत:चा धर्म आणि ॲनाचा धर्म यात काही फरक आहे, असे मानतच नव्हती. तिने जेव्हा 'पर्वतशिखरावरील प्रवचने' वाचली आणि त्यांचा अनुवाद केला, तेव्हा ती एकदम उद्‌गारली, "अरे! तुमचा पवित्र फ्रा (परा) जेसू फारच छान आहे, तू मला वचन दे की तू जेव्हा त्याची प्रार्थना करशील तेव्हा तू त्याला बुद्ध म्हणशील. बुद्ध म्हणजे ज्याला ज्ञान प्राप्त झाले आहे असा आणि मी जेव्हा बुद्धाची प्रार्थना करीन तेव्हा त्याला 'फ्रा जेसू करुणा' असं म्हणेन. म्हणजे कोमल हृदयाचा पवित्र जेसू. कारण मला वाटतं की, ही एकाच परमेश्वराची वेगवेगळी नावं आहेत."

त्या दिवशी ३ जानेवारीला शाळा संपल्यानंतर लेडी सोन क्लिनकडे जाण्यासाठी ॲना आणि लुईने आपले सर्वोत्तम पोशाख अंगावर चढवले. कारण तिच्या मैत्रिणीला जो समारंभ फार महत्त्वाचा वाटत होता, त्याचा यथोचित आदर राखणे आवश्यकच होते. लेडी सोन क्लिन डोके खिडकीच्या बाहेर काढून वाकून-वाकून ते रस्त्यात दिसताहेत का, हे बघत होती. ते दिसल्याबरोबर तिच्या विलक्षण गोड आवाजात आणि अतिशय प्रेमाने स्वागत करण्यासाठी ती पुढे धावली.

तिच्या अभ्यासिकेत जेवणाची व्यवस्था केलेली होती. लेडी सोन क्लिनच्या दोघी बहिणी तेथेच तिच्याजवळ राहत होत्या. त्याही तेथे हजर होत्या. एकूण तेथे जेवायला सहा जण होते, पण खुर्च्या पाचच असल्यामुळे राजकुमार कृता आणि लुई एकाच खुर्चीवर दाटीवाटीने बसले. त्यांना वाढणाऱ्या मुली पेगू देशातल्या पद्धतीप्रमाणे वाढप करत होत्या. त्या गुलाम मुली टेबलाजवळ गुडघ्यावर बसल्या होत्या. छोट्या-छोट्या चांदीच्या तबकांमधून भात, मासे, जेली, मिठायांचे विविध प्रकार आधी आले. त्यानंतर विविध प्रकारच्या भाज्या, मग मांसाचे पदार्थ, हरीण आणि पक्ष्यांचे मांस, सरबते, मुरंबे आणि अखेरीस फळांनी जेवणाचा शेवट झाला.

त्यानंतर खऱ्या अर्थाने मनमुराद करमणूक सुरू झाली. हा कार्यक्रम केवळ गायनवादनात तरबेज असलेल्या मुलीच करत होत्या असे नाही, तर लेडी सोन क्लिन आणि तिच्या बहिणींनीही त्यात भाग घेतला होता. मात्र एकूण सगळीकडे दबलेली अनावर उत्सुकता जाणवत होती अन् सगळा कार्यक्रम संपेपर्यंत तर ती

फारच वाढली होती. ॲनाच्या हे लक्षात आले की, हा संगीताचा कार्यक्रमसुद्धा दुसऱ्या कशाचीतरी प्रस्तावना आहे. जसा तो कार्यक्रम संपला तशी लेडी सोन क्लिन जागची उठली आणि ॲनाचा हात धरून तिला बागेत घेऊन आली.

तेथे समोर सोन क्लिनचे सर्व गुलाम – स्त्रिया, पुरुष आणि मुले मिळून एकूण १३९ जण रांगांमध्ये गुडघे टेकून बसलेले होते. प्रत्येकाच्या अंगावर संपूर्णपणे नवे कपडे होते आणि कुठल्यातरी, पण लेडी सोन क्लिनसारख्याच गुप्त, पण अनावर उत्सुकतेने ते सर्व थरथरत होते असे ॲनाला जाणवले. ॲनाच्या खांद्यावर ठेवलेल्या लेडी सोन क्लिनच्या हाताला एक कंप सुटलेला होता. ती आपल्या व्हरांड्यात उभी राहून खाली त्या गुलामांकडे पाहत मंद स्मित करत होती. तिच्या समोरच्या स्त्रियांनी फुलाफुलांच्या डिझाइनची रंगीबेरंगी चित्रांची पानुंग घातली होती. पुरुषांचे कपडेही झगमगीत रंगीबेरंगी होते, पण त्यावर डिझाइन नव्हते आणि मुलांच्याही अंगावर तेथील बाजारात उपलब्ध असलेले अतिशय सुंदर कपडे होते.

आपल्या चमचमत्या काळ्याभोर डोळ्यांनी ॲनाकडे आणि त्या सर्वांकडे आळीपाळीने पाहत तिने बोलायला सुरुवात केली. ''माझी अशी इच्छा आहे की, मीपण 'हॅरिएट बीचर स्टो'सारखी चांगल्या स्वभावाची असावे! मी पुन्हा कधीही माणसं विकत घेऊ नयेत आणि जी माझ्याकडे आजपर्यंत गुलाम म्हणून वावरत होती, त्यांना कायमचं मुक्त करावं, असंही मला वाटतं. म्हणून या क्षणापासून, यापुढे माझ्याकडे एकही गुलाम नसेल. फक्त पगारी नोकर असतील. तुम्हाला जर माझ्याकडे राहावंसं वाटत असेल किंवा इथून जावंसं वाटत असेल तर त्याप्रमाणे काहीही करायला तुम्ही मुक्त आहात. तुम्हाला तुमच्या घरी जायचं असेल, तरी मला आनंद आहे. हे पाहा, इथे ही कागदपत्रं तयार आहेत. ती मी तुम्हाला प्रत्येकाला देईन. तुम्ही आता स्वतंत्र आहात. तुम्ही जर माझ्याकडे राहणार असाल तरीही मला आनंदच वाटेल. मग मी तुम्हाला दर महिन्याला पगार म्हणून चार टिकल आणि जेवणखाण, कपडे देईन.''

ॲना अगदी गप्प उभी होती. तिच्या घशात आवंढा दाटून आला होता. सोन क्लिनने तिला खरोखरच आश्चर्याचा एक धक्काच दिला होता. या स्त्रीला शिकवणं याखेरीज तिने इतक्या वर्षात दुसरे कुठले काम केले नसते तरी चालले असते. त्या रात्री तिने जे काही पाहिले, त्याने तिच्या खडतर पाच वर्षांच्या श्रमांची पुरेपूर भरपाई केली आहे, असे तिला वाटलं.

आपली जाण्याची वेळ जवळ येईपर्यंत ॲनाने राजवाड्यातल्या सगळ्या स्त्रिया आणि मुलांना, ती जाणार आहे हे कळू दिले नव्हते. पण ज्या दिवशी तिने आपले जाणे नक्की झाल्याचे जाहीर केले, त्या दिवशी तिला त्यांच्यासमोर जाण्याचे धैर्य

नव्हते. काही काळपर्यंत तर अनेक जणींनी तिच्या जाण्याच्या या बातमीवर विश्वास ठेवायचेही नाकारले. पण जेव्हा त्यांना तिच्या जाण्याबद्दल शंका राहिली नाही, तेव्हा त्यांनी तिच्याबद्दल वाटणाऱ्या प्रेम आणि आदरभावाचे असे काही दर्शन घडवले की ती अगदी मनोमन हलून गेली. अनेक तऱ्हेच्या भेटींचा तिच्यावर, तिला अवघड वाटेल, असा वर्षाव तिच्यावर होत होता. अनेक जणींनी तिला प्रवासात खर्चाला उपयोगी यावेत म्हणून पैसे पाठवले. अतिशय दुबळे आणि गरीब गुलाम तिच्यासाठी तांदळाच्या गोड पुऱ्या, कडधान्ये, साखर अशा भेटी घेऊन आले, ॲनाने त्यांना अतिशय गोड, मृदू शब्दात त्यांना पटवायचा प्रयत्न केला की या सगळ्या गोष्टी ती बरोबर घेऊन जाऊ शकत नाही, पण व्यर्थ! अन् तरीही इतरांकडून भेटी येतच होत्या. अखेरीस तिला वाटले की, बहुतेक सगळ्या जहाजाला पुरेल इतक्या अन्न आणि खाद्यवस्तूंचा साठा तिच्याजवळ झाला आहे. एवढेच काय कुबडा नाह लेकसुद्धा, त्याच्यात भर घालायला म्हणून त्याच्यातर्फे एक भेट घेऊन आला होता – एक नारळ!

तिच्या निघण्याच्या दिवसाच्या सकाळपर्यंत राजासुद्धा अगदी गप्प आणि खिन्न होता. अखेरीस त्याचा तुटकपणा संपून, भावुक होऊन त्याने लुईला जवळ घेऊन कवटाळले आणि त्याला एक चांदीचे बकल आणि वाटेत खाऊ वगैरे घ्यायला एक शंभर डॉलर्सची थैली दिली. मग ॲनाकडे वळून तो म्हणाला, "मेम, आमची सर्वसामान्य जनता आणि राजवाड्यात राहणारे सगळे जण, सगळी मुलं तुमच्यावर खूप प्रेम करताहेत, असं दिसतं आहे. प्रत्येकालाच तुमच्या जाण्याचं दुःख होताना दिसतंय. एवढंच काय, आमचा तो अफू खाणारा सेक्रेटरी, फ्रा अलकसुद्धा फार उदास झालेला दिसतोय. तुम्ही जाणार म्हणून तो मनोमन खचलेला दिसतोय. याचं कारण मला एकच दिसतंय की, तुम्ही खरोखरच अतिशय सच्च्या आणि चांगल्या स्त्री असल्या पाहिजेत. मी नेहमी तुमच्यावर रागवायचो, माझा तोल सुटायचा, तरीपण मला तुमच्याबद्दल फार आदर आहे. मात्र तुम्ही एक गोष्ट लक्षात ठेवा, तुम्ही फार गूढ स्त्री आहात. इतर अनेक स्त्रियांहून अतिशय कठीण. पण मला खात्री आहे की, तुम्ही सगळे विसराल आणि माझ्या नोकरीत परत याल. कारण माझा तुमच्यावरचा विश्वास दररोज वाढलेलाच आहे. गुड बाय."

ॲना यावर काहीच उत्तर देऊ शकली नाही. तिचे डोळे अश्रूंनी काठोकाठ भरले होते. तिला जी गोष्ट कधी शक्य होईल, असे वाटले नव्हते, ती झाली होती. तिचे आणि राजाचे संबंध मालक आणि नोकर या संबंधांपेक्षा खूप जास्त होते. हा राजा आणि ही गव्हर्नेस एकमेकांचे मित्र होते.

राजवाड्यातल्या स्त्रिया आणि मुले तिला निरोप देण्यासाठी मंदिरात तिची वाट बघत होत्या. तो तिथपर्यंत तिच्याबरोबर गेला. सगळा हॉल बायका आणि मुलांनी

भरून गेला होता. ते सगळे जण तिच्यासमोर गुडघे टेकून बसले आणि सगळेच जण रडत होते. हे सगळे सहन करणे मोठे कठीण होते. मात्र राजा जसा तेथून निघून गेला, तसे ते सगळे जण उठून तिला कवटाळायला लागले. ते तिच्या हातात नोटा खुपसत होते, काही अखेरच्या भेटी देत होते आणि ती त्यांना सोडून जात असल्याबद्दल तिच्यावर रागावतही होते. राजकन्या आणि गुलाम सगळ्यांचे वागणे एकाच तऱ्हेचे होते. आता ॲनाला तो ताण आणखी सहन होईना. तिने एकदम वळून दरवाजाकडे धाव घेतली जेथे त्या सगळ्या जणी तिच्यापाठोपाठ येऊ शकत नव्हत्या. पण त्यांचे आवाज मात्र तिच्यापाठोपाठ येत होते. त्या स्त्रिया हाका मारून तिला सांगत होत्या, ''परत या, परत या.'' तर मुले ओरडत होती, ''मेमचा जाऊ नका, आम्हाला सोडून जाऊ नका.''

ती घाईघाईने राजकुमार चूला लाँग कोर्णकडे अखेरचा निरोप घ्यायला गेली. हे सर्वांत कठीण काम होते. यापूर्वीच तिने तिची अनेक गरीब 'अशिले' त्याच्याकडे सोपवली होती. काही दिवसांपूर्वीच राजकुमाराने तिला इंग्रजीत अतिशय काळजीपूर्वक लिहिलेली एक लहानशी चिठ्ठी पाठवली होती.

बँकॉक,

१ जुलै, १८६७

माय डिअर मिसेस लिऑनओवेन्स,

मी या चिठ्ठीबरोबर तुम्हाला माझा एक फोटो पाठवत आहे. माझ्या मते तो तुमच्या पसंतीला उतरेल आणि त्याच्या साहाय्याने तुम्ही या विद्यार्थ्याची आठवण ठेवाल. अशी मी आशा करतो की, जो मी तुमचा विद्यार्थी, ज्याला तुमच्याकडून इतक्या दीर्घ काळपर्यंत शिकण्याचा सन्मान मिळाला.

यासोबत मी आणखी एक छोटीशी भेट – ३० डॉलर्स पाठवत आहे. त्यांचा आपण कृपया स्वीकार करावा आणि अखेरीस मी ही सदिच्छा व्यक्त करतो की, युरोपपर्यंतचा तुमचा प्रवास लवकर आणि सुखकर व्हावा आणि तेथे पोचल्यावर तुम्हाला अपेक्षित असे सर्व आनंद तुम्हाला मिळावेत.

आपला

एक विश्वासू मित्र म्हणून राहू इच्छिणारा,

चोक्फा चूला लाँग कोर्ण

ॲना त्याला भेटायला गेली तेव्हा त्याला इतके दु:ख झाले होते की, त्याच्या तोंडून शब्द फुटत नव्हता. अखेरीस तिचे दोन्ही हात आपल्या हातात घेत आणि त्यांच्यावर कपाळ टेकवत अश्रू आवरत, दाटलेल्या गळ्याने आणि खूप वेळाने तो कसेबसे एवढेच बोलला, ''मेमचा, कृपा करून परत या.''

१५ जुलै १८६७ला ॲना आणि लुई 'चो फ्या' बोटीने परत निघाले. तिचे सर्व युरोपियन मित्र तिला निरोप द्यायला नदीच्या खालच्या भागात आखातापर्यंत आले होते. अखेरीस पाच वर्षांपूर्वी ज्या जहाजाने त्यांना येथे आणले होते, त्या जहाजावर पुन्हा ती आणि तिचा मुलगा दोघे जण उभे होते. किनारा दूर दूर जात, अंधूक होत चालला होता. त्याची फक्त एक भुरकी रेषा होईपर्यंत त्याच्याकडे पाहत ते तेथेच डेकवर उभे राहिलेले होते.

■

इतिश्री

ॲना सप्टेंबरमध्ये इंग्लंडला पोचली, ऑक्टोबरच्या अखेरीला ती आपल्या नवऱ्याच्या चुलत भावाला भेटायला आयर्लंडला जाऊन आली आणि त्यानंतर तिने लुईला शाळेत दाखल केले आणि ॲव्हिसला घेऊन ती न्यू यॉर्कला रवाना झाली. कारण डॉक्टरांनी तिला हवापालटासाठी इंग्लंड किंवा आयर्लंड सोडून दुसरीकडे कुठेतरी जाण्याचा सल्ला दिला होता. मि. कॉब्ज आता लग्न करून अमेरिकेत स्थायिक झाले होते. ते तिला कधीचे तिकडे अमेरिकेत येण्यासाठी आग्रह करत होते म्हणून ती तिकडे रवाना झाली.

कॉब्ज आणि तिचे बँकॉकमधील जुने मित्र मॅटून्स या दोघांना भेटून आल्यानंतर ॲव्हिस आणि ती डोंगरी, कोरड्या स्वच्छ हवेसाठी कॅटस्किलला गेल्या. उष्ण प्रदेशीय हवामानात राहिल्यामुळे ॲनाचा रंग खूपच काळवंडला होता. आधुनिक फॅशनेबल कपड्यांहून तिचे कपडेही वेगळे, जुन्या फॅशनचे दिसत होते. तेथील खेड्यातले लोक तिच्याबद्दल एकमेकांत कुजबुजायचे की, ती सीरियाची माजी राणी आहे आणि आपली ओळख न देता त्यांच्यात राहते आहे. तसेच ती अतिशय श्रीमंतही आहे. ॲना काय किंवा ॲव्हिस काय, दोघींनाही खऱ्याखुऱ्या बर्फाचा आणि हिमवर्षावाचा पहिला अनुभव मिळत होता. ती थंडी त्यांना फारच जाणवली, पण सृष्टिसौंदर्याने त्यांना अगदी भुलवून टाकले. खासकरून गोठलेली हडसन नदी, अनंतापर्यंत पसरलेली सावल्यांची निळसर शुभ्रता आणि सदाहरित वृक्ष! ॲनाने बोटीवर असतानाच आपल्या सयामच्या अनुभवांना शब्दांकित करायला सुरुवात केली होती.

तिने जर सयामला परत यायला हवे असेल तर तिच्या मागण्या कोणत्या असतील हे सांगणारे पत्र तिने सयामच्या राजाला लिहिले. बराच विचार करून तिने शेवटी पुढे लिहिले की, तिचा पगार पुरेसा असल्याखेरीज आणि बाकी व्यवस्था स्पष्ट झाल्याखेरीज ती सयामला परत येऊ शकणार नाही.

राजाचे उत्तर मे महिन्याच्या अखेरीला आले, पण ते समाधानकारक नव्हतेच. त्याच्याकडून तिला आलेले ते शेवटचेच पत्र होते.

८ फेब्रुवारी १८६८

प्रति,
लेडी ए.एच. लिऑनओवेन्स आणि तिचा मुलगा प्रिय लुई,
माय डिअर मॅडम आणि लुई,

२ नोव्हेंबरची तारीख असलेले तुमचे पत्र मला या महिन्याच्या सात तारखेला मिळाले. मी या आठवड्यात फार कामात होतो, याबद्दल मी आधी लिहिलेच आहे. माझ्या दिवंगत मुलाच्या शोकामुळे आणि अस्थिविसर्जनाच्या कामात गुंतल्यामुळे मी लवकर पत्र लिहू शकलो नाही. हे विसर्जन सहा तारखेला आहे आणि त्याच्या अस्थींवर समाधी बांधण्याचा कार्यक्रमपण पुढे आहेच आणि तो कार्यक्रम त्याचे स्वर्गीय अवशेष आज संध्याकाळी त्याच्या राजवाड्यात परत आणेपर्यंत चालूच राहील.

तुमच्या विनंतीला मान देऊन मी मि. डी.के. मेसन आणि फ्रा सयाम थुरावत यांना सयामचे लंडनमधले प्रतिनिधी नेमण्यासाठी तोंडी परवानगी दिली आहे. उद्या सकाळी ते आपल्या पदाचा स्वीकार करण्यासाठी इथून रवाना होतील. मी सध्या फार कामात असल्यामुळे आणि माझ्यामागे खूप व्यवधाने असल्यामुळे तुम्हाला सविस्तर लिहू शकत नाही, पण मी थोडक्यात हे सांगू इच्छितो की, तुमच्या अटी पूर्ण करण्याची माझी मनापासून इच्छा आहे. पण मला ही भीती वाटतेय की, काही कारणामुळे उशीर होऊन तुम्ही सयामला लवकर येऊ शकणार नाही आणि अनेक विदेशी माझ्याबद्दल या अफवा पसरवत आहेत की, संपत्ती पाहिली तर मी अतिशय श्रीमंत मनुष्य आहे पण मी तितकाच कंजूस आणि उथळ मनाचा आहे, इ. इ. आणि नेहमीप्रमाणेच या अफवा माझ्या मनाला विविध तऱ्हेने अतिशय त्रास देत असतात. तरी तुम्ही लंडनमधूनच कुणाकडूनतरी कर्जाऊ पैसे घेऊन इकडे यावे आणि इकडे आल्यावर मी तुमच्या कर्जफेडीसाठी लागणारे पैसे ताबडतोब देईन. एवढेच काय मी तुम्हाला २०० डॉलर्सचे कर्ज विनाव्याज देईन, पण एखादवेळेस देऊही शकणार नाही.

तुमच्या विश्वासाला पात्र राहण्याची इच्छा करणारा,
एस.एस.पी.एम. माँगकुत आर. एस.
(राज्याच्या ६११५व्या दिवशी)

ॲव्हिस आजारी असल्यामुळे ॲनाला आपले सयामला परत जाणे काही महिने

लांबवणे आवश्यक झाले होते. ॲनाने पुन्हा राजाला पत्र लिहून तिचे स्थान, हुद्दा स्पष्ट होईपर्यंत तिने तिचा तिकडे परत येण्याचा निर्णय पुढे ढकलला असल्याचे कळवले. १८ ऑगस्टला खग्रास सूर्यग्रहण दिसायचे होते. ते बघायला राजा आपल्या परिवारासह सयामच्या दक्षिणेकडच्या द्वीपकल्पावर 'हुआ वॉन'ला जायचा होता. त्याच्या तयारीत तो पूर्ण उन्हाळाभर गढलेला होता. राजा आणि त्याचे दरबारी, सर्व जण पुन्हा तेथून बँकॉकला परत आल्यानंतर राजा डोकेदुखीची तक्रार करायला लागला. पण त्यानंतर काही आठवडे गेल्यानंतर सर्वांना हे स्पष्ट होऊन चुकले की, तो खूप आजारी आहे आणि त्याचा मृत्यू जवळ आल्याची दाट शक्यता आहे. डॉ. जेम्स कँपबेल तेथून बँकॉकहून परत गेले होते आणि त्यांचे चुलत भाऊ डॉ. विल्यम कँपबेल आणि डॉ. बीच डॅन ब्रॅडले हे तेथे राजाच्या सेवेत आलेले होते. त्या दोघांना राजाला तपासायला बोलावले होते, पण राजाला औषध द्यायची परवानगी मात्र त्यांना दिली गेली नाही. राजाला क्विनाइन दिले गेले तर तो खात्रीने बरा होईल हे दोघांनाही वाटत होते पण ते कधीच दिले गेले नाही. १ ऑक्टोबर १८६८ या दिवशी राजा निवर्तला. त्याचा मृत्यू इतका अचानक होता की, त्या वेळेस त्याच्याजवळ त्याचा दत्तक मुलगा फिया बुरत याच्याखेरीज कोणीही नव्हते. अनेक वर्षांपूर्वी फिया बुरत राजाजवळ धर्मोपदेशक मुलगा म्हणून राहिलेला होता आणि राजा त्याला फेंग नेपोलियन म्हणून हाक मारत असे.

संध्याकाळच्या सुमाराला राजाचे प्रधानमंत्री क्रालाहोम आणि क्रोम लुआंग वोंग सा हे दोघे राजाशेजारी उपस्थित होते. राजाने केव्हाच पाली भाषेतून बौद्ध संघासाठी अखेरचा निरोप लिहवून घेऊन तयार ठेवला होता. आपला मृत्यू फार जवळ आलेला आहे, याची खात्री पटल्यामुळेच राजाने आपल्या थोरल्या मुलाची चूला लाँग कर्णाची आणि राज्याची जबाबदारी आपल्या दोन्ही मंत्र्यांवर शांतपणे सोपवून टाकली होती. त्याच्यानंतर राजा म्हणून निवड करण्यासाठी त्याने दुसऱ्या कोणत्याही राजपुत्राची निवड करायला सांगितले नव्हते. त्याबाबतीतली त्याची इच्छा काय आहे, हे सर्वांना माहीत होते. त्याने फक्त एवढेच सांगितले होते की, त्याची ही इच्छा आहे की, सेनापतीने त्याचा वारस म्हणून अशा एखाद्या व्यक्तीला निवडावे, जो राज्यातल्या सर्व पक्षांना अशा तऱ्हेने संभाळून घेईल – त्याच्या म्हणजे राजाच्या मृत्यूनंतर तेथे यादवी युद्ध उसळणार नाही.

त्याने नंतर त्यांना अशीही विनंती केली होती की, त्याचे जीवनचक्र आता थांबण्याच्या बेतात आहे आणि त्यांनी त्याबद्दल शोक करू नये, नंतर त्याने सगळ्यांना सांगितले की, त्याने सर्वांना 'अचानक बसणाऱ्या मानसिक धक्क्या'पासून वाचवण्याचा प्रयत्न केलेला आहे आणि मृत्यू ही एक अशी घटना आहे की, जगातल्या प्रत्येक जन्माला येणाऱ्या प्राणिमात्राच्या ती वाट्याला येतच असते आणि

ती कुणालाही टाळता येणे शक्य नसते. मग तो आपल्या छोट्याशा बुद्धमूर्तीकडे वळला आणि काहीतरी गहन विचारात गढून गेला. त्याचा आवाज एवढा खणखणीत होता आणि मृत्यूपासून तो एवढा दूर वाटत होता की, ते दोघे जण त्याचा निरोप घेऊन निघून गेले. एवढेच काय क्रालाहोमने तर काही तास विश्रांती घेण्यासाठी घरी जायचेही धाडस केले. फक्त फिया बुरत मरणोन्मुख राजाच्या शेजारी बसला होता. राजाने अचानक आपले दोन्ही हात प्रार्थना करत असल्याप्रमाणे चेहऱ्यासमोर आणले, पण त्याची मान कलंडली, त्याची जीवनज्योत मालवली होती.

ॲना सयामला पुन्हा कधीच परतली नाही. राजाने आपल्या मृत्युपत्रात ॲना आणि लुईसाठी भरघोस रक्कम ठेवलेली होती. पण दोघांपैकी कुणालाही आपला वाटा मिळायचा नव्हता. मृत्युपत्र अमलात आणणाऱ्यांनी तो पैसा रोखून धरला होता. राजाच्या दरबारातल्या तिच्या स्नेहीमंडळींनी तिला सर्व घडामोडी लिहून कळवल्या होत्या.

ज्या रात्री राजाचा मृत्यू झाला त्याच रात्री सेनाबोदीने राजपुत्र चूला लाँग कोर्णला पुढचा राजा म्हणून नियुक्त केले. राजकुमार आता पंधरा वर्षांचा होता आणि त्याच्या वडिलांना जो आजार झाला होता, त्याने तोही आजारी होता. पण हळूहळू तो बरा होऊन त्याची ताकद भरून आली आणि ११ नोव्हेंबरला त्याचा राज्याभिषेक करण्यात आला. ज्याने-ज्याने, त्याला तेव्हा पाहिले, तो प्रत्येक जण त्याची संयत वृत्ती आणि समयोचित योग्य वागणे, त्याची अभिजातता हे सर्व पाहून प्रभावित होत होता. तसेच त्याचा संथ आत्मविश्वास, उद्धटपणा किंवा उर्मटपणाचा अभाव या सर्व गोष्टींची प्रशंसा करत होता.

तो वयात येईपर्यंत म्हणजे अजून पाच वर्षे त्याच्या हाती सत्ता येणार नव्हती. तरीपण सेनाबोदी आणि राजप्रतिनिधी क्रालाहोम यांनी त्याला सर्व राजकैद्यांना माफी द्यायची परवानगी दिली होती. त्यांची संख्या एकूण ३६२ होती. राजपदावर आरूढ झाल्याबरोबर त्याने शांतपणे पण आत्मविश्वासपूर्ण आणि निश्चयाने आपले भविष्यकालीन राजवटीबद्दलचे विचार सर्वांसमोर मांडायला सुरुवात केली. आपल्या दुसऱ्या जाहीरनाम्याने त्याने लोकांना धार्मिक स्वातंत्र्य बहाल केले.

पण गुलामगिरीची समस्या जास्त बिकट होती. आपल्या दृष्टीने अतिशय फायदेशीर असलेली ही गोष्ट सोडून देण्याच्या या प्रस्तावाकडे मोठमोठे सरदारसुद्धा काही चांगल्या नजरेने पाहत नव्हते. ॲनाला राजपुत्राची पत्रे येतच असत. त्यात त्याने हे प्रकरण अगदी उघडपणे नाही, तरीपण अतिशय धैर्यपूर्वक हाताळणार असल्याचे लिहिले होते. तिने ऐकले होते की, सान तुआंगला आपल्या मनातली ही गोष्ट सांगताना त्याने हे म्हटले होते, "आपला देश गुलामगिरीच्या काळ्याकुट्ट

डागापासून मुक्त झाल्याखेरीज आपल्याला कुठलेही भवितव्य नाही आणि आशेला कुठलीच जागा नाही.''

याबाबतीतला राजपुत्राचा हा आग्रह, हट्टीपणा पाहून सगळे प्रभावित तर झाले पण त्यांची मने वळली नाहीत. क्रालाहोम म्हणाले, ''जिथे गुलामगिरीची लोकांना सवय झालेली आहे, त्या ठिकाणी गुलाम बाळगणाऱ्यांकडून धोका तर आहेच पण तो पत्करल्याखेरीज, ते साहस केल्याखेरीज राष्ट्राला गुलामगिरीतून मुक्त करणंही त्याला अशक्य आहे. सध्या इथे जो कायदा आहे, त्या कायद्यानुसार सयामला ही पद्धत नष्ट करता येणार नाही. कारण त्यामुळे त्याच वेळी आपण देशाच्या संपूर्ण राज्यघटनेला कमी लेखतो आहोत, असं ठरेल.''

''बरं मग सध्यातरी आहे हे असंच चालू द्या,'' असे म्हणून राजा पुढे म्हणाला, ''पण माझे गुलाम, माझे सैनिक आणि माझे कर्जदार हे तरी निदान माझेच आहेत म्हणून मी त्यांना तरी मुक्त करतो आणि माझ्या मंत्र्यांना जसं उचित वाटेल त्याप्रमाणे त्यांनी करावं. माझ्या संदर्भात तरी यापुढे कोणत्याही मनुष्यप्राण्यावर माझ्या नावाचा, माझ्या खुणेचा ठसा उमटवला जाणार नाही.''

त्यानंतर या गोष्टीवर फारशी चर्चा न करता राजप्रतिनिधी आणि सेनाबोदी यांनी गुलामगिरीचे हळूहळू उच्चाटन करायचे मान्य केले. राज्यातला पहिला जाहीरनामा राजा चूला लाँग कोर्णने काढला. तो वाचताना तो त्याच्या चमचमत्या सिंहासनाच्या सगळ्यात खालच्या पायरीवर उभा होता आणि त्याच्यासमोर प्रमुख प्रशासक, राज्यपाल, लोकन्यायाधीश हे सर्व जण उभे होते. हा जाहीरनामा असा होता –

आमचा हा जाहीर शाही संदेश लोकांपर्यंत जावा, अशी आमची इच्छा आहे आणि ही काही एखादी भव्यदिव्य गोष्ट केल्याचे आम्ही लोकांना सांगत आहोत असे नाही, पण आमची प्रजा, आमचे अनुयायी यांच्या बाबतीतले आमचे हे साधेसुधे कर्तव्य आम्ही पार पाडत आहोत. आम्ही हे जाहीर करू इच्छितो की, १ जानेवारी १८७२पासून आपल्या या देशातून गुलामगिरी ही प्रथा बंद केली जात आहे आणि येथील प्रत्येक स्त्री, पुरुष आणि मूल हे जन्मतःच या देशाचे स्वतंत्र नागरिक असतील व ते तसे स्वतःला समजतील. तसेच याबरोबरच सर्वांनी हे लक्षात घ्यावे की, गुलाम बाळगणाऱ्यांना त्यांचे गुलाम नाहीसे झाल्यामुळे जे नुकसान सोसावे लागेल, त्याची भरपाई देण्यासाठी प्रत्येक व्यक्तीच्या आर्थिक परिस्थितीनुसार तिच्याकडून योग्य ती आकारणी केली जाईल.

पण अंतिम जाहीरनामा काढायला मात्र १९०५ साल उजाडले. या जाहीरनाम्यानुसार वेठबिगारी आणि गुलामगिरी या दोन्ही गोष्टींचे पूर्णपणे उच्चाटन करण्यात आले. देशाला सरंजामशाहीकडून लोकशाहीकडे नेण्यासाठी, त्यानुसार बदल घडवून आणण्यासाठी एवढा कालावधी आवश्यकच होता. अखेरीस फार पूर्वी राजकुमार

चूला लाँग कर्णाने अॅनाला जे वचन दिले होते, जो निर्धार व्यक्त केला होता – मी जर सयामवर राज्य करण्यासाठी जगलो-वाचलो तर मी एका मुक्त राष्ट्रावर राज्य करीन, गुलामगिरीने जखडलेल्या राष्ट्रावर नाही – तो त्याने पूर्ण करून दाखवला होता.

लेडी सोन क्लिनने बँकॉकहून तिला अति हर्षभराने पत्र लिहिले होते –

ग्रँड रॉयल पॅलेस
११ नोव्हें. १८७२
प्रिय लेडी लिऑनओवेन्स,

माझी प्रिय आणि श्रेष्ठ शिक्षिका आणि मूर्तिमंत चांगुलपणा असलेल्या माझ्या प्रिय मैत्रिणी,

तुम्ही इथे आलात तर आता आम्हाला ओळखूच शकणार नाही, कारण आता आम्ही इतक्या बदललो आहोत; आम्ही आता स्वातंत्र्य मिळालेले लोक आहोत. स्वातंत्र्य मिळालेल्या लोकांपैकी काही जणांना अजून आपल्या मालक-मालकिणींना सोडून जाण्याची इच्छा होत नाही म्हणून ते आनंदाने रडतात. पण बंदुकीचा आवाज ऐकून हरिणाने जसे पळावे, तसे काही जण पळत आहेत आणि एखाद्या वेड्यासारखा ते आनंद उपभोगत आहेत.

मी आणि माझ्या बहिणी फार आनंदात आहोत. पण आम्ही हे म्हणायलाही घाबरत आहोत, कारण आम्हाला अशी भीती वाटतेय की, कदाचित हा आनंद नाहीसा होईल.

मी माझ्या देवाजवळ कायम हीच प्रार्थना करत असते की, त्याने तुम्ही आणि तुमची मुले यांच्याबद्दल कायम कनवाळू असावे आणि तुमच्या सत्कार्याला त्याने कायम आशीर्वाद द्यावेत.

तुम्ही आमच्याकडे लवकर परत या. आम्हाला तुमची फार गरज आहे. माझी तर स्थिती एखाद्या आंधळ्यासारखी झाली आहे. मला अंधारात कोसळू देऊ नका. येथे परत या आणि मला योग्य मार्गावर न्या.

तुमच्यावर प्रेम करणारी तुमची विद्यार्थिनी,
सोन क्लिन. हॅरिएट बीचर स्टोवे

१८७३मध्ये राजा चूला लाँग कोर्ण जेव्हा प्रौढपदाला पोचला. वीस वर्षांचा

झाला तेव्हा त्याने त्यांच्या रिवाजानुसार राज्य सिंहासन, मुकुट आणि राज्य यांचा तात्पुरता त्याग केला आणि पंधरा दिवसांसाठी त्याने धर्मोपदेशकाची दीक्षा घेतली. त्यामुळे आपोआपच त्यांच्या प्रथेनुसार हा संन्यास संपला की, त्याचा राज्यारोहण विधी व्हायचा होता. ती तारीख होती १८ नोव्हें. १८७३.

त्या दिवशी सकाळी सकाळी राजवाड्याच्या उंच पांढऱ्या भिंतींआडून अचानक ऐकू येणाऱ्या बॅन्डच्या सुरांनी आणि तोफांच्या आवाजांनी राजा चूला लाँग कोर्ण पुन्हा राज्यावर बसला आहे हे निनादून सांगितले. भव्य राज्यसभेत इतर सर्व राजपुत्र, सरदार, दरकदार हे सर्व जण जमिनीवर पसरलेल्या गालिच्यावर गुडघे आणि कोपरे टेकून लोटांगण घातलेल्या स्थितीत बसले होते. प्रत्येक मस्तक लवून खाली जमिनीला टेकलेले होते. जसा वाद्यांचा कर्णकटू आवाज थांबला तसा राजा राजमंचावर चढला आणि त्याने आपल्या सत्ताग्रहणानंतरचा पहिला जाहीरनामा वाचायला सुरुवात केली. वरिष्ठांसमोर कनिष्ठांची गुडघे आणि कोपरे टेकून बसण्याच्या रितीचा शेवट करणारा हा राजहुकूम होता.

"– सयाममध्ये प्रचलित असलेल्या दोन वाईट रूढी, एक कनिष्ठांनी वरिष्ठांसमोर गुडघे आणि कोपरे टेकून तशा स्थितीत राहणे आणि माणसांची पूजा करणे, या रूढी अतिशय स्पष्टपणे दडपशाहीने चालवलेल्या जुलमाच्या निदर्शक आहेत. त्यामुळे त्या व्यक्तीला थकवा तर येतोच पण तिला अतिशय शरमिंदेही वाटते. ...राजाची अशी धारणा आहे की, या वाईट रूढींमुळेच आपल्या समाजात जुलूम, जबरदस्ती जास्त वाढलेली आहे. म्हणून वरिष्ठांबद्दलचा आदर दर्शवणारी आणि राष्ट्रात प्रचलित असलेली ही प्राचीन वाईट रूढी रद्द केलीच पाहिजे... त्याकरिता राजा या पद्धतीच्या म्हणजे गुडघे-कोपरे टेकून बसणे आणि तशा स्थितीत माणसांनी सरपटणे याऐवजी, सर्व माणसांनी सरळ उभे राहावे आणि चालावे अशी सूचना करतो. गुडघे आणि कोपरे टेकवून नतमस्तक होण्याऐवजी किंवा दोन्ही हात जोडून जमिनीला डोके लावून नमस्कार करण्याऐवजी लोकांनी, ज्यामुळे व्यक्तीची प्रतिष्ठा राहील अशा तऱ्हेने मान लववून अभिवादन करत जावे, अशी सूचना करतो..."

राजाने आपले भाषण संपवल्याबरोबर सर्व राजकुमार, सरदार, मंत्रिमंडळातील सर्व मंत्री यांनी अतिशय अदबीने त्रिवार सलाम केला आणि सगळे जण एकदम एका शिस्तीत उठून उभे राहिले. आज आयुष्यात पहिल्याप्रथम ते सम्राटासमोर स्वतःच्या पायावर सरळ उभे होते.

अशा तऱ्हेच्या सुधारणांनी राजा चूला लाँग कर्णाने ॲनाला दिलेले वचन पाळून तिच्या, त्याच्याबद्दलच्या अपेक्षा पूर्ण केल्या आणि तिने सयाममध्ये जे कष्ट घेतले होते, त्यांच्यावर अपेक्षापूर्तीचे शिक्कामोर्तब केले.

अ‍ॅनाही स्वत:च्या आयुष्याच्या एका नव्या पर्वात गुंतून गेली होती. राजा माँगकुतच्या दरबारातील तिच्या संस्मरणीय अनुभवांचे कथन करणारा पहिला लेख जून १८६९मध्ये प्रथम 'अटलांटिक मंथली'त प्रकाशित झाला आणि त्यापाठोपाठ 'सयामच्या दरबारात इंग्लिश गव्हर्नेस' आणि 'जनानखान्याचे अद्‌भुत विश्व' हे लेख लगोलग प्रसिद्ध झाले. त्यामुळे तिला ताबडतोब लेक्चरर म्हणून मागणी आली. त्यामुळेच तिला न्यू यॉर्कमधील थोर साहित्यिकांना भेटण्याची संधीही उपलब्ध झाली. तिला सारा आर्नी ज्युवेत, जेम्स रसेल लॉवेल, ऑलिव्हर वेन्डेल होम्स, विल्यम कुलन ब्रायन्ट, हेन्री वॅडस्वर्थ लाँगफेलो, ज्युलिया वॉर्ड होवे आणि राल्फ वॅल्डो इमर्सन अशांसारख्या ज्या-ज्या व्यक्तींना तिच्या मनात आदराचे स्थान होते, त्यांच्याशी परिचय व्हायची संधी मिळाली. १८७२मध्ये तिची खुद्द हॅरिएट बीचर स्टो हिच्याशी मि. आणि मिसेस जेम्स टी. फील्ड यांच्या घरी गाठ पडली, परिचय झाला. तिने ॲव्हिसला तिच्याबद्दल हे लिहिले होते – ''मिसेस स्टो ही सरळ स्वभावाची, अतिशय देखणे कपडे घातलेली एक समर्थ व्यक्तिमत्त्वाची स्त्री आहे.'' तिने अ‍ॅनाला असे काही गाढ आलिंगन दिले की, जणूकाही ती तिला आयुष्यभर ओळखत आली होती.

पुढची वर्षे झपाट्याने गेली. मध्यंतरी कधी आर्थिक अडचणी आल्या पण अनेक गोष्टींची भरपाईही झाली. ॲव्हिसने शालेय अभ्यासक्रम पूर्ण केल्यानंतर न्यू यॉर्कमध्ये किंडरगार्टन स्कूल सुरू केले. ॲव्हिसचे लग्न होईपर्यंत अ‍ॅनाचेही लेखन, अध्यापन, व्याख्याने देणे इ. कामे चालूच होती. १८७८मध्ये मि. थॉमस फिश या तरुण बँकरबरोबर ॲव्हिसचा विवाह झाला आणि ती लगेच हॅलिफॅक्सला राहायला गेली. अ‍ॅना लिऑनओवेन्सने आपले उर्वरित आयुष्य कॅनडामध्ये आपल्या मुलीच्या घरी काढले.

या दरम्यान लुईदेखील आयर्लंडमधील शाळा सोडून अमेरिकेत राहायला आला, पण तो तेथेही खूश नव्हताच. त्याने आईला सांगितले की, अमेरिका त्याला फारशी मानवत नव्हती म्हणून तो, तो देश सोडून ऑस्ट्रेलियाला गेला. तेथे तो पोलीस-दलात भरती झाला पण त्याचे मन अजूनही अस्वस्थच होते आणि १८८२मध्ये तो सयामला परत गेला. राजा चूला लाँग कर्णाने त्याचे प्रेमाने स्वागत केले आणि त्याला घोडदलातला अधिकारी म्हणून नेमले. राजा चूला लाँग कर्णाने सयामी वकिलातीमार्फत निरोप पाठवून अ‍ॅनाला ही बातमी दिली आणि तिला कळवले की, अशा तऱ्हेने तिच्यासाठी म्हणून लुईची नेमणूक करताना त्याला फार आनंद वाटतोय.

१८८१मध्ये दुसऱ्या अलेक्झांडरचा खून झाला. या घटनेच्या अनुषंगाने रशियातल्या घटनांवर लेखमाला लिहिण्यासाठी म्हणून 'द युथ्स कम्पॅनिअन'ने तिला रशियाला

पाठवले. या वृत्तपत्राच्या संपादकांनी तिला त्यांची कर्मचारी म्हणून कायमचे एक पदही देऊ केले होते पण तिने ते नाकारले. कारण तिला असे लक्षात आले की, तिच्या नव्या नातवंडांपासून ती दोन-चार महिन्यांहून जास्त काळ दूर राहूच शकणार नाही.

ती पुन्हा एकदा न्यू यॉर्कला गेली होती आणि या भेटीत तिला सोन क्लिनचा मुलगा राजकुमार कृता याला पुन्हा भेटण्याचा आनंद मिळाला. आता तो एच.आर.एच. प्रिन्स नरेस आणि इंग्लंडचा राजदूत म्हणून नेमणूक होऊन इंग्लंडच्या वाटेवर होता. सध्या तो काही खास कामानिमित्त अमेरिकेला आला होता आणि त्याने ॲनाला निरोप पाठवून तिला भेटण्याची इच्छा प्रकट केली होती. १९ मे १८८४ रोजी तिने ॲव्हिसला जे पत्र पाठवले होते, त्यात तिने या भेटीचे वर्णन केले होते :

आज सकाळी मी नाश्ता आटोपून फिफ्थ अव्हेन्यूवरच्या हॉटेलमध्ये गेले. तेथेच सयामच्या वकिलातीतले हे सगळे लोक राहत होते. मी माझे कार्ड त्यांच्याकडे पाठवले. थोड्या वेळाने एक इंग्लिश सद्गृहस्थ, मि. लॉफ्ट्स मला राजपुत्र कृताकडे घेऊन जाण्यासाठी खाली आले. ते राजकुमाराचे दुभाषे आणि सेक्रेटरी म्हणून काम करतात. ते मला सरळ राजपुत्राच्या खासगी दिवाणखान्यात घेऊन गेले. मी जेमतेम तेथे टेकते न टेकते तेवढ्यात माझा प्रिय विद्यार्थी कृता फणिहन धावत आत आला आणि त्याने माझ्या गळ्याभोवती मिठीच घातली. तो लहान मुलगा असताना मला ज्या उत्साहाने कवटाळत असे, तसेच त्याने पुन्हा आताही कवटाळले. त्याने माझे ज्या उत्साहाने स्वागत केले ते पाहून मला आनंदाने अगदी भरून आले.

एकमेकांच्या स्वागताचा पहिला भर ओसरल्यानंतर मी आणि राजपुत्र कृता सयामबद्दल बोलत बसलो. तो म्हणाला की, मी जर आता सयामला परत गेले तर मला ती जागा, ते लोक ओळखताच येणार नाहीत. कारण तेथे प्रत्येक गोष्टीतच खूप बदल घडून आलाय. गुडघे-कोपर टेकून जनावरांच्या स्थितीत राहणे, गुलामगिरी, नवरा किंवा वडिलांची कर्जफेड न केल्यास त्यांच्या बायको किंवा मुलाला तुरुंगवास सोसावा लागणे हे सगळे नष्ट केले गेले आहे. नवे कालवे, नवे रस्ते बांधले गेले आहेत. नव्या शाळांमधून युरोपियन आणि पौर्वात्य भाषांमधून दोन्ही तऱ्हेचे शिक्षण दिले जाते, इ. इ. तो पुढे हेही म्हणाला की, पूर्वी मी जे शिक्षण आताच्या राजाला आणि राजपरिवाराला दिले, त्याचा हा सगळा परिणाम आहे. हे सगळे ऐकून मला किती आनंद झाला असेल याची फक्त तूच कल्पना करू शकशील. तसेच त्याचे अर्धवट इंग्रजी अर्धवट सयामी भाषेतले बोलणे ऐकूनही मला आनंदच वाटत होता. मी माझ्या जुन्या विद्यार्थ्यांची नावानिशी चौकशी केली आणि मला हे ऐकून खरेच खूप छान वाटले की, दहाहून जास्त राजकुमार आताच्या राजाच्या आधिपत्याखाली विविध तऱ्हेची अधिकारपदे भूषवीत आहेत आणि त्याच्या स्वतःकडे सर्वोच्च

अधिकारपद म्हणजे परराष्ट्रीय घडामोडींबाबतचे मंत्रिपद- 'मिनिस्टर ऑफ फॉरिन अफेअर्स' हे पद आहे. त्याने मला हेही सांगितले की, लुई तेथे फार चांगले काम करत आहे. त्यामुळे अर्थातच मला खूप बरे वाटले. तो राजाला हरेक प्रकारे मदत करतो आणि त्याची माणसे, त्याला वाटून घेतलेली, एकनिष्ठ अशी आहेत आणि लुई तर आता सयामी भाषा केवळ बोलूच शकतो, असे नाही तर उत्तम प्रकारे लिहूही शकतो... कृताने मला हेही सांगितले की, राजाने त्याच्यावर, माझी चौकशी करून मला भेटून यायचे काम पण सोपवले. मग तो पुढे म्हणाला, "मेम, जर तुम्हाला कधीही आणि केव्हाही पैशांची जरूर पडली तर तुम्ही ते राजाकडे केव्हाही मागू शकता, कारण ते म्हणतात की, त्यांच्या आयुष्यात ते जे-जे काही चांगले शिकलेले आहेत, ते सर्व तुम्हीच त्यांना शिकवलं आहे."

१८६७मध्ये सयाम सोडल्यानंतर तीस वर्षांनी ॲनाने आपल्या सर्वांत वेगळ्या श्रेष्ठ विद्यार्थ्याला पुन्हा पाहिले. तेव्हा राजा चूला लाँग कोर्ण लंडनमध्ये आला होता तेव्हा ती ॲव्हिसच्या मोठ्या मुलाला घेऊन लाइप्झिगला निघाली होती. २४ ऑगस्ट १८९७ या दिवशी तिची लंडनमध्ये त्याच्याशी भेट झाली. दुपारी सव्वादोन वाजता ते एकमेकांना भेटले. तिच्या आयुष्यातला हा दुसरा अविस्मरणीय दिवस होता.

राजा गेली २९ वर्षे राज्य करत होता. गंभीर, संथ, शांत व्यक्तिमत्त्वाचा, विचारी आणि निश्चयी व्यक्तिमत्त्वाच्या या राजाने विरुद्ध परिस्थितीत फार काही साध्य केले होते. ज्या सरदारांचे हक्क त्याने कमी केले होते, ते त्याला गुप्तपणे विरोध करत होते. इकडे फ्रेंचांनी आपली लूटमार चालूच ठेवली होती. कुठलेही निमित्त साधून ते अधिकाधिक प्रदेश बळकावत होते. या इतक्या सगळ्या अडचणी सोसूनही सुधारणांचे काम चालूच होते. सर्व राज्यभर शाळा उघडल्या गेल्या होत्या. हॉस्पिटल्स आणि नव्या शाळा चालू करण्यासाठी मिशनऱ्यांना प्रोत्साहन दिले जात होते. वाहतुकीच्या सोईंमध्ये सुधारणा झाली होती. न्यायालयांची पुनर्रचना करण्यात आली होती. सरंजामशाहीतल्या प्रशासकांच्या जागी हळूहळू सुशिक्षित अधिकारी आणले जात होते. सैन्यदलांना आधुनिक रूप दिले जात होते. तरुण माणसे परदेशात शिकण्यासाठी पाठवली जात होती आणि युरोप, अमेरिकेतून शिक्षक आयात केले जात होते. आताच त्याच्या हयातीत सयामी लोक, 'चूला लाँग कोर्ण हा आमचा एक महान राजा आहे,' असे म्हणायला लागले होते. जेव्हा तो रीतसर शाही पद्धतीने बँकॉक शहरात हिंडत असे तेव्हा लोक त्याच्यावर अक्षता, फुले उधळून त्याला सर्वोच्च सन्मान देत असत. अशा तऱ्हेने कृतज्ञता आणि नम्रतेच्या स्वरात बोलत त्याने ॲनाला जेव्हा सांगितले की, तिने तिच्या शिकवणीतून जी तत्त्वे

त्याच्या मनावर बिंबवली, त्यातूनच त्याने आपल्या राज्यात बदल, सुधारणा घडवून आणण्याच्या योजना आखल्या तेव्हा तिला खरोखर कृतार्थ झाल्यासारखे वाटले. 'एका मुक्त सयामची निर्मिती' हा निश्चय त्याने अमलात आणला होता. ते सगळे काही फार सहजपणे घडून आले, असे नव्हते. तेथे अजूनही करण्यासारखे खूप होते. पण आता खुद्द सयामी लोकांच्या मनातच बदल घडवून आणण्याची जबरदस्त इच्छा खोलवर रुजलेली होती. त्यांच्या मनात भविष्याबद्दलच्या आशा-अपेक्षा जागृत झाल्या होत्या. कारण या अपेक्षा 'खरा मनुष्य' म्हणून जगण्याच्या दृष्टीने निर्माण झालेल्या होत्या आणि हीच तत्त्वे तिने फार पूर्वीच आजच्या सम्राटाच्या मनात रुजवण्याचा यशस्वी प्रयत्न केला होता. हा बदल लोकशाही मूल्यांवर आधारित होता.

ॲना अंतर्मुख होऊन त्या देशाच्या भूतकाळाकडे पाहत होती, त्या भूतकाळात तिने आपल्या आयुष्याची सर्वांत कठीण वर्षे काढली होती. पण त्याबद्दल ती आज पूर्णतः समाधानी होती.

■